மேல் கோட்டு

(ருஷ்யச் சிறுகதைகள் தொகுப்பு)

அலெக்ஸாந்தர் பூஷ்கின், நிக்கொலாய் கோகல்,
இவான் துர்கேனெவ், அந்தோன் சேகவ்,
லேவ் தல்ஸ்தோய், மக்சீம் கோர்க்கி,
அலெக்சேய் தல்ஸ்தோய், அந்திரேய் பிளத்தோனவ்,
கன்ஸ்தன்தீன் பவுஸ்தோவ்ஸ்கி, மிகயீல் ஷோலகவ்.

MALAR BOOKS

மேல் கோட்டு

(ருஷ்யச் சிறுகதைகள் தொகுப்பு)

மொழிபெயர்ப்பாளர் : பூ. சோமசுந்தரம்
முதல் பதிப்பு: டிசம்பர் 2021
வெளியீடு : மலர் புக்ஸ்
விற்பனை உரிமை: பரிசல் புத்தக நிலையம்
235, P-பிளாக், MMDA காலனி
அரும்பாக்கம், சென்னை - 600 106
பேச: 9382853646, 8825767500
மின்னஞ்சல்: parisalbooks@gmail.com
பக்க வடிவமைப்பு: யு.நிலா
அச்சாக்கம்: காம்யூ பிரிண்டர்ஸ், சென்னை
பக்கம்: 376
விலை: ரூ 380

MELKOTTU

(RUSIA SIRUGADAIGAL THOGUPPU)

Translated : **PU. SOMASUNDARAM**
First Edition: December 2021
Published by: Malar Books
Office : Parisal Putthaga Nilayam
No.235, P-Block, MMDA Colony
Arumbakkam, Chennai - 600 106
Mobile: 93828 53646
E-mail: parisalbooks@gmail.com
Designed by: Y.Nila
Printed at: Comu Printers, Chennai
ISBN: 978-93-91947-00-2
Pages: 376
Price: 380

3

பொருளடக்கம்

	முன்னுரை	5
1.	அலெக்ஸாந்தர் பூஷ்கின் (1799–1837)	
	அஞ்சல் நிலைய அதிகாரி	9
2.	நிக்கொலாய் கோகல் (1809–1852)	
	மேல்கோட்டு	30
3.	இவான் துர்கேனெவ் (1818–1883)	
	முமூ	81
4.	அன்தோன் சேகவ் (1860–1904)	
	நாய்க்காரச்ச சீமாட்டி	126
5.	லேவ் தல்ஸ்தோய் (1828–1910)	
	நடனத்திற்குப் பின்	155
6.	மக்சீம் கோர்க்கி (1868–1936)	
	கிழவி இஸெர்கீல்	173
7.	அலெக்சேய் தல்ஸ்தோப் (1883–1945)	
	விரியன் பாம்பு	210

8. அந்திரேய் பிளத்தோனவ் (1899–1951)
   வனப்பு வாய்ந்த வன்மமுள்ள உலகில் — 278

9. கன்ஸ்தன்தீன் பவுஸ்தோவ்ஸ்கி (1892–1968)
   இசைஞரின் பரிசு — 301

10. மிகயீல் ஷோலகவ் (பிறப்பு 1905)
    அவன் விதி — 317

முன்னுரை

உயர் வளர்ச்சி பெற்ற உலக மொழிகளின் படைப்பு இலக்கிய உரை நடையில் தனக்கு உரிய மதிப்பைச் சிறுகதை வெகு காலத்துக்கு முன்பே பெற்று விட்டது. ருஷ்ய உரை நடையில் சிறுகதைக்குச் சிறப்பு மிக்க மரபு உண்டு.

ருஷ்யப் பேரிலக்கிய ஆசிரியர்கள் பல்வேறு துறைகளில் ஒரே மாதிரி ஆர்வத்துடன் எழுதி வந்ததை ருஷ்ய இலக்கிய அன்பர்கள் கவனித்திருக்கக் கூடும். "போரும் அமைதியும்" என்ற நவீனத்தில் நாம் லேவ் தல்ஸ்தோயிடம் காணும் மாண்பைக் "கிரேய்ஸர் சொனாட்டா", "செர்கேய் பாதிரியார்", "இவான் இலியீச்சின் மரணம்" போன்ற அவரது சிறுகதை களிலும் காண்கிறோம். "அசடன்", "கரமாசவ் சகோதரர்கள்" போன்ற அழியா நவீனங்களைப் படைத்த தஸ்தயேவ்ஸ்கி, "சாதுப்பெண்", "அருவருப்பூட்டும் கேலிக் கதை", "வேடிக்கை மனிதனின் கனவு" முதலிய சிறந்த சிறுகதைகளையும் இயற்றியுள்ளார். இன்னும் முந்திய கால ருஷ்ய உரைநடை ருஷ்ய நாட்டினரின் உளச் செல்வத்தைப் பூஷ்கின், லேர் மன் தவ், கோகல், துர்கேனெவ் ஆகியோரின் சிறுகதைகள் வாயிலாக உலகுக்குக் காட்டியது. சிறுகதைக் கலையில் புதிய திருப்பத்தை ஏற்படுத்தினார் சேகவ். சுருக்கச் சிறுகதைத் துறை ருஷ்ய இலக்கியத்தில் தான் முழுமையாகச் செப்பம் அடைந்தது எனலாம். மனித வாழ்க்கை அனைத்தையும் தன்னுள் அடக்கி இருந்தது இவ்வகைச் சிறுகதை. வாழ்க்கை மீது தனிப்பட்ட பரிவும் நுண்ணிய கலைத் தேர்ச்சியுடன் வடி வாக்கப்பட்ட மனித மாதிரிகள், சுபாவங்கள் மற்றும் காட்சிகளுடைய அசாதாரணப் பல்வகைப்பாடும் இந்தத் துறையின் சிறப்பியல்புகள்.

மூல ருஷ்யச் சிறுகதையின் தேசிய மரபுகள் சோவியத் காலக் குறுநாவலில் முறையான தொடர்ச்சியும் வளர்ச்சியும் பெற்றன. மக்கீம் கோர்க்கி, மிகயீல் ஷோலகவ், அலெக்சேய் தல் ஸ்தோய், கன்ஸ்தன்தீன் ஃபேதின், லியனீத் லியோனவ், கன்ஸ்தன்தீன் பவுஸ் தோவ்ஸ்கி முதலிய தலைசிறந்த சோவியத் உரைநடையாளர்களுடைய படைப்புக்களில், நாட்டின் வாழ்க்கையில் பெருத்த மாறுதல்கள் நிகழ்ந்த காலம் “சிறிய” துறையான சிறுகதையில் மனிதர்களது வாழ்க்கை என்னும் பட்டகத்தின் வழியே காட்சி அளிக்கிறது. வரலாற்றுச் சிறப்புள்ள நிகழ்ச்சிகள் அதில் பிரதிபலிக்கின்றன.

உரிமையின்மையிலும் பண்ணை அடிமைத்தனத்திலுமிருந்து விடுதலைக்கும் சோஷலிச மனிதாபிமானத்திற்கும் ருஷ்ய நாட்டு மக்கள் நடத்திய வரலாற்றுப் பெருமை வாய்ந்த பாய்ச்சலை உணரவும் அதைப் பற்றி ஆழ்ந்து சித்திக்கவும் விரும்புபவர்களுக்கு, அக்டோபா சோஷ லிசப் புரட்சி என்னும் மாபெரும் வீரச் செயலின் உள்ளார்ந்த விதிமுறைத் தன்மையை நன்கு புரிந்து கொள்ள விரும்புபவர்களுக்கு, இந்தத் தொகுப்பில் அடங்கியுள்ள கதைகள் கட்டாயம் அக்கறைக்கு உரியவையாக இருக்கும். நூற்றைம்பது ஆண்டுகளுக்கு முன்னால் புதிய ருஷ்ய இலக்கியத்தைத் தோற்றுவித்த பூஷ்கின் முதல் தற்காலத்தவர்கள் வரை பல சிறந்த எழுத்தாளர்களின் படைப்புக்கள் இதில் இடம் பெற்றுள்ளன.

இந்தத் தொகுப்பில் அடங்கியுள்ள கதைகள்தாம் எல்லாவற்றிலும் சிறந்தவை என்று சொல்ல முடியாது. பெரிய வரலாற்றுக் காலப் பகுதி முழுவதிலும் ருஷ்ய நாட்டின் பரந்த வாழ்க்கைக் காட்சியை மந்திர சக்தியால் போலக் காண வாசகர்களுக்கு வாய்ப்பு அளிக்கும் வேறு ருஷ்யக் கதைகளின் கோவைகளும் தயாரிக்கப்படலாம். என்ன ஆனாலும், நுட்பமாகப் புரிந்து கொள்ளும் வாசகர்கள் குடிமை உணர்வுள்ள எழுத்தாளர்களின் கிளர்ச்சி பொங்கும் குரலை இந்த நூலில் கேட்பார்கள். நியாயம் மற்றும் நல்லியல்பின் அழகு, எவ்வித வன்முறையையும் பொறுக்காத மனப்பான்மை, உழைப்பாளி மீது அன்பு, அவனுடைய வற்றாத படைப்பு ஆற்றலில் நம்பிக்கை ஆகியவற்றை வலியுறுத்தும் குரல் இது.

அலெக்ஸாந்தர் பூஷ்கின்
(1799–1837)

புதிய ருஷ்ய இலக்கியத்தின் தந்தை. ருஷ்ய இலக்கிய மொழியின் விதிகளை முறைப்படுத்தியவர். மாஸ்கோவில் பிறந்தார். தொன்மை வாய்ந்த, ஆனால் வறுமைப்பட்ட உயர் குடியில் தோன்றினார். பீட்டர்ஸ் பர்க் நகர்ப்புறத்தில் ஜார் வம்சக் குடியிருப்பில் இருந்த உயர் குடியினர் பள்ளியில் பயின்றார். அறிவார்ந்த விடுதலை வேட்கையின் பண்புக் கூறுகள் இந்தப் பள்ளியில் அளிக்கப்பட்ட கல்வியிலும் போதனையிலும் இருந்தன. நெப்போலியனுக்கு எதிராக 1812ம் ஆண்டில் நடந்த தேசபக்த யுத்தத்தின் போது தோன்றிய நாட்டுப் பற்றின் ஏற்றம் காரணமாக முளை விட்டிருந்தது இந்த விடுதலை வேட்கை .

1817–1820ல் இயற்றப் பெற்ற பூஷ்கினின் முதல் கவிதைகளிலேயே விடுதலைப் பற்றும் பண்ணையடிமை முறைக்குக் கண்டனமும் ஆவேசத்துடன் ஒலிக்கின்றன. முதல் ருஷ்யப் புரட்சியாளர்களான டிசம்பர்வாதிகளின் சங்கத்தில் பூஷ்கின் சேர்த்திருக்கவில்லை, ஆயினும் உயர் குடிப் புரட்சியாளர்கள் தலைமுறை அனைத்தினதும் கருத்துக்களுக்குக் குரல் கொடுப்பவராக அவர் விளங்கினார்.

“நம் நாட்டில் எல்லா ஊற்றுக்களுக்கும் தலையூற்று அவரே” என்று பூஷ்கினைப் பற்றி எழுதினார் மக்சீம் கோர்க்கி, மூலச் சிறப்பு வாய்ந்த பாவனை நவிற்சிக் கவிதைகளும் (“காக்கேஷியக் கைதி”, “பக்சிசராய் நீரூற்று” முதலியன) செய்யுள்களால் இயன்ற “யெவ்கேனி அனேகின்” என்னும் நடப்பியல் நவீனமும் நெஞ்சை அள்ளும் மெல்லுணர்ச்சிப் பாக்களும் யாத்துள்ளார் அவர். ருஷ்ய மொழியில் முதலாவது மக்கள் நாடகம் (“பரீஸ் கதுனோவ்”) இயற்றியவர் பூஷ்கின். புதிய நடப்பியல் உரைநடையைத்

தோற்றுவித்தவர் அவரே. ''துல்லியமும் சுருக்கமும்'' உரைநடையின் முதன்மைச் சிறப்புக்கள் என்ற தமது கோட்பாட்டை இதில் அவர் கடைப் பிடித்தார் (''பேல்கினின் கதைகள்'', ''துப்ரோவ்ஸ்கி'', ''கப்பித்தானின் மகள்'').

''பேல்கினின் கதைகளில்'' ஒன்று இந்தத் தொகுப்பில் வெளியாகிறது. ருஷ்யாவின் வெவ்வேறு சமுதாய வகுப்பினருடைய வாழ்க்கையின் விரிந்த காட்சியை இந்தக் கதைகளில் அவர் தீட்டியிருக்கிறார். சாதாரண மக்களின் அன்றாட வாழ்க்கையை நாட்டு வரலாற்றின் உள்ளார்ந்த பகுதியாக முதன் முறை அறிமுகப்படுத்தி இருக்கிறார்.

பூஷ்கினின் மேதையும் விடுதலை ஆர்வம் பொங்கிய அவரது படைப்புக்களும் ஆளும் வட்டாரத்தினரின் பகை மையைத் தூண்டிவிட்டன. கீழ்மை நிறைந்த அரசவைச் சூழ்ச்சிகள் கவிஞரைத் திணற அடித்தன. ஹலாந்தா நாட்டுத் தூதனின் தத்துப் புதல்வனான தான்தெஸ் என்பவனுடன் நடந்த இருவர் போர் அவருடைய வாழ்வைத் துன்பகரமாகத் துணித்துவிட்டது.

பூஷ்கினுடைய மேதையின் வீச்சு உலகப் பண்பாட்டின் மாட்சி மிக்க, அசாதாரணமான பெரியோரின் வரிசையில் அவரை நிறுத்துகிறது. ''பூஷ்கின் மெய்யாகவே தனிப் பெரும் சான்றோர்'' என்று எழுதினர் கோகல். ''ருஷ்ய உணர்வில் ஊறிய ஒரே தனிச் சான்றோர். இருநூறு ஆண்டுகளுக்குப் பின் ருஷ்ய மனிதன் எவ்வளவு வளர்ச்சி ஒருவேளை அடைவானோ, அவ்வளவு வளர்ச்சியை ஏற்கெனவே அடைந்து விட்ட ருஷ்ய மனிதர் அவர்.''

அஞ்சல் நிலைய அதிகாரி

"பிராந்தியச் செயலாளன்
எனும் அதிகாரி*
அஞ்சல் நிலையத்தின்
சர்வாதிகாரி."
சிற்றரசர் **வியாஸேம்ஸ்கிய்****

அஞ்சல் நிலைய அதிகாரிகளைத் திட்டாதவன் யாரேனுமுண்டா, அவர்களுடன் சச்சரவிடாதவன் யாரேனுமுண்டா? சீற்றம் பொங்கிய கணத்தில், துர்ப்பாக்கியகரமான புகார்ப் புத்தகத்தைக் கேட்டு வாங்கி. அவர்களது தான் தோன்றி நடத்தை பற்றியும், மரியாதையின்மை பற்றியும், நேரக் கண்டிப்பு இல்லாதது பற்றியும் பயனற்ற குறைகளை எழுதாதவன் எவனாவது உண்டா? அஞ்சல் நிலைய அதிகாரிகளை மனித வடிவங் கொண்ட விகிருதிகள் என்றும், பண்டைய அநியாய அதிகாரிகளை ஒப்பவே மோசமானவர்கள் என்றும், குறைந்த பட்சம் மூரோம்*** கொள்ளைக் காரர்களைப் போன்றவர்கள் என்றும் கருதாதவன் எவனாவது உண்டா ? ஆயினும் நாம் அவர்கள் விஷயத்தில் நடுநிலை மை கடைப்பிடிப்போம், அவர்கள் நிலைமையில் நம்மை வைத்துக் கொண்டு பார்க்க முயல்வோம், அப்போது அவர்களை எவ்வளவோ அதிகத் தாட்சண்ணியத்துடன் மதிப்பிட

*ஜார்கால ருஷ்யாவில் இருந்த பதினான்கு வகை உத்தியோகஸ்தர்களில் கீழ் உத்தியோகஸ்தன்.–ப–ர்.

****அ.பி. வியாஸேம்ஸ்கிய்** (1792–1878)– பிரசித்தி பெற்ற கவிஞர். பூஷ்கினின் நண்பர்.––ப–ர்.

*****மூரோம் காடு** – ஒக்கா ஆற்றின் வட கரையோரக் காடு. இங்கே வழிப்பறிகாரர்கள் ஏராளமாயிருந்தார்கள்.–ப–ர்.

ஒருகால் நமக்கு இயலும். அஞ்சல் நிலைய அதிகாரி என்பவன் யார்? பதினாலாந் தரச் சிற்றதிகாரி, கடுந்துன்பம் உழல்பவன், பிரயாணிகளின் அடிகளிலும் குத்துக்களிலுமிருந்து தன் பதவி ஒன்றினால் மட்டுமே தப்புபவன், அதுவும் எப்போதுமல்ல (வாசகர்களின் மனச்சாட்சி எனக்குப் பிரமாணங் கூறுமாக), சிற்றரசர் வியாஸேம்ஸ்கிய் சர்வாதிகாரி என விளையாட்டாகக் குறிப்பிடும் இந்த அதிகாரியின் வேலை எப்படிப்பட்டது? உண்மையான கடுங்காவல் தண்டனையா அல்லவா? நிம்மதி பகலிலும் கிடையாது. இரவிலும் கிடையாது. அலுப்பூட்டும் பயணத்தின் போது மனதுக்குள் திரண்ட சள்ளைகளை எல்லாம் பிரயாணி அஞ்சல் நிலைய அதிகாரியின் தலையில் கொட்டுகிறான். பருவ நிலை மகா மோசம், பாதை ஒரே சீர்கேடு, வண்டியோட்டி அடங்காப் பிடாரி, குதிரைகள் சண்டி –ஆக எல்லாவற்றுக்கும் பொறுப்பாளி அஞ்சல் நிலைய அதிகாரிதான். அவனுடைய ஏழைக் குடிலுக்குள் வரும் பிரயாணி அவனைப் பகைவனாகக் கருதுகிறான்; இந்த அழையா விருந்தினனிடமிருந்து விரைவிலேயே விடுதலை பெற முடிந்துவிட்டால் அது அஞ்சல் நிலைய அதிகாரியின் நல்ல காலம், ஆனால் குதிரைகள் தயாராய் இல்லா விட்டாலோ? கடவுளே! என்னென்ன வசவுகளும் திட்டுகளும், என்னென்ன உருட்டல்களும் மிரட்டல்களும் அவன் தலையில் பொழிகின்றன! மழையிலும் உளையிலும் அவன் வீடு வீடாக ஓடிசாட வேண்டி வருகிறது; புயலிலும், ஜனவரி மாதம் கடுங்குளிரிலும் அவன் வெளியேறி வாயில் முகப்பிற்குச் செல்கிறான்– கோபாவேசத்திலிருக்கும் வழிப்போக்கனின் கூப்பாட்டிலும், நெட்டித் தள்ளலிலுமிருந்து நிமிட நேரமாவது ஓய்வு பெறுவதற்காக, எவனோ ஜெனரல் வருகிறான்; அஞ்சல் நிலைய அதிகாரி நடுநடுங்கிய

கொண்டு, தன்னிடம் எஞ்சியிருக்கும் இரண்டே இரண்டு த்ரோய்க்காக்களையும்* – அவற்றில் ஒன்று தபால் எடுத்துச் செல்லத் தேவையானது– அவனுக்குக் கொடுத்து விடுகிறான். ஜெனரலோ, அவனுக்கு நன்றி கூடக் கூறாமல் போய்விடுகிறான். ஐந்து நிமிடங்களுக் கெல்லாம் மீண்டும் சலங்கையொலி!.. தபால் வண்டிக்காரன் தடதடவென்று உள்ளே வந்து மாற்றுக் குதிரைகளுக்கான கோரிக்கைச் சீட்டை மேஜை மேல் கடாசுகிறான்!.. இவற்றையெல்லாம் நன்கு சீர்தூக்கிப்

---

*__த்ரோய்க்கா__ என்பது மூன்று குதிரைகள் கொண்ட ஜோடி – ப.ர்.

பார்ப்போமானால் நமது இதயம் ஆத்திரத்திற்குப் பதிலாக உள்ளார்ந்த அனுதாபத்தால் நிறைந்து பொங்கும். இது விஷயமாக இன்னும் சில வார்த்தைகள்: இந்த இருபது ஆண்டுகளாக நான் ருஷ்யாவில் எல்லாத் திசைகளிலும் பிரயாணம் செய்திருக்கிறேன்; தபால் வண்டிப் பாதைகள் எல்லாவற்றையுமே அநேகமாக நான் அறிவேன்; வண்டிக்காரர்களின் சில தலைமுறையினர் எனக்குப் பழக்கம்; எனக்கு நேர்முகப் பரிச்சயமில்லாத, நான் அலுவல் தொடர்பு கொள்ளாத அஞ்சல் நிலைய அதிகாரி எவனாவது இருப்பது அரிதே; பிரயாணங்களின் போது என்னிடம் சேர்ந்து குவிந்துள்ள ருசிகரமான அவ தானிக்கைகளை விரைவிலேயே வெளியிடுவேன் என நம்புகிறேன்; ஆனால் அஞ்சல் நிலைய அதிகாரிகள் குழாம் பற்றிப் பொது மக்கள் மனத்தில் மிகமிகத் தவறான கருத்து ஏற்படுத்தப்பட்டிருக்கிறது என்பதை மட்டும் இங்கே கூறிவிடுகிறேன். மிகுந்த நிந்தைக்கு ஆளாகியுள்ள அஞ்சல் நிலைய அதிகாரிகள் பொதுவாக அமைதி யுள்ளவர்கள், பிறருக்குத் தொண்டு செய்யும் இயல்புள்ளவர்கள், எல்லோருடனும் சுமுகமாகப் பழகும் போக்குள்ளவர்கள், கௌரவம் பாராட்டுவதில் சங்கோசமுள்ளவர்கள், ரொம்பப் பணத்தாசை பிடித்தவர்களல்ல. அவர்களது உரையாடல் களிலிருந்து (பல பிரயாணிக் கனவான்கள் இவற்றைப் புறக்கணித்து விடுகிறார்கள்) அக்கறைக்குரியவையும் படிப்பினை நல்குபவையுமான எத்தனையோ விஷயங்களைக் கிரகித்துக்கொள்ள முடியும். என்னைப் பொறுத்தவரையில், அரசாங்க அலுவலாகப் பயணஞ் செய்யும் ஆறாந்தர உத்தியோகஸ்தனின் பேச்சைவிட அஞ்சல் நிலைய அதிகாரிகளின் உரையாடலை நான் மேலாக மதிக்கிறேன் என்பதை ஒப்புக் கொள்கிறேன்.

மதிப்பிற்குகந்த அஞ்சல் நிலைய அதிகாரிகள் குழாத்தில் எனக்கு நண்பர்கள் இருக்கிறார்கள் என்பதை எளிதாக ஊகித்துக்கொள்ள முடியும். உண்மையில் அவர்களில் ஒருவனது நினைவு எனக்கு விலைமதிப்பற்றது. நிலைமைகள் காரணமாக ஒரு காலத்தில் நாங்கள் நெருங்கிய அறிமுகம் செய்து கொண்டோம். அவனுடைய கதையைத்தான் வாசக நேயர்களுக்கு இப்போது சொல்லப் போகிறேன்.

1816ம் ஆண்டு மே மாதம், ஒரு மாகாணத்தில், தற்போது அழிந்து போய்விட்ட பாதை ஒன்றின் வழியே பிரயாணம் செய்யும் வாய்ப்பு எனக்கு நேர்ந்தது. அப்போது நான் சின்ன உத்தியோகஸ்தன், வாடகை வண்டியில்

பிரயாணம் செய்துவந்தேன், இரண்டு குதிரைகளுக்குப் பணங் கொடுக்கும் நிலையிலிருந்தேன். இந்தக் காரணத்தினால் அஞ்சல் நிலைய அதிகாரிகள் என் விஷயத்தில் அலட்சியமாக நடந்து கொண்டார்கள்; எனக்குச் சேர வேண்டியதென்று எனக்குப் பட்டதை நான் அடிக்கடி சண்டை போட்டு வாங்கிக் கொள்ள வேண்டியிருந்தது. என் உபயோகத்துக்காகத் தயாரிக்கப்பட்டிருந்த குதிரைகளை யாராவது பெரிய அதிகாரியின் வண்டியில் பூட்டுவதற்காக எவனாவது அஞ்சல் நிலைய அதிகாரி கொடுத்தால் இளைஞனும் முன்கோபியுமான எனக்கு அவனுடைய கீழ்மையையும் அற்பத்தனத்தையும் கண்டு ஆத்திரம் மண்டும். இதே போல, கவர்னர் அளிக்கும் விருந்தின் போது, நுட்பமாகப் பாகுபாடு செய்யும் இழிபிறவிப் பரிசாரகன் ஏதேனும் வெஞ்சனத்தை எனக்குப் பரிமாறாமல் மேலே சென்று விடுவதையும் பொறுத்துக் கொள்ள என்னால் வெகுகாலம் வரை பழக்கப் பட முடியவில்லை. இப்போதோ, இரண்டுமே எனக்கு முறையானவையாகத் தென்படுகின்றன. தற்போது வழக்கிலிருந்து வரும், **மேல் பதவிக்கு முதல் மரியாதை** என்ற, எல்லோருக்கும் சௌகரியமான விதிக்குப் பதில் உண்மையாகவே வேறொரு விதி, உதாரணமாக, **மேலான அறிவுக்கு முதல் மரியாதை** என்ற விதி நடப்புக்கு வந்தால் என்ன ஆகும்? எத்தகைய பூசல்கள் விளையும்! பணியாளர்கள் யாருக்கு முதலாவது பரிமாறியிருப்பார்கள்? கிடக்கிறது, நான் என் கதையைத் தொடர்கிறேன்.

அன்று ஒரே வெக்கை. அஞ்சல் நிலையத்திலிருந்து மூன்று வெர்ஸ்தா* தூரத்தில் தூறல் தொடங்கியது. ஒரு நிமிடத்திற்கெல்லாம் அடை மழை கொட்டி என்னைத் தொப்பலாக நனைத்துவிட்டது. நிலையம் சேர்ந்ததுமே எனது முதற் கவலை உடைகளை எவ்வளவு சீக்கிரம் முடியுமோ மாற்றிக்கொள்ள வேண்டும் என்பது, இரண்டாவது தேநீர் தருவிப்பது. “இந்தா, தூன்யா! ஸமவாரைத் தயார் பண்ணிவிட்டு, க்ரீம் வாங்கிக் கொண்டுவா!” என்று கத்தினான் அஞ்சல் நிலைய அதிகாரி. இந்தச் சொற்களைக் கேட்டதும் சுமார் பதினான்கு வயதிருக்கும் ஒரு பெண் தடுப்புச் சுவருக்குப் பின்னிருந்து வெளிவந்து, வாயில் முகப்புப் பக்கம் விருட்டெனப் பாய்ந்து சென்றாள். அவளுடைய அழகைக் கண்டு நான்

* **வெர்ஸ்தா** –1.06 கிலோ மீட்டர்.–ப–ர்.

மலைத்துப்போய், ‘‘இது உன் மகளா?’’ என்று அதிகாரியிடம் வினவினேன். ‘‘ஆமாம், ஐயா!’’ என்று ஆத்ம திருப்தி தோன்ற விடையிறுத்தான். ‘‘ரொம்பப் புத்தி சாலி, ரொம்பத் துடி, எல்லாம் அவளுடைய காலஞ்சென்ற தாயார் போலவே’’ என்றான். உடனே எனது கோரிக்கையைப் பேரேட்டில் பதிவு செய்வதில் முனைந்தான். நான் அவனுடைய எளிய, ஆனால் நருவிசும் துப்புரவுமான இருப்பிடத்தை அலங்கரித்த படங்களைப் பார்வையிடலானேன். அவை ‘‘ஊதாரி மகன்’’ என்ற கதையின் விளக்கப்படங்கள். முதலாவது படத்தில், படுக்கைக் குல்லாயும் அங்கியும் அணிந்த மரியாதைக்குரிய முதியவன் சஞ்சலமுள்ள வாலிபனுக்கு விடையளிப்பதும் வாலிபன் முதியவனின் ஆசியையும் பணப்பையையும் அவசரமாகப் பெற்றுக்கொள்வதும் தீட்டப்பட்டிருந்தன. இரண்டாவது படத்தில் இளைஞனின் துர் நடத்தை விவரமாகச் சித்திரிக்கப்பட்டிருந்தது. பொய் நண்பர்களும் நாணமற்ற பெண்களும் புடை சூழ அவன் மேஜையருகே அமர்ந்திருப்பது போல. அடுத்த படத்தில் சீரழிந்த யுவன் கந்தை யுடையும் மூன்றுமுக்குத் தொப்பியுமாகப் பன்றிகளை மேய்ப்பதும் அவற்றின் தீனியைத் தானும் உண்பதும் காட்டப்பட்டிருந்தன; இளைஞனின் முகத்தில் ஆழ்ந்த சோகமும் பச்சாத்தாபமும் துலங்கின. கடைசிப் படம் இளைஞன் தந்தையிடம் திரும்பி வருவதைச் சித்திரித்தது: நல்லியல்புள்ள தந்தை அதே படுக்கைக் குல்லாவும் அங்கியும் அணிந்து மகனை எதிர்கொள்ள ஓடுகிறான்; மகன் முழந்தாள் படியிட்டுத் தந்தையின் அடி வணங்குகிறான். சமையல்காரர்கள் கொழுக்கவைத்த கன்றைக் கறியாக்கும் பொருட்டு வெட்டுவதும், இத்தகைய கொண்டாட்டத்திற்குக் காரணம் என்ன என்று மூத்த மகன் பணியாளர்களை விசாரிப்பதும் பின்னணியில் காட்டப்பட்டிருந்தன. ஒவ்வொரு படத்துக்கும் அடியில் இருந்த அதற்குரிய ஜெர்மன் ஈரடிச் செய்யுட்களை நான் படித்தேன். இவை அனைத்தும், பால்ஸாம் செடித் தொட்டியும், வண்ணக் கட்டம் போட்ட திரையிட்டிருந்த படுக்கையும் அச்சமயத்தில் என்னைச் சூழ்ந்திருந்த மற்றப் பொருள்களும் எல்லாம் என் நினைவில் இன்னும் விவரமாகப் பதிந்திருக்கின்றன. வீட்டுக்காரனையும் நான் இப்போது போன்றே கண்ணெதிரே காண்கிறேன்: சுமார் ஐம்பது வயதினன், நிகுநிகுவென்று களிததும்பும் தோற்றத்தினன்; அவன் அணிந்திருந்த பச்சை நிற நீள்கோட்டு சாயம் வெளுத்த ரிப்பன்களில் தொங்கிய மூன்று பதக்கங்களால் அலங்கரிக்கப்பட்டிருந்தது.

பழைய வண்டிக்காரனுக்கு நான் வாடகை கொடுத்துக் கணக்குத் தீர்ப்பதற்குள் தூன்யா ஸம வாரை எடுத்துக்கொண்டு திரும்பி வந்து விட்டாள். தன் அழகு என்னை வசீகரித்துவிட்டது என்பதை இரண்டாவது பார்வையிலேயே கண்டுகொண்டு அந்தச் சின்னஞ்சிறு ஒய்யாரி, பெரிய நீல விழிகளை நாணத்துடன் தாழ்த்திக் கொண்டாள். நான் அவளிடம் பேச்சுக் கொடுத்தேன்; அவளோ உலக விவகாரங்களில் பழகியவள் போலவே ஒருவிதமான கூச்சமும் இன்றி எனக்கு மறுமொழி பகர்ந்தாள். அவளுடைய தகப்பனுக்கு ஒரு கிளாஸ் பஞ்ச் சாராயம் ஊற்றிக் கொடுத்து விட்டு, தூன்யாவுக்கு ஒரு கோப்பைத் தேநீர் அளித்தேன். பின்பு மூவரும் யுகக் கணக்கில் பழகியவர்கள் போல உரையாடலுற்றோம்.

குதிரைகள் தயாராகிக் காத்திருந்தன என்றாலும் அஞ்சல் நிலைய அதிகாரியையும் அவனது மகளையும் விட்டுப் பிரிய எனக்கு மனமில்லை. முடிவில் அவர்களிடம் விடை பெற்றுக்கொண்டேன்; தகப்பன் சுகமே போய் வாருங்கள் என வாழ்த்தினான், மகள் வண்டிவரை என்னை வழியனுப்ப வந்தாள். வாயில் முகப்பில் நான் நின்று, அவளை முத்தமிடுவதற்கு அவளிடம் அனுமதி கோரினேன். தூன்யா இணங்கினாள்....

''இவ்விளையாட்டில் ஈடுபட்டபின்''

நான் எத்தனையோ முத்தங்களைக் கணக்கிட முடியும்; ஆனால், அவற்றில் ஒன்று கூட என் நினைவில் இவ்வளவு நீண்ட காலம், இவ்வளவு இன்பகரமாகப் பதிந்திருக்கவில்லை.

பல வருடங்கள் கழிந்தன. நிலைமைகள் என்னை மீண்டும் அதே பாதையில், அதே இடங்களுக்கு இட்டுச் சென்றன. முதிய அஞ்சல் நிலைய அதிகாரியின் மகளை நினைவு கூர்ந்து, அவளை மீண்டும் காணப் போகிறோம் என்ற எண்ணத்தால் மகிழ்ச்சி அடைந்தேன். வயதான அஞ்சல் நிலைய அதிகாரி ஒருகால் பதவியைவிட்டு நீக்கப்பட்டிருக்கலாம்; தூன்யாவுக்கு மணமாகி யிருக்கலாம் என்ற சிந்தனை எழுந்தது. இருவரில் ஒருவர் காலமாகியுமிருக்கக் கூடும் என்ற கருத்தும் சட்டெனத் தோன்றி மறைந்தது. கவலை நிறைந்த முன்னுணர்வுகளுடன் அஞ்சல் நிலையத்தை அணுகினேன்

எனது குதிரைகள் அஞ்சல் நிலைய அதிகாரியின் சிறு வீட்டெதிரே நின்றன. அறைக்குள் சென்றதுமே “ஊதாரி மகன்” கதையின் விளக்கப் படங்களை அடையாளங் கண்டு கொண்டேன். மேஜையும் கட்டிலும் பழைய இடங்களிலேயே இருந்தன. ஆனால் ஜன்னல் குறட்டில் முன் போல மலர்கள் இல்லை, நாற்புறமும் இருந்த வஸ்துக்கள் கவனிப்பின்மையையும் பராமுகத்தையும் பறை சாற்றின. நிலைய அதிகாரி ஆட்டுத் தோல் கோட்டைப் போர்த்துக்கொண்டு படுத்திருந்தான். என் வரவு அவனை உசுப்பி விட்டது. அவன் எழுந்து உட்கார்ந்தான் ..... அதே சம்சோன் வீரின்தான், ஆனால் எவ்வளவு கிழடு தட்டிப் போய் விட்டான்! எனது கோரிக்கையை அவன் நகலெழுதுகையில் நான் அவனது நரை முடியையும், மழிக்காத கன்னங்களில் இருந்த சுருக்கங்களையும், கூனிய தோள்களையும் பார்வையிட்டேன்– தளதள வென்று களிததும்பிய ஆண்மகனை மூன்று– நான்கு ஆண்டுகள் குடு குடு கிழமாக ஆக்கி விட்டதைக் கண்டு என்னால் மலைப்புறாமல் இருக்க முடியவில்லை. “என்னை அடையாளம் தெரிகிறதா? நாம் ரொம்பக் காலத்துக்கு முன் அறிமுகமானவர்கள் ஆயிற்றே!” என்று வினவினேன். “இருக்கலாம். இங்கே பெரிய சாலை. எத்தனையோ பிரயாணிகள் இங்கே வந்து போயிருக்கிறார்கள்” என்று உற்சாகமின்றிப் பதிலளித்தான். “உன் பெண் தூன்யா சௌக்கியந்தானே?” என்று கேட்டேன். கிழவன் முகம் சுளித்து, ’ஆண்டவனுக்கே வெளிச்சம்” என்றான். “ஓகோ, மணமாகிவிட்டதோ?” என விசாரித்தேன். கிழவன் என் சொற்களைக் காதில் வாங்கிக்கொள்ளாதது போல் அபினயித்து, என் கோரிக்கையை வாய்க்குள்ளாகவே படித்துக்கொண்டுபோனான். நான் கேள்விகளை நிறுத்திவிட்டு, தேநீர் தயாரிக்கும் படி சொன்னேன். ஆவல் என்னை உலப்பியது; பஞ்ச் சாராயம் பருகினால் கிழவனின் வாய்மூடித்தனம் தானே அகன்று விடும் என நம்பினேன்.

நான் நினைத்தது சரியாயிற்று: கிழவன் சாராயத்தை வேண்டாமென்று சொல்லவில்லை. பானம் கிழவனது உற்சாகமின்மையை அகற்றி விட்டது என்பதைக் கவனித்தேன். இரண்டாவது கிளாஸ் பருக ஆரம்பித்ததுமே அவன் வாய்ப்பூட்டு கழன்றுவிட்டது. என்னை அடையாளங் கண்டு கொண்டான், அல்லது கண்டு கொண்டது போலப் பாவனை செய்தான்.

அப்புறம் அவன் எனக்குச் சொன்ன கதை அப்போது என்னை மிகவும் ஈர்த்தது, என் உள்ளத்தை உருக்கிவிட்டது.

“அப்படியானால் என் தூன்யாவை உங்களுக்குத் தெரியும் என்று சொல்லுங்கள்!” எனப் பேச்சைத் தொடங்கினான். “யார் தான் அவளை அறியாதவன்! ஆகா, தூன்யா, தூன்யா! எப்பேர்ப்பட்ட பெண்! வந்தவர்கள் எல்லோருமே அவளை மெச்சினார்கள், ஒருவராவது குறை சொன்னது கிடையாது. சீமாட்டிகள் அவளுக்குப் பரிசுகள் கொடுப்பார்கள், தலைக்குட்டை, காதணி என்று நிலையத்துக்கு வரும் கனவான்கள் சாப்பாட்டுக்குத் தங்குவது போல நடித்து வேண்டுமென்றே தாமதிப்பார்கள்– உண்மையில் தூன்யாவை இன்னும் கொஞ்ச நேரம் பார்த்துக் கொண்டிருக்க வேண்டும் என்பதற்காக. யாராவது கனவான் எவ்வளவு தான் கோபமாயிருந்தாலும் அவளைக் கண்டதுமே சாந்தமடைந்து என்னுடன் இனிமையாகப் பேசுவார். ஐயா நம்புவீர்களோ மாட்டீர்களோ, தபால் எடுத்துச் செல்பவர்களும் அரசாங்கம் செய்திச் சேவகர்களும் அரை மணியாவது அவளுடன் பேசாமல் போக மாட்டார்கள். இந்த வீடே அவள் பொறுப்பிலே தான் இருந்தது. வீட்டைத் துப்புரவாக வைத்துக் கொள்ளவும், சாப்பாடு தயாரிக்கவும் அவளுக்கு எப்படியோ நேரங் கிடைத்து விடும். முட்டாள் கிழமான எனக்கோ, அவளைப் பார்க்கப் பார்க்கத் தெவிட்டாது, சந்தோஷம் பொங்கிப் பொங்கிப் பெருகும். என் தூன்யா மேலே எவ்வளவு பாசம் வைத்திருந்தேன்! எப்படிக் கண்ணுக்குள் கண்ணாகப் பேணினேன்! அவளுக்கு எதிலாவது குறையுண்டா? எல்லாமிருந்தும் ஆபத்துக்குத் தோத்திரத்தால் அணைபோட முடியுமா? நடப்பது நடந்தே தீரும் அல்லவா?” இவ்வாறு சொல்லிவிட்டுத் தனது. துயரக் கதையை விவரமாகக் கூறலானான்.

மூன்று வருடங்களுக்கு முன்பு ஒரு நாள் அவன் புதிய பேரேட்டில் கோடு போட்டுக் கொண்டிருந்தான். அவன் பெண் தடுப்புச் சுவரின் மறுபுறம் உட்கார்ந்து உடை தைத்துக் கொண்டிருந்தாள். அப்போது நிலையத்தின் எதிரே வந்து நின்றது ஒரு த்ரோய்க்கா. செர்க்கேஸியத் தொப்பியும் இராணுவ மேல்கோட்டும் கழுத்தைச் சுற்றிக் கனத்த மப்ளரும் அணிந்த பிரயாணி ஒருவன் அறைக்குள் வந்து குதிரைகள் வேண்டும் என்று கோரினான். குதிரைகளோ, எல்லாம் வெளியே போயிருந்தன. இதைக் கேட்டதும் பிரயாணி குரலையும் சவுக்கையும் உயர்த்தினான், ஆனால்

அதற்குள் இம்மாதிரிக் காட்சிகளுக்குப் பழக்கப்பட்டிருந்த தூன்யா தடுப்புச் சுவரின் பின்னிருந்து ஓடிவந்து பிரயாணியிடம் ஏதாவது உண்பதற்கு வேண்டுமா என நளினமாக வினவினாள். தூன்யாவின் வருகை எப்போதும் போலவே நற்பயன் விளைத்தது. பிரயாணியின் கோபம் பறந்து போயிற்று; குதிரைகள் வரும்வரை காத்திருக்க இணங்கி, சாப்பாடு கொண்டு வருமாறு கூறினான். நனைந்து, பறட்டையாய்க் கிடந்த மென்மயிர்த் தொப்பியைக் கழற்றி, மப்ளரை அவிழ்த்து, இராணுவ மேல்கோட்டையும் அகற்றிய பின் அவன் ஒற்றை நாடி மேனியனான இளம் ஹுஸ்ஸார்– குதிரைப் படை வீரன்– என்பது தெரிந்தது. கறுகறு வென்று சிறு மீசை வைத்திருந்தான். விரைவிலேயே அவன் நிலைய அதிகாரி வீட்டில் சரளமாகப் பழகினான், அதிகாரியுடனும் அவன் புதல்வி யுடனும் மகிழ்வுடன் உரையாடினான். இரவு உணவு பரிமாறப்பட்டது. இதற்கிடையே குதிரைகள் திரும்பி வந்துவிடவே, அஞ்சல் நிலைய அதிகாரி, அவற்றுக்குத் தீனி காட்டாமலே பிரயாணியின் வண்டியில் பூட்டும்படி கட்டளையிட்டான்; ஆனால் அறைக்குத் திரும்பியதுமே இளைஞன் பெஞ்சியில் அநேகமாக உணர்விழந்து கிடப்பதைக் கண்டான். அவனுக்கு உடம்பு சரியாயில்லையாம்,

தலைவலித்ததாம், பிரயாணம் செய்ய இயலாதாம்...... என்ன செய்வது? நிலைய அதிகாரி தன் கட்டிலில் அவனைப் படுக்கவைத்தான். மறுநாள் காலை பிரயாணியின் உடம்பு நேராகாவிட்டால் ஸ... என்ற இடத்திலிருந்து டாக்டரை வரவழைப்பது என்று தீர்மானமாயிற்று.

மறுநாள் ஹுஸ்ஸாரின் நிலை இன்னும் மோசமாயிற்று. அவனுடைய ஆள் மருத்துவனை அழைத்து வர நகரத்துக்குச் சென்றான். தூன்யா காடியில் தோய்த்த கைக்குட்டையை அவன் தலைமேல் சுற்றிக் கட்டி விட்டு, அவன் படுக்கையருகிலேயே உட்கார்ந்து தையல்வேலையை தொடர்ந்தாள். நிலைய அதிகாரியின் முன்னிலையில் நோயாளி முனகியவண்ணமா யிருந்தான். ஒரு வார்த்தை கூடப் பேச அவனுக்கு முடியவில்லை. ஆனாலும் இரண்டு கோப்பை காப்பி பருகினான், முனகியவாறே உணவு கொண்டு வரும்படி கூறினான். தூன்யா அவனை விட்டு அகலவே இல்லை. அவன் ஓயாமல் தாகம் தாகமென்று தவித்தான். தூன்யா தன் கைப்படத் தயாரித்த எலுமிச்சம் பழரசம் ஒரு குவளையில் கொண்டு கொண்டுவந்து கொடுத்தாள். நோயாளி உதட்டை நனைத்துக் கொள்வான், அப்புறம்

ஒவ்வொரு தரமும் குவளையைத் திருப்பிக் கொடுக்கும்போது, நன்றி தெரிவிப்பதற்காகத் தன் சோர்ந்த கரத்தால் தூன்யாவின் கையைப் பற்றி அழுத்துவான். சாப்பாட்டு வேளையில் மருத்துவன் வந்து சேர்ந்தான். நோயாளியின் நாடியைப் பிடித்துப் பார்த்து, அவனுடன் ஜெர்மன் பாஷையில் பேசிவிட்டு அவனுக்கு வேண்டியதெல்லாம் ஓய்வுதான் என்றும், இரண்டொரு நாளில் அவன் பிரயாணத்தைத் தொடரலாம் என்றும் ருஷ்ய மொழியில் கூறினான். ஹுஸ்ஸார் வைத்திய பரிசோதனைக்காக மருத்துவனுக்கு இருபத்தைந்து ரூபிள் கொடுத்ததோடு சாப்பிடவும் அழைத்தான். வைத்தியன் அழைப்பை ஏற்றுக்கொள்ளவே, இருவரும் நன்றாக ருசித்துச் சாப்பிட்டார்கள், ஒரு பாட்டில் வயினைக் குடித்துத் தீர்த்தார்கள், பரஸ்பரம் மகிழ்ச்சியோடு அளவளாவினார்கள்.

இன்னும் ஒரு நாள் கழிந்தது. ஹுஸ்ஸாருக்கு உடம்பு முற்றிலும் சௌக்கியமாகிவிட்டது. அவன் அளவு கடந்த களிப்புடன் இருந்தான், தூன்யாவோடும் அஞ்சல் நிலைய அதிகாரியோடும் இடைவிடாது வேடிக்கை பேசினான், சீழ்க்கையடித்து இசைத்தான், பிரயாணிகளோடு உரையாடினான். அவர்களது கோரிக்கைகளைப் பேரேட்டில் பதிவு செய்தான்; கனிந்த உள்ளம் படைத்த நிலைய அதிகாரியை அவன் மயக்கிய மயக்கில் மூன்றாம் நாள் காலை அந்த இனிய விருந்தாளியை விட்டுப் பிரியவே அதிகாரிக்கு மனம் வரவில்லை. அன்று ஞாயிற்றுக் கிழமை. தூன்யா மாதாகோயில் செல்ல ஆயத்தமாகிக் கொண்டிருந்தாள். ஹுஸ்ஸாரின் வண்டி வாயிலெதிரே ஓட்டிவரப்பட்டது. சாப்பாட்டிற்கும் தங்கு வசதிக்கும் நிலைய அதிகாரிக்குத் தாராளமாகப் பணம் அளித்து விடை பெற்றுக்கொண்டான் ஹுஸ்ஸார்; தூன்யாவிடமும் பிரிவு சொல்லிக் கொண்டவன், கிராமத்தின் மறு கோடியிலிருந்த மாதாகோயில் வரை அவளைத் தன் வண்டியில் ஏற்றிச்செல்வதாகக் கூறினான். தூன்யா தயங்கித் தயங்கி நின்றாள்... ஆனால் அவள் தகப்பன் ‘‘எதற்காகப் பயப்படுகிறாய்? ஐயா ஒன்றும் ஓநாயில்லை, உன்னைத் தின்று விடுவதற்கு. ஏறிப்போ மாதாகோயில் வரை!’’ என்றான். தூன்யா வண்டியில் ஏறி ஹுஸ்ஸாரின் பக்கத்தில் அமர்ந்தாள். வேலைக்காரன் வண்டியோட்டியின் அருகே தாவியேறினான், வண்டிக்காரன் சீழ்க்கையடித்தான், குதிரைகள் துள்ளிப் பாய்ந்தன.

தூன்யாவை ஹுஸ்ஸாருடன் போகும்படி அனுமதிக்கத் தன்னால் எப்படி முடிந்தது, இந்தக் குருட்டுத் தனம் தன்னிடம் எப்படி வந்தது, தன் புத்திக்கு என்ன தான் நேர்ந்துவிட்டது என்று பாவம் நிலைய அதிகாரிக்குப் புரியவேயில்லை. அரைமணி கழிவதற்குள் அவன் இதயத்தில் வேதனை எடுக்கத் தொடங்கிவிட்டது; கவலை ஒரேயடியாக ஆட்கொண்டு விடவே அவனால் பொறுக்க முடியவில்லை, தானே மாதாகோயில் சென்றான். மாதா கோயிலை நெருங்கும் போதே ஜனங்கள் வெளிவருவதையும் தூன்யா வளைவிலோ, முகப்பிலோ இல்லாததையும் கண்டான். விடுவிடு வென்று மாதாகோயிலுக்குள்ளே புகுந்தான். பாதிரி பலிபீடத்தருகிருந்து அகன்று விட்டான்; கோயில் வேலையாள் மெழுகுவத்திகளை அணைத்துக் கொண்டிருந்தான். இரண்டு கிழவிகள் ஒரு மூலையில் இன்னும் பிரார்த்தனை செய்து கொண்டிருந்தார்கள்; ஆனால் தூன்யாவை எங்குமே காணோம். பாவம் தகப்பன், தூன்யா பிரார்த்தனைக்கு வந்திருந்தாளா என்று வேலையாளிடம் விசாரித்தான். வரவில்லை என்றான் அவன். அஞ்சல் நிலைய அதிகாரி குற்றுயிரும் குறை உயிருமாக வீடு திரும்பினான். அவனுக்கு எஞ்சியிருந்த ஒரே நம்பிக்கை என்ன வென்றால் இளம் பருவத்துக்குரிய சபலச் சித்தத்துடன் தூன்யா தனது ஞானத்தாய் வசிக்கும் அடுத்த அஞ்சல் நிலையம் வரை சென்றிருக்கலாமோ என்பது தான். ஹுஸ்ஸாரின் வண்டியுடன் அனுப்பியிருந்த குதிரைகள் திரும்ப வருவதை வேதனையும் பதை பதைப்புமாக எதிர்பார்த்தான் கிழவன். வண்டிக் காரனோ திரும்பக் காணோம். கடைசியில் இரவாகும் போது அவன் தனியாகக் குதிரைகளை ஓட்டிக்கொண்டு குடிமயக்கத்தோடு வந்து சேர்ந்தவன், "தூன்யா அடுத்த அஞ்சல் நிலையத்திலிருந்து ஹீஸ்ஸாருடன் மேலே சென்றுவிட்டாள்" என்ற, கொல்வது போன்ற செய்தியைக் கொணர்ந்தான்

கிழவன் தன் துர்ப்பாக்கியத்தைத் தாங்க முடியாதவனாய், கட்டிலில்– இளம் வஞ்சகன் படுத்திருந்த அதே கட்டிலில் – அக்கணமே விழுந்து விட்டான். இப்போது எல்லா நிலைமைகளையும் எண்ணிப்பார்க்கையில், இளைஞன் அசௌக்கிய முற்றது வெறும் பாசாங்கே என்பதை அஞ்சல் நிலைய அதிகாரி ஊகித்துக்கொண்டான். அப்பாவிக் கிழவனுக்குக் கடுஞ்சுரம் வந்து விட்டது. அவனுக்குப் பதில் தாற்காலிகமாக வேறு அஞ்சல் அதிகாரியை நியமித்துவிட்டு அவனை ஸ..... என்ற இடத் திற்குக் கொண்டு

போனார்கள். ஹுஸ்ஸாரைப் பார்க்க வந்த அதே மருத்துவன் அவனுக்கு வைத்தியம் செய்தான். வாலிபன் முற்றிலும் ஆரோக்கியமாகவே இருந்த தாகவும், அவனுடைய தீய நோக்கங்களைத் தான் அப்போதே ஊகித்துக் கொண்டதாகவும், அவனது சாட்டைக்குப் பயந்தே ஒன்றும் சொல்லாதிருந்து விட்டதாகவும் இப்பொழுது அவன் உறுதியாகக் கூறினான். அந்த ஜெர்மானியன் உள்ளதைத் தான் சொன்னானோ அல்லது தனது தூரதிருஷ்டியைப் பற்றி வீண் பகட்டு செய்தானோ, எதுவாயிருந்தாலும் தன்னிடம் சிகிச்சை பெற்ற ஏழை நோயாளிக்கு அவன் எவ்வித ஆறுதலும் அளிக்கவில்லை. உடம்பு சரியானதுமே கிழவன் ஸ... நகரிலிருந்த தலைமை அதிகாரிகளிடம் இரண்டு மாத விடுமுறை வாங்கிக் கொண்டு தனது நோக்கம் பற்றி யாருக்கும் ஒரு வார்த்தை கூடச் சொல்லாமல் மகளைத் தேடிக் கால்நடையாகச் சென்று விட்டான். ஹுஸ்ஸார் காப்டன் மீன்ஸ்கிய், ஸ்மலேன் ஸ்க் நகரிலிருந்து பீட்டர்ஸ் பர்குக்கு யாத்திரை செய்ததாகப் பேரேட்டிலிருந்து தெரிந்து கொண்டான். தூன்யா தானாக விரும்பியே ஹுஸ்ஸாருடன் போனது போலத் தோன்றிய போதிலும் அவள் வழி நெடுகக் கண்ணீர் வடித்ததாக அவர்களை ஏற்றிச் சென்ற வண்டிக்காரன் சொன்னான். “கடவுள் துணை நின்றால் வழி தவறிய கன்றை மீண்டும் வீடு சேர்ப்பேன்” என நினைத்துக் கொண்டான் அஞ்சல் நிலைய அதிகாரி. இந்த எண்ணத்துடன் அவன் பீட்டர்ஸ் பர்க் நகருக்கு வந்து இராணுவச் சேவைக் காலத்தில் உடன் பணியாற்றியவனும் இப்போது ஓய்வு பெற்ற சிற்றதிகாரியுமான ஒருவன் வீட்டில் தங்கினான். இங்கிருந்தபடி தேட்டத்தைத் தொடங்கினான். காப்டன் மீன்ஸ்கிய் பீட்டர் ஸ்பர்க்கில் இருப்பதாகவும் பிரசித்தி பெற்ற தெமூத்தவ் ஹோட்டலில் வசிப்பதாகவும் சீக்கிரமே விசாரித்தறிந்தான். அவனிடம் போவதென்று நிச்சயித்தான்.

அதிகாலையில் அவன் ஹுஸ்ஸாரின் அறை வாயிலை அடைந்து, கிழப் போர் வீரன் ஒருவன் எஜமானைக் காண வந்திருப்பதாகச் சொல்லுமாறு ஹுஸ்ஸாரின் பணியாளைக் கேட்டுக் கொண்டான். பூட்சுகளைக் கவர்க் கொம்பில் மாட்டிப் பாலிஷ் செய்து கொண்டிருந்த பணியாள், எஜமான் உறங்குவதாகவும், பதினொரு மணிக்கு முன் அவர் யாரையும் பார்ப்பதில்லை என்றும் தெரிவித்தான். அஞ்சல் நிலைய அதிகாரி வெளியே போய்விட்டுக் குறித்த நேரத்தில் திரும்பிவந்தான். இந்தத் தடவை

மீன்ஸ்கியே நீள் அங்கியும் சிவப்பு மயிர்த்தொப்பியும் அணிந்து அவனை எதிர்கொண்டான். “உனக்கு என்ன வேண்டும், அப்பா?” என்று கேட்டான். கிழவனின் உள்ளத்தில் உணர்ச்சிகள் கொந்தளித்துப் பொங்கின, கண்கள் நீர் மல்கின. “பிரபுவே ஆண்டவன் பெயரால் கெஞ்சிக் கேட்டுக் கொள்கிறேன், கருணை கூருங்கள், பிரபுவே!” என்று மட்டுமே குரல் தழுதழுக்கக் கூறினான். மீன்ஸ்கிய் அவனைச் சட்டென மேலங்கிழும் பார்த்தவன் முகம் குப்பென்று சிவக்க, கிழவன் கையைப் பற்றித் தனது அறைக்கு இட்டு சென்று அறை கதவைச் சாத்தி உட்புறம் தாழிட்டான் “பிரபுவே தவறி விழுந்தது மீண்டும் கைக்கு வாரது; என் பேதை தூன்யாவையாவது எனக்குத் திருப்பித் தாருங்கள்! நீங்களோ அவளை வேண்டிய மட்டும் அனுபவித்தாகி விட்டது. வீணாக அவள் வாழ்வைப் பாழாக்காதீர்கள்” என்று இறைஞ்சினான் முதியவன். இளைஞன் ஒரேயடியாக நாணமடைந்து, “செய்ததை மாற்ற முடியாது. நான் உனக்குத் தீங்கிழைத்து விட்டேன், அதன் பொருட்டு உன்னிடம் மனமார மன்னிப்புக் கோருகிறேன். ஆனால் தூன்யாவைத் தள்ளிவைத்துவிடுவேன் என்று மட்டும் நினைக்காதே. அவள் சுகமாயிருப்பாள் என ஆணையிட்டுச் சொல்லுகிறேன். உனக்கு அவள் எதற்காக? அவள் என்னைக் காதலிக்கிறாள். தனது பழைய நிலைமைப்படி வாழும் பழக்கமே அவளுக்கு விட்டுப்போயிற்று. நீயோ, அவளோ, நீங்கள் இருவருமே நடந்ததை மறக்க முடியாது” எனக் கூறினான். பின்பு கிழவனின் கோட்டு மடிப்புக்குள் எதையோ திணித்து விட்டு, கதவுத் தாழ்ப்பாளைத் திறந்தான். அஞ்சல் நிலைய அதிகாரி, எப்படி என்று தானே அறியாமல் தெருவுக்கு வந்து சேர்ந்தான்.

நெடு நேரம் அசையாமல் நின்று கொண்டிருந்த பின்பு அவன் தனது கோட்டு மடிப்புக்குள் ஏதோ காகிதக் கற்றை இருப்பதை உணர்ந்தான். அதை வெளியிலெடுத்தவன், ஐந்து, பத்து ரூபிள் நோட்டுக்கள் பல கொண்ட சுருள் என்பதைக் கண்டான். மீண்டும் அவன் விழிகளில் நீர் ஊற்றெடுத்தது– இது ஆத்திரக் கண்ணீர். நோட்டுக்களைப் பந்தாய்ச் சுருட்டித் தரையில் எறிந்து பூட்சுக் குதியால் துவைத்துத் தேய்த்துவிட்டு அப்பால் நகர்ந்தான்... சில தாவடி சென்றபின் நின்று, யோசித்து விட்டு..... திரும்பி நடந்தான். ஆனால் நோட்டுக்களைக் காணோம். நல்லுடையணிந்த வாலிபன் ஒருவன் அவனைப் பார்த்ததுமே ஓடி வாடகை வண்டியொன்றில் சட்டென ஏறி

உட்கார்ந்து கொண்டு, “வேகமாய் விடு!” என்று கூவினான். அஞ்சல் நிலைய அதிகாரி அவனை விரட்டிச் செல்லவில்லை. தனது அஞ்சல் நிலையம் திரும்புவதென்று தீர்மானித்தான், ஆயினும் போவதற்கு முன்பு பாவம் தூன்யாவை ஒரு தரமாவது பார்த்து விட்டுப் போக விரும்பினான். ஆகவே, இரண்டு நாட்களுக்கெல்லாம் மீன்ஸ்கியின் இருப்பிடத்துக்கு மறுபடியும் சென்றான். ஆனால் இராணுவச் சேவகன் எஜமான் யாரையும் பார்க்க மாட்டார் என்று கண்டிப்பாகச் சொல்லி, அவனை நடையிலிருந்து வெளியே தள்ளிக் கதவை முகத்திலறைந்தாற்போலப் படீரென்று சாத்திவிட்டான். அஞ்சல் நிலைய அதிகாரி சற்று நேரம் வெளியே நின்று கொண்டிருந்து விட்டுப் பிறகு அப்பால் போனான்.

அதே தினம் மாலை, மாதாகோயிலில் பிரார்த்தனை செய்து உபதேசங்கேட்டுவிட்டு லித்தேய்னிய் வீதி வழியாக அவன் வந்து கொண்டிருக்கையில் ஒயிலான வண்டி ஒன்று அவனைக் கடந்து சென்றது. அதில் மீன்ஸ்கிய் உட்கார்ந்திருப்பதைக் கிழவன் அடையாளங் கண்டு கொண்டான். வண்டி மூன்று மாடி வீடொன்றின் வாயிலுக்கு நேரே போய் நின்றது. மீன்ஸ்கிய்வாயில் முகப்பில் குதித்து உள்ளே விரைந்தான். அஞ்சல் நிலைய அதிகாரியின் மனத்தில் இன்பகரமான எண்ணம் உதித்தது. அவன் திரும்பி, வண்டிக்காரனை நெருங்கியதும், யாருடைய குதிரையப்பா இது? மீன்ஸ்கியுடையதோ என்று வினவினான். “ஆம், அவருடையதே தான் எதற்காக கேட்கிறாய்?” என்றான் வண்டிக்காரன் “எதற்கு தெரியுமா? உன் எஜமானர் தூன்யாவுக்கு ஒரு கடிதம் கொண்டு கொடுக்கச் சொன்னார். ஆனால் அவள், அது தான் தூன்யா, எங்கே வசிக்கிறாள் என்பது எனக்கு மறந்து போய் விட்டது” என்று சொன்னான் முதியவன். “இதே வீட்டில் தான் வசிக்கிறாள், இரண்டாவது மாடியில் நீதான் நேரமாக்கிவிட்டாய், கடிதங் கொண்டு வர இப்போது எஜமானே அவளோடு இருக்கிறார்” எனக் கூறினான் வண்டிக்காரன். அஞ்சல் நிலைய அதிகாரியோ, நெஞ்சம் இனந் தெரியாதவாறு படபடக்க, “அதனால் பரவாயில்லை. சரியான தகவல் கொடுத்ததற்கு நன்றி. எதற்கும் நான் என் வேலையை நிறைவேற்றி விடுகிறேன்” என்று சொல்லிவிட்டுப் படியேறினான்.

கதவு பூட்டியிருந்தது. அழைப்பு மணியை அடித்து விட்டுக் கிழவன் என்ன நடக்கிறதென்று பதைப்புடன் எதிர்பார்த்து நின்றான். பூட்டுத்

துளையில் சாவி கிளிக்கிட்டது, பின்பு கதவு திறந்தது. "அவ்தோத்யா சம்சோனவ்னா இங்கேதானே வசிக்கிறார்கள்?" என்று வினவினான் முதியவன். "இங்கேதான்" என விடையிறுத்த இளம் பணிப் பெண், "உனக்கு அவர்களிடம் என்ன வேண்டும்?" என்று கேட்டாள். கிழவன் பதில் சொல்லாமல் நடைக்குள் புகுந்தான். "கூடாது, கூடாது. அவ்தோத்யா சம்சோனவ்னாவைக் காண யாரோ வந்திருக்கிறார்கள்" என்று கத்தினாள் பணிப் பெண். அஞ்சல் நிலைய அதிகாரியோ அதைக் காதிலேயே போட்டுக் கொள்ளாமல் விடுவிடென்று மேலே நடந்தான். அவன் கடந்து சென்ற முதலிரண்டு அறைகளும் இருட்டாயிருந்தன. மூன்றாவது அறையில் மட்டும் வெளிச்சம் தெரிந்தது. திறந்திருந்த அறை வாயில் வரை சென்றவன் அப்படியே நிலைத்து நின்றுவிட்டான். கவர்ச்சியாக அலங்கரிக்கப் பட்டிருந்த அறையில் மீன்ஸ்கிய் சிந்தனையிலாழ்ந்தவனாக வீற்றிருந்தான். தூன்யா, மிகமிக நாகரிகப் பாங்குடன் உடையணிந்து, அவனது நாற்காலியின் கைமீது, ஆங்கில தோரணையில் குதிரைச் சவாரி செய்வதுபோல உட்கார்ந்து, இரத்தினங்கள் ஜொலித்த விரல்களில் மீன்ஸ்கியின் கேசத்தைச் சுருட்டியவண்ணம் அவனைக் காதல் ததும்ப நோக்கிக் கொண்டிருந்தாள். பாவம் அஞ்சல் நிலைய அதிகாரி! மகள் இவ்வளவு அழகாக அவனுக்கு இதற்கு முன் ஒரு போதுமே தோன்றியதில்லை; தன் வசமின்றியே அவளை வியந்து நோக்கினான். "யார் அங்கே?" என்று தலையை நிமிர்த்தாமலே கேட்டாள் அவள். அவனோ வாயே திறக்கவில்லை. விடை கிடைக்காத படியால் தூன்யா நிமிர்ந்து பார்த்தாள்..... கோவென அலறிக் கொண்டு இரத்தினக் கம்பளத்தின் மீது விழுந்து விட்டாள். கலவரமுற்ற மீன்ஸ்கிய் அவளைத் தூக்குவதற்காகப் பாய்ந்தவன், கிழ அஞ்சல் நிலைய அதிகாரி கதவருகே நிற்பது கண்ணில் படவே, தூன்யாவை விட்டு விட்டு, கோபத்தால் உடல் பதற அவனை அணுகினான். பற்களைக் கட்டிக்கொண்டு, "உனக்கு என்ன வேண்டும்? எதற்காக வழிப்பறிகாரன் போல என் பின்னேயே வந்து கொண்டிருக்கிறாய் என் உயிரை வாங்குவதாக தேசமா? போய்த் தொலை இங்கிருந்து!" எனச் சீறி, வலிய கரத்தால் கிழவனது கோட்டுக் காலரைப் பற்றி வெளியே மாடிப் படிமீது நெட்டித் தள்ளினான்.

கிழவன் இருப்பிடம் திரும்பினான். இதைப்பற்றிப் புகார் செய்யும்படி அவனுடைய நண்பன் யோசனை கூறினான். ஆனால் அஞ்சல் நிலைய

அதிகாரி தீர ஆலோசித்த பின்பு, வேண்டாம் என்று கையசைப்பால் தெரிவித்துவிட்டு, விஷயத்தை அப்படியே விட்டு விடத் தீர்மானித்தான். இரண்டு நாட்களுக்குப் பிறகு அவன் பீட்டர் ஸ்பர்கிலிருந்து புறப்பட்டுத் தனது அஞ்சல நிலையம் சேர்ந்து பழைய வேலையை மேற்கொண்டான். “ஆயிற்று, அநேகமாக மூன்று வருஷங்களாக நான் தூன்யா இல்லாமலே, அவளிடமிருந்து ஒரு தகவலும் இன்றியே வாழ்ந்துவருகிறேன். உயிரோடுதான் இருக்கிறாளா இல்லையா என்பதை ஆண்டவனே அறிவான் எதுவும் நடக்கக்கூடும். வழியிலே போகிற பிலுக்கன் கடத்திக் கொண்டு போய்க் கொஞ்ச காலம் வைத்தும் கொண்டிருந்துவிட்டுத் தெருவில் விரட்டிவிட்ட முதலாவது பெண் அவளல்ல, கடைசியானவளும் அவளல்லவே. இன்றைக்குப் பட்டும் மகமலுமாகப் பகட்டிவிட்டு நாளைக்கே ஆடையற்ற பஞ்சைகளுடன் சந்தி பெருக்கும் மூடப் பெண்கள் இவளைப் போல எத்தனையோ பேர் பீட்டர்ஸ்பர்கில் இருக்கிறார்களே. தூன்யாவும் இதே கதிக்குத்தான் ஆளாவாள் என்று நினைக்கும் போது சில சமயம், அவள் புதை குழி சேர்ந்து விட்டால் நன்றாயிருக்குமே என்ற பாவச் சிந்தனை தன்னையறியாமலேஉண்டாகிவிடுகிறது...” என்று கூறி முடித்தான் அஞ்சல் நிலைய அதிகாரி.

எனது நண்பனான கிழ அஞ்சல் நிலைய அதிகாரி சொன்ன கதை இதுதான். நடு நடுவே கண்ணீர் கதையை இடைமுறித்து விடும்; அவன் கண்ணீரைக் கோட்டுத் தலைப்பால் நேர்த்தியாகத் துடைத்துக் கொள்வான். கதை சொல்கையில் அவன் குடித்துத் தீர்த்த ஐந்து கிளாஸ் சாராயம் இந்தக் கண்ணீருக்கு ஓரளவு காரணம் என்றாலும் அது என் உள்ளத்தை வெகுவாக உருக்கிவிட்டது. விடை பெற்றுச் சென்ற பின்பும் நெடுநேரம் வரை கிழ அஞ்சல் நிலைய அதிகாரியை என்னால் மறக்க முடியவில்லை; பாவம் தூன்யாவைப் பற்றி நீண்ட பொழுது சிந்தித்தேன் ....

சமீபத்தில் க... என்ற குப்பத்தின் வழியாகச் செல்கையில் என் நண்பனை நினைவுகூர்ந்தேன்; அவன் நீண்ட காலம் ஆட்சி செலுத்திய அஞ்சல் நிலையம் இப்போது இல்லை என விசாரித்ததில் தெரிய வந்தது. “பழைய அஞ்சல் நிலைய அதிகாரி உயிரோடிருக்கிறானா?” என்ற கேள்விக்குத் திருப்திகரமான பதிலளிப்பவர் யாருமில்லை. பழகிய

இடங்களைப் பார்த்து வருவதெனத் தீர்மானித்து, வாடகைக்குக் குதிரைகள் வாங்கிக் கொண்டு ந.... என்ற கிராமத்துக்கு வண்டியில் போனேன்.

இது நிகழ்ந்தது இலையுதிர் காலத்தில் வானம் சாம்பல் நிற மேகங்களால் மூடப்பட்டிருந்தது; அறுவடையான வயல்களிலிருந்து வீசிய குளிர் காற்று, சிவப்பும் பழுப்புமான இலைகளை வழியிலிருந்த மரங்களிலிருந்து அடித்துவந்தது. சூரியாஸ்தமனத்துக்குச் சற்று முன்பு கிராமத்தை அடைந்து, அஞ்சல் நிலைய அதிகாரியின் வீட்டெதிரே வண்டியை நிறுத்தினேன். பருத்த பெண் பிள்ளை ஒருத்தி வாயில் முகப்புக்கு (பேதை தூன்யா என்னை முத்தமிட்ட இடம் இது தான்) வந்தாள். பழைய அஞ்சல் நிலைய அதிகாரி இறந்து ஒரு வருடமாகிறதென்றும், அவன் வீடு சாராயங் காய்ச்சுபவன் ஒருவனுக்கு இப்போது சொந்தம் என்றும், தான் சொந்தக்காரனுடைய மனைவி என்றும் என் கேள்விகளுக்கு விடையளித்தாள் அவள். எனது வீண் பயணத்தையும் ஏழு ரூபிள் வெட்டிக் செலவையும் குறித்து வருந்தலானேன். “அவனது மரணம் எதனால் சம்பவித்தது?” என்று அவளைக் கேட்டேன். “அபரிமிதக் குடியினால், ஐயா!” எனப் பதிலிறுத்தாள். “அவனை எங்கே அடக்கம் செய்திருக்கிறார்கள்?” “கிராமத்துக்கு வெளியே, அவன் மனைவியின் கல்லறை அருகிலேயே.” “எனக்கு அவன் அடக்கமான இடத்தை யாராவது காட்ட முடியுமா?” “முடியாமலென்ன? அடே, வான்யா! அந்தப் பூனையோடு கொஞ்சினது போதும், விடு! ஐயாவை இடுகாட்டுக்கு அழைத்துப்போய் அஞ்சல் நிலையக்காரர் கல்லறையைக் காட்டு, போ.”

கந்தையணிந்து, செம்மயிரும் ஒற்றைக் கண்ணுமாய் விளங்கிய சிறுவன் ஒருவன் ஓடிவந்து என்னைக் கிராமத்தின் கோடிக்கு இட்டுச் சென்றான்.

“அஞ்சல் நிலைய அதிகாரியை உனக்குத் தெரியுமா?” என்று வழியில் அவனிடம் கேட்டேன்.

“தெரியாமல் எப்படி? ஊது குழலுக்குத் துளைபோட அவர் தானே எனக்குக் கற்றுக் கொடுத்தார்! சாராயக் கடையிலிருந்து வெளிவரும் போது (சுவர்க்க சாம்ராஜ்யம் அவருக்குக் கிட்டுவதாக!), நாங்கள் அவர் பின்னோடு ஓடி, “தாத்தா, தாத்தா, எங்களுக்குக் கொஞ்சம் கொட்டைப் பருப்பு

கொடுங்கள்!' என்போம். இருப்பதை யெல்லாம் எங்களுக்கே தந்துவிடுவார்" என்றான் சிறுவன்.

"பிரயாணிகள் அவரைப் பற்றி விசாரிப்பதுண்டா?"

"இப்போது பிரயாணிகளே கொஞ்சம்; யாராவது பஞ்சாயத்துக்காரர் வந்தால் தான் உண்டு. அவருக்குச் செத்தவர்களைப்பற்றி என்ன கவலை? ஆமாம், இந்தக் கோடையிலே ஒரு அம்மா வந்திருந்தார்கள். அஞ்சல் காரரைப்பற்றிக் கேட்டார்கள், அவருடைய கல்லறையையும் போய்ப் பார்த்தார்கள்."

"எந்த மாதிரி அம்மா?" என்று ஆவலுடன் வினவினேன்.

"அழகான சீமாட்டியம்மா. ஆறு குதிரை பூட்டிய பெட்டி வண்டியிலே வந்தார்கள்– மூன்று குழந்தைகள், ஆயா, கறுப்பு நாய் எல்லாமாக. அஞ்சல் நிலையக்காரர் காலமாகிவிட்டார் என்று கேள்விப்பட்டதுமே அம்மா அழுதார்கள். 'நீங்கள் இங்கேயே சமர்த்தாக இருங்கள், நான் கல்லறையைப் பார்த்துவிட்டு வருகிறேன்' என்று குழந்தைகளிடம் சொன்னார்கள். நான் அவர்களை அங்கே அழைத்துப்போகிறேன் என்று கூறினேன். 'எனக்கு வழி தெரியும்' என்று விட்டார்கள். அத்தோடு எனக்கு ஐந்து கோப்பெக் வெள்ளிக் காசு கொடுத்தார்கள். ரொம்ப நல்ல மாதிரி அம்மா!..."

இடுகாட்டுக்கு வந்து சேர்ந்தோம். வெற்று இடம், கற்று வேலியே கிடையாது. கட்டைச் சிலுவைகள் விதை தெளித்திருந்தது போலக் காணப்பட்டன. நிழலுக்கு ஒரு மரங் கூடக் கிடையாது. இவ்வளவு அவலம் வழியும் இடுகாட்டை நான் கண்டதேயில்லை.

"இதுதான் அஞ்சல் நிலையக்காரர் கல்லறை" என்று மணல் மேடு ஒன்றின் மேல் தாவி ஏறியபடியே சொன்னான் சிறுவன். இயேசுவின் பித்தளை உருப்பதித்த கறுப்புச் சிலுவை மேட்டில் நாட்டப்பட்டிருந்தது.

"சீமாட்டியம்மாள் இங்குதான் வந்தார்களா?" என்று கேட்டேன்.

"ஆமாம். நான் தூரத்திலிருந்து அவர்களைப் பார்த்தேன். அவர்கள் இங்கே தான் விழுந்து கும்பிட்டார்கள், ரொம்ப நேரம் எழுந்திருக்காமலே கிடந்தார்கள். அப்புறம் கிராமத்துக்குப் போனார்கள், பாதிரியைக் கூப்பிட்டு

அனுப்பி, அவருக்குப் பணம் கொடுத்தார்கள், எனக்கும் ஐந்து கோப்பெக் வெள்ளிக் காசு கொடுத்தார்கள் ரொம்ப நல்ல மாதிரி அம்மா!" என்றான் வான்யா.

நானும் சிறுவனுக்கு ஐந்து கோப்பெக் கொடுத்தேன். பயணத்தையோ, அதற்குச் செலவான ஏழு ரூபிள்களையோ குறித்து எனக்கு வருத்தமே உண்டாகவில்லை.

1831

நிக்கொலாய் கோகல்
(1809-1852)

உக்ரேனில் செல்வர்கள் அல்லாத நிலப் பிரபுக்களின் குடும்பத்தில் பிறந்தார். நேழின் ஸ்க் "உயர் விஞ்ஞானப் பள்ளியில்" கல்வி பெற்றார். நீதித் துறையில் பணியாற்றும் நோக்கத்துடன் பீட்டர்ஸ்பர்க் சென்று வேலையில் சேர்ந்தார். ஆனால், அலுவலகச் சடங்கு முறையும் கைக்கூலி வாங்கும் பழக்கமும் பணம் பறித்தலும் நிறைந்த சூழ்நிலை காரணமாக அவர் தமது எண்ணத்தைக் கைவிட நேர்ந்தது. விரைவில் அவர் மற்ற எல்லா வேலைகளையும் ஒதுக்கி விட்டு இலக்கியத்தில் முழு மூச்சாக ஈடுபடலானார். "திகான்கா அருகேயுள்ள பண்ணையில் மாலை நேரங்கள்" (1831--1832) என்னும் நகைச்சுவை குமிழியிடும் படைப்பு இலக்கியத் துறையில் அவரைப் பிரபலப்படுத்தியது. "அராபெஸ்குகள்", "மீர்கரத்", "பீட்டர்ஸ்ப ர்க் கதைகள்" ஆகியவை ருஷ்யாவின் முதல் தர எழுத்தாளர்களின் வரிசையில் அவரை வைத்தன.

1837ல் நூலாக வெளிவந்து அரங்கேற்றப்பட்ட "சோதனை அதிகாரி" கோகலின் தலை சிறந்த நாடகம் ஆகும். பிற்போக்கு வட்டாரங்கள் உடனேயே அதன் மீது தாக்குதல் தொடங்கின. கோகல் இத்தாலி சென்று, தம் வாழ்க்கையின் முக்கியப் படைப்பான "இறந்த ஆன்மாக்கள்" என்னும் நவீனத்தை (1842) தொடர்ந்து எழுதலானார். "சோதனை அதிகாரி" எழுதிய பின் கோகல் நிலம் படைத்த உயர் குடியினர் மேல் கவனம் செலுத்தி, மற்றவர்கள் அறியாதவாறு திரை மறைவில் இருந்த இந்த மனிதர்களை.., தங்கள் கிராமங்களின் உள்ளே புதைந்து கிடந்தவர்களை – சிறு நிலப் பிரபுக்களின் இந்த ருஷ்யாவை எல்லோரும் காணும் படி முன்னே நிறுத்தினார்... 'இறந்த ஆன்மாக்கள்' ருஷ்யா முழுவதற்கும் அதிர்ச்சியூட்டின" என்று எழுதினர் அலெக்சாந்தர் ஹெர்சன்.

இந்த நவீனமும் "மேல்கோட்டு" (1842) என்ற குறுநாவலும் ருஷ்ய இலக்கியத்தில் விமர்சனப் போக்கின் கொள்கை அறிக்கையாக மதிக்கப் பட்டன. ருஷ்ய இலக்கிய வரலாற்றில் இந்தக் காலப் பகுதி கோகல் காலம் என்று பெயர் பெற்றது.

இந்தத் தொகுப்பில் வெளியாகும் "மேல்கோட்டு", ருஷ்ய எழுத்தாளர்களின் படைப்புக்களில் "சிறிய மனிதன்" பற்றிய கருப்பொருள் மேலும் விரிவாகக் கையாளப்படுவதற்கு வழி வகுத்தது. பிரெஞ்சு விமர்சகர் த வோகியூவுடன் தமது உரையாடலில் பத்தொன்பதாம் நூற்றாண்டின் நாற்பதுக்கள் முதல் அறுபதுக்கள் வரையுள்ள ருஷ்ய எழுத்தாளர்களைப் பற்றிக் குறிப்பிட்ட தஸ்தயேவ்ஸ்கி, அவர்கள் எல்லோரும் கோகலின் "மேல்கோட்டிலிருந்து வெளி வந்தவர்கள்" என்று கூறினார்.

மேல்கோட்டு

...இலாக்காவில் – எந்த இலாக்காவில் என்று பெயர் குறிப்பிடாமலிருப்பதே நல்லது. இலாக்காக்கள், ரெஜிமெண்டுகள், சர்க்கார் அலுவலகங்கள் ஆகியவற்றைவிட, ஒரு வார்த்தையில் சொன்னால் அதிகார ஸ்தாபனங்கள் எல்லாவற்றையும் விட அதிக ரோசமுள்ளவை உலகிலே வேறு எவையுமே கிடையாது. இந்தக் காலத்தில் ஒவ்வொரு தனி மனிதனும் தனக்கு ஏற்படும் சொந்த அவமானத்தைச் சமூகம் முழுவதற்கும் இழைக்கப்பட்ட அவமானமாகக் கருதுகிறான். ஏதோ ஒரு நகரத்தின் போலீஸ் கமிஷனர் (எந்த நகரமோ, எனக்கு நினைவு இல்லை) சமீபத்தில் அதிகாரிகளுக்கு விண்ணப்பம் சமர்ப்பித்ததாகவும், அரசாங்க ஆணைகள் அனைத்தும் மீறப்பட்டுவிட்டன வென்றும், தனது புனிதத் திருப்பெயர் வேண்டுமென்றே வீணாக இழுக்கப்பட்டிருக்கிறதென்றும் அதில் தெளிவாகக் குறிப்பிட்டதாகவும் கேள்விப்பட்டேன். தனது குற்றச் சாட்டுக்கு ஆதாரமாக அவன் காதல் வர்ணனைகள் மிகுந்த நூல் ஒன்றின் பிரம்மாண்டமான தொகுப்பை (அந்த நூலில் அநேகமாகப் பத்து பக்கங்களுக்கு ஒரு தடவை எவனோ போலீஸ் கமிஷனர் –சில கட்டங்களில் குடிமயக்கத்துடன் இருக்கும் நிலையில்– வருணிக்கப்படுகிறான்) விண்ணப்பத்துடன் சேர்த்து அனுப்பினானாம். ஆகவே எல்லாவிதமான மனக்கசப்பையும் தவிர்க்கும் பொருட்டு நாம் இதை ஓர் இலாக்கா என மட்டுமே அழைப்போம்.

நல்லது. **ஓர் இலாக்காவில் ஒரு குமாஸ்தா வேலை** செய்துவந்தான். அவன் வெகுவாகக் குறிப்பிடத்தக்க குணம்சங்கள் வாய்ந்தவன் எனக் கூற முடியாது. கொஞ்சம் குட்டை, கொஞ்சம் அம்மைத் தழும் புள்ளவன், கொஞ்சம் செம்முடியன், கொஞ்சம் மந்தப் பார்வையன் போன்ற தோற்றமுள்ளவன், நெற்றி உச்சியில் சிறு வழுக்கையும், இரண்டு

கன்னங்களிலும் சுருக்கங்களும் விழுந்தவன், மூல நோயாளி போன்ற சோகை பிடித்த நிறத்தினன்..... அதற்கு நாமென்ன செய்வது? எல்லாம் பீட்டர் ஸ்பர்க் பருவநிலையின் கோளாறு. அவனுடைய பதவியைப் பொறுத்தவரை (நமக்குத்தான் எல்லாவற்றுக்கும் முன்பு பதவியைத் தெரிவித்து விடுவது அவசியமாயிற்றே), சாசுவதப் பட்டம் பெற்ற ஆலோசகன் என்று அழைக்கப்படும் பதவி அது. நமது அரசாங்க நிர்வாக இலாக்கா விலுள்ள பதினான்கு பதவிகளில் ஒன்பதாவதான இந்தப் பதவியை, பதிலுக்குத் தாக்க முடியாதவர்கள் மேலெல்லாம் பாய்ந்து பிடுங்குவது என்ற பாராட்டுக்குரிய வழக்கம் கொண்ட பலவித எழுத்தாளர்கள் எள்ளி நகையாடியும் இகழ்ந்தும் வந்திருப்பது யாவரும் அறிந்ததே. இக்குமா ஸ்தாவின் குலப்பெயர் பஷ்மாச்கின். இந்தப் பெயர் செருப்பு என்று பொருள்படும் பஷ்மாக் என்ற ருஷ்யச் சொல்லின் அடியாக எப்போதோ பிறந்திருக்க வேண்டும் என்பது பெயரிலிருந்தே தெள்ளத் தெளிவாகப் புலப்படுகிறது; ஆனால் எந்தக் காலத்தில், எந்த வழியில் இப்பெயர் பஷ்மாக்கிலிருந்து கிளைத்தது என்பது ஒன்றுமே தெரியவில்லை. அவனுடைய தகப்பன், பாட்டன் மட்டுமல்ல, மைத்துனன் உள்பட பஷ்மாச்கின்கள் அனைவருமே பூட்சுகள் அணிந்தே நடந்தார்கள், அதிகமாய்ப் போனால் வருஷத்துக்கு மூன்று தடவை மட்டுமே பூட்சு அடி களைப் பழுதுபார்த்துக் கொண்டார்கள். அவன் பெயர் அக்காக்கிய் அக்காக்கியெவிச். இது கொஞ்சம் விசித்திரமான பெயர் என்றும் தேடிப் புனையப்பட்டதென்றும் வாசகர்கள் நினைக்கக் கூடும். ஆனால் நாம் இந்தப் பெயரைத் தேடவே இல்லை யெனவும் தாமாகவே ஏற்பட்ட நிலைமைகளின் காரணமாக அவனுக்கு வேறு எந்தப் பெயரும் சூட்ட இயலாது போயிற்று எனவும் உறுதி கூறுகிறோம். நடந்தது இதுதான்:

அக்காக்கிய் அக்காக்கியெவிச் பிறந்தது, என் ஞாபகம் பிசக வில்லையானால், மார்ச்சு 23ந் தேதி இரவில். அவனது காலஞ் சென்ற தாய் குமாஸ்தாவின் மனைவி, மிக நல்லவள். குழந்தைக்குப் பெயரிடுவதற்கு வேண்டிய எல்லா ஆயத்தங்களையும் அவள் செய்தாள். கதவுக்கு எதிரே அவள் படுத்திருந்தாள். செனெட் இலாக்காத் தலைமைக் குமாஸ்தா இவான் இவானவிச் எரோஷ்கின் ––மிக அருமையான மனிதர், குழந்தையின் ஞானத் தந்தை – அவளுக்கு வலப்புறம் நின்றிருந்தார். அவர் அருகே

நின்றாள் ஞானத்தாய் அரீனா ஸெம்யோனவ்னா பேலப்ரூஷ்கவா, அபூர்வ குணவதி. குழந்தைக்கு இடுவதற்கு மூன்று பெயர்கள் தாய்க்கு முன் வைக்கப்பட்டன. மோக்கிய், ஸோ ஸ்ஸிய் என்பன அவற்றில் இரண்டு; இல்லாவிட்டால் தியாகி ஹோஸ்தஸாத்தின் பெயரைக் குழந்தைக்கு வைக்கலாம் எனச் சொல்லப்பட்டது. “ஊஹூம்! எல்லாமே உதவாக்கரைப் பெயர்கள்” என்று எண்ணமிட்டாள் தாயார். அவளுக்குப் பிரீதியாயிருக் கட்டுமென்று காலண்டரில் மற்றொரு பக்கம் திருப்பப்பட்டது; அதிலும் மூன்று பெயர்கள் இருந்தன: திரி பீலிய், தூலா, வரகாசிய் என. “நல்ல கண்ணராவி தான் போ! பெயர்களைத்தான் பாரேன்! மெய்யாகவே, இந்த மாதிரி நான் என்றைக்கும் கேள்விப்பட்டதே கிடையாது! வரதாத் என்றோ வரூஹ் என்றோ இருந்தாலாவது பரவாயில்லை. இங்கேயோ, திரிபீலிய், வரகா சிய் என்றல்லவா இருக்கின்றன!” என முதியதாய் அங்கலாய்த்தாள். இன்னொரு பக்கத்தைப் புரட்டினார்கள். பாவ்ஸிக்காகிய், வாஃத்தீஸிய் என்ற பெயர்கள் வந்தன. “ஊம், இப்போது தெரிந்து கொண்டேன் தலையெழுத்து இதுதான் என்று. அப்படியானால் அப்பாவின் பெயரே குழந்தைக்கும் இருந்துவிட்டுப் போகட்டும். அவன் அப்பா பெயர் அக்காக்கிய், ஆகவே மகனையும் அக்காக்கிய் என்றே அழைப்போம்” என்றாள் தாயார். இவ்வாறு வாய்த்ததே அக்காக்கிய் அக்காக்கியெவிச் என்னும் பெயர். குழந்தைக்கு ஞான ஸ்நானம் செய்விக்கப்பட்டது. அப்போது அவன் அழுத அழுகையையும் முகத்தைக் கோணிக் கொண்டு வலித்த வலிப்பையும் பார்த்தால், தான் ஒருகாலத்தில் பட்டம் பெற்ற ஆலோசகனாகப் பதவி வகிக்கப் போவதை அவன் முன்னரே உணர்ந்திருந்தான் போலத் தோன்றியது. ஆக, இவ் விதமே நிகழ்ந்தது இதெல்லாம்.

இந்தச் சேதியை நாம் இவ்வளவு விளக்கியது எதற்காகவென்றால், இது இன்றியமையாத முறையில் நேர்ந்தது என்பதையும், குழந்தைக்கு வேறு பெயர் சூட்ட எவ்வகையாலும் முடிந்திராது என்பதையும் வாசகர்கள் தாமே கண்டு கொள்வதற்காகத்தான். அக்காக்கிய் எப்போது, எந்தத் தேதியில் இலாக்காவில் சேர்ந்தான், யார் அவனை நியமித்தார்கள் என்பதையெல்லாம் யாரும் நினைவுபடுத்திக் கொள்ள முடியவில்லை. எத்தனையோ டைரெக்டர் களும் மற்றப் பலவகை அதிகாரிகளும் வந்து வந்து போய்விட்டார்கள், ஆனால் அவன் மட்டும் அதே இடத்தில், அதே நிலைமையில், அதே

வேலையில், அதாவது நகலெடுக்கும் குமாஸ்தா வேலையில், இருந்து வந்தான். குமாஸ்தா உடுப்பும் தலையில் வழுக்கையுமாக, இந்த வேலைக்கு முற்றிலும் தயாராகவே அவன் பிறந்திருக்க வேண்டும் என்று நாளடைவில் எல்லோருமே எண்ணத் தொடங்கி விட்டார்களென்றால் பார்த்துக் கொள்ளுங்களேன். இலாக்காவில் அவன் மீது யாரும் எவ்வித மரியாதையும் காட்டுவதில்லை. அவன் கடந்து செல்கையில் காவலாட்கள் எழுந்து நிற்பது தான் கிடையாதென்றால் அவனை ஏறிட்டுப் பார்ப்பது கூட இல்லை—ஏதோ சாதாரண ஈயொன்று எதிர்பார்ப்பு அறை வழியாகப் பறந்து சென்றது போல. மேலதிகாரிகள் அவனிடம் ஒரே கண்டிப்பும் காறுபாறுமாயிருந்தார்கள். உதவித் தலைமைக் குமாஸ்தா ஒருவன் ஏதாவது காகிதத்தைக் கொண்டு வந்து, கொஞ்சம் நகலெடுங்கள்" என்றோ, "இதோ பாருங்கள், அருமையான, சுவையான விவகாரம்" என்றோ, நல்ல ஒழுங்கு முறைகளுள்ள அதிகார ஸ்தாபனங்களில் வழங்குவது போல வேறு ஏதேனுமோ சந்தோஷகரமாகச் சொல்லக்கூடச் செய்யாமல் அவன் மூக்குக்கு அடியில் நுழைப்பான். அவனோ, காகிதத்தை மட்டுமே நோக்கியவனாக, அதை வைத்தவன் யார், வைப்பதற்கு அவனுக்கு உரிமை யுண்டா என்று பார்க்காமலே காகிதத்தை வாங்கிக் கொள்வான். வாங்கிக்கொண்டதுமே அதற்கு நகலெழுதத் தொடங்கிவிடுவான். இளங் குமாஸ்தாக்கள், தங்கள் புத்திக்கு எட்டினமட்டில் அவனைப் பரிகசித்து எள்ளி நகையாடுவார்கள். அவனைப்பற்றிக் கற்பனை செய்த பலவிதக் கதைகளை அவன் முகத்துக்கு எதிரே சொல்லுவார்கள். அவனுடைய வீட்டுச் சொந்தக்காரியான எழுபது வயதுக் கிழவியைப் பற்றிக் கிண்டல் செய்வார்கள்; அவள் அவனை அடிப்பதாகக் கதைப்பார்கள்; அவளை எப்போது கலியாணம் செய்து கொள்ளப் போகிறாய் என்று கேட்பார்கள். கிழிந்த காகிதத் துணுக்குகளை அவன் தலைமேல் உதிர்த்து, வெண்பனி பெய்கிறது என்பார்கள். அக்காக்கிய் அக்காக்கியெவிச்சோ தனக்கெதிரே எவருமே இல்லை போன்று, ஒரு வார்த்தை கூடப் பதில் பேசாமல் காரியத்தில் முனைந்திருப்பான். இவற்றால் அவன் வேலைக்குக் குந்தகம் ஏற்படுவதும் கிடையாது. இந்தக் குறும்புகளும் கிண்டல்களும் நடந்து கொண்டிருக்கையில் அவன் நகலில் ஒரு பிழை கூட நேர்வதில்லை. பரிகாசம் பொறுக்க முடியாதபடி போய்விட்டால், யாராவது அவன் தோளுக்கடியில் இடித்துத் தள்ளி வேலையில் ஈடுபடவிடாமல் இடையூறு

செய்தால் மட்டுமே அவன், "விடுங்கள், ஐயா! ஏன் தொந்தரவு செய்கிறீர்கள்? என்பான். அந்தச் சொற்களிலும் அவை வெளிப்படும் குரலிலும் ஏதோ விசித்திரமாகத் தொனிக்கும். இரக்கமுண்டாக்கும்படி அதில் ஏதோ ஒலிக்கும். இலாக்காவில் புதிதாக வேலைக்கு அமர்ந்திருந்த இளைஞன் ஒருவன் மற்றவர்களின் உதாரணத்தைப் பின்பற்றி அக்காக்கிய் அக்காக்கியெவிச்சைப் பரிகசிக்கத் தொடங்கியவன், அவன் சாந்தமாகக் கூறிய சொற்களைக் கேட்டதும் நெஞ்சில் ஈட்டி பாய்ந்துவிட்டது போலச் சட்டென்று நிலைத்து நின்றுவிட்டான்; அது முதல் அவன் கண்களுக்கு எல்லாமே மாறிவிட்டன போலும், எல்லாம் வேறு வடிவில் தென்பட்டன போலும் தோன்றியது. ஒழுங்கானவர்கள், கண்ணியவான்கள் எனக் கருதி அவன் அறிமுகம் செய்து கொண்டிருந்த நண்பர்களிடமிருந்து இனந்தெரியாத சக்தி ஒன்று அவனை உந்தித் தள்ளி வேறாக ஒதுக்கிவிட்டது. இதற்கு அப்புறமும் வெகு காலம் வரை, மிகச் சந்தோஷமான கணங்களில் கூட, குள்ள வடிவமும் வழுக்கைத் தலையுமான குமாஸ்தாவின் உருவம், "விடுங்கள், ஐயா! ஏன் தொந்தரவு செய்கிறீர்கள்?" என்று கூறுவதுபோல அவனுக்குக் கற்பனையுண்டாகும். சோகம் ததும்பும் இச்சொற்களிலேயே "நான் உன் சகோதரனல்லவா?" என்ற சொற்களும் ஒலிக்கும். பாவம், அந்த இளைஞன் முகத்தைக் கைகளில் புதைத்துக் கொள்வான். மனிதனிடம் மனித இயல் பற்ற தன்மை எவ்வளவு இருக்கிறது. மிக மிகப் பண்பட்ட, கண்ணியமான நடையுடை பாவனைகளுக்குள்ளும் – அட கடவுளே! பெருந்தன்மை வாய்ந்தவன், கௌரவ முள்ளவன் என உலகினரால் மதிக்கப்படுபவனுக்குள் கூட–விலங்கியல்பு கொண்ட முரட்டுத்தனம் எவ்வளவு மறைந்திருக்கிறது என்பதைக் கண்டு வாழ்க்கையில் எத்தனையோ தரம் அவன் பதைபதைப்பான்.

அக்காக்கிய் அக்காக்கியெவிச் போல வேலைக்காகவே வாழ்ந்தவனைக் காணல் அரிதே. அவன் ஊக்கமாக வேலை செய்தான் என்றால் போதாது. இல்லை, அவன் காதலுடன் உழைத்தான். இங்கே, நகல் எழுதும் இந்த வேலையில், அவனுக்கு வண்ண வேறுபாடுகள் கொண்ட மகிழ் பொங்கும் ஏதோ உலகம் தென்பட்டது போலும். அவன் அனுபவித்த இன்பம் முகத்தில் மிளிர்ந்தது. சில எழுத்துக்கள் அவனுக்குச் சிறப்பாக உகப்பானவை. அவற்றை எழுதுகையில் அவனுக்குக் களிப்பு கட்டுமீறிப் பெருகும்; புன்னகைப்பான், கண் சிமிட்டுவான், உதடுகளால் உச்சரிப்பான்.

அவனுடைய பேனா வரையும் ஒவ்வோர் எழுத்தையும் அவன் முகத்திலே படித்து விடலாம் போலத் தோன்றும். அவனது ஊக்கத்தின் அளவுக்கேற்ப அவனுக்குப் பரிசளிப்பதாயிருந்தால் அவன் தானே வியப்புறும்படி அரசாங்க ஆலோசகன் பதவிவரை எட்டியிருப்பான்; ஆனால் சககுமாஸ்தாக்கள் கிண்டல் செய்தது போல, அவனுக்குக் கிடைத்ததெல்லாம் கோட்டு மார்பில் உலோகப் பட்டயமும் குதவாயில் மூல நோயுந்தான். ஆனாலும் ஒருவருமே அவனைக் கவனிக்கவில்லை என்று சொல்ல முடியாது. மிக உதார குணம் வாய்ந்த டைரெக்டர் ஒருவன் அவனது நீண்ட கால ஊழியத்துக்குப் பரிசளிக்கும் நோக்கத்துடன், வழக்கமான நகலெழுதும் வேலையை விட அதிகப் பொறுப்புள்ள வேலை அவனுக்குக் கொடுக்கப்பட வேண்டும் என்று கட்டளையிட்டான்; அதாவது ஏற்கெனவே தீர்ந்துபோன விவகாரம் ஒன்றைப்பற்றி வேறோர் இலாக்காவுக்கு அறிக்கை தயாரிக்கும் வேலை அவனிடம் ஒப்படைக்கப்பட்டது; தஸ்தாவேஜின் தலைப்பை மாற்றுவதும் சில வினைச் சொற்களைத் தன்மைக்குப் பதில் படர்க்கையில் எழுதுவதும் மட்டுமே அவன் செய்ய வேண்டியிருந்த வேலை. ஆனால் இந்தக் காரியத்தைச் செய்வதில் ஏற்பட்ட சிரமத்தால் அவன் உடலெல்லாம் ஒரேயடியாக வேர்த்துக்கொட்ட, நெற்றியை மறுபடி மறுபடி தடவிக் கொண்டிருந்து விட்டுக் கடைசியில், "என்னால் முடியாது. ஏதாவது நகல் எழுதுவதற்குக் கொடுங்கள்" எனச் சொல்லி விட்டான். அது முதல் அவன் என்றென்றைக்கும் நகலெழுதும் வேலையையே செய்து வரட்டும் என்று விட்டுவிட்டார்கள். நகலெழுதும் இந்த வேலைக்குப் புறம்பாக அவன் வரையில் எதுவுமே இருக்கவில்லை போலப் பட்டது. தன் உடையைப்பற்றி அவன் சிந்தித்ததே கிடையாது; காரியாலய உடுப்பு பச்சை வண்ணம் போய், ஏதோ செம்மை படிந்த மாவு நிறமாயிருந்தது. கழுத்துப் பட்டை மிகக் குட்டையாய்க் குறுகியிருந்தபடியால் அவன் கழுத்து உண்மையில் நீளமாயில்லாவிடினும், காலருக்கு வெளியே ஒரேயடியாகத் துருத்திக் கொண்டிருப்பது போலத் தோன்றியது. அவனுடைய உடுப்பில் வைக்கோல் துரும்போ, நூலோ எதுவோ ஒன்று எப்போதும் ஒட்டிக் கொண்டிருக்கும். தெருவில் நடக்கும் போது, ஜன்னல் வழியே குப்பை வெளியே கொட்டப்படும் சமயம் பார்த்து அதற்கு அடியாகச் செல்லும் தனித்திறமை அவனிடம் இருந்ததாகையால் முலாம் பழத்தோல்களோ, அவை போன்ற வேறு

சப்புச்சவறோ எப்போதும் அவன் தொப்பியின் மேல் ஒட்டிக் கொண்டிருக்கும். தெருவில் நாள்தோறும் என்ன தான் நடக்கிறது என்று வாழ்வில் ஒரு தரமாவது அவன் கவனித்ததே கிடையாது. இந்த விஷயத்தில் அவன் தனது சகோதரக் குமாஸ்தாக்களுக்கு முற்றிலும் மாறாயிருந்தான்: அவர்களோ, வீதி விவகாரங்களில் நாட்டம் செலுத்துவதில் நிபுணர்கள் என்று பிரசித்தமா யிற்றே. எதிர்ச் சரகு நடைபாதையில் செல்லும் எவனுடைய கால்சட்டை அடி வார் நெகிழ்ந்து விட்டது என்று கூட மறு சரகிலிருந்தபடியே கூர்விழிகளால் நோட்டங் கண்டு, மர்மப் புன்னகை புரிபவர்களல்லவா அவர்கள்!

அக்காக்கிய் அக்காக்கியெவிச் எதையேனும் பார்த்தால் கூட அதில் அவன் கண்டதெல்லாம் ஒரே மாதிரியான வீச்சுடன் தான் எழுதிய கச்சிதமான வரிகளை மட்டுமே; எங்கிருந்தோ வந்த குதிரையின் முகம் அவன் தோள் மீது படிந்து அவன் கன்னத்தின் மேல் நாசித் துவாரங்கள் வழியே புயல் வீசினால் தான் அவனுக்கு ஸ்மரணை வரும்தான் இருப்பது வரியின் நடுவிலல்ல, தெருவின் மத்தியில் என்று. வீடு திரும்பியதுமே உணவு மேஜையருகே உட்கார்ந்து முட்டைக்கோஸ் சூப்பை மடக்கு மடக்கென்று பருகிவிட்டு, மாட்டிறைச்சித் துண்டை வெங்காயத்துடன் அது எப்படி ருசிக்கிறது என்று கவனிக்காமலே, அந்த வேளையில் ஆண்டவன் அனுப்பிய ஈக்கள், மற்றவை எல்லாவற்றோடும் சேர்த்து மென்று விழுங்கி விடுவான். வயிறு நிறைந்தாற் போலப் பட்டதுமே எழுந்து, மைக்கூட்டை எடுத்துவந்து, அலுவலகத்திலிருந்து தான் வீட்டுக்குக் கொண்டு வந்திருக்கும் தஸ்தாவேஜுகளை நகலெடுக்கத் தொடங்குவான். நகலெடுப்பதற்குப் பத்திரங்கள் எதுவுமில்லாமல் தீர்ந்து போய்விட்டால், தனது சொந்த இன்பத்துக்காக, தன்னிடம் வைத்துக்கொள்ளும் பொருட்டு அதிகப்படி நகல் ஒன்று எழுதிக் கொள்வான்; நடை அழகினால் இல்லாவிடினும் யாரேனும் புதிய, அல்லது முக்கியமான நபருக்கு விலாசமிடப் பட்டிருக்கும் காரணத்தால் பத்திரம் குறிப்பிடத்தக்கதாக இருந்தாலோ, கேட்க வேண்டியதில்லை.

பீட்டர் ஸ்பர்க் நகரின் சாம்பல் நிற வானம் ஒரேயடியாகக் கறுத்துப் போயிருக்கும்; அரசாங்க அலுவலர்கள் அனைவரும் தம் தம் சம்பளத்துக்கும் சுவைக்கும் ஏற்ப வயிறார உண்டு தீர்ந்திருப்பார்கள்; இலாக்காவில் பேனாக்களை ஓட்டி முடிந்து, ஓட்ட சாட்டங்களெல்லாம் ஓய்ந்து, தவிர்க்க

முடியாத சொந்தக் காரியங்களும் பிறரது அலுவல்களும், களைப்பறியாத மனிதன் தானாக விரும்பித் தேவைக்கும் மேலாகவே தன் மேல் சுமத்திக் கொள்ளும் வேறு பல கச்ச வடங்களும் முடிவடைந்த பின் எல்லோரும் இளைப்பாறியிருப்பார்கள்; எல்லாக் குமாஸ்தாக்களும் மீதியிருக்கும் ஓய்வு நேரத்தை முடிந்தவரை குதூகலமாகக் கழிக்கும் பொருட்டு விரைந்து கொண்டிருப்பார்கள் – அதியுற்சாகி ஒருவன் நாடக மன்றம் செல்வான், மற்றொருவன் பெண்களின் தொப்பிகளைக் கண்டு களிப்பதற்காக வீதியில் உலாவப் போவான், வேறொருவன் சிறு குமாஸ்தா மண்டலத்தின் விண் மீனாகச் சுடரும் அழகிய கன்னிக்குப் பாராட்டுரை பகர்வதில் பொழுதை வீணடிப்பதற்காக விருந்துக் கொண்டாட்டத்திற்கு ஏகுவான், நான்காமவன் (பத்துக்கு ஒன்பது பேர் செய்வது போலவே) மூன்றாம் மாடியிலோ நான்காம் மாடியிலோ இரண்டு அறைகளும் சிறு நடை அல்லது சமையலறையும் கொண்ட––சாப்பிடாமலிருப்பது, நகர்ப்புறப் பயணங்களை நிறுத்தி வைப்பது போன்ற எத்தனையோ தியாகங்களை விலையாகச் செலுத்திப் பெற்ற விளக்கு அல்லது வேறு பொருள்களால் நாகரிகப் பாவனையில் அலங்கரிக்கப்பட்டவீட்டில் வசிக்கும் சக குமாஸ்தா எவனையாவது காணச் செல்வான்; சுருங்கக் கூறின் எல்லாக் குமாஸ்தாக்களும் தங்கள் நண்பர்களின் சிறு சிறு வீடுகளில் பரவி, கிளாசுகளில் தேநீரை உறிஞ்சு வதும், ஒரு காக விலையுள்ள ரஸ்க்குகளைக் கறவுவதும், நீண்ட சுங்கான் களிலிருந்து புகையை இழுப்பதுமாக உற்சாகம் கரைபுரளச் சீட்டாடிக் கொண்டும், சீட்டுக்களைக் கலைத்துப்போடும் சமயத்தில் உயர் சமூகத்தினரைப் பற்றி அவதூறாக அரட்டையடிப்பதும் (ருஷ்யனால் தான் உயர் சமூகத்தை விட்டுவிட்டு ஒரு கணங்கூட இருக்க முடியாதே), பேசுவதற்கு வேறொன்றுமில்லா விட்டால், கோட்டைத் தலைவனிடம் யாரோ வந்து பால்கோனெட்டி என்னும் சிற்பி அமைத்த முதல் பீட்டர் சக்கரவர்த்தியின் ஞாபகார்த்தச் சிலையிலுள்ள குதிரையின் வால் செதுக்கப்பட்டு விட்டது என்று சொன்ன பழங்கதையைப் பன்னியுரைப்பதுமாகப் பொழுதைக் கடத்திக்கொண்டுமிருப்பார்கள். ஒரு வார்த்தையில் சொன்னால் எல்லோரும் உல்லாசமாயிருக்க முயன்று கொண்டிருப்பார்கள்; ஆனால் அந்த வேளையில் கூட அக்காக்கிய் அக்காக்கியெவிச் எவ்வித இன்பத்தையும் நாடுவது கிடையாது. மாலைக் களியாட்டம் எதிலும்

அவனைக் கண்டதாக எவனும் சொல்ல முடியாது. தெவிட்டத் தெவிட்ட நகலெழுதித் தீர்ந்தபின்பு, அவன் படுக்கையில் படுத்து, மறுநாள் வரவிருக்கும் இன்பத்தைப் பற்றிய நினைப்பாலேயே முகம் முறுவலால் மலர, நாளை ஆண்டவன் நகலெழுதுவதற்கு எதை அனுப்புவானோ எனச் சிந்தித்தபடியே உறங்கிப் போவான். வருடத்துக்கு நானூறு ரூபிள் சம்பளத்தில் தனது விதியில் திருப்தியுடன் இருக்க முடிந்த இம்மனிதனின் வாழ்க்கை இவ்வாறு அமைதியாகக் கழிந்தது; பட்டம் பெற்ற ஆலோசகர்கள் மட்டுமல்ல, அந்தரங்க, செயல் முறை, ராஜ சபை முதலிய பல்வேறு வகை ஆலோசகர்கள் வாழ்விலும், எவருக்கும் ஆலோசனை கூறாமலும் எவரது ஆலோசனையையும் ஏற்காமலும் இருப்பவர்களின் வாழ்விலுங்கூட மொய்க்கும் பலவித விபத்துக்கள் நேராமலிருந்தால் இந்த வாழ்க்கை கனிந்த முதுமைப் பருவம் வரை இவ்வாறே கழிந்திருக்கலாம்.

பீட்டர் ஸ்பர்க் நகரில் ஆண்டுக்கு நானூறு ரூபிள்களோ, ஏறக்குறைய அதே தொகையோ சம்பளம் வாங்குபவர்கள் எல்லாருக்கும் பெரிய சத்துரு ஒன்று உண்டு. இந்தச் சத்துரு வேறு ஒன்றுமல்ல, நமது வடக்கத்தியக் கூதல்தான்— அது உடம்புக்கு நல்லது என்று சிலர் சொன்ன போதிலும். காலை ஒன்பது மணிக்கு, அலுவலகம் செல்லும் அரசாங்க ஊழியர்களால் தெருக்கள் நிறைந்திருக்கும் வேளை பார்த்து அது விதி விலக்கின்றி எல்லா மூக்குகளையும் வலிமையாகச் சுரீர் சுரீர் என்று நிமிட்டுகிற நிமிட்டில் அப்பாவிக் குமாஸ்தாக்கள் மூக்குகளை எங்கே வைத்துக் கொள்வது என்று தெரியாமல் தவிப்பார்கள். மிக உயர் பதவி வகிப்பவர்களுக்குக் கூடக் கடுங்குளிர் காரணமாக நெற்றிப் பொட்டு விண்விண்ணென்று தெறித்து, கண்களில் நீர் நிறைந்து வழியும் அந்நேரத்தில் பாவம், பட்டம்பெற்ற ஆலோசகர்கள் சில சமயம் முற்றிலும் தற்காப் பற்றவர்கள் ஆகிவிடுவார்கள். மெல்லிய, நைந்த மேல்கோட்டுகளுடன் முடிந்தவரை வேகமாக ஓடி, ஐந்தாறு தெருக்களைக் கடந்து அலுவலகம் சேர்ந்ததும், வழியிலே உறைந்துபோன வேலைத் திறமையும் இயற்கைத் திறன்களும் மீண்டும் குளிர் நீங்கிக் கத கதப்படையும் வரை தலைவாயிலில் கால்களைத் தொப்புத் தொப்பென்று அடித்துச் சூடேற்றிக் கொள்வதுதான் அவர்களைக் காக்கும் ஒரே உபாயம். வீட்டிலிருந்து அலுவலகம் வரையுள்ள சட்டபூர்வமான தூரத்தை எவ்வளவுதான் விரைவாக ஓடிக் கடக்க

முயன்றாலும், தனது முதுகந்தண்டும் தோள்களும் கடுங்குளிரால் ஒரேயடி யாக நொந்து விரைத்துப் போவதை அக்காக்கிய் அக்காக்கியெவிச் சிறிது காலமாக உணரலானான். இது தன் மேல்கோட்டின் குற்றமாயிருக்கலாமோ என்ற எண்ணம் முடிவில் அவன் மனத்தில் எழுந்தது. வீட்டிலே அதை நன்றாக ஆராய்ந்து பார்த்தவன், இரண்டு மூன்று இடங்களில், அதாவது முதுகிலும் தோள் பட்டைகளிலும், அது வலை வலையாக நெய்த நார்த்துணி போல ஆகியிருந்ததைக் கண்டான்; குளிர் தாராளமாக உட்புகும் அளவுக்குமேல் துணி நைந்திருந்தது; உள்துணியோ இழை இழையாகப் பிரிந்து போயிருந்தது.

அக்காக்கிய் அக்காக்கியெவிச்சின் மேல்கோட்டும் சக குமாஸ்தாக் களின் பரிகாசத்திற்கு இலக்காய் விளங்கிய தென்பதை இந்தச் சந்தர்ப்பத்தில் சொல்லிவிட வேண்டும்; மேல்கோட்டு என்ற மதிப்புயர்ந்த பெயரைக்கூட இழந்து, வீட்டிலணியும் கோட்டு எனப் பொருள்படும் 'கப்போத்' என்ற அவப்பெயரைப் பெற்றிருந்தது அது. அதன் தையல் பாங்கு உண்மையிலேயே விசித்திரமானது தான்: அதன் கழுத்துப்பட்டை மற்ற இடங்களுக்கு ஒட்டுப் போடுவதற்காகக் கத்தரிக்கப்பட்டு வந்ததால் ஆண்டுக்கு ஆண்டு அளவில் சிறுத்துக் கொண்டே போயிற்று. ஒட்டுக்களோ, தையல்காரனின் கலைத் திறனைக் காட்டவில்லை; விளைந்தது சாக்கு மூட்டை போன்ற, அழகற்ற வஸ்து. மேல்கோட்டில் என்ன கோளாறு என்பதைக் கண்டுகொண்ட அக்காக்கிய் அக்காக்கியெவிச் அதைச் சீர்படுத்துவதற்காகப் பெத்ரோ விச் என்ற தையல்காரனிடம் எடுத்துச் செல்ல வேண்டுமெனத் தீர்மானித்தான். எங்கோ ஒரு வீட்டின் பின் கட்டில் நான்காவது மாடியில் குடியிருந்த இந்தப் பெத்ரோவிச், ஒற்றைக் கண்ணும், அம்மைத் தழும்பு அப்பிய முகமும் கொண்டவனாயினும் குமாஸ்தாக்கள், மற்றவர்கள் ஆகியோரின் காற்சட்டைகளையும் கோட்டுக்களையும் பழுதுபார்க்கும் தொழிலை வெற்றிகரமாக நடத்திவந்தான்–அதாவது அவன் குடிமயக்கமின்றி நிதானமாகவும், வேறு ஏதேனும் திட்டங்களைப் போட்டு மூளையைக் குழப்பிக் கொள்ளாமலும் இருக்கும் வேளைகளில், இந்தத் தையல்காரனைப்பற்றி விஸ்தாரமாக வர்ணிப்பது தேவையில்லை தான், இருந்தாலும் கதையில் வரும் எல்லாவிதமான பாத்திரங்களையும் முழுமை யாகச் சித்திரிப்பது இக்காலத்திய மோஸ்தராகி விட்டபடியால் நாம் ஒன்றும் செய்வதற்கில்லை; இதோ, பெத்ரோவிச்சைப் பற்றிச் சொல்கிறோம், கேளுங்கள்.

ஆரம்பத்தில் அவன் வெறுமே கிரிகோரிய் என்றே அழைக்கப் பட்டான், யாரோ நிலப்பிரபுவின் பண்ணையடிமையாயிருந்தான்; விடுதலை பெற்ற பின்பே அவன் தன்னைப் பெத்ரோவிச் என அழைக்கலானான், எல்லா விழா நாட்களிலும் அளவுமீறிக் குடிக்கத் தொடங்கினான், முதலில் பெரிய திருநாட்களில் மட்டுமே குடித்தான், அப்புறமோ சர்ச் விழாக்கள் ஒவ்வொன்றிலும், உண்மையில் காலண்டரில் சிலுவைக்குறி இடப்பட்ட. நாட்களில் எல்லாம் குடிக்க ஆரம்பித்தான். இந்த விஷயத்தில் அவன் பாட்டன்—முப்பாட்டன் காலத்திலிருந்து வழிவழி வந்த மரபையே கடைப்பிடித்தான்; மனைவி யுடன் சச்சரவிடுகையில் அவளை மத விசுவாசம் அற்றவள், ஜெர்மன்காரி என்று பழித்துவந்தான். மனைவியின் பேச்சை எடுத்து விட்டபடியால் அவளைப் பற்றியும் ஓரிரு வார்த்தைகள் சொல்லுவது அவசியமாகிறது; ஆயினும் வருந்தத்தக்க விஷயம் என்ன வென்றால், பெத்ரோவிச்சுக்கு மனைவியுண்டு, அவள் தலைக்குட்டை அணிவதில்லை, மூடுதொப்பியே போட்டுக்கொள்வாள் என்பது தவிர அவளைப் பற்றி நாம் அறிந்தது சொற்பமே. அழகு சம்பந்தப்பட்டவரை பெருமை பாராட்டிக் கொள்வதற்கு அவளிடம் ஒன்றுமில்லை என்றே படுகிறது. அது எப்படியாயினும், வீதியில் அவளைச் சந்தித்த போது மூடுதொப்பியின் அடிவழியே அவள் முகத்தை உற்றுப் பார்த்தவர்கள், மீசையை முறுக்கிய வண்ணம் விந்தைக் குரலில் உறுமும் சிப்பாய்கள் மட்டுமே.

பெத்ரோவிச் குடியிருந்த வீட்டின் மாடிப்படிகள்—அவற்றுக்கு உரிய நியாயத்தைச் செலுத்துவதானால் – நீராலும், கழிவு ஜலத்தாலும் சொத சொதவென்று நனைந்து ஊறி, கண்களைக் கரிக்க வைக்கும் சுள்ளென்ற ஸ்பிரிட் நெடியால் நிறைந்திருந்தன (இந்த நெடி பீட்டர்ஸ்பர்க் நகரின் பின் மாடிப் படிகளுக்கெல்லாம் பொதுவான சிறப்பியல்பு என்பது தான் உலகறிந்த சேதி யாயிற்றே!). மாடிப்படி ஏறும் போதே அக்காக்கிய் அக்காக்கியெவிச், மேல்கோட்டைச் செப்பஞ் செய்வதற்குப் பெத்ரோவிச் என்ன கூலி கேட்பானோ என்று எண்ணமிட்டு, இரண்டு ரூபிள்களுக்கு மேல் கொடுப்பதில்லை என மனதுக்குள் நிச்சயித்துக் கொண்டான். பெத்ரோவிச்சின் வீட்டுக் கதவு திறந்திருந்தது– ஏனென்றால் அவன் மனைவி ஏதோ மீனைப் பொரியல் செய்கையில் கிளப்பிய புகை சமையல் அறை முழுதும் மண்டி, கரப்பான் பூச்சிகள் கூடக் கண்ணில் படாதவாறு அடித்திருந்தது.

அக்காக்கிய் அக்காக்கியெவிச், வீட்டு எஜமானிக்குக் கூடத் தெரியாத படி சமையலறையைக் கடந்துபோய், முடிவில் தையல்காரனின் அறையை அடைந்து, அங்கே வர்ணம் பூசப்படாத அகன்ற மர மேஜை மீது துருக்கியப் பாதுஷா போல மண்டியிட்டு அமர்ந்திருந்த பெத்ரோவிச்சைக் கண்டான். வேலையில் ஈடுபட்டிருக்கும் தையல்காரர்களின் வழக்கம் போல அவன் வெறுங்கால்களுடன் உட்கார்ந்திருந்தான். அக்காக்கிய் அக்காக் இயெவிச்சின் பார்வையில் எல்லாவற்றுக்கும் முன்னால் பட்டது பெத்ரோவிச்சின் கால் கட்டை விரல்; ஆமையோடு போன்று தடித்து முரடாய்க் கோணல் மாணலான நகங்கொண்ட அந்த விரல் அக்காக்கிய் அக்காக்கியெவிச்சிற்கு நன்கு பரிச்சயமானது. பட்டு, பருத்தி நூல் கண்டு ஒன்று பெத்ரோவிச்சின் கழுத்திலிருந்து தொங்கியது; அவன் முழங்கால் மேல் கிடந்தது ஏதோ கந்தையுடை. கடந்த ஓரிரு நிமிடங்களாக நூலை ஊசியில் கோக்க முயன்று முயன்று தோல்வியடைந்த பெத்ரோவிச் இருண்ட அறை மீதும், நூல் மேலுமே கோபங்கொண்டு, "நுழைய மாட்டாயா, காட்டுமிருகமே! என் உயிரை வாங்கத்தான் வந்திருக்கிறாய் நீ, துப்புக் கெட்ட சனியனே!" என்று வாய்க்குள்ளாகவே உறுமினான். பெத்ரோவிச் எரிச்சல் கொண்டிருக்கும் நேரம் பார்த்து வந்தோமே என்று அக்காக்கிய் அக்காக்கியெவிச் வருந்தினான். பெத்ரோவிச் கொஞ்சம் குஷியாயிருக்கும் போது, அல்லது "மிடாக் கணக்கில் பிராண்டியைக் குடித்து விட்டு உட்கார்ந்திருக்கிறான், ஒற்றைக் கண் பிசாசு!" என அவன் மனைவி சொல்வது போன்ற நிலையிலிருக்கும் போது அவனிடம் வேலையை ஒப்படைப்பதுதான் அக்காக்கிய் அக்காக்கியெவிச்சுக்குப் பிடிக்கும். அந்த மாதிரி நிலையிலிருக்கையில் பெத்ரோவிச் சாதாரணமாக ரொம்பவும் விட்டுக்கொடுப்பான், எந்தக் கூலிக்கும் இணங்கி விடுவான்; அது மட்டுமல்ல, தலைவணங்கி நன்றி வேறு தெரிவிப்பான். அப்புறம் அவன் மனைவி அக்காக்கிய் அக்காக்கியெவிச்சிடம் கண்ணீரும் கம்பலையுமாக வந்து புருஷன் குடி மயக்கத்திலிருந்ததால் மிகக் குறைந்த கூலிக்கு ஒப்புக் கொண்டுவிட்டதாக முறையிடுவாள் என்பது உண்மையே; என்றாலும் பத்து காசு கூடக் கொடுத்துவிட்டால் போதும், விஷயம் தீர்ந்துபோகும். இப்போது என்னடாவென்றால் பெத்ரோவிச் மகா நிதானத்தோடிருந்தான், அந்தக் காரணத்தினாலேயே எரிச்சலும் புகைச்சலுமாக, எதற்கும் இணங்கி வராத

மனநிலைமையில் விளங்கினான்; என்ன கூலி கேட்பானோ, சைத்தானுக்கே வெளிச்சம். இதைப் புரிந்து கொண்ட அக்காக்கிய் அக்காக்கியெவிச், வழக்கு மொழியில் சொல்வதுபோல, மெதுவாக நழுவப் பார்த்தான், ஆனால் அதற்குள் நேரங் கடந்துவிட்டது: பெத்ரோவிச் தனது ஒற்றைக் கண்ணை இடுக்கிக் கொண்டு அவனையே உறுத்து நோக்கினான். அக்காக்கிய் அக்காக்கியெவிச் வேறு வழியின்றி, "வணக்கம், பெத்ரோவிச்!" என்று சொல்ல வேண்டியதாயிற்று. பெத்ரோவிச் அவன் என்ன படையல் கொணர்ந்திருக்கிறான் என்று தெரிந்து கொள்வதற்காக அக்காக்கிய் அக்காக்கியெவிச்சின் கைகளையே குத்திட்டுப் பார்த்தவாறு, "வணக்கம், ஐயா, சௌக்கியந்தானே?" என்று நலம் விசாரித்தான்.

"ம்ம்..... நான் வந்து .... பெத்ரோவிச், உன் கிட்டே.... ஒரு காரியமாக..." என்றான் அக்காக்கிய் அக்காக்கியெவிச்.

அக்காக்கிய் அக்காக்கியெவிச்சின் பேச்சில் உருபிடைச் சொற்கள், வினையுரிச் சொற்கள், எவ்விதப் பொருளுமற்ற அசைகள் ஆகியவையே பெரும் பகுதி விரவி வரும் என்பதை இங்கே தெரிவித்துவிடுவது அவசியம். விஷயம் கொஞ்சம் கடினமாயிருந்தால், வாக்கியங்களை முடிக்காமலே அந்தரத்தில் விட்டு விடுவது அவன் வழக்கம். "இது... வந்து... முக்கியமாக என்ன வென்றால்....." என்று ஆரம்பித்து விட்டு, சொல்ல வேண்டியதெல்லாம் சொல்லியாகிவிட்டது என்ற நினைப்பில் வாக்கியத்தை முடிக்க மறந்து, அப்படியே தொங்கலில் விட்டு விடுவான்.

"என்ன கொண்டு வந்திருக்கிறீர்கள்?" என வினவிய பெத்ரோவிச் அதே சமயம் அக்காக்கிய் அக்காக்கியெவிச்சின் உடுப்பைக் கழுத்துப் பட்டையிலிருந்து தொடங்கி, கைகள், முதுகு, பின் நுனி, பொத்தான் துவாரங்கள் என்று ஆதிமுதல் அந்தம் வரை தனது ஒற்றைக் கண்ணால் நோட்டமிட்டான். அது அவன் கைப்படத் தயாரித்த கோட்டாகையால் இவையெல்லாம் அவனுக்கு மிக மிகப் பரிச்சயமானவையாயிருந்தன.

உடையை இம்மாதிரிப் பார்வையிடுவது தையல் காரர்களின் தொன்று தொட்ட பழக்கந்தான்; வாடிக்கைக்காரர்களைக் கண்டதும் முதன் முதலாக அவர்கள் செய்வது இது தானே.

“நான் வந்து..... பெத்ரோவிச்..... இந்த இதை.... மேல்கோட்டு இருக்கிறதே..... துணி கொஞ்சம் போல.... வந்து..... இதோ ..... மற்ற எல்லா இடங்களிலும் அழுத்த மாகத்தான் இருக்கிறது...... நல்ல அழுத்தமாக..... கொஞ்சம் தூசிபடிந்தாற்போல இருக்கிறது ...... பார்வைக்கு ஏதோ பழசாகி விட்டது போல..... ஆனால் புத்தம் புதிசு... ஏதோ ஓரிடத்தில் மட்டுந்தான் கொஞ்சம் போல.. முதுகுப் பக்கம்..... அப்புறம் தோள்பட்டையில் லேசாக விட்டுப் போயிருக்கிறது..... அதோடு இந்தத் தோள்பட்டையிலும் கொஞ்சம் போல.... இதோ ... அவ்வளவு தான். வேலை ஒன்றும் பிரமாதமில்லை...” என்றான் அக்காக்கிய் அக்காக்கியெவிச்.

பெத்ரோவிச், ‘கப்போத்’ என மற்றக் குமாஸ்தாக்கள் பெயரிட்டிருந்த மேல்கோட்டை வாங்கி, முதலில் மேஜை மேல் பரப்பி, நீண்ட நேரம் பார்வையிட்டு விட்டுத் தலையை அசைத்துக் கொண்டே ஜன்னல் புறம் கையை நீட்டி, குறட்டில் இருந்த பொடி டப்பியை எடுத்தான். அதன் மேல் ஏதோ ஜெனரலின் உருவப் படம் பதிந்திருந்தது, ஆனால் இன்னார் என்று தெரியாதபடி ஜெனரலின் முகமிருந்த இடம் விரலால் அழுத்தி உட்குழிக்கப் பட்டு அதன் மேல் சதுரக் காகிதத் துண்டு ஒட்டப்பட்டிருந்தது. ஒரு சிமிட்டாப் பொடி உறிஞ்சிய பின்பு பெத்ரோவிச் மேல்கோட்டைக் கையில் விரித்துப் பிடித்தவாறு வெளிச்சத்துக்கு நேரே காட்டி, மற்றொரு முறை பரிசீலனை செய்துவிட்டு மீண்டும் தலையை அசைத்தான். அப்புறம் உள்பக்கம் வெளி வரும்படி பிரித்து நோட்டமிட்டவன், மறுபடியும் தலையை அசைத்து, ஜெனரல் உருவத்தின் முகத்தில் காகிதம் ஒட்டிய பொடி டப்பி மூடியைத் திறந்து, பொடியை மூக்கில் திணித்துக் கொண்டபின் டப்பியை மூடி ஒரு புறமாக வைத்து விட்டு, “ஊஹும். ஒட்டுப்போட்டு மாளாது. நைந்து போன சங்கதி” என்று கடைசியில் வாய் மலர்ந்தான்.

இந்தச் சொற்களைக் கேட்டதுமே அக்காக்கிய் அக்காக்கியெவிச்சுக்கு நாடி விழுந்துபோயிற்று. “ஏன் முடியாது, பெத்ரோவிச்?” என்று மன்றாடும் குழந்தை போன்ற குரலில் வினவினான். அட தோள் பக்கம் மட்டுந்தானே கொஞ்சம் போல விட்டுப் போயிருக்கிறது! உன்னிடம் ஏதாவது துண்டுத்துணி இருக்குமே ....” என்று அழாக் குறையாய்ச் சொன்னான்.

“துண்டுத்துணிக்கென்ன, கிடைக்கும், எத்தனை வேண்டுமானாலும் கிடைக்கும். ஆனால் ஒட்டுத் தைக்கத் தான் முடியாது. இது ஒரேயடியாக இற்றுப் போன சமாச்சாரம். ஊசி பட வேண்டியதுதான், தும்பு தும்பாய்ப் போய் விடும்” என்றான் பெத்ரோவிச்.

“தும்பு தும்பாய்ப் போகட்டுமே. உடனே சேர்த்து ஒட்டுப் போட்டுவிடேன்.”

“அட நீங்கள் என்ன ஐயா ஒன்று! ஒட்டை எதன் மேலே போடுகிறதாம்? கெட்டிப் படுத்துகிறதுதான் எப்படி? துணி என்று பெயர்தானே ஒழிய ஊதினால் பறந்து போகும்.”

“கிடக்கிறது, எப்படியாவது கெட்டிப்படுத்து. அப்படி ஒரேயடியாகச் சொன்னால் அப்புறம்...”

பெத்ரோவிச் உறுதியாக “முடியாது” என்று விட்டான். “ஒன்றுமே செய்கிறதற்கில்லை. சங்கதி படு பாடாவதி. நான் சொல்வதைக் கேளுங்கள். குளிர்காலம் வந்ததும் இதை நீள நீளப் பட்டியாகக் கிழித்துக் காலிலே சுற்றிக் கொள்ளுங்கள். ஏனென்றால் காலுறைகளாலே கதகதப்பு உண்டாகவே செய்யாது. இந்தக் காலுறை விவகாரம் இருக்கிறதே, இது ஜெர்மன்காரன் குயுக்தி, பணம் பறிக்க வழி” (சமயம் வாய்த்த போதெல்லாம் ஜெர்மானியர் களைத் தூற்றுவதில் பெத்ரோவிச்சுக்குப் பிரியம்) “மேல்கோட்டு விஷயத்தைப் பொறுத்த வரையில் நீங்கள் புதிதாகத் தைத்துக் கொள்ள வேண்டியது தான்” என்றான்.

“புதிதாக” என்ற சொல் காதில் பட்டதுமே அக்காக்கிய் அக்காக்கியெவிச்சின் கண்கள் இருண்டன, அறையிலிருந்தவை எல்லாம் தாறுமாறாகச் சுழன்றன. அவனுக்குத் தெளிவாகப் பார்க்க முடிந்த ஒரே வஸ்து பெத்ரோவிச்சின் பொடி டப்பி மூடிமேலிருந்த ஜெனரலின் காகிதம் ஒட்டிய முகம் மட்டுமே.

புதிதாகவாவது ஒன்றாவது, விளங்கவில்லையே’ என்று இன்னும் ஏதோ கனவு காண்பவன் போலக் கூறிய அக்காக்கிய் அக்காக்கியெவிச், “அதற்கு வேண்டிய பணம் என்னிடம் இல்லையே” என்றான்.

பெத்ரோவிச்சோ, மிருகத்தனமான அலட்சிய பாவத்துடன், "ஆமாம், புதிதாகத் தைத்துக் கொள்ள வேண்டியது தான்" என மறுபடியும் சொன்னான்.

"ஊம்..... அப்படிப் புதிதுதான் வேண்டும் என்று வைத்துக் கொண்டால் அதற்கு எப்படி ...... என்ன ...."

"அதாவது, என்ன செலவாகும் என்று கேட்கிறீர்களா ?"

"ஆமாம்."

"ம்ம்..... ஐம்பது ரூபிள் நோட்டுக்கள் ஒரு மூன்றைத் துண்டாக எடுத்து வைத்துவிட வேண்டியதுதான்" என்று அர்த்தபுஷ்டியுடன் உதடுகளைக் குவித்துக் கொண்டான் பெத்ரோவிச்.

மற்றவர்களுக்குக் கடுமையான அதிர்ச்சி ஏற்படுத்துவதில் பெத்ரோவிச்சுக்கு மிகவும் விருப்பம். ஒருவனைத் திடீரென மண்டையில் மடாரென்று சாத்துவது போல ஏதாவது சொல்லிவிட்டு, அவன் எப்படித் திக்குமுக்காடுகிறான் என்று ஓரக் கண்ணால் பார்ப்பது அவனுக்கு ரொம்பப் பிடிக்கும்.

"மேல்கோட்டுக்கு நூற்றைம்பது ரூபிளா!" என்று கத்தி விட்டான் பாவம் அக்காக்கிய் அக்காக்கியெவிச். எப்போதும் தணிந்த குரலில் பேசுவதைச் சிறப்பியல்பாகக் கொண்ட அவன் வாழ்க்கையிலேயே உரக்கக் கத்தியது இதுதான் முதல் தடவை போலும்.

"ஆமாம், ஐயா. அதுவும் எந்த மாதிரிக் கோட்டு என்பதைப் பொறுத்தது. கழுத்துப் பட்டைக்கு மார்ட்டன் மென்மயிர்த் தோலும் குல்லாவுக்குப் பட்டு உள்துணியும் வைப்பதானால் இருநூறு வரையில் பிடிக்கும்" என்றான் பெத்ரோவிச்.

தையல்காரன் சொல்வதைக் காதில் போட்டுக் கொள்ளாமலும், கேட்க முயலாமலும், அவன் விளைத்த அதிர்ச்சியைப் பொருட்படுத்தாமலும் அக்காக்கிய் அக்காக்கியெவிச் கெஞ்சும் குரலில், "இதோ பார், பெத்ரோவிச். கொஞ்சம் தயவு பண்ணேன். இன்னும் சிறிது காலத்துக்கு உபயோகப்படும் வகையில் எப்படியாவது செப்பனிட்டுக் கொடேன்" என்று குழைந்தான்.

"அட முடியாதென்கிறேன். பாடும் பாழ். பணமும் வீண் விரயம்" எனச் சொல்லிவிட்டான் பெத்ரோவிச்.

இந்த முடிவைக் கேட்டபின் அக்காக்கிய் அக்காக்கியெவிச் ஒரேயடியாக உளஞ் சோர்ந்து அங்கிருந்து அகன்றான்.

தையல்காரனோ, அவன் சென்ற பிறகும் வெகுநேரம் வரை வேலையைத் தொடராமல் உதடுகளை அர்த்த புஷ்டியுடன் குவித்தவாறு நின்று கொண்டிருந்தான். தன்னையும் தாழ்த்திக் கொள்ளவில்லை, தையல் கலையையும் இழிவுபடுத்தவில்லை என்ற எண்ணம் அவனுக்கு மன நிறைவளித்தது.

வீதிக்கு வந்த அக்காக்கிய் அக்காக்கியெவிச் கனவு காண்பவன் போலிருந்தான்.

"ஆக விஷயம் அப்படியாக்கும், ஊம்?" என்று வாய்க்குள் முணு முணுத்துக்கொண்டான். "இந்த அளவுக்கு வந்துவிடும் என்று நான் உண்மையில் நினைக்கவே இல்லை ...." என்றுவிட்டு, சற்று நேர மௌனத்துக்குப் பின், தொடர்ந்தான்: "அப்போது அப்படி யாக்கும் விஷயம்! கடைசியில் இப்படியா ஆயிற்று! இந்த நிலைமை வரும் என்று எண்ணவே என்னால் முடியவில்லை....." மீண்டும் நீண்ட மௌனம். அப்புறம் அவன் "அப்படியா சேதி/ அட இந்த மாதிரி வரும் என்று நிச்சயமாக எதிர்பார்க்கவே இல்லை..... அடேயப்பா, என்ன விபரீதம்..... எவ்வளவு சங்கடமான நிலைமை!" என்றான்.

இப்படி முணுமுணுத்துவிட்டு, எங்கு போகிறோம் என்பதைக் கவனிக்காமலே, வீடு செல்லும் வழிக்கு நேர் எதிர்த்திக்கில் விடுவிடென்று நடந்தான். புகைக் குழாய் சுத்தம் செய்பவன் ஒருவன் பாதையில் எதிர்ப் பட்டு, தனது கரி படிந்த விலாவால் அவன்மேல் உராய்ந்து அவன் தோளைக் கறேலென்றாக்கி விட்டான்; கட்டுமானம் நடந்து கொண்டிருந்த ஒரு வீட்டின் உச்சியிலிருந்து கையளவு காரை அவன் மீது சளப்பென்று விழுந்தது. அவனோ, இவை எவற்றையும் கவனிக்கவே இல்லை. நீள்பிடிக் கோடரியைப் பக்கத்தில் சாய்த்து வைத்து விட்டு, கொம்பும் சிமிழிலிருந்து மூக்குத் தூளைக் குழித்த கைமுட்டிமேல் தூவிக் கொண்டிருந்த

போலீஸ்காரன் ஒருவன்மேல் முட்டிக் கொண்ட போதுதான் அவனுக்குக் கொஞ்சம் ஸ்மரணை வந்தது. அதுவும் போலீஸ்காரன் அவனைப் பார்த்து, ‘‘ஏனய்யா மோதித் தள்ளுகிறாய்? இடம் பற்றவில்லையோ நடைபாதையில் என்று அதட்டியதனால். இந்த அதட்டல் அவனைச் சுற்று முற்றும் பார்க்க வைக்கவே அவன் நடையை வீட்டை நோக்கித் திருப்பினான். வீடு சேர்ந்த பின்புதான் அவன் தன் எண்ணங்களை ஒழுங்குபடுத்தி, தனது நிலைமையை உள்ளபடியே தெளிவாகக் கண்டு, விஷயத்தைத் தனக்குத் தானே விவாதிக்கலானான் – அரை குறை வாக்கியங்களில் அல்ல, யுக்திப் பொருத்தமாகவும் ஒளிவு மறைவின்றியும் – அந்தரங்கமான சொந்த விஷயங்களைப் பேசுவதற்குத் தகுதி வாய்ந்த அறிவாளி நண்பனிடம் உரையாடுவது போல.

‘‘ஊஹும். முடியாது. பெத்ரோவிச்சிடம் இப்போது பேசுவது நடவாது. வீட்டுக்காரியிடம் செம்மையாக வாங்கிக் கட்டிக் கொண்டிருக்கிறான் போலிருக்கிறது, அதுதான் அப்படி... ஞாயிற்றுக் கிழமை காலையில் போய்ப் பார்க்கிறேன், அதுதான் நல்லது. சனிக்கிழமை ராத்திரி பூராவும் குடித்ததன் விளைவாக மறுநாள் காலையில் ஒற்றைக் கண்ணை இடுக்கிக்கொண்டு உறங்கி வழிந்தபடி, மறுபடி ஊக்கம் வருவதற்கு ஒரு கிளாஸ் குடித்தால் நன்றாயிருக்குமே என்று தவியாய்த் தவித்துக் கொண்டிருப்பான். பெண்டாட்டியோ பணங் கொடுக்க மாட்டாள். ஆகவே நான் வந்து பத்துக் காசோ, கொஞ்சம் அதிகமோ கொடுத்தால் தானே வழிக்கு வருவான், அப்போது மேல்கோட்டைப் பற்றி... என்ன நான் சொல்கிறது.....’’

இவ்வாறு தனக்குள் தர்க்கித்துக் கொண்ட அக்காக்கிய் அக்காக்கியெவிச் பெருத்த ஆறுதல் அடைந்து, ஞாயிறு எப்போது வரும் என எதிர்பார்த்திருந்தான். ஞாயிறும் வந்தது. பெத்ரோவிச்சின் மனைவி வீட்டை விட்டு எங்கோ கிளம்பிச்செல்வதைத் தொலைவிலிருந்த படியே பார்த்துக் கொண்டிருந்த அக்காக்கிய் அக்காக்கியெவிச் நேரே வீட்டிற்குள் புகுந்தான். பெத்ரோவிச் சனிக்கிழமை இரவுக் களியாட்டத்தின் விளைவாக உண்மையிலேயே கடுமையாக மாறுகண் போட்டுக்கம் கொண்டு, தொங்கும் தலையைச் சிரமத்துடன் நிமிர்த்தி வைத்தவாறு தூங்கி வழிந்தான்; இவ்வளவெல்லாமிருந்தும் அக்காக்கிய் அக்காக்கியெவிச் வந்த காரியம் என்ன என்று தெரிந்ததுமே, ஏதோ சைத்தான் விலாவிலே குத்திவிட்டது

போலத் துள்ளி நிமிர்ந்து, “முடியவே முடியாது. புதுக் கோட்டு தைக்கக் கொடுங்கள்” என்று சொல்லிவிட்டான்.

அக்காக்கிய் அக்காக்கியெவிச் அக்கணமே பத்துக் காசை அவன் கையில் திணித்தான்.

“ரொம்ப நன்றி. ஐயா. உங்களை வாழ்த்திக் குடித்துக் கொஞ்சம் உரப்பு ஏற்றிக்கொள்கிறேன். ஆனால் மேல் கோட்டைப்பற்றி வீணாகக் கவலைப் படாதீர்கள். அது இனி எதற்கும் உருப்படாது. புதுக்கோட்டுக்கு அளவு கொடுங்கள், அருமையாகத் தைத்துத் தருகிறேன். அது மட்டும் நிச்சயம்” என்றான் பெத்ரோவிச்.

அக்காக்கிய் அக்காக்கியெவிச் பழங்கோட்டைப் பழுது பார்ப்பது பற்றி இன்னும் ஏதோ சொல்ல வாயெடுத்தான். ஆனால் பெத்ரோவிச் அவன் பேச்சைக் காதிலேயே வாங்கிக் கொள்ளாமல், “புதிய மேல்கோட்டு கட்டாயமாகத் தைத்துத் தருகிறேன். என்னால் முடிந்த வரையில் நன்றாகச் செய்து தருகிறேன். புதிதாக வந்திருக்கிற மோஸ்தர்படி காலருக்கு வெள்ளிக் கிளிப்பு வைக்க வேண்டிவந்தாலும் வரலாம்” என்று கூறினான்.

புதுக் கோட்டு இல்லாமல் தீராது என்பதை அப்போது தான் அக்காக்கிய் அக்காக்கியெவிச் உணர்ந்தான். அவன் இதயத் துடிப்பு நின்றது போல் ஆகிவிட்டது. எப்படித் தைத்துக் கொள்வது? எதைக் கொண்டு? எந்தப் பணத்தால்? உற்சவகால போனஸ் பணம் ஒருவேளை கிடைக்கலாம் என்பது உண்மையே. ஆனால் அந்தப் பணத்தைத்தான் முன் கூட்டியே பங்கீடு செய்து ஒதுக்கி வைத்தாகிவிட்டதே. புதுக் காற்சட்டை வாங்காமல் முடியாது; அப்புறம் பழைய பூட்சுகளுக்குப் புதிதாக மேல்தோல் தைத்துக் கொடுத்த செம்மானுக்குக் கடனைத் தீர்த்தாக வேண்டும்; தையல்காரியிடம் மூன்று சட்டைகளும், அச்சிலே ரசாபாசமில்லாமல் பெயர் குறிப்பிட முடியாத உள்ளாடைகளும் தைக்கக் கொடுக்க வேண்டும்; ஆகமொத்தம் போனஸ் பணம் பூராவும் ஒரு காசு பாக்கியில்லாமல் செலவழித்தாக வேண்டும். ஒருவேளை டைரெக்டர் பெரிய மனது பண்ணி உற்சவகால போனஸ் தொகையை நாற்பதுக்குப் பதில் நாற்பத்தைந்து அல்லது ஐம்பது ரூபிள் ஆக்கினார் என்றே வைத்துக் கொண்டாலுங்கூட, மிஞ்சுவது என்னவோ, மேல்கோட்டுக்கு வேண்டிய முதலோடு ஒப்பிட்டால்

கடலில் துளி போலச் சொற்பந்தானே. பெத்ரோவிச் சில வேளைகளில் வெறி கொண்டவன் போல அளவு சங்கையில்லாமல் வாய்க்கு வந்த விலையைச் சொல்லி விடுவான் என்பது அவனுக்குத் தெரியும். தையல்காரனின் மனைவிகூட, "ஏன், மூளை கீளை புரண்டுவிட்டதோ, கேட்கிறேன், மடையா! மற்றச் சமயங்களில் அடி விலைக்குச் செய்து கொடுக்க ஏற்றுக் கொள்கிறாய். இப்போது என்னடா என்றால் உன் பெறுமானத்துக்கும் அதிகமான தொகையைக் கூசாமல் கேட்கிறாயே!" என்று விளாசுவாள். இதெல்லாம் அக்காக்கிய் அக்காக்கியெவிச்சுக்குத் தெரிந்தது தான். எண்பது ரூபிளுக்குக் கோட்டு தைத்துக் கொடுக்கப் பெத்ரோவிச் இணங்கிவிடுவான் என்பதை அவன் அறிந்திருந்தான். இருந்த போதிலும், எண்பது ரூபிளுக்கு எங்கே போவது? இந்தத் தொகையில் பாதி வேண்டுமானால் கிடைக்கும்: பாதித் தொகையைச் சிரமமின்றித் தேடிவிடலாம். ஒருவேளை பாதித் தொகைக்குக் கொஞ்சம் கூடுதலாகவே கிடைத்துவிடும். மற்றப் பாதிக்கு எங்கே போவது?... பாதித் தொகை எங்கிருந்து கிடைக்கும் என்பதை வாசகர்கள் முன்னதாகத் தெரிந்து கொள்வது அவசியம். செலவழிக்கும் ஒவ்வொரு ரூபிளிலும் அரைக் காசை, பூட்டிய உண்டியல் பெட்டியில் போட்டு வைப்பது அக்காக்கிய் அக்காக்கியெவிச்சின் வழக்கம். ஆறு மாதங்களுக்கு ஒரு முறை சேர்ந்த செப்புக் காசுகளையெல்லாம் வெள்ளி நாணயங்களாக மாற்றிக் கொள்வான். இப்படி அவன் நீண்ட காலமாகச் சேர்த்துவந்த படியால், சில வருஷங்களில் நாற்பது ரூபிளுக்கும் மேலே சேர்ந்துவிட்டது. ஆகவே தேவைப்பட்ட தொகையில் பாதி அவன் கையிலிருந்தது; ஆனால் மறு பாதிக்குப் போவதெங்கே? இன்னும் நாற்பது ரூபிள் எங்கிருந்து கிடைக்கும்? அக்காக்கிய் அக்காக்கியெவிச் திரும்பத் திரும்ப யோசனை செய்த பின், குறைந்தது ஒரு வருடத்திற்காவது சாதாரணச் செலவுகளைக் குறைத்துக்கொள்ள வேண்டும் என்று தீர்மானித்தான்; அதாவது மாலை நேரத்தில் தேநீர் பருகுவதை நிறுத்த வேண்டும்; இரவில் மெழுகுவத்தி எரிப்பதைத் தவிர்க்க வேண்டும், வேலை செய்ய வேண்டி இருந்தால் வீட்டுச் சொந்தக்காரியின் அறைக்குப் போய் அவளது விளக்கு வெளிச்சத்தில் செய்ய வேண்டும்; தெருவில் போகும் போதும், பூட்சு அடிப்பாகம் சுருக்கத் தேய்ந்து விடாமலிருப்பதற்காகக் கூழாங்கல்லோ தட்டைக் கல்லோ பாவிய இடங்களில் முடிந்த வரை

மெதுவாக அடிவைத்து, நுனிக்காலால் நடப்பது போல நடக்க வேண்டும்; துணிகளை அபூர்வமாக எப்போதாவது தான் வெளுக்கப் போட வேண்டும், அவை நைந்து விடாமலிருக்கும் பொருட்டு, ஒவ்வொரு தடவையும் வீடு திரும்பியதுமே அவற்றைக் களைந்துவிட்டு, ட்வில் அங்கியை மட்டுமே (காலமே இரக்கங்கொண்டு விட்டு வைத்திருந்த மிகப் பழைய ஆடை இது) அணிய வேண்டும் என நிச்சயித்தான். உண்மையாகச் சொன்னால், அக்காக்கிய் அக்காக்கியெவிச்சுக்கு இம்மாதிரிச் செட்டுங்கட்டுமாயிருப்பது முதலில் மிகக் கஷ்டமாகத்தானிருந்தது; பின்னால் அவனுக்குப் பழக்கமாகி விடவே எல்லாம் சுளுவாய்ப் போயிற்று; மாலையில் பட்டினி கிடப்பது கூட அவனுக்கு உறைக்கவில்லை, ஏனெனில் அவனது எண்ணங்களெல்லாம் வரப்போகும் மேல்கோட்டைப் பற்றிய யுக முக்கியத்துவம் வாய்ந்த கருத்தாலேயே நிறைந்திருந்தபடியால் ஆன்மீக உணவு அவனுக்கு ஏராளமாகக் கிடைத்துவந்தது. தன்னுடைய வாழ்வே முன்னைவிட இப்போது அதிக முழுமையுற்றுவிட்டது போலவும், தான் மணந்துகொண்டு விட்டது போலவும், தன் அருகே யாரோ இருப்பது போலவும், தான் தனியனல்ல போலவும், அன்புக்குகந்த தோழி ஒருத்தி தனது வாழ்க்கைத் துணைவியாக இணங்கிவிட்டது போலவும் அவனுக்குத் தோன்றியது– இந்தத் தோழி வேறு யாருமல்ல, கனமாகப் பஞ்சு வைத்து, என்றுங் கிழியாதபடி அழுத்தமான உள்துணி கொடுத்துத் தைத்த அதே மேல் கோட்டுத்தான். அவன் முன்னைக் காட்டிலும் அதிகக் குதூகலமாகவும், திட்டவட்டமான லட்சியத்தை நிர்ணயித்துக் கொண்டு அதை நோக்கி முன்னேறுபவன் போன்று சுபாவத்தில் அதிக உறுதியுடனும் விளங்கினான். அவன் முகத்திலிருந்தும் செயல்களிலிருந்தும் ஐயப்பாடும் நிச்சயமின்மையும், சுருக்கமாகச் சொன்னால் அவன் சுபாவத்திலிருந்த உறுதியற்ற ஊசலாட்டமெல்லாம் தானாகவே மறைந்து போயிற்று. சிற்சில சமயம் அவன் விழிகளில் ஒளி சுடரும், மூளையில் மிகமிக அடாத, துணிகரம் நிறைந்த கருத்துக்கள் மின்வெட்டுப் போலப் பளிச்சிடும் அதாவது, மார்ட்டன் மென்மயிர்த் தோல் காலருக்கே ஆர்டர் கொடுத்து விட்டால் என்ன என்று. புது மேல்கோட்டைப்பற்றிய இந்தச் சிந்தனைகள் எல்லாம் அலுவலக வேலையில் அவன் மனம் அநேகமாக ஈடுபடாதவாறு அடித்துவிட்டன. விளைவாக ஒரு முறை ஒரு தஸ்தாவேஜை நகலெடுக்கையில் பிழை

செய்வதற்கிருந்தவன் “ஐயையோ!” என்று உரக்கவே கத்தி, சிலுவைக் குறி இட்டுக்கொண்டான். மாதம் ஒரு முறையாவது பெத்ரோவிச்சைச் சென்று கண்டு, மேல்கோட்டைப்பற்றியும், துணியை எங்கே வாங்குவது நல்லது, எந்த நிறத்தில், என்ன விலையில் என்றெல்லாம் சர்ச்சை செய்துவிட்டு, முகத்தில் ஓரளவு கவலை தென்பட்ட போதிலும், விரைவில் இதையெல்லாம் வாங்கிவிடுவோம், மேல்கோட்டு தயாராகிவிடும் என்ற மனச் சந்துஷ்டியுடன் வீடு திரும்புவான். உண்மையில் அவன் கனவு கண்டதைவிட வெகு முன்னதாகவே எல்லாம் நடந்தேறிவிட்டது. அவன் எதிர்பார்த்ததற் கெல்லாம் மாறாக டைரெக்டர் அக்காக்கிய் அக்காக்கியெவிச்சுக்கு நாற்பதோ நாற்பத்தைந்தோ அல்ல, முழுதாக அறுபது ரூபிள் போனஸ் வழங்கினான்! அக்காக்கிய் அக்காக்கியெவிச்சுக்கு மேல்கோட்டு தேவை என்பதை டைரெக்டர் ஊகித்துக் கொண்டானோ அல்லது தற்செயலாக இப்படி நிகழ்ந்ததோ, தெரியாது. என்ன ஆயினும் இந்த வகையில் மட்டுமே அதிகப்படியாக இருபது ரூபிள் கிடைத்து விட்டது. வேலை நடப்பதை இந்த விஷயம் துரிதப்படுத்தியது. மேற்கொண்டு இரண்டு மூன்று மாதங்கள் குறைப் பட்டினியாகக் கழித்தபின் அக்காக்கிய் அக்காக்கியெவிச்சிடம் ஏறக்குறைய எண்பது ரூபிள் உண்மையாகவே சேர்ந்துவிட்டது. சாதாரணமாக நிம்மதியாயிருக்கும் அவன் நெஞ்சு படபடவென்று அடித்துக்கொண்டது. மறு நாளே பெத்ரோவிச்சையும் அழைத்துக் கொண்டு கடைக்குப் போனான். மிக அருமையான துணி வாங்கினார்கள். இதில் ஆச்சரிய மொன்றுமில்லை; ஆறு மாதங்களுக்கு மேல் விவரமாக முன்யோசனை செய்து, மாதந்தவறாமல் கடைகளில் சுற்றிப் பார்த்து விலையை நிதானப் படுத்திக் கொண்ட விஷயமாயிற்றே இது! பயனாக பெத்ரோவிச்சே கூறினான்: “இதைக் காட்டிலும் உயர்வான துணி கிடையவே கிடையாது” என்று. உள்ளே கொடுத்துத் தைப்பதற்குக் காலிக்கோதான் என்றாலும் நல்ல ரகத்தில் உறுதியான துணி வாங்கினார்கள். அது பட்டைவிட எவ்வளவோ மேல் என்றும் உண்மையாகவே பார்வைக்கு அதிக எடுப்பாகவும் மழமழப்பாகவும் இருக்கிறதென்றும் பெத்ரோவிச் சொன்னான். மார்ட்டன் மென்தோல் மெய்யாகவே கிராக்கியாயிருந்தபடியால் அவர்கள் அதை வாங்காமல் அதற்குப் பதிலாக, கடைவீதியில் உள்ளவற்றுள் மிகமிக உயர்வான பூனைத் தோலை – தூரப் பார்வைக்கு மார்ட்டன் போலவே

காணப்படும் பூனைத் தோலை--வாங்கிக்கொண்டார்கள். பெத்ரோவிச் இரண்டே வாரங்களில் தைத்து முடித்துவிட்டான்– அதுவும் ஏகப்பட்ட பஞ்சுப் பற்றை உள்ளே கொடுக்க வேண்டியிருந்ததால், இல்லாவிடில் இன்னும் முன்னதாகத் தயாரித்திருப்பான். தன் வேலைக்குக் கூலியாகப் பன்னிரண்டு ரூபிள் வாங்கிக் கொண்டான்–கூலியை மேலும் குறைப்பதற்கு வழியே இல்லை; மெல்லிதாக இரட்டை மடிப்புக் கொடுத்து முழுதும் பட்டு நூலால் தைத்து, அப்புறம் ஒவ்வொரு மடிப்பையும் பற்களால் அழுத்திச் சீர்படுத்தி, மடிப்புக்களின் மேல் பலவிதத் தடங்களைப் பதிய வைத்திருந்தான் பெத் ரோவிச்.

அந்த நாள்.... நிச்சயமாக எந்த நாள் என்று குறிப்பிடுவது கடினம், எனினும், பெத்ரோவிச் கடைசியில் மேல்கோட்டைக் கொண்டுவந்து கொடுத்த அந்த நாள், அக்காக்கிய் அக்காக்கியெவிச்சின் வாழ்க்கையில் மிகப் பெரிய முக்கியத்துவமுள்ள நாள் என்பதில் சந்தேகமே இல்லை. பெத்ரோவிச் அதைக் கொண்டு வந்தது அதிகாலையில், அக்காக்கிய் அக்காக்கியெவிச் அலுவலகம் செல்வதற்குச் சற்று முன்பு. கடுங் குளிர்காலம் அப்போது தான் தொடங்கியிருந்தது, குளிரின் கடுமை நாளுக்குநாள் அதிகரித்துக் கொண்டு போவதற்கான குறிகளே தென்பட்டன, ஆகவே, வேறு எந்தச் சமயத்திலும் மேல்கோட்டின் வருகை இப்போதுபோல இவ்வளவு உவப்பூட்டியிராது. பெத்ரோவிச் நல்ல தையல்காரனுக்கு உரிய தோரணையில் தானே மேல்கோட்டை எடுத்துக் கொண்டுவந்து சேர்ந்தான். அவன் முகத்தில் அப்போது திகழ்ந்தது போன்ற ஆழ்ந்த கம்பீரத்தை அக்காக்கிய் அக்காக்கியெவிச் முன் ஒருபோதும் கண்டதில்லை. தான் சாதித்த காரியம் லேசுப்பட்டதல்ல என்பதையும், பழங்கோட்டின் உள் துணியை மட்டும் மாற்றித் தைப்பவர்கள் அல்லது அதைப் பழுதுபார்ப்பவர்களான தையல்காரர்களிலிருந்து புதுக் கோட்டுக்கள் தயாரிக்கும் தையல் கலைஞர்களை வேறு பிரிக்கும் பெரிய வித்தியாசத்தைத் தான் உதாரணப்படுத்திக் காட்டிவிட்டதையும் அவன் முழுமையாக உணர்ந்திருந்தது புலப்பட்டது. மேல்கோட்டைப் பெரிய கைக்குட்டையால் சுற்றிக் கொண்டுவந்திருந்தான்; அப்போது தான் வெளுத்து வந்த கைக்குட்டை அது; பிரித்த அப்புறமே அதை மடித்து, உபயோகிப்பதற்காகப் பைக்குள் வைத்துக் கொண்டான். கோட்டை

வெளியிலெடுத்தவன், கர்வந் தோன்றச் சுற்றுமுற்றும் பார்த்தான், இரு கைகளாலும் அதைப் பிடித்துக் கொண்டு அக்காக்கிய் அக்காக்கியெவிச்சின் தோள்கள் மீது லாவகமாகப் போட்டான்; பிறகு அதை இழுத்து விட்டு விட்டுக் குனிந்து, பின் பக்கம் கையால் தேய்த்துச் சுருக்கங்களைப் பிரித்துச் சீர்படுத்தினான்; அப்புறம் அதை அக்காக்கிய் அக்காக்கியெவிச்சின் உடலைச் சுற்றி, முன்பக்கம் கொஞ்சம்போலத் திறந்திருக்கும்படி போர்த்தினான். இளமை கடந்துபோன அக்காக்கிய் அக்காக்கியெவிச், கரங்களைக் கோட்டுக் கைகளுக்குள் நுழைத்துக் கொண்டு அளவு பார்க்க விரும்பவே, பெத்ரோவிச் கைகளை நுழைக்க அவனுக்கு உதவி செய்தான். அவ்வாறு அணிந்து கொண்ட போதும் கோட்டு சரியாயிருந்தது. மேல்கோட்டு கச்சிதமாகப் பொருந்தியிருந்ததென்பதில் சந்தேகத்துக்கே இடமில்லை. பெத்ரோவிச் இந்தச் சந்தர்ப்பத்தை நழுவவிடாமல், தான் விளம்பரப் பலகை மாட்டிக் கொள்ளாமல் சின்னத் தெருவில் குடியிருப்பதனாலும், அக்காக்கிய் அக்காக்கியெவிச்சை நெடுங்காலமாக அறிந்திருப்பதாலுமே மேல்கோட்டு தைப்பதற்கு இவ்வளவு குறைவாகக் கூலி கேட்டதாகச் சொல்லிக் கொண்டான். நெவ்ஸ்கிய் வீதியிலே தைக்கக் கொடுத்திருந்தால் செய்கூலி மட்டுமே எழுபத்தைந்து ரூபிள் வாங்கிக் கொண்டு விட்டிருப்பார்கள் என்றான். அக்காக்கிய் அக்காக்கியெவிச் இந்த விஷயம் பற்றிப் பெத்ரோவிச்சுடன் விவாதிக்க விரும்பவில்லை, தவிர, சவடாலடிப்பதற்காகப் பெத்ரோவிச் அள்ளி வீசிய பெரும் பெருந்தொகைகள் அவனுக்குக் கலவரமூட்டின. தையல்காரனுக்குக் கூலி கொடுத்து நன்றி கூறிவிட்டு, அக்கணமே புதிய மேல்கோட்டை அணிந்துகொண்டு அலுவலகத்துக்குக் கிளம்பி விட்டான். பெத்ரோவிச் வீதிவரை வந்து அவனை வழியனுப்பிவிட்டு, ஒரே இடத்தில் நின்று, தான் தைத்த கோட்டின் பின் அழகை நெடுநேரம் வரை பார்த்துக் கொண்டிருந்த பிறகு, குறுக்குச் சந்து வழியாகப் பாய்ந்து சென்று தன் படைப்பான கோட்டை மீண்டுமொருமுறை வேறு கோணத்திலிருந்து, அதாவது முன் புறமிருந்து நோக்கும் பொருட்டு வீடு செல்லும் வழியைவிட்டு வேண்டுமென்றே விலகி ஓடினான். இதற் இடையில் அக்காக்கிய் அக்காக்கியெவிச் இன்ப வாரிதியில் துளைந்து கொண்டு களிப்பே உருவாய் நடந்தான். தான் புதிய மேல்கோட்டு அணிந்திருப்பதை அவன் கணமேனும் மறக்கவில்லை. உள்ளிருந்து பொங்கிய மனநிறைவால்

பல முறை புன்முறுவல் பூத்தான். உண்மையாகவே கோட்டில் இரண்டு அனுகூலங்கள் இருந்தன: முதலாவது, கதகதப்பாயிருந்தது; இரண்டாவது, நன்றாகத் தைக்கப்பட்டிருந்தது. வழி நடப்பதையே உணராமல் மிதந்து சென்றவன் திடீரென்று தான் அலுவலகம் சேர்ந்து விட்டதைக் கண்டான். நடையில் மேல் கோட்டைக் கழற்றி, முன்னும் பின்னும் நன்றாகப் பார்வை யிட்டுவிட்டு, வாயில் காப்போனின் விசேஷப் பொறுப்பில் ஒப்படைத்தான். அக்காக்கிய் அக்காக்கியெவிச் புதிய மேல்கோட்டு தைத்துக் கொண்டு விட்டான், பழைய கப்போத் காலாவதியாகி விட்டது என்ற செய்தி எப்படியோ இலாக்கா முழுவதிலும் நொடிப்போதில் பரவிவிட்டது. அந்தக் கணமே எல்லோரும் அக்காக்கிய் அக்காக்கியெவிச்சின் மேல்கோட்டைப் பார்வையிடுவதற்காக வாயில் காப்போனருகே ஓடினார்கள். வாழ்த்துக்களும் உபசார மொழிகளும் அவன் மீது பொழியலாயின. முதலில் அக்காக்கிய் அக்காக்கியெவிச் புன்னகை மட்டுமே புரிந்தான், பின்பு அவனுக்குக் கூச்சமாயிருந்தது. அப்புறம் எல்லாரும் அவனைச் சூழ்ந்து கொண்டு புதிய மேல்கோட்டு வந்ததைக் கொண்டாட வேண்டுமென்றும், தங்களெல்லோருக்கும் ஒரு விருந்தாவது கொடுக்க வேண்டுமென்றும் வற்புறுத்தத் தொடங்கவே அக்காக்கிய் அக்காக்கியெவிச் ஒரேயடியாகக் குழப்பமடைந்து, என்ன செய்வது, என்ன சொல்வது. இந்த எக்கச்சக்கமான நிலைமையிலிருந்து எப்படி விடுபடுவது எனத் தெரியாமல் திகைத்தான். சில நிமிடங்களுக்கு அப்புறம் அவன், முகமெல்லாம் கன்றிச் சிவக்க, அது புதிய கோட்டே இல்லையென்றும், இப்படித்தான் ஏதோ என்றும், பழங்கோட்டே தான் என்றும் சிரித்து மழுப்பினான். கடைசியில் குமாஸ்தாக்களில் ஒருவன், அதுவும் அலுவலகத்தின் உதவித் தலைமைக் குமாஸ்தா, தான் அகந்தை பிடித்தவனே அல்ல, கீழ்நிலையிலிருப்பவர்களையும் ஆளாக மதிப்பவன் எனக் காட்டிக்கொள்வதற்காகவே போலும், "அப்படியே இருக்கட்டும்! அக்காக்கிய் அக்காக்கியெவிச்சுக்குப் பதிலாக நான் கொடுக்கிறேன் விருந்து. இன்று மாலை தேநீர் விருந்துக்கு என் வீட்டுக்கு வரும்படி எல்லோரையும் கேட்டுக்கொள்கிறேன். அதோடு கூட இன்று என் பெயர் நாளும் வாய்த்துக் கொண்டது" என்றான்.

குமாஸ்தாக்கள் அனைவரும் இயல்பாகவே அவனுக்கு வாழ்த்துக் கூறி அவனுடைய அழைப்பை விருப்புடன் ஏற்றுக்கொண்டார்கள்.

அக்காக்கிய் அக்காக்கியெவிச் தனக்குச் சௌகரியப்படாது என்று சொல்லிப் பார்த்தான், ஆனால் அது நடவாதெனவும், வெட்கக்கேடு, அவமானம் எனவும் எல்லோரும் சேர்ந்து ஒரே போடாய்ப் போடவே, அவன் தப்பித்துக்கொள்ளவே வகையில்லாது போயிற்று. ஆயினும், இதைச் சாக்கிட்டுச் சாயங்காலமும் மேல்கோட்டைப் போட்டுக் கொண்டு நடக்கலாம் என்பது பிறகு நினைவுக்கு வந்ததும் அவனுக்கு மகிழ்ச்சி யுண்டாயிற்று. அன்றைய தினம் முழுவதுமே அக்காக்கிய் அக்காக்கியெ விச்சுக்கு மாபெருந் திருநாளாகத் திகழ்ந்தது. உவகை ஊற்றெடுத்துப் பொங்க வீடு திரும்பினான், மேல்கோட்டைக் கழற்றிச் சாவதானமாகச் சுவரில் மாட்டினான், மேல் துணியையும் உள் துணியையும் பார்த்து மகிழ்ந்த வண்ணம் சிறிது நேரம் நின்றான், அப்புறம் நைந்து திரித்திரியாய்ப் போயிருந்த பழங்கோட்டை வேண்டுமென்றே வெளியிலெடுத்து, புதுக் கோட்டுடன் ஒப்பிட்டுப் பார்த்தான். பழங்கோட்டின் மீது கண்ணோட்டியதும் அவனுக்கே சிரிப்பு வந்தது: புதிதிற்கும் பழையதற்கும் அவ்வளவு வித்தியாசம்! சாப்பிடும் வேளை முழுவதும் தனது கப்போத் இருந்த அவல நிலையை எண்ணி எண்ணிப் புன்சிரிப்புச் சிரித்த வண்ணமாயிருந்தான். சந்தோஷமாகச் சாப்பிட்டான், சாப்பாடு முடிந்த பிறகு நகல் எழுதவில்லை, ஒரு தஸ்தாவேஜைக் கூட நகல் எடுக்கவில்லை, அந்தி மங்குல் வரை கட்டிலில் படுத்துச் சொகுசு கொண்டாடினான். பின்பு வீண் காலங்கடத்தாமல் மளமளவென்று உடையணிந்து, மேல்கோட்டைத் தோளில் மாட்டிக் கொண்டு வீதிக்கு வந்தான். தேநீர் விருந்தளித்த குமாஸ்தா திட்டமாக எங்கே வசித்து வந்தான் எனக் கூற முடியாததற்கு வருந்துகிறோம். நமது ஞாபகசக்தி தீவிரமாகப் பிசகத் தொடங்கியிருக்கிறது; பீட்டர் ஸ்பர்க் நகரில் உள்ளவை எல்லாம், எல்லாத் தெருக்களும் வீடுகளும், நமது மூளையில் ஒன்றோடொன்று கலந்து குழம்பியிருப்பதால், அவற்றை ஒழுங்குபடுத்திக் காண்பது கொஞ்சம் கடினந்தான். அது எப்படியாயினும் விருந்து கொடுத்த குமாஸ்தா நகரின் மிக நல்ல பகுதி ஒன்றில் வசித்து வந்தான் என்பது மட்டும், அதாவது, அக்காக்கிய் அக்காக்கியெவிச்சின் வீட்டு அருகாமையிலேயே வசிக்கவில்லை என்பது மட்டும் சந்தேகத்துக்கு இடமற்ற விஷயம். முதலில் அக்காக்கிய் அக்காக்கியெவிச் ஜன நடமாட்டமற்ற, விளக்கு வெளிச்சம் குறைந்த தெருக்கள் வழியே செல்ல

நேர்ந்தது. ஆனால் அவன் உதவித் தலைமைக் குமாஸ்தாவின் இல்லத்தை நெருங்க நெருங்க வீதிகள் கலகலவென்று ஜனங்கள் பல்க, பளிச்சிடும் விளக்கு வசதிகளோடு விளங்கின. நடமாடுபவர்கள் அதிகமாக எதிர்ப் பட்டார்கள், ஒயிலாக உடையணிந்த மாதர் தென்படலாயினர், ஆடவர் பலர் விலையுயர்ந்த நீநாய்த்தோல் காலருடன் இலகினார்கள். பித்தளைக் குமிழ்கள் பதித்த மரக் கிராதிவடிவான வாடகை ஸ்லெட்ஜுகளுடன் ஏழைக் கிராம வண்டிக்காரர்கள் அரிதாகவே காணப்பட்டனர்; மாறாக வண்டிக்காரர்கள் பெரும்பாலும் சிவப்பு மகமல் தொப்பியணிந்து எடுப்பான தோற்றத்துடன் விளங்கினார்கள், அவர்களது ஸ்லெட்ஜுகள் அரக்குச் சாயம் பூசப் பெற்று கரடித்தோல் மூடு போர்வையுடன் திகழ்ந்தன. பிரமாதமாக அலங்கரிக்கப்பட்ட பெட்டி வண்டிகள், வெண்பனி மீது சக்கரங்கள் கரகரக்க வீதிகளில் விரைந்தோடின. அக்காக்கிய் அக்காக்கியெவிச் இவற்றை யெல்லாம் ஏதோ புதுமையைக் காண்பதுபோல வியந்து நோக்கினான். எத்தனையோ ஆண்டுகளாக அவன் மாலை நேரத்தில் அறையை விட்டு வெளிச் சென்றதே கிடையாது. விளக்கொளி நிறைந்த கடை ஜன்னல் ஒன்றின் எதிரே சில நிமிடங்கள் நின்று, அழகிய பெண்ணொருத்தி காலணியைக் கழற்றுவது போலத் தீட்டப்பட்டிருந்த வண்ண ஓவியத்தைக் கண் கொட்டாது பார்த்தான்; ஓவியப் பெண் பாதரட்சையைக் கழற்றிய விதத்தில் வடிவாக அமைந்த அவளது கால் முழுதும் தெரிந்தது; அவளுக்குப் பின்னே, கிருதாக்களும் வனப்பு வாய்ந்த குறுந்தாடியுமாக இலகிய ஆடவன் ஒருவன் பக்கத்து அறை வாயிலுக்கு வெளியே தலையை நீட்டி அவளைப் பார்த்துக் கொண்டிருந்தான். அக்காக்கிய் அக்காக்கியெவிச் சிரத்தை அசைத்தான், புன்னகைத்தான், பின்பு தன் வழியே நடந்தான். எதற்காக அவன் புன்னகைத்தான்? எந்த விஷயத்தை இதற்குமுன் அவன் கண்டதே இல்லையோ, ஆயினும் எந்த விஷயத்தைப் பற்றிய நசை நம்மில் ஒவ்வொருவரது உள்ளத்தின் ஆழத்திலும் ஒட்டிக் கொண்டிருக்கிறதோ, அந்த விஷயத்தைக் கண்டதனால் நகைத்தானோ? அல்லது, வேறு பல குமாஸ்தாக்களைப் போலவே அவனும், “அட இந்தப் பிரெஞ்சுக்காரன்கள் இருக்கிறான்களே! இவன்களை என்ன சொன்னாலும் போதாது. ஏதாவது அந்த மாதிரி வேண்டுமென்று ஆசை வைத்து விட்டான்களோ, அந்த மாதிரித்தான்...” என்று நினைத்தானோ?

ஒருவேளை அவன் இப்படி நினைக்கவே இல்லையோ என்னவோ. ஒருவன் உள்ளத்திலே புகுந்து அவன் எண்ணுவதை எல்லாம் தெரிந்து கொள்வது முடியாதல்லவா? கடைசியில் அவன் உதவித் தலைமைக் குமாஸ்தா வசித்து வந்த வீட்டை அடைந்தான். உதவித் தலைமைக் குமாஸ்தா பிரமாத ஆடம்பரமாக வாழ்ந்தான். மாடிப்படிக்கு மேலே விளக்கு எரிந்து கொண்டிருந்தது, அவன் இருப்பிடம் இரண்டாவது மாடியில். நடைக்குள் புகுந்ததுமே அக்காக்கிய் அக்காக்கியெவிச் அங்கே ரப்பர் மேல் பூட்சுகள் வரிசை வரிசையாக வைத்திருப்பதைக் கண்டான். அவற்றுக்கு இடையே, சீறிக்கொண்டும் ஆவிப்படலங்களை வெளிவிட்டுக்கொண்டும் அறை நடுவில் நின்றது ஒரு ஸமவார். சுவர்கள் மேல்கோட்டுக்களாலும் குளோக் எனப்படும் போர்வைகளாலும் மூடப்பட்டிருந்தன. அவற்றில் சில நீர் நாய்த்தோல் காலர்களும் மகமல் முகப்புக்களுங்கூட வைத்தவை. சுவரின் மறுபுறமிருந்து பேச்சும் கூச்சலும் கேட்டன. காலித் தேநீர் கிளாசுகளும், க்ரீம் ஜாடியும் பிஸ்கட்டுகளும் வைத்த டிரேயுடன் பணியாள் அறைக் கதவைத் திறந்துகொண்டு வரவும், சத்தம் தெளிவாகக் கணீரென ஒலித்தது. குமாஸ்தாக்கள் கொஞ்ச நேரமாகவே அங்கே கூடியிருக்கிறார்கள் என்பதும் முதல் முறை தேநீர் அருந்தி ஆயிற்று என்பதும் துலக்கமாகப் புலப்பட்டன. அக்காக்கிய் அக்காக்கியெவிச் மேல்கோட்டைக் கழற்றி மாட்டி விட்டு அறைக்குள் பிரவேசித்ததுமே மெழுவத்தி விளக்குகளும், குமாஸ்தாக்களும், சுங்கான்களும், சீட்டாட்ட மேஜைகளும் ஏககாலத்தில் அவன் பார்வையில் பளிச்சிட்டன. அவன் காதுகளோ, அறையின் எல்லா மூலைகளிலிருந்தும் வந்த இடையறாத சம்பாஷணையின் குழம்பிய ஒலிகளாலும், நாற்காலிகள் நகர்த்தப்படும் அரவத்தாலும் நிறைந்தன. அவன் அறை நடுவே அசடுவழிய நின்றுகொண்டு என்ன செய்வது என்று மூளையைக் குழப்பிக் கொண்டான். ஆனால் கூடியிருந்தவர்கள் அவன் வந்ததைக் கவனித்துப் பெருங்கூச்சலுடன் அவனை வரவேற்று, அவனது மேல்கோட்டை மறுமுறை பார்வையிடும் பொருட்டு ஒருமொத்தமாக நடைக்குச் சென்றார்கள். அக்காக்கிய் அக்காக்கியெவிச் ஆரம்பத்தில் கொஞ்சம் கூச்சப்பட்டானாயினும் களங்கமற்ற உள்ளம் வாய்ந்தவனாதலால் எல்லோரும் தன் மேல்கோட்டைப் புகழ்வதைக் கேட்டு உச்சி குளிராமலிருக்க அவனால் முடியவில்லை. அப்புறம் எல்லோரும் அவனையும் அவன் மேல்

கோட்டையும் அறவே மறந்துவிட்டு, எதிர்பார்க்கக் கூடியது போலவே சீட்டாட்ட மேஜைகளைச் சுற்றிக் குழுமினார்கள். அக்காக்கிய் அக்காக்கியெவிச்சுக்கோ இந்தச் சத்தம், பேச்சு, ஜனக்கூட்டம் எல்லாமே புதுமையாகவும் விந்தையாகவும் இருந்தன. என்ன செய்வது, கைகளையும், கால்களையும், உடல் முழுவதையுமே எங்கு வைப்பது என்று விளங்காமல் தத்தளித்தான். முடிவில் அவன் சீட்டாடுபவர்கள் அருகே உட்கார்ந்து, சீட்டுக்களைப் பார்ப்பதும் ஆட்டக்காரர் முகங்களை ஒன்று மாற்றி ஒன்றாக நோட்டமிடுவதுமாக இருந்துவிட்டு, சிறிது நேரம் சென்றதும் சலிப்புற்றுக் கொட்டாவிவிட ஆரம்பித்தான்– அக்காலமாகிவிட்டது, அவன் வழக்கமாகத் தூங்கும் வேளை எப்போதோ கடந்துவிட்டதாகையால், அவன் விடை பெற்றுக் கொண்டு வெளியேற எத்தனித்தான், ஆனால் அவனுடைய புதிய மேல்கோட் டுக்கு மரியாதை செலுத்தும் பொருட்டுத் தலைக்கு ஒரு கிளாஸ் ஷாம்பெயின் பருகுவது அத்தியாவசியம் எனக் கூறி எல்லோரும் அவனைத் தடுத்துவிட்டார்கள். ஒரு மணி நேரத்திற்கெல்லாம் உணவு பரிமாறப்பட்டது: ஸாலாத் எனப்படும் காய்கறிக் கூட்டு, பொரிக்காத கன்றிறைச்சி, இறைச்சி வடை, க்ரீம் கேக்கு, ஷாம்பெயின் ஆகியன. அக்காக்கிய் அக்காக்கியெவிச் இரண்டு கிளாஸ் ஷாம்பெயின் அருந்தினான். அப்புறம் அறையில் குதூகலம் அதிகரித்துவிட்டதாக அவனுக்குப்பட்டது. எனினும் நள்ளிரவாகிவிட்டது என்பதையும் தான் எப்போதோ வீடு திரும்பியிருக்க வேண்டும் என்பதையும் மாத்திரம் அவனால் மறக்கவே முடியவில்லை. விருந்தளிப்பவன் ஏதாவது சாக்குப் போக்கு சொல்லித் தன்னைப் போகாது தடுத்துவிடக் கூடாதே என்பதற்காக யாரும் கவனிக்காதபடி நழுவி, நடைக்கு வந்து தன் மெல்கோட்டைத் தேடி எடுத்தான். அது தரையில் விழுந்து கிடந்ததைக் கண்டு அவனுக்கு நெஞ்சு சுரீர் என்றது. அதை எடுத்து உதறி, ஒரு பொட்டு தூசி இல்லாமல் தட்டித்துடைத்துத் தோள் மேல் போட்டுக்கொண்டு மாடிப்படியிறங்கித் தெருவுக்கு வந்தான்.

தெருவில் இன்னும் வெளிச்சமாயிருந்தது. செல்வர் வீட்டு வேலைக்காரர்களுக்கும் பலரக மக்களுக்கும் ஓயா அரட்டைக் கூடங்களாக விளங்கிய சில சிறிய பலசரக்குக் கடைகள் திறந்திருந்தன. மூடியிருந்த கடைகளுக்குள்ளிருந்தும் கதவிடுக்கு வழியாக வந்த ஒளிக் கீற்று உள்ளே ஆட்கள் இருப்பதைக் காட்டியது – பணிப் பெண்களும் பணியாட்களும்

அவர்கள் எங்கே போய்த் தொலைந்தார்கள் என்று தெரியாமல் எஜமானர்கள் தவிக்கும்படி விட்டு விட்டு, மிச்ச அரட்டையை அடித்து முடித்துக் கொண்டிருந்தார்கள் போலும். அக்காக்கிய் அக்காக்கியெவிச் உள்ளம் களிதுள்ள நடந்து சென்றான்; மேனியின் ஒவ்வோர் அங்கமும் அசாதாரணச் சலனத்துடன் இயங்க மின்வெட்டுப் போலத் தன்னைக் கடந்து சென்ற சீமாட்டி ஒருத்தியின் பின்னே, எதற்காகவோ தெரியவில்லை, ஓடக் கூடத் தலைப்பட்டான். ஆனால் அக்கணமே நின்று, இந்தத் திடீர் விரைவாற்றல் எங்கிருந்து வந்தது என்று எண்ணமிட்டவனாய் மீண்டும் மிக மிக மெதுவாக நடக்கலானான். சிறிது நேரத்திற்கெல்லாம் முடிவேயின்றி வெறிச்சோடிக் கிடந்த தெருக்களை அடைந்தான். பகல் வேளையிலேயே இவை அழுது வழியும், இரவிலோ கேட்கவே வேண்டியதில்லை. இப்போது அவை இன்னும் வெறுமையாகவும் ஏகாந்தமாகவும் தோற்றமளித்தன; தெரு விளக்குகள் குறைவாயிருந்தன, அப்படித் தென்பட்ட ஒரு சிலவும் அணைந்து போயிருந்தன. நகரசபை அதிகாரிகள் எண்ணெயை மிச்சம் பிடித்தார்கள் போலும். மர வீடுகளும் வேலிகளும் உள்ள பகுதிக்கு அவன் வந்து விட்டான். சுற்றிலும் கண்ணுக் கெட்டிய தூரம் வரை ஒரு பூதரைக் காணோம், வெண்பனி மட்டுமே தெருக்களில் ஒளிர்ந்தது. ஜன்னல்களின் பலகைக்கதவுகள் அடைக்கப்பட்டு இருளடைந்து கிடந்த தாழ்ந்த குடில்கள் அயர்ந்த உறக்கத்தில் ஆழ்ந்தவை போன்ற தோற்றத்துடன் அவலம் பிடித்த கரிக்கோடாய் நெடுந்தொலை வரை சென்றிருந்தன. அக்காக் கிய் அக்காக்கியெவிச் தெருவின் குறுக்கே எல்லையற்றது போலப் பரந்து கிடந்த விசாலமான மைதானத்தை நெருங்கினான். மைதானத்தின் மறு கோடியிலிருந்த வீடுகள் மங்கலாக, பட்டும் படாமலும் தெரிந்தன. இந்த மைதானம் அவனுக்குப் பயங்கரமான பாலைவனம் போலக் காணப்பட்டது.

நெடுந் தூரத்திற்கு அப்பால்—எங்கேயோ, ஆண்டவனே அறிவான்—போலீஸ் சவுக்கையிலிருந்து ஒளிக் கீற்று வருவதை அக்காக்கிய் அக்காக்கியெவிச் கண்டான். அந்தச் சவுக்கை உலகின் மறு கோடியில் இருப்பது போன்று அவனுக்குப் பிரமையுண்டாயிற்று. மைதானத்தில் அடிவைத்ததுமே அவனுடைய குதூகலம் பெருமளவு மறைந்து போயிற்று. ஏதோ துர்ச் சம்பவம் நிகழப் போகிறது என்று நெஞ்சுக்குள் உணர்ந்தவன் போலத் தன் வசமின்றியே எழுந்த திகிலுடன் தான் அவன் மைதானத்தில்

புகுந்தான். பின்னே பார்த்தான், அப்புறம் இருமருங்கிலும் கண்ணோட்டினான். நாற்புறமும் கடல் சூழ்ந்திருப்பது மாதிரிப்பட்டது. "பார்க்காமலிருப்பதே மேல்" என்று எண்ணியவனாய், கண்களை மூடிக்கொண்டு நடந்தவன், மைதானத்தின் மறு எல்லை நெருங்கிவிட்டதோ எனத் தெரிந்து கொள்வதற்காக விழிகளைத் திறந்ததுமே, இன்னாரென்று தெரியாத இரண்டு மீசைக்காரர்கள் தன் முகத்திலிடிப்பது போல அவ்வளவு அருகே நிற்கக் கண்டான். அவன் கண்கள் இருண்டன. நெஞ்சு திக்திக்கென்று அடித்துக்கொண்டது.

எதிரே நின்றவர்களில் ஒருவன் அவன் கோட்டுக் காலரைப் பற்றியவாறே, "இதோ பார், என் கோட்டுத் தான்!" என்று இடிக் குரலில் முழுங்கினான்.

அக்காக்கிய் அக்காக்கியெவிச் "அபாயம், காப்பாற் றுங்கள்!" என்று கத்த வாயெடுப்பதற்குள் இரண்டாமவன், குமாஸ்தாவின் மண்டையை விடப் பெரிய முஷ்டியை அவன் மூஞ்சிக்கு நேரே காட்டி, "கூச்சல் போட்டாயோ, தொலைந்தாய்!" என்று பயமுறுத்தினான். அக்காக்கிய் அக்காக்கியெவிச்சுக்குத் தெரிந்ததெல்லாம் அவர்கள் தன் மேல்கோட்டைக் கழற்றிக்கொண்டு கொடுத்த உதையில் தான் வெண்பனியில் தடாரென்று விழுந்தது தான். மேற்கொண்டு எதுவுமே அவன் உணர்வில் படவில்லை. சில நிமிடங்களுக்குப் பின் ஓரளவு சுயநினைவடைந்து அவன் எழுந்தபோது ஒருவரையும் காணோம். மைதானத்தில் ஒரே குளிராயிருப்பதையும் மேல்கோட்டு இல்லை என்பதையும் உணர்ந்துகொண்டு கூச்சலிடத் தொடங்கினான், எனினும் மைதானத்தின் மறு எல்லை வரை எட்டுவதற்குக் குரலில் வலிவில்லை என்று பட்டது. புகலற்ற ஆவேசத்துடன், கத்துவதை நிறுத்தாமல் மைதானத்தின் குறுக்காகப் போலீஸ் சவுக்கையை நோக்கி நேராக ஓடினான். சவுக்கைக்கு அருகே, நீள் பிடிக்கோடரி மேல் சாய்ந்து நின்று கொண்டிருந்த போலீஸ்காரன், என்ன இழவுக்காக ஒருவன் காததூரத்திலிருந்தே காட்டுக் கூச்சல் போட்டுக்கொண்டு நம்மைப் பார்க்க ஓடி வருகிறான் என்று எண்ணமிட்டவாறு, ஓடிவருபவனை ஆவலுடன் நோக்கினான். அக்காக்கிய் அக்காக்கியெவிச் அவனை நெருங்கியதுமே, "நீ என்ன ஒன்றையுமே பார்க்காமல் உறங்கிக் கொண்டிருக்கிறாயா, கண்ணெதிரே மனிதனை வழிப்பறி செய்கிறார்கள், அது கூடப் பார்வையில்

படவில்லையோ?" என்று மேல் மூச்சு கீழ்மூச்சு வாங்கக் கத்தத் தொடங்கினான். போலீஸ்காரனோ, தான் எதையும் பார்க்கவில்லை என்றும், தனக்குக் கண்ணில் பட்டதெல்லாம் யாரோ இரண்டு ஆட்கள் மைதானத்தின் மத்தியில் அவனை நிறுத்தியதை மட்டுமே என்றும், அவர்கள் அவனுடைய நண்பர்கள் போலும் எனத் தான் எண்ணிக்கொண்டதாகவும் விடையிறுத்து விட்டு, இங்கே நின்று கொண்டு வீணாகத் தன்னைத் திட்டுவதற்குப் பதில் மறு நாள் காலை போலீஸ் இன்ஸ்பெக்டரைப் போய்ப் பார்ப்பது பயனுள்ளதென்றும், அவன் கோட்டைப் பறித்துக்கொண்டவர்களை இன்ஸ்பெக்டர் கட்டாயம் கண்டுபிடித்துவிடுவாரென்றும் அக்காக்கிய் அக்காக்கியெவிச்சுக்கு யோசனை கூறினான். அக்காக்கிய் அக்காக்கியெவிச் தலைகால் புரியாத குழப்பத்துடன் வீட்டுக்கு ஓடிப்போய்ச் சேர்ந்தான். கன்னப் பொருத்தை ஒட்டியும், பிடரிலும் இப்போதும் அடர்த்தியின்றி வளர்ந்து வந்த அவன் தலைமயிர் பறட்டையாக ஒரே அலங்கோல மாயிருந்தது; மார்பிலும் விலாக்களிலும் காற்சட்டை பூராவும் வெண்பனி அப்பியிருந்தது. தடதடவென்று கதவு தட்டும் சத்தத்தைக் கேட்டு விழித்துக்கொண்ட வீட்டுச் சொந்தக்காரி படுக்கையிலிருந்து தூக்கிவாரிப் போட்டுக் கொண்டு எழுந்து ஒற்றை ஸ்லிப்பரை மட்டும் அணிந்தவாறு, நாணம் காரணமாகச் சட்டையை ஒரு கையால் மார்பை மூடிப் போர்த்தபடி வாயிலருகே ஓடிச் சென்றாள். கதவைத் திறந்து அக்காக்கிய் அக்காக்கியெவிச்சின் கோலத்தைக் கண்டதுமே அவள் திடுக்குற்றுப் பின் வாங்கினாள். நடந்த விஷயத்தை அவன் தெரிவித்ததும் அவள் அட பாவமே என்று கைகளை உதறி, அவன் நேரே போலீஸ் கமிஷனரிடமே போக வேண்டுமென்றும், போலீஸ் இன்ஸ்பெக்டர் அவனை ஏய்த்து விடுவானென்றும், அது செய்கிறேன் இது செய்கிறேன் என்று வாய்ச்சவடால் அடித்துவிட்டு நட்டாற்றில் விட்டு விடுவானென்றும், போலீஸ் கமிஷனரிடம் நேரே போவதே எல்லாவற்றையும் விட மேல் என்றும், அவர் தனக்கு வேண்டியவர் கூட என்றும், ஏனெனில் தன்னிடம் ஒரு காலத்தில் சமையல்காரியாயிருந்த பின்லாந்துப் பெண் ஆன்னா இப்போது போலீஸ் கமிஷனரின் வீட்டில் குழந்தைத் தாதியாக வேலை செய்வதாகவும், தவிர அவர் தன் வீட்டைக் கடந்து வண்டியில் போகையில் தான் அடிக்கடி அவரைப் பார்த்திருப்பதாகவும், ஞாயிறுதோறும் அவர் சர்ச்சுக்குக் கூடச்

செல்வதாகவும், பிரார்த்தனை செய்யும் போது சுற்றுமுற்றும் எல்லோரையும் சந்தோஷத்தோடு நோக்குவதாகவும், இவற்றையெல்லாம் காணும்போது அவர் தயாள குணமுள்ளவராகவே இருக்க வேண்டுமென்றும் சொன்னாள். இந்த அறிவுரையை முடிவுவரை கேட்டுவிட்டு அக்காக்கிய் அக்காக்கியெவிச் ஏக்கத்துடன் தளர்நடை நடந்து தன் அறைக்குப் போனான். அவ்விரவை அவன் எவ்வாறு கழித்தான் என்பதை, பிறரது நிலையில் தம்மைக் கற்பனை செய்து பார்க்கத் திறன் கொண்டவர்கள் தாமே நிர்ணயித்துக் கொள்ளுமாறு விட்டுவிடுகிறோம்.

மறுநாள் அதிகாலையில் அவன் போலீஸ் கமிஷனரைக் காணச் சென்றான், ஆனால் அவர் உறங்கிக் கொண்டிருப்பதாகச் சொன்னார்கள். மீண்டும் பத்து மணிக்குப் போனான், அப்பொழுதும் அவர் தூங்கிக் கொண்டிருந்தார். பதினொரு மணிக்கு அவன் மறுமுறை வந்த போது போலீஸ் கமிஷனர் வீட்டில் இல்லை என்ற தகவல் கிடைத்தது. மத்தியானச் சாப்பாட்டு வேளையில் அவன் பின்னுமொருமுறை வந்ததும் எதிர்பார்ப்பு அறையிலிருந்த குமாஸ்தாக்கள் அவனை உள்ளே போக விட மனமின்றி, என்ன காரியம், விவரமென்ன, அப்படி என்ன நடந்து விட்டது என்று சொல்லும்படி கோரினார்கள். ஆகக் கடைசியில் அக்காக்கிய் அக்காக்கியெவிச் வாழ்க்கையிலேயே முதல் தடவையாக அடித்துப் பேசுவதென்று தீர்மானித்து, தான் போலீஸ் கமிஷனரை நேரில் காண வந்திருப்பதாகவும், தன்னை உள்ளே விடாமலிருக்க அவர்களுக்கு உரிமை கிடையாதென்றும், தான் இலாக்காவிலிருந்து அலுவலக விஷயமாக வந்திருப்பதாகவும், தான் மட்டும் அவர்கள் மேல் குறை கூறி மனுச் செய்துகொண்டால் என்ன ஆகும் என அவர்கள் பார்த்துக் கொள்ளலாம் என்றும் முகத்திலறைந்தாற் போலச் சொன்னான். இதை எதிர்த்துப் பேசக் குமாஸ்தாக்களுக்குத் துணிவு வரவில்லை. அவர்களில் ஒருவன் கமிஷனரை அழைத்துவரச் சென்றான். மேல் கோட்டு பறிக்கப்பட்ட கதையைப் போலீஸ் கமிஷனர் கொஞ்சம் விசித்திரமான முறையில் கேட்டான். விஷயத்தின் முக்கிய அம்சத்தில் கவனஞ் செலுத்துவதற்குப் பதிலாக அவன் அக்காக்கிய் அக்காக்கியெவிச்சிடம் “நீ அவ்வளவு நேரங்கழித்து வீடு திரும்பியதேன்? முறைகேடான வீடு எதற்காவது நீ போகவில்லை என்பது நிச்சயந்தானா?” என்றெல்லாம் விவகாரத்துக்குச் சம்பந்தமே இல்லாத ஏதேதோ கேள்விகள் கேட்கத்

தொடங்கவே அக்காக்கிய் அக்காக்கியெவிச் ஒரேயடியாகக் குழப்பமடைந்து, போலீஸ் கமிஷனர் மேல்கோட்டை, மீட்டுத் தருவதற்கு வேண்டிய நடவடிக்கைகள் எடுப்பானா மாட்டானா என்று தெரியாதவனாய் வெளியேறினான். அன்றைய தினம் (வாழ்க்கையில் ஒரே தரம்) அவன் அலுவலகம் செல்லவில்லை.

மறுநாள் முகமெல்லாம் வெளிறிப் போய், பழைய கப்போத்தை மாட்டிக் கொண்டு அலுவலகம் சேர்ந்தான், கப்போத்தோ முன்னெப்போதையும் விடக் கேவலமாகக் காட்சியளித்தது. அவனுடைய மேல்கோட்டு பறிபோன செய்தியைக் கேட்டு (இந்தச் சந்தர்ப்பத்திலும் அக்காக்கிய் அக்காக்கி யெவிச்சை நையாண்டி செய்யாமலிருக்கச் சிலரால் முடியவில்லை என்றாலும்) பெரும்பாலான சககுமாஸ்தாக்களுக்கு. இரக்கமாயிருந்தது. அவனுக்காக அப்போதே சந்தா திரட்டுவதென்று நிச்சயித்தார்கள், ஆனால் மிக அற்பத்தொகையே வசூலாயிற்று, ஏனெனில் டைரெக்டரின் உருவப்படத்திற்காகவும், ஏதோ ஒரு புத்தகத்தை அதன் ஆசிரியனின் நண்பனான இலாக்காத் தலைவன் சொன்னதன் பேரில் வாங்குவதற் காகவும் சந்தா கொடுத்ததால் குமாஸ்தாக்கள் ஏற்கனவே பெருந்தொகை செலவழித்து விட்டிருந்தார்கள். ஆக அக்காக்கிய் அக்காக்கியெவிச்சின் பொருட்டு வருலான தொகை மிகச் சொற்பமே. ஒரு குமாஸ்தா இரக்கங்கொண்டு அக்காக்கிய் அக்காக்கியெவிச்சுக்கு யோசனை கூறியாவது உதவி செய்வோம் என்று தீர்மானித்து, அவன் இன்ஸ்பெக்டரிடம் போவதில் பயனில்லை என்றும், ஏனென்றால் மேலதிகாரிகளின் பாராட்டைப் பெறுவதற்காக இன்ஸ்பெக்டர் ஒருகால் கோட்டைக் கண்டுபிடித்து விட்டாலுங்கூட, அக்காக்கிய் அக்காக்கியெவிச் கோட்டு தன்னுடையது தான் என்று நிரூபிப்பதற்குச் சட்ட பூர்வமான அத்தாட்சிகளைக் காட்டா விட்டால் கோட்டு போலீசார் வசமே தங்கிவிடுமென்றும், ஆகையினால் அவன் ஒரு **முக்கியஸ்தரிடம்** போவதே மேல் என்றும் அந்த **முக்கியஸ்தர்** சரியான ஆட்களுக்கு எழுதியும் அவர்களோடு பேசியும் விவகாரம் விரைவாக நடக்கும்படி செய்ய முடியுமென்றும் சொன்னான். அக்காக்கிய் **அக் காக்கியெவிச்** வேறு வகையின்றி அந்த **முக்கியஸ்தரிடம்** போவது என முடிவு செய்தான்..

இம்முக்கியஸ்தர் என்ன வேலை பார்த்தார், அதன் தரம் என்ன என்பது இன்றுவரை தெரியவில்லை. இம்முக்கியஸ்தர் சமீபத்தில் தான் முக்கியஸ்தராக்கப்பட்டார் என்பதையும் அதற்கு முன் அவர் முக்கிய மற்றவராகவே இருந்தார் என்பதையும் தெரிந்து கொண்டால் போதுமானது. தவிர, அதிக முக்கியத்துவம் வாய்ந்த மற்றவர்களுடன் ஒப்பிடுகையில் அவருடைய பதவி இப்பொழுது கூட அவ்வளவு முக்கியத்துவம் உள்ளதாகக் கருதப்படவில்லை. ஆனால் மற்றவர்கள் கண்களுக்கு முக்கியமற்றதாகப் படுவதை முக்கியமானதாக மதிப்பவர்கள் எப்போதுமே இருந்து வருவார்கள் அல்லவா? அதோடு கூட இந்த முக்கியஸ்தர் தமது முக்கியத்துவத்தை வேறு பல வகைகளில் அதிகரிக்க முயன்றுவந்தார்: அதாவது, தாம் அலுவலகம் வந்து சேரும் பொழுது தம் கீழ் வேலை பார்ப்பவர்கள் எல்லோரும் மாடிப் படியில் தம்மை எதிர் கொள்ள வேண்டுமென்றும், பேட்டி காண்பதற்காக முன்கூட்டி மனுச் செய்துகொள்ளாதவன் எவனையும் தமது காரியாலயத்துக்குள் வரவிடக் கூடாதென்றும், எல்லாக் காரியங்களும் கண்டிப்பான வரிசைக் கிரமப்படி செய்யப்பட வேண்டும் என்றும், உதாரணமாக காலேஜியேட் ரிஜிஸ்டிரார் பிராந்தியச் செயலாளருக்கும், பிராந்தியச் செயலாளர் பட்டம் பெற்ற ஆலோசகருக்கோ அல்லது கிரமமான வேறு எவருக்கேனுமோ அறிக்கை சமர்ப்பிக்க வேண்டும் என்றும் இந்த வழியாகவே விவகாரம் தம் பார்வைக்கு வர வேண்டும் என்றும் அவர் நியமப்படுத்தியிருந்தார். புனித ருஷ்யத் திருநாட்டிலோ, காப்பியடிப்பது தொற்று நோய் போல் பரவியிருக்கிறது, ஒவ்வொருவனும் தனக்கு மேல் பதவியிலிருப்பவனைப் போலவே செய்கிறான், அவன் தோரணையைக் காப்பியடிக்கிறான். ஒரு கதைகூடச் சொல்லுவார்கள்: எவனோ பட்டம் பெற்ற ஆலோசகன் இருந்தானாம்; ஒரு சிறிய அலுவலகத்துக்குத் தலைவனாக நியமிக்கப்பட்டதுமே அவன் தனக்காக ஒரு தனி அறை ஏற்படுத்திக் கொண்டு, "பேட்டி காணும் அறை" என அதற்குப் பெயரிட்டு, சிவப்புக் காலர்களும் டவாலிகளுமாக இரண்டு சேவகர்களை அதன் வாயிலில் நிறுத்தி, கதவுப் பிடியைப் பற்றிக் கொண்டிருக்கும் படியும் தன்னைக் காண வருபவர்களுக்குக் கதவைத் திறந்து விடும் படியும் அவர்களுக்கு உத்தரவிட்டானாம். இந்த லட்சணத்தில் "பேட்டி காணும் அறையிலோ, சாதாரண எழுது மேஜை போடுவதற்குக் கூட இடம்

பற்றாதாம். முக்கியஸ்தரின் தோரணைகளும் பழக்க வழக்கங்களும் கனமும் படாடோபமும் பொருந்தியவை ஆயினும் நய நுட்பமற்றவை. கண்டிப்புதான் அவருடைய முறையின் பிரதான அடிப்படை. "கண்டிப்பு, கண்டிப்பு, இன்னும் கண்டிப்பு!" என்று சொல்வதும் கடைசி வார்த்தையைச் சொல்கையில் கேட்டுக் கொண்டிருப்பவனது முகத்தை அர்த்தபுஷ்டியுடன் நோக்குவதும் அவர் வழக்கம். இந்தக் கண்டிப்புக்கு விசேஷத் தேவை இருந்ததாகவும் தெரியவில்லை, ஏனெனில் அவருடைய அலுவலகத்தின் நிர்வாக இயந்திரமாக விளங்கிய மொத்தம் பத்துப் பன்னிரண்டு குமாஸ்தாக்கள் அது இல்லாமலே, ஒரேயடியாகக் கிலியடித்துப் போயிருந்தார்கள். அவர் தூரத்தில் வரக் கண்டதுமே அவர்கள் எல்லோரும் வேலையை நிறுத்தி விட்டு எழுந்து அமரிக்கையாக நின்று, தலைவர் அறையைக் கடந்துசெல்லும் வரையில் அப்படியே இருப்பார்கள். தம்கீழ் வேலை செய்பவர்களிடம் அவரது வழக்கமான உரையாடலில் கண்டிப்பு தொனிக்கும்; பெரும்பாலும் அது மூன்றே வாக்கியங்கள் கொண்டிருக்கும்: "எப்படி ஐயா உமக்குத் துணிச்சல் வந்தது? யாரோடு பேசுகிறோம் என்று தெரியுமா ஐயா உமக்கு? புரிகிறதா ஐயா உமக்கு முன்னே நிற்பது யார் என்று?" என. இவ்வளவிற்கும் அவர் நல்ல உள்ளம் படைத்தவர், கூட்டாளிகளுடன் கலகலப்பாயிருப்பார், உபகாரம் செய்வார். ஜெனரல் பதவி கிடைத்ததுமே அவர் மூளை கிறுகிறுத்துப் போயிற்று, தடம் புரண்டுவிட்டது, எப்படி நடந்து கொள்வதென்று அவருக்குப் பிடிபடவேயில்லை. சம அந்தஸ்துள்ளவர்களுடன் பழகும் போது அவர் சாதாரண மனிதராக, மிக ஒழுங்கான மனிதராக, பல விஷயங்களில் அறிவீனர் என்று சொல்ல முடியாதவராக விளங்கினார்; ஆனால் தம்மை விட ஒரு படி மட்டுமே தாழ்ந்தவர்கள் இருக்கும் கூட்டங்களில் கூட அவர் திக்குத் திசை தெரியாதவர் போல விழிப்பார்; வாயிலிருந்து வார்த்தையே கிளம்பாது; அப்போது அவருடைய நிலைமை இரங்கத்தக்கதாக இருக்கும் நேரத்தை எவ்வளவோ இன்பமாகக் கழித்திருக்கலாமே என்று அவருக்கே தோன்றுமாதலால் நிலைமை விசேஷப் பரிதாபத்துக்கு உரியதாயிருக்கும். சுவையான உரையாடல் எதிலேனும் பங்கு கொள்ளவோ, ரசமான பேர்வழிகளுடன் அளவளாவவோ பலத்த விருப்பம் அவர் மனத்தில் எழுவதைச் சில சமயம் அவரது விழிகள் காட்டும்; ஆயினும் தாம் அவ்வாறு செய்வது அதியாகக் கருதப்படுமோ, அனாவசியச் சொந்தம் பாராட்டுவதாகி

விடுமோ, அதனால் தமது மதிப்பு தாழ்ந்து போய்விடுமோ என்ற எண்ணம் அவரைத் தடுத்து நிறுத்தி விடும். இந்தத் தர்க்கத்தின் பலனாக அவர் பேசாவா யராய், அபூர்வமாக ஏதேனும் ஓரசை ஒலியைக் கிளப்புவதுடன் நின்று கொள்ளும் நிலைமையிலேயே நிரந்தரமாக இருந்து வந்தார்; இந்தக் காரணத்தினாலேயே 'படுபோர்' என்ற பட்டத்தையும் பெற்றிருந்தார். இத்தகைய **முக்கியஸ்தர்** முன்னிலையில் தான் நமது அக்காக்கிய் அக்காக்கியெவிச் பிரசன்னமானான், அதுவும் மிக மிக அனுகூலமற்ற நேரத்தில் – அதாவது தனக்கு, முக்கியஸ்தருக்கல்ல. **முக்கியஸ்தர்** தமது அறையில் உட்கார்ந்து, பல வருஷங்களாகத் தாம் பார்க்காத தமது பழங்கால நண்பரும், குழந்தைப் பருவத் தோழரும் சமீபத்தில் பீட்டர்ஸ்பர்க் நகருக்கு வந்திருந்த வருமான ஒருவருடன் மிக மிகச் சந்தோஷமாக உரையாடிக் கொண்டிருந்தார். அந்தச் சந்தர்ப்பத்தில் பஷ்மாச்கின் என்ற ஒருவன் அவரைக் காண விரும்புவதாக அவருக்கு அறிவிக்கப்பட்டது. "யார் அது?" என்று வெடுக்கென வினவினார் முக்கியஸ்தர். "யாரோ குமாஸ்தாவாம்" எனப் பதில் கிடைத்தது. "ஓ அப்படியா? காத்திருக்கச் சொல்லுங்கள். இப்போது எனக்கு நேரமில்லை" என்றார் முக்கியஸ்தர். முக்கியஸ்தர் சொன்னது பச்சைப் பொய் என்பதை இங்கே கூறிவிடுவது உசிதமாகும். அவருக்கு நிறைய நேரம் இருந்தது. அவரும் நண்பரும் பேச வேண்டியதை யெல்லாம் எப்போதோ பேசித் தீர்த்துவிட்டார்கள். வெகு நேரமாகவே நடு நடுவே நீண்ட மௌனத்தில் ஆழ்ந்துவிடுவதும், மௌனத்துக்கு மத்தியில் ஒருவரையொருவர் முழங்காலில் அடித்து, "ஆச்சா, இவான் அப்ராமவிச்!" "அப்படியாக்கும் சேதி, ஸ்தெபான் வர்லாமவிச்!" என்பதுமே அவர்களுடைய உரையாடலாகத் திகழ்ந்தது. இருந்தபோதிலும் அவர் குமாஸ்தாவைக் காத்திருக்கச் சொன்னது எதற்காக வென்றால், சர்க்கார் உத்தி யோகத்திலிருந்து வெகுகாலத்துக்கு முன்பே விலகி, கிராம வீட்டிலேயே நேரத்தைக் கழித்துக்கொண்டிருந்த நண்பருக்கு, குமாஸ்தாக்கள் எவ்வளவு நேரம் தமது பேட்டிக்காக நடையில் காத்திருக்கிறார்கள் என்று காட்டு வதற்காகத் தான். கடைசியில் வேண்டிய அளவு சம்பாஷித்து, அல்லது உண்மையில் மௌனமாயிருந்து முடிந்து, சௌகரியமான சாய்வு–நாற்காலிகளில் அமர்ந்து இன்பமாகச் சுருட்டு புகைத்தானதும் முக்கியஸ்தர் திடீரென ஏதோ நினைவுக்கு வந்தது போன்று, கத்தைக் காகிதங்களும்

கையுமாகக் கதவருகே நின்று கொண்டிருந்த தமது செயலாளனை விளித்து, "அங்கே யாரோ குமாஸ்தா காத்திருக்கிறான் போலிருக்கிறது பேட்டிக்கு. அவனை வரச் சொல்லும்" என்றார். அக்காக்கிய் அக்காக்கி யெவிச்சின் எளிய தோற்றத்தையும் பழைய உடுப்பையும் கண்டதும் முக்கிய ஸ்தர் சட்டென அவன் பக்கம் திரும்பி, தமக்கு தற்போதைய வேலையும் ஜனரல் பதவியும் கிடைப்பதற்கு ஒரு வாரத்துக்கு முன்பே தனிமையில் நிலைக் கண்ணாடிக் கெதிரே நின்று பயிற்சி செய்து கொண்ட கடுமையான குரலில், "உமக்கு என்ன வேண்டும்?" என்று வெடுக்கெனக் கேட்டார். ஏற்கனவே வேண்டிய அளவு அச்சமும் நடுக்கமும் நிறைந்திருந்த அக்காக்கிய் அக்காக்கியெவிச், சற்றுத் தடுமாற்றங் கொண்டு, "வந்து...." "அதாவது...." என்று அசைச் சொற்களை வழக்கத்துக்கு அதிகமாகவே உபயோகித்து, தன் மேல்கோட்டு புத்தம் புதியதென்றும், மனிதத் தன்மையற்ற முறையில் அது அபகரிக்கப்பட்டு விட்டதென்றும், தான் முக்கியஸ்தரிடம் வந்திருப்பது, அவர் தக்கவர்களிடம் ஒரு வார்த்தை சொல்லியோ, நகரப் போலீஸ் கமிஷனருக்கோ வேறு யாருக்கேனுமோ எழுதியோ தனக்கு மேல்கோட்டு திரும்பக் கிடைக்கச் செய்வார் என்ற நம்பிக்கையுடனேயே என்றும், தன்னால் இயன்றவரை, குழறும் நா அனுமதித்த அளவுக்கு விவரமாக விளக்கினான். அவன் இவ்வாறு தம்மை அணுகியது முறையற்ற சொந்தம் பாராட்டுதல் என்று என்ன காரணத்தாலோ முக்கியஸ்தருக்குப்பட்டது. "என்ன அய்யா, ஒன்றும் புரிய வில்லையே! ஒழுங்கான நடைமுறை உமக்குத் தெரியாதா என்ன? இங்கே எதற்காக வந்தீர்? விவகாரத்தை எப்படி நடத்த வேண்டுமென்று தெரியாதோ உமக்கு? இதைப்பற்றி விண்ணப்பம் எழுதி நீர் அலுவலகத்துக்குச் சமர்பித்திருக்க வேண்டும். அந்த விண்ணப்பம் தலைமைக் குமாஸ்தா பார்வைக்கு வந்திருக்கும், அதாவது காரியாலயப் பிரிவின் தலைவருக்கு; அவர் அதை என் செயலாளருக்கு அனுப்பியிருப்பார், செயலாளர் என் கவனத்துக்கு அதைக் கொணர்ந்திருப்பார்..." என்று கடுகடுத்த குரலில் சீறினார்.

அக்காக்கிய் அக்காக்கியெவிச் தன்னிடமிருந்த சொற்ப மனோதைரியத்தை முழுவதும் திரட்டி, மேல்காலெல்லாம் வியர்த்துக் கொட்ட, "ஆனால், பெரிய துரை அவர்களே, நான் தேவரீரைத் தொந்தரவு படுத்தத் துணிந்தது எதனாலென்றால், செயலாளர்கள் இருக்கிறார்களே இவர்கள்.... அதாவது.... வந்து.... நம்பகமானவர்கள் அல்ல..." என்று ஆரம்பித்தான்.

“என்ன? என்ன? என்ன சொன்னீர்?” என்றார் முக்கியஸ்தர். “இம்மாதிரிப் பேச எங்கிருந்து ஐயா வந்தது உமக்கு நெஞ்சுத் துணிச்சல்? இந்த உதவாக்கரை எண்ணங்கள் எங்கிருந்து கிடைத்தன உமக்கு? தங்கள் தலைவர்களுக்கும் மேலதிகாரிகளுக்கும் எதிராக இளைஞர்களுக்கிடையே பரவிவரும் இந்தக் கலக உணர்ச்சிக்கு என்ன ஐயா அர்த்தம்?” என்று விளாசினார்.

அக்காக்கிய் அக்காக்கியெவிச்சுக்கு ஐம்பது வயது ஆகிவிட்டது என்பதை முக்கியஸ்தர் கவனிக்கவில்லை போலும். அவனை இளைஞன் என்று அழைத்தது, எழுபது வயதானவனுடன் ஒப்பிட்டால் அவன் இளைஞன் என்ற பொருளிலேயே என நினைக்க வேண்டியிருக்கிறது.

“யாரிடம் இதையெல்லாம் சொல்லுகிறோம் என்று தெரியுமா ஐயா உமக்கு? உம் எதிரே நிற்பது யார் என்பது புரிகிறதா ஐயா? புரிகிறதா ஐயா இது? புரிகிறதா ஐயா? உம்மைத்தான் கேட்கிறேன்.”

இவ்வாறு கூறுகையில் அவர் காலைத் தொப்பென்று அடித்துக் குரலை உச்சஸ்தாயிக்கு உயர்த்திவிடவே, அதனால் குலைபதறியது அக்காக்கிய் அக்காக்கியெவிச் ஒருவனுக்கு மட்டுமே அல்ல. அக்காக்கிய் அக்காக்கியெவிச் கதி கலங்கிப்போய், கால்கள் தடுமாற, மெய்விதிர்க்க, நிற்க முடியாமல் தத்தளித்தான். வாயில் காப்போர் ஓடிவந்து தாங்கியிரா விட்டால் அவன் துவண்டு தரையில் சாய்ந்திருப்பான். அனேகமாக ஸ்மரணையற்ற நிலையில் அவனை வெளியே கொண்டு போனார்கள். விளைவு தாம் எதிர்பார்த்ததையும் விஞ்சி விட்டது என்பதைக் கண்டு திருப்தியடைந்த முக்கியஸ்தர், தமது வாய்ச்சொல் ஒருவனை உணர்விழக்கச் செய்யும் வன்மை கொண்டது என்ற எண்ணத்தால் உவகை மீதூர, தமது நண்பர் இதைப் பற்றி என்ன நினைக்கிறார் என்பதைத் தெரிந்துகொள்ளும் பொருட்டு அவரைக் கடைக்கண்ணால் நோக்கினார்; நண்பர் மனநிம்மதி யின்றித் தவிப்பதையும், தாமே அரண்டு போயிருப்பதையும் பார்த்து அவருக்கு மனநிறைவு ஏற்படாமலில்லை.

எப்படி மாடிப்படி இறங்கினோம், எப்படித் தெருவுக்கு வந்தோம் என்பது ஒன்றுமே அக்காக்கிய் அக்காக்கியெவிச்சுக்கு நினைவில்லை. அவன் கை கால்கள் உணர்விழந்து மரத்துப்போய் விட்டன. வாழ்வில் ஒரு

முறை கூட அவன் ஒரு முக்கியஸ்தரால், அதுவும் வேறு காரியாலய முக்கியஸ்தரால் இவ்வளவு கடுமையாக அதட்டி உருக்கப்பட்டது கிடையாது. வீதியில் உஷ்ஷென்ற இரைச்சலுடன் அடித்துக் கொண்டிருந்த பனிப் புயலில், அங்காந்த வாயனாய், நடைபாதையிலிருந்து இடறி இடறி விழுந்தவாறு நடந்தான்; காற்றோ, பீட்டர்ஸ்பர்க் வழக்கப்படி எல்லாத் திசைகளிலிருந்தும் எல்லாச் சந்துகளிலிருந்தும் ஏககாலத்தில் வீசிக் கொண்டிருந்தது. கணப்போதில் அவன் தொண்டை அழன்றுபோயிற்று, எப்படியோ தள்ளாடியவாறு வீடு வந்து சேர்ந்ததும் அவனால் ஒரு வார்த்தை கூடப் பேச முடியவில்லை. மேலெல்லாம் வீக்கங்கண்டிருந்தது. உடனே படுக்கையில் படுத்தான். அதிகாரிகளின் சரியான விளாசல் சில சமயங்களில் அவ்வளவு வன்மையுள்ளதாகும்!

அடுத்த நாளே அவனுக்குக் கடுமையான சுரம். பீட்டர்ஸ்பர்க் நகரப் பருவ நிலையின் தாராள உதவியின் பயனாக நோய் சாதாரணமாய் எதிர்பார்க்கக் கூடியதைக் காட்டிலும் வெகு விரைவாக முற்றியது. ஆகவே டாக்டர் வந்துசேர்ந்ததும் அவனுடைய நாடியைப் பிடித்துப் பார்த்து விட்டு, வேறு ஒன்றும் செய்வதற்கின்றி, ஏதோ ஒத்தடம் கொடுக்கும்படி மட்டும் யோசனை சொன்னார் அதுவும் – நோயாளியை வைத்திய சாஸ்திரத்தின் நன்மை தரும் உதவியில்லாமல் விட்டு விடக் கூடாதே என்ற ஒரே காரணத்தினால்; அதே கையோடு ஒன்றரை நாட்களில் நோயாளியின் பாடெல்லாம் நிச்சயமாக முடிந்து விடும் என்றும் அபிப்பிராயம் தெரிவித்தார். பின்பு வீட்டுச் சொந்தக்காரியைப் பார்த்து, "நீங்கள், அம்மா, நேரத்தை வீண் போக்காதீர்கள். இப்போதே இவனுக்காகப் பைன் மரச்சவப் பெட்டிக்குச் சொல்லி விடுங்கள், ஏனென்றால் ஓக் மரப் பெட்டி இவனுக்குக் கட்டாது, இல்லையா?" என்றார்.

தன் வாழ்வைத் தீர்த்துக்கட்டும் இந்தச் சொற்கள் அக்காக்கிய் அக்காக்கியெவிச்சின் காதில் பட்டனவா? பட்டனவென்றால் அவன் உள்ளத்தில் அவற்றால் கிளர்ச்சி உண்டாயிற்றா? தனது அவல வாழ்வைக் குறித்து அவன் வருந்தினானா? இவ்விஷயத்தைப் பற்றி எதுவும் சொல்வதற்கில்லை, ஏனெனில் அவன் ஜன்னியும் ஜுரமுமாகத் தவித்துக் கொண்டிருந்தான். ஒன்றைவிட ஒன்று விசித்திரமான காட்சிகள் இடைவிடாமல் அவன் மனக் கண்முன் தோன்றிய வண்ணமாயிருந்தன.

ஒரு சமயம் பெத்ரோவிச்சைக் கண்டு, திருடர்களை அகப்படுத்தும் கண்ணிகள் வைத்த மேல்கோட்டு தைக்கக் கொடுத்தான்; திருடர்களோ தனது கட்டிலுக்கு அடியில் ஒளிந்து கொண்டிருப்பது போல அவனுக்குப் பிரமை உண்டாயிற்று. எனவே அவர்களை அங்கிருந்து விரட்டும் படி வீட்டுச் சொந்தக்காரியிடம் நொடிக்கொரு தரம் கேட்டுக் கொண்டிருந்தான்; ஒரு முறை, ஒரு திருடனைப் போர்வைக்குள்ளிருந்து கூட விரட்டும்படிச் சொன்னான்; மற்றொரு முறை, தன்னிடம் புதிய மேல்கோட்டு இருக்கையில் பழைய கப்போத் சுவரில் ஏன் தொங்கிக் கொண்டிருக்கிறது என்று வினவினான்; பின்னொரு சமயம் தான் முக்கியஸ்தருக்கு முன் நின்றவாறு, அவர் தனக்குச் சரியான படிக்கொடுத்த கண்டனத்தைக் கேட்பது போல மருள் கொண்டு, "தவறுக்கு வருந்துகிறேன், பெரியதுரை அவர்களே!" என்றான்; அப்புறம் முடிவாக அவன் ஆபாச வசவுகளைப் பொழியத் தொடங்கி, மிக மிகப் பயங்கரமான சொற்களை உரக்கக் கத்தவே, அவன் அம்மாதிரி வார்த்தைகள் பேசி இதற்குமுன் கேட்டிராத வீட்டுச் சொந்தக்காரி, சிலுவைக் குறி இட்ட வண்ணமாயிருந்தாள் அதுவும் இந்த வசவுச் சொற்கள் "பெரிய துரை அவர்களே" என்ற வார்த்தைகளை உடனடியாகத் தொடர்ந்து வந்தபடியால். பின்பு அவன் தலைகால் புரியாதவாறு ஏதேதோ அர்த்தமற்ற சொற்களைப் பிதற்றிக்கொண்டே போனான்; ஒன்றே ஒன்று தான் தெளிவாகப் புலப்பட்டது: அவனது தொடர் பற்ற வார்த்தைகளும் கருத்துக்களும் மேல்கோட்டைச் சுற்றியே வட்டமிட்டன என்பது தான் அது. கடைசியில் அக்காக்கிய் அக்காக்கியெவிச் காலமானான். அவனுடைய அறையோ, உடைமைகளோ முத்திரையிடப் படவில்லை, ஏனெனில், முதலாவதாக அவனுக்கு வாரிசுகள் யாருமில்லை. இரண்டாவதாக அவன் விட்டுச் சென்றது மிக மிக அற்பமான உடைமையே; இறகு பேனாக் கட்டு ஒன்று, வெள்ளைச் சர்க்கார் காகிதம் ஒரு தஸ்தா, காலுறைகள் மூன்று ஜோடி, காற்சட்டையிலிருந்து பிய்ந்து வந்துவிட்ட சில பொத்தான்கள், வாசகர்களுக்கு ஏற்கெனவே பரிச்சயமான கப்போத் ஆகியவையே அவனுடைய சொத்து. இந்தச் சொத்துக்கெல்லாம் யார் வாரிசானார்கள் என்பது கடவுளுக்கே வெளிச்சம்: இந்தக் கதையாசிரியனுக்கு அவ்விஷயத்தைத் தெரிந்து கொள்வதில் அக்கறையும் ஏற்படவில்லை என்பதை ஒப்புக் கொள்கிறேன். அக்காக்கிய் அக்காக்கியெவிச்சின் சடலம்

இடுகாட்டுக்கு எடுத்துச்செல்லப்பட்டு அடக்கம் செய்யப்பட்டது. பீட்டர் ஸ்பர்க் நகரம், அக்காக்கிய் அக்காக்கியெவிச் இல்லாமலே முன்போன்றே நிலவி வந்தது அப்படி ஒருவன் அங்கு வாழவே இல்லை போல. போன சுவடு தெரியாமல் மறைந்து போயிற்று ஒரு மனித உயிர், யாராலும் பாதுகாக்கப் படாத, எவருக்கும் அருமையில்லாத, ஒருவரது அக்கறைக்கும் பாத்திரமாகாத உயிர்; சாதாரண ஈயையும் மைக்கிராஸ்கோப்புக்கு அடியில் இட்டு ஆராய்ச்சி செய்யும் பொருட்டுக் குண்டூசியால் குத்திவைத்துக் கொள்ளும் இயற்கை விஞ்ஞானியின் கவனத்தைக் கூடக் கவராத உயிர்; அலுவலகச் சக ஊழியர்களின் கேலிகளையெல்லாம் பணிவுடன் ஏற்றுக் கொண்ட மனித உயிர்; அசாதாரணச் செயல் எதுவும் ஆற்றாமலே சவக் குழியில் அடக்கமாகிவிட்ட போதிலும், தனது அவல வாழ்க்கையில் கணப்போது களி பரப்பிய மேல்கோட்டின் வடிவில் அருட் சுடரின் ஒளிர்வை வாழ்வின் இறுதிக்கு முன்னரேனும் காணப்பெற்ற மனித உயிர்; பின்பு சகித்தற்கரிய கொடுந்துயரால், உலகின் பேரரசர்களையும் மாண்புசால் பெரியோரையும் போலவே தாக்குண்டு வீழ்ந்து பட்ட உயிர்!.... அவன் காலஞ் சென்ற சில நாட்களுக்குப் பிறகு, அவனைக் கையோடு அழைத்து வரும் படி டைரெக்டரே பிறப்பித்த கட்டளையுடன் அலுவலகச் சேவகன் அவன் வீட்டிற்கு அனுப்பப்பட்டான். சேவகன் வெறுங்கையோடு காரியாலயம் திரும்ப வேண்டியதாயிற்று; அக்காக்கிய் அக்காக்கியெவிச் இனிமேல் அலுவலகத்துக்கு வர இயலாது என்று அறிவித்தான் அவன். "ஏன்?" என்ற கேள்விக்கு, "அப்படித் தான், அவன் தான் செத்துப்போனானே, அடக்கமாகி நாலு நாளாச்சே!" என்ற சொற்களில் விடை பகர்ந்தான். அக்காக்கிய் அக்காக்கியெவிச்சின் மரணம் பற்றிய செய்தி இவ்வாறு அலுவலகத்துக்கு எட்டியது. மறுநாளே அவன் இடத்தில் புதுக் குமாஸ்தா அமர்ந்து விட்டான்; இவன் அவனைவிட எவ்வளவோ உயரம், இவன் கையெழுத்து அக்காக்கிய் அக்காக்கியெவிச்சினது போன்று நேராக இன்றி முன்சாய்ந்தும் கோணலாகவும் இருந்தது.

அக்காக்கிய் அக்காக்கியெவிச்சின் விஷயம் இத்துடன் தீர்ந்து விடாது, எவராலும் பொருட்படுத்தப் படாத வாழ்வுக்குப் பரிசு போல மரணத்துக்குப் பின்பும் நகரத்தின் சர்ச்சைக்கு ஆளாய் இன்னும் சில நாட்கள் வாழ்ந்திருப்பது அவனுக்கு விதிக்கப்பட்டிருந்தது என்று யார் தான்

கற்பனை செய்திருக்க முடியும்? ஆனால் நடந்ததென்னவோ அப்படித்தான். விளைவாக, நமது எளிய கதையின் முடிவு எதிர்பாரா வகையில் அதிசய நிகழ்ச்சிகள் கொண்டதாக அமைந்து விட்டது. குமாஸ்தா உருவமுள்ள பேய் ஒன்று கலீன்கின் பாலத்தருகிலும் அதற்கு வெகு தொலைக்கு அப்பாலுங் கூட இரவு வேளைகளில் தென்படுவதாகவும், பறிபோன மேல்கோட்டு ஒன்றை அது தேடுவதாகவும், இழந்த கோட்டை மீட்கும் வியாஜத்தில் பதவியையும் அந்தஸ்தையும் பாராமல் எல்லாரது மேல்கோட்டுக்களையும் பூனைத் தோல் வைத்தவை, நீர்நாய்த்தோல் வைத்தவை, பஞ்சு வைத்தவை, ராக்கூன் தோல், நரித்தோல், கரடித் தோல் ஆகியவற்றால் ஆனவை, மனிதர்கள் தங்கள் தோல்களை மூடிப் போர்க்கும் பொருட்டு உபயோகிக்கும் எல்லாவித மிருகங்களின் மென்மயிர்த் தோல்களுங் கொண்ட மேல்கோட்டுக்கள் அனைத்தையும் – இந்தப் பேய் உருவிக்கொண்டு விட்டு விடுவதாகவும் திடீரென்று பீட்டர்ஸ்பர்க் நகரில் வதந்தி பரவியது. இலாக்காக் குமாஸ்தாக்களில் ஒருவன் அந்தப் பேயைத் தன் கண்களாலேயே கண்டு அது அக்காக்கிய் அக்காக்கியெவிச் தான் என்று அடையாளம் தெரிந்து கொண்டானாம்; ஆனால் அதனால் ஒரேயடியாகக் கிலி பிடித்துப்போய்க் குதிகால் பிட்டத்தில் பட விழுந்தடித்து ஓடி விட்டதாகவும், எனவே பேயை நன்றாகப் பார்க்க முடியவில்லை என்றும், தூரத்திலிருந்து அது விரலை ஆட்டிப் பயமுறுத்தியதை மட்டுமே பார்த்ததாகவும் அவன் சொன்னான். இவ்வாறு மேல்கோட்டுக்கள் அடிக்கடி பறிக்கப்படுவதன் விளைவாகப் பட்டம் பெற்ற ஆலோசகர்கள் மாத்திரமே அல்ல, அந்தரங்க ஆலோசகர்கள் கூடத் தோள்களிலும் முதுகுகளிலும் குளிர் தாக்கும் அபாயத்துக்கு உள்ளாயிருப்பதாக நாற்புறமிருந்தும் இடைவிடாத முறையீடுகள் வரலாயின. இந்தப் பேயை உயிரின்றியோ உயிருடனோ பிடித்து, மற்றப் பேய்களுக்கு உதாரணமாயிருக்கும் படி, கொஞ்சங்கூடத் தயவு தாட்சிண்ணியம் இன்றித் தண்டிக்குமாறு போலீஸாருக்கு உத்தரவிடப் பட்டது; போலீஸார் அதை அநேகமாகப் பிடித்தும் விட்டார்கள். கிர்யூஷ்கின் சந்தில் ரோந்து சுற்றிக் கொண்டிருந்த போலீஸ்காரன், அந்தப் பேயைக் குற்றம் இழைக்கப்பட்ட இடத்திலேயே, முன்பு புல்லாங்குழல் வாசித்துக் கொண்டிருந்துவிட்டுத் தற்போது ஓய்வு பெற்றிருந்த இசைஞன் ஒருவன் மேலிருந்து ப்ரீஸ் கோட்டை அது உருவப்பார்த்த சமயத்தில், லபக்கெனக்

காலரைப் பற்றிக் கையும் மெய்யுமாகப் பிடித்துவிட்டான். காலரைப் பற்றிப் பிடித்தவன், கூப்பாடு போட்டு இன்னும் இரண்டு போலீஸ்காரர்களை உதவிக்கு அழைத்து, திருட்டுப் பேயைப் பிடித்துக் கொள்ளும்படி அவர்களிடம் ஒப்படைத்துவிட்டு, ஆயுளில் ஆறு முறை கடுங்குளிர் தாக்கி மரத்துப்போயிருந்த மூக்குக்கு மறுபடியும் அது விரைத்துப் போகுமுன் உரப்பேற்றுவதற்காக, பூட்சுக்குள் வைத்திருந்த பொடி டப்பியை எடுத்துத் திறந்தான்; அந்தப் பொடி பேயால் கூடத் தாங்க முடியாத அளவு காட்டமானது போலிருக்கிறது. போலீஸ் காரன் வலது நாசித்துவாரத்தை விரலால் அழுத்திக் கொண்டு இடது நாசித்துவாரத்துக்குள் அரைக்கையளவு மூக்குத்தூளை உறிஞ்சி இழுப்பதற்குள் பேய் பலமாகத் தும்மிய தும்மலில் மூவர் கண்களிலும் சளி சிதறிவிட்டது. அவர்கள் கண்களைத் துடைத்துக் கொள்வதற்காக முஷ்டிகளை உயர்த்திக் கொண்டிருக்கையிலேயே பேய் இருந்த சுவடு தெரியாமல் மறைந்துபோய் விடவே, அது தங்கள் கைகளில் உண்மையாகவே பிடிபட்டதா இல்லையா என்று அவர்களுக்கே புரியவில்லை. அது முதல் போலீஸ்காரர்களுக்குப் பேய் என்றாலே குலை பதறலாயிற்று, எனவே அவர்கள் உயிருள்ளவர்களைக் கூடக் கைது செய்வதற்கு அஞ்சி, தொலைவிலிருந்த படியே, “யாரடா அது, டேய்! வழியைப் பார்த்து நடமாம்!” என்று அதட்டுவதோடு நிறுத்திக் கொண்டார்கள். குமாஸ்தாவின் பேயோ, கலீன்கின் பாலத்துக்கு இப்பாலும் வளையவரத் தொடங்கி, பயந்த சுபாவ் முள்ள மக்கள் எல்லோருக்கும் கலவரமும் திகிலும் விளைக்கலுற்றது. முற்றிலும் உண்மையான இக்கதைக்கு அதிசயத் திருப்பம் ஏற்பட மெய்யாகவே காரணமாயிருந்த முக்கியஸ்தரை நாம் ஒரேயடியாக மறந்து விட்டோமே. முதலாவதாக ஒரு விஷயத்தைத் தெள்ளத் தெளிவாகக் குறிப்படுவது நியாயமாக நமது கடமை எனக் கருதுகிறோம். அதாவது தாம் கடுமையாக விளாசிய அக்காக்கிய் அக்காக்கியெவிச் அகன்ற பின்பு முக்கியஸ்தருக்கு மனதை என்னவோ செய்தது. பிறர் மீது அனுதாபம் அவரது இயல்புக்குப் புறம்பானதல்ல; அவருடைய இதயத்தில் பரிவுள்ள தூண்டல்கள் பல எழுவதுண்டு; அவரது பதவி தான் அவற்றை வெளிக் கிளம்ப வொட்டாமல் தடுத்து விடும். தாம் நீண்ட காலமாகப் பார்க்காத நண்பர் சென்றதுமே முக்கியஸ்தருக்கு பாவம், அக்காக்கிய் அக்காக்கியெவிச்சைக் குறித்துக் கவலைகூட உண்டாயிற்று. அன்று முதல், சோகை பிடித்த

அக்காக்கிய் அக்காக்கியெவிச்சின் உருவம், அதிகார பூர்வமான கடிந்துரையைத் தாங்கத் திறனற்ற அந்தக் குமாஸ்தாவின் உருவம், அவர் மனத்தைவிட்டு அகலவே இல்லை. அவனைப் பற்றிய எண்ணம் உள்ளத்தை ஒரேயடியாக உலப்பவே, அவர் தமது குமாஸ்தாக்களில் ஒருவனை அக்காக்கிய் அக்காக்கியெவிச் வீட்டிற்கு அனுப்பி, அவன் எப்படி, என்ன நிலையில் இருக்கிறான், அவனது கோட்டு கிடைத்துவிட்டதா, அவனுக்கு உண்மையாகவே உதவி செய்ய முடியுமா முடியாதா என்று தெரிந்துவரச் சொன்னார். அக்காக்கிய் அக்காக்கியெவிச் ஜுரம் காரணமாகத் திடீர் மரணம் எய்தியதை அறிந்ததும் அவருடைய மனச்சாட்சி நாள் பூராவும் அவரை உறுத்தியது, அவர் நிம்மதியின்றி உழன்றார். கொஞ்சம் உற்சாகம் பெறும் பொருட்டும் மகிழ்வற்ற நினைவுகளை மறக்கும் நோக்கத்துடனும் அவர் மாலையில் தமது நண்பர் ஒருவர் இல்லத்துக்குச் சென்றார். அங்கே நிறையப் பெயர் குழுமியிருப்பதையும், அதையும்விட மேலாக, அவர்கள் எல்லோரும் அநேகமாகத் தமக்குச் சமமான பதவி வகிப்பவர்களே, எனவே தாம் கட்டிப்போட்டது போலிருக்கத் தேவையில்லை என்பதையும் கண்டார். இதனால் அவரது மனநிலைமையில் அற்புதமான மாறுதல் விளைந்தது. அவர் தங்கு தடையின்றி எல்லோருடனும் கல கலவென்று பழகினார், சுமுக மாகப் பேசினார், அன்பொழுக அளவளாவினார், மாலையை இன்பமாகக் கழித்தார். சாப்பாட்டின் போது இரண்டு கிளாஸ் ஷாம்பெயின் அருந்தினார் – துன்ப நினைவுகளை அகற்ற இது கைகண்ட மருந்து என்பது யாவரும் அறிந்ததே. அன்றிரவைக் கழிப்பது பற்றிய அவரது திட்டம் ஷாம்பெயின் காரணமாகச் சற்று மாறுதல் அடைந்தது, அதாவது, உடனே வீட்டுக்குப் போகாமல், தமது தோழியான கரோலினா இவானொவ்னா என்ற சீமாட்டியின் (இவள் ஜெர்மானிய வம்சத்தில் வந்தவள் என்று தோன்றுகிறது. முக்கியஸ்தர் இவளுடன் மிகமிக நெருங்கிய நட்புறவு கொண்டிருந்தார்) வீட்டுக்குச் செல்வது என்று தீர்மானித்தார். முக்கியஸ்தர் இளைஞர் அல்ல என்பதையும், நல்ல கணவர், குடும்பப் பற்றுள்ள தகுந்த தந்தை என்பதையும் இங்கே சொல்லிவிட வேண்டும். இரண்டு மகன்களும் (அவர்களில் ஒருவன் அரசாங்க உத்தியோகஸ்தன்), அழகிய தோற்றமுள்ள பதினாறு வயதுப் பெண்ணும் (இவளுடைய மூக்கு ஒரு சொல்லுக்கு வளைவானதென்றாலும் பார்வைக்கு நன்றாயிருந்தது) தினந்தோறும் காலையில் அவரிடம் வந்து,

அவர் கையை முத்தமிட்டு, "Bonjour, papa" என்று பிரெஞ்சு மொழியில் வணக்கம் தெரிவிப்பார்கள். இன்னும் இளமை குன்றாமலும் கண்ணுக்கு வட்சணமாயுமிருந்த அவரது மனைவி முதலில் தம் கையை அவர் முத்தமிடுவதற்காக நீட்டிவிட்டு அப்புறம் அதைத் திருப்பி அவர் கையை முத்தமிடுவாள். முக்கியஸ்தர் மெல்லியல்பு வாய்ந்த இக்குடும்பப் பழக்கங்களால் மனநிறைவு கொண்டிருந்த போதிலும், நகரின் வேறொரு பகுதியில், வெறுமே நட்புறவுக்காக மட்டும் தோழி ஒருத்தியை வைத்துக் கொள்வது முறையே எனக் கருதினார். இந்தத் தோழி அவருடைய மனைவியைக் காட்டிலும் இளமையானவளுமல்ல, அழகியுமல்ல; ஆயினும் இம்மாதிரி விஷயங்கள் உலகில் நடப்பது சகஜந்தானே, அவற்றைப்பற்றித் தீர்ப்புக் கூறுவதற்கு நாம் யார்? ஆக, முக்கியஸ்தர் நண்பர் வீட்டு மாடிப்படி இறங்கி வந்து, ஸ்லெட்ஜில் அமர்ந்து, "கரோலினா இவானொவ்னா வீட்டுக்கு விடு" என வண்டிக்காரனிடம் சொல்லி விட்டு, கதகதப்பான மேல்கோட்டால் உடம்பை இதமாகப் போர்த்துக் கொண்டு, இன்பமான மனநிலையில் திளைக்கலானார் (ருஷ்யனுக்கு இத்தகைய மன நிலையை விட மேலானது எதையும் கற்பனை செய்யவே இயலாது; அதாவது நாமாக எவ்விஷயத்தைப் பற்றியும் சிந்திக்காமல், ஒன்றை விட ஒன்று இன்பகரமான எண்ணங்கள் தாமே அகத்தில் எழுந்து விரைய, நாம் அவற்றைத் தொடரவோ தேடவோ கூடச் சிரமப்படத் தேவையற்ற நிலை இது). மிகுந்த மனநிறைவு கொண்டவராய், அன்று மாலையில் நடந்த களி தரும் நிகழ்ச்சிகள் அனைத்தையும், சிறிய நண்பர் குழாம் கொல்லெனச் சிரிக்கும் படி கூறப்பட்ட வேடிக்கைப் பேச்சுக்கள் எல்லாவற்றையும், எளிதில் நினைவு கூர்ந்து, அவற்றில் சிலவற்றை வாய்க்குள்ளாகவே திரும்பச் சொல்லிப் பார்த்து, அவை முன்போலவே நகைப்பூட்டுவதைக் கண்டு மகிழ்ந்தார்; ஆகவே, அவர் வழிநெடுகப் பொங்கிப் பொங்கிச் சிரித்துக் கொண்டிருந்ததில் விந்தை எதுவும் இல்லை. சுழன்று சுழன்றடித்த காற்றுதான் எப்போதாவது அவரது களிப்பை இடை முறித்தது; எங்கிருந்தோ, என்ன காரணத்திற்கோ குப்பென்று வீசிய காற்று, அவர் முகத்தை வெட்டிச் செல்லும், அதன் மீது வெண்பனிச் சிதல்களை அப்பும், அவரது கோட்டுக் காலரைக் கப்பற் பாய் போன்று உப்பச் செய்யும், அல்லது சட்டென இயற்கைக்கு மீறிய விறலுடன் அதைத் தூக்கி அவர் தலையை மூடுமாறு எறியும்; தலையைக்

காலருக்குள்ளிருந்து விடுவிப்பதற்கு அவர் படாத பாடு படும்படிப் புரியும். தம் கோட்டுக் காலரை யாரோ மிக இறுகப் பற்றுவதைத் திடீரென உணர்ந்தார் முக்கியஸ்தர். திரும்பிப் பார்த்தவர், பழைய, நைந்த குமாஸ்தா உடுப்பணிந்த குட்டையான ஆள் ஒருவனைக் கண்டார். அவன் அக்காக்கிய் அக்காக்கியெவிச் என அடையாளந் தெரிந்துகொண்டதும் அவருக்குப் பெரும் பீதியுண்டாயிற்று. குமாஸ்தாவின் முகம் வெண்பனி போன்று வெளேறென்று, பிரேதம் போலக் காணப் பட்டது. இறந்தவனின் முகம் விகாரமாகக் கோணுவதைப் பார்த்ததுமோ முக்கிய ஸ்தரின் பீதி எல்லை கடந்து போயிற்று. அக்காக்கிய் அக்காக்கியெவிச்சின் பேய், சவக்குழியின் பயங்கரச் சுவாசத்தை அவர் மீது விட்டவாறு உரைக்கலுற்றது; ''ஓகோ! நீயா! அகப்பட்டுக் கொண்டாயா கடைசியில்! முடிவில் உன்னை வசமாகப் பிடித்துக்கொண்டுவிட்டேன், அப்படித்தானே! உன்னுடைய மேல்கோட்டு தான் எனக்கு வேண்டும்! என் மேல்கோட்டைப் பற்றிக் கவலையெடுத்துக் கொள்ளாதது மட்டுமல்ல, பிரமாதமாக அதட்டி மருக்க வேறு செய்தாயே– கொடு இப்படி, உன்னுடைய மேல்கோட்டைக் கழற்றி!'' என்றது.

பாவம் முக்கியஸ்தரின் உயிர் தொண்டைக்குழிக்கு வந்துவிட்டது. அலுவலகத்தில், பொதுவாகக் கீழ் உத்தியோகஸ்தர்களுக்கு எதிரில் அவர் படு விரைப்பாக இருப்பவர் தாம், அவருடைய ஆண் தகைமை வாய்ந்த தோற்றத்தையும் உடற்கட்டையும் ஒரு பார்வை பார்த்ததுமே ''அடேயப்பா, என்ன மிடுக்கு!'' என எல்லோருமே சொல்லுவார்கள் தாம், என்றாலும், வீர வடிவமைப்பு கொண்ட வேறு பலரைப் போன்றே அவரும் இப்போது ஒரே கிலியடித்துப்போய், மாரடைப்பு வந்துவிடுமோ எனக் காரணத்துடனேயே கலவரமடைந்தார். மேல்கோட்டைத் தாமாகவே கழற்றிக் கடாசி விட்டு வண்டியோட்டியை விளித்து, ''வீட்டுக்கு விடு, நாற்கால் பாய்ச்சலில்!'' என உத்தரவிட்டார்.

வழக்கமாக அவர் நெருக்கடியான சமயங்களில் தான் இவ்வாறு கட்டளையிடுவார் ஆதலாலும் சொற்களைக் காட்டிலும் மிக வலிமை வாய்ந்த வேறு முறைகளைச் சில வேளைகளில் பிரயோகிப்பார் ஆதலாலும், வண்டிக்காரன் பாதுகாப்பின் பொருட்டுத் தலையைத் தோள்களுக்கிடையே இடுக்கிக்கொண்டு, சாட்டையை வீசி, அம்புப் பாய்ச்சலில் குதிரைகளை

விரட்டிச்சென்றான். ஆறே நிமிடங்களுக்குச் சற்றுக் கூடுதலான நேரத்திற்குள் முக்கியஸ்தர் தம் வீட்டு வாயில் போய்ச் சேர்ந்தார். வெளிறி, அரண்டு போய், மேல்கோட்டு இன்றி, கரோலினா இவானொவ்னாவிடம் செல்வதற்குப் பதில் தம் மகம் சேர்ந்து, எப்படியோ தட்டுத் தடுமாறி அறைக்குப் போனவர், இரவு முழுவதையும் நிம்மதியில்லாமல் கழித்தார். மறுநாள் காலையுணவு நேரத்தில் அவருடைய புதல்வி, உங்கள் முகம் இன்று ஏனப்பா ஒரேயடியாக வெளுத்துப் போயிருக்கிறது?" என்று பச்சையாகவே கேட்டு விட்டாள். அவரோ, பேசாவாயராய், தலைக்கு நாள் தமக்கு என்ன நேர்ந்தது, தாம் போயிருந்தது எங்கே, செல்ல விரும்பியது எங்கே என் பதையெல்லாம் பற்றி ஒரு வார்த்தை கூடக் கூறாமல் கம்மென்றிருந்தார். இந்த நிகழ்ச்சி அவர் உள்ளத்தில் ஆழப்பதிந்தது. இப்போதெல்லாம் அவர் தமது கீழ் உத்தியோகஸ்தர்களிடம், "எப்படி ஐயா உமக்குத் துணிச்சல் வந்தது? யாரிடம் பேசுகிறோம் என்று தெரியுமா ஐயா உமக்கு?" என்று சொல்வது அரிதாகவே தான். அப்படியே சொன்னாலுங்கூட விஷயம் என்ன என்று எதிராளி விளக்கிய பின்பே. இதைவிட வியப்பளிக்கும் சேதி என்னவென்றால் குமாஸ்தாவின் பேய் நடமாடுவது அத்துடன் முற்றிலும் நின்று போயிற்று என்பது தான். ஜெனரலின் மேல்கோட்டு அதற்கு நன்கு இசைந்துவிட்டது போலும்; குறைந்த பட்சம் இதற்குப் பின் யாருடைய மேல்கோட்டும் பறிக்கப்பட்டதாகப் புகார் வரவில்லை. ஆம், துருதுருவென்று வம்புக்கு அலையும் சில உற்சாகப் பிரகிருதிகள் மட்டும் நகரின் வெளிப்புறப் பகுதிகளில் குமாஸ்தாவின் பேயினுடைய நடமாட்டம் இன்னும் இருந்து வருவதாகச் சாதித்தார்கள் – உண்மையில் கலோம்னாவைச் சேர்ந்த போலீஸ்காரன் ஒருவன் அந்தப் பேய் ஒரு வீட்டின் பின்பக்கத்திலிருந்து வருவதைத் தன் கண்களாலேயே கண்டான்; ஆனால் அவன் பல வீனமான உடலினன் (ஒரு தடவை வீட்டுக்குள்ளிருந்து பாய்ந்து வந்த சாதாரணப் பன்றிக் குட்டியொன்று அவனைக் காலை வாரி விழத் தட்டி விட்டது; சுற்றிலும் நின்று கொண்டிருந்த வண்டிக்காரர்கள் அதைப் பார்த்து வாய்விட்டுக் கெக்கலி கொட்டி நகைக்கவே அவன் அவர்கள் ஒவ்வொரு வருக்கும் அரைக் கோப்பெக் அபராதம்– பொடி வாங்கும் பொருட்டு – விதித்தான்). ஆதலால் பேயைத் தடுத்து நிறுத்தத் துணியாமல், இருளில் அதைத் தொடர்ந்து சென்றான். கடைசியில் பேய் திரும்பிப் பார்த்து,

சட்டென நின்று, "உனக்கு என்ன கேட்கிறது?" என்று வினவி, உயிருள்ளவர்களிடம் பார்க்கவே முடியாத அளவு பெரிய முஷ்டியைக் காட்டியது. போலீஸ்காரன், "ஒன்றுமில்லை" எனச் சொல்லிவிட்டு அக்கணமே திரும்பி நடையைக் கட்டினான். ஆனால் இந்தப் பேய் மிக மிக அதிக உயரமாக இருந்ததாம், அடர் மீசை வைத்திருந்ததாம்; ஒபூகொவ் பாலத்தின் பக்கமாகப் போய் இரவின் இருளில் மறைந்துவிட்டதாம்.

1841

இவான் துர்கேனெவ்
(1818–1883)

“வல்லாட்சியின் கொடுமைக்கு இதைவிடக் கிளர்ச்சி பொங்கும் எதிர்ப்பு கலையில் ஒருபோதும் தீட்டப்படவில்லை” என்று துர்கேனெவைப் பற்றி எழுதினார் ஆங்கில இலக்கியப் பேராசிரியர் ஜான் கால்ஸ்வர்சி.

இவான் துர்கேனெவ் அரியோல் நகரில் உயர் குடியில் பிறந்தார். அவருடைய தாயார் எதேச்சாதிகாரப் போக்கும் ஆதிக்க விருப்பமும் கொண்ட நிலச் சொந்தக்காரி. பண்ணை அடிமைகளிடம் மட்டுமல்ல, தம் புதல்வர்களிடமும் அவர் கொடுமையாக நடந்து கொண்டார். இந்தச் சூழலில் பண்ணையடிமை முறையின்பால் அருவருப்பு துர்கேனெவுக்குச் சிறு வயதிலேயே ஏற்பட்டு விட்டது. அவருடைய பல படைப்புக்கள் பண்ணை யடிமை முறையுடன் போராடுவதையும் சீர்திருத்தங்களுக்கு முந்திய காலத்தைச் சித்திரிப்பதையும் நோக்கமாகக் கொண்டிருந்தன. இந்தத் தொகுப்பில் உள்ள “முமூ” என்னும் கதை இவ்வகையானதே.

துர்கேனெவின் இலக்கியப் படைப்பு 1850க்களில் தொடங்கியது. “வேட்டைக்காரனின் குறிப்புக்கள்” (1847––1852) துர்கேனெவை ருஷ்யா முழுவதிலும் பிரபலமாக்கின. ருஷ்ய வாழ்க்கைப் பழக்க வழக்கங்களை விவரிக்கும் சொற்சித்திரங்கள் இவை. பண்ணை யடிமை முறையின் ஒழிப்பு பற்றிய 1861ம் ஆண்டைய விவசாயச் சீர்திருத்தங்கள் தயாரிக்கவும் நிறைவேற்றவும் பட்ட காலத்தில் நடந்த சமூக இயக்கம் துர்கேனெவுக்குப் படைப்பு உற்சாகம் ஊட்டியது. 1830க்கள் முதல் 1870க்கள் வரையுள்ள காலத்தில் ருஷ்ய சமூகம் நடத்திய கருத்துத் தேட்டங்களைக் கருப்பொருளாகக் கொண்டு தொடராகப் பல நவீனங்களை அவர் இயற்றினார். “ரூதின்”, “உயர் குடியினர் உறைவிடம்”, “தலைக்கு நாள்”,

"தந்தையரும் தனயர்களும்", "புகை", "கன்னி நிலம்" ஆகியவை இவை. "துர்கேனெவ் வியப்பூட்டும் பரிவுடன் ஆராயாத பெரிய நிகழ்ச்சி ஒன்று கூடத் தற்கால ருஷ்ய சமூகத்தில் காணப்படுவது அரிதே" என்று எழுதினார் சல்திக்கோவ்–ஷித்ரீன்.

1860க்களிலும் 1870க்களிலும் துர்கேனெவ் நீண்ட காலம் ருஷ்யாவுக்கு வெளியே வசித்து வந்தார். பெயர் பெற்ற பிரெஞ்சுப் பாடகி பலீனா வியார்தோ கார்ஸியாவின் குடும்பத்தோடு அப்போது அவருடைய வாழ்க்கை நெருங்கிய தொடர்பு கொண்டிருந்தது. ஆயினும், தம் தாய்நாட்டில் நடந்த எல்லா நிகழ்ச்சிகளிலும் அவர் உளமார்ந்த அக்கறை காட்டி வந்தார். தம் வாழ்க்கையின் இறுதியில் "உரைநடைக் கவிதைகள்" என்னும் நுணுக்கச் சொல்லோவியங்களின் கோவையை அவர் படைத்தார். ருஷ்யாவையும் அதன் மக்களையும் தம் காலத்து முன்னணியினரையும் ருஷ்ய இயற்கையையும் இனிய ருஷ்ய மொழியையும் இவை சித்திரித்தன.

முமு

மாஸ்கோ நகர்ப்புறத்தில் ஒதுக்கமாய் இருந்த வீதி ஒன்றிலே, வெள்ளைத் தூண்களும், மேலறையும். ஒரு புறம் சரிந்த முன்மாடமும் கொண்ட பழுப்பு நிற வீட்டிலே, கணக்கற்ற பணியாட்கள் சூழ வாழ்ந்து வந்தாள் விதவைச் சீமாட்டி ஒருத்தி. அவனை புதல்வர்கள் பீட்டர்ஸ்பர்கில் அரசாங்க ஊழியத்தில் இருந்தார்கள்; பெண்களோ மணம் புரிந்து கொண்டு கணவர்களுடன் சென்று விட்டார்கள். சீமாட்டி அரிதாகவே வெளியே போவாள்; கஞ்சத்தனமும் சலிப்பும் நிறைந்த முதுமைப் பருவத்தை அவள் தனிமையிலேயே கழித்து வந்தாள். மகிழ்வோ ஒளியோ அற்ற அவளது வாழ்வின் பகல் எப்போதோ முடிந்து விட்டது; அதன் மாலையோ நள்ளிரவை விட இருண்டிருந்தது.

அவளது வேலையாட்கள் எல்லோரிலும் கவனத்தை ஈர்த்தவன் ஆறடிக்கு மேல் உயரமும் மாவீரன் போன்ற உடற்கட்டும் வாய்ந்த பிறவிச் செவிட்டுமையான கெராஸிம் என்ற பணியாள். தன்னுடைய கிராமத்தில், சகோதரர்களிடமிருந்து வேறாக, சிறு குடிசையில் தனிமையில் வாழ்ந்துவந்த அவனை, சீமாட்டி மாஸ்கோவுக்கு இட்டு வந்தாள். கிராமத்திலேயே எல்லோரையும் விட ஒழுங்கான நடப்புள்ள குடியானவன் என அவன் மதிக்கப்பட்டான். அசாதாரண உடல் வலிமை பெற்றிருந்த அவன், நான்கு பேர் வேலையைத் தான் ஒருவனே செய்தான். அவன் தொட்டதெல்லாம் துலங்கிற்று. கலப்பைப் படியில் பிரம்மாண்டமான கைகள் அழுந்த, மீள் விசை கொண்ட நிலத்தைக் குதிரைகளின் உதவியின்றித் தானே பிளந்து செல்பவன் போன்ற தோற்றத்துடன் அவன் உழும்போதும் சரி, அர்ச் பேதுருவின் நாளன்று, இளம் பிர்ச் மரக் கூட்டத்தை ஒரே வீச்சில் சதக்கென்று வேரிலிருந்து அலக்காக வெட்டி எடுத்து விடுவானோ என்னும்படி அறுப்பரிவாளை வலிவாக அவன் வீசும் போதும் சரி, நீண்ட,

உறுதியான தோள் தசை நார்கள் நெம்புகோல்கள் போன்று எழுந்தெழுந்து தணிய, அவன் நீள்தடியால் விரைவான லயத்துடன் கதிரடிக்கும் போதும் சரி, அவனைப் பார்க்கவே இன்பமாயிருக்கும். நிலையான மௌனம் அவனது சோர்வறியா உழைப்புக்கு ஆழ்ந்த அர்த்த முக்கியத்துவம் அளித்தது. அருமையான ஆள் அவன். செவிட்டூமையாய் மட்டும் இல்லா விட்டால் எந்தப் பெண்ணும் சந்தோஷமாக அவனை மணந்து கொண்டிருப்பாள்.... ஆக, கெராஸிமை மாஸ்கோவுக்கு அழைத்து வந்தார்கள், முழங்கால் உயர பூட்சுகள் வாங்கித்தந்தார்கள், கோடை நாட்களுக்குக் கோட்டும், பனி நாட்களுக்கு ஆட்டுத்தோல் மேல் கோட்டும் தைத்துக்கொடுத்தார்கள், துடைப்பத்தையும் மண்வாரியையும் அவன் கைகளில் திணித்தார்கள், முகப்பைப் பெருக்கும் பணியாள் ஆக்கி விட்டார்கள்.

புதிய வாழ்க்கை ஆரம்பத்தில் அவனுக்குக் கட்டோடு பிடிக்கவில்லை. பிள்ளைப் பருவம் முதலே அவன் வயல் வேலைக்கும் கிராம வாழ்க்கைக்கும் பழகிப் போயிருந்தான். தனது குறைபாடு காரணமாக மக்கட் சமூகத்திலிருந்து தனிப்படுத்தப்பட்ட அவன், செழு மண்ணில் மரம் வளர்வது போல ஊமையாகவும் பெருவலிமை யுள்ளவனாகவும் வளர்ந்திருந்தான் ..... நகரத்துக்குக் கொண்டு வரப்பட்ட பொழுது, தனக்கு என்ன நேர்ந்து விட்டதென்று புரிந்துகொள்ளவே அவனால் முடியவில்லை. மேய்ச்சல் நிலத்தில் வயிறுவரை தளதள வென்று மண்டிய புல் நடுவே நின்ற உடல் நலம் வாய்ந்த இளம் எருது அங்கிருந்து அகற்றப்பட்டு, ரயில் வண்டியில் ஏற்றப்பட்டு, தீப்பொறிகள் பறக்கும் புகைப் படலங்களும் நீராவி அலைகளும் அதன் பிரம்மாண்டமான உடலை மாறி மாறிக் கவிந்து கொள்ள, முன்னே – எங்கேயோ, கடவுளுக்கே வெளிச்சம்! – இட்டுச் செல்லப்பட்டால் எப்படி மிரளமிரள விழிக்குமோ, அப்படியே அவனும் சலிப்புற்று மிரண்டு விழித்தான். புதிய பொறுப்பில் கெராஸிம் செய்ய வேண்டியிருந்த வேலை, கடுமையான வயல் வேலையுடன் ஒப்பிடும் போது அவனுக்குத் திருண மாத்திரமாயிருந்தது. அரை மணி நேரத்தில் வேலையைச் செய்து முடித்து விடுவான். மற்றப் பொழுதெல்லாம் முகப்பு நடுவில் நின்று கொண்டு போகிறவர், வருகிறவர்களை உன்னிப்பாக நோட்டமிட்டுக் கொண்டிருப்பான் தனது விளங்காத நிலைமையின் அர்த்தம் என்ன என்று அவர்கள்

முகபாவத்தால் தெரிந்துகொள்ளலாம் என நம்புபவன் போல; அல்லது எங்கேயாவது மூலைக்குப் போய், துடைப்பத்தையும் மண்வாரியையும் எட்டக் கடாசிவிட்டு, முகங் குப்புறத் தரையில் விழுந்து, வலைப்பட்ட விலங்கு போல மணிக்கணக்காக அசையாது கிடப்பான். ஆனால் மனிதனுக்கு எல்லாந்தான் பழகிப் போய்விடுகிறது. ஆகக் கடைசியில் கெராஸிமுக்கும் நகர வாழ்க்கை பழகிவிட்டது. அவன் பொறுப்பிலிருந்த வேலை மிகக் கொஞ்சமே: முகப்பைத் துப்புரவாக வைத்துக்கொள்ள வேண்டும், நாள்தோறும் இரு முறை ஒரு பீப்பாய் நிரம்பத் தண்ணீர் கொண்டுவர வேண்டும், சமையல் அடுப்பு களுக்கும் கணப்புகளுக்கும் வேண்டிய கட்டைகளைக் கொண்டு வந்து பிளந்துபோட வேண்டும், வேற்றார் உள்ளே வராதபடி பார்த்துக்கொள்ள வேண்டும், இரவில் பாராக் கொடுக்க வேண்டும் அவ்வளவேதான். தனது கடமைகளை அவன் மனப்பூர்வமாகவே நிறைவேற்றினான் என்று சொல்ல வேண்டும். முகப்பில் ஒருபோதாவது குப்பை கூளம், ஒரு சிலும்பு கூடக் கிடக்காது. தண்ணீர்ப் பீப்பாயை ஏற்றிவருவதற்காக அவனிடம் ஒப்படைக்கப்பட்டிருந்த, தொய்ந்த குதிரையால் இழுக்கப்பட்ட வண்டியின் சக்கரங்கள் மோசமான பருவத்தில் எங்கேனும் உளையில் மாட்டிக் கொண்டால் அவன் ஒரு தோளால் லேசாக முண்டித் தள்ளுவான், அவ்வளவு தான்; வண்டி மட்டுமல்ல, குதிரையுங்கூட இடம் பெயர்ந்து முன்னே தள்ளப்படும். அவன் விறகு பிளக்கும் பொழுது கோடாலி கண்ணாடி போலக் கணீரென ஒலிக்கும், கட்டைகளும் சிறாய்களும் நாற்புறமும் தெறித்துச் சிதறும். வேற்றார்களைப் பொறுத்தவரை ஓர் இரவு அவன் இரண்டு திருடர்களைப் பிடித்து, அவர்கள் தலைகளை ஒன்றோடொன்று மோதிய உக்கிரத்தில் அவர்களைப் போலீஸ் ஸ்டேஷனுக்கு இட்டுச் செல்லத் தேவையே இல்லாது போய் விட்டது முதல் அக்கம் பக்கத்துத் தெருக்காரர்களுக்கெல்லாம் அவன் மீது ஆழ்ந்த மரியாதை. பகல் வேளையில் கூட, முகப்பைக் கடந்து செல்லும் குற்றமற்ற மனிதர்கள், பயங்கரமான பணியாளைக் கண்டதுமே கைகளை வெறி கொண்டவர்கள் போல் வீசியாட்டி, தாங்கள் சொல்வது அவன் காதில் விழுந்துவிடும் என்பது போல உரக்கக் கத்துவார்கள். வீட்டிலிருந்த மற்றப் பணியாட்களுடன் கெராஸிம் நல்ல உறவே கொண்டிருந்தான் என்றாலும் அதை நட்பு என்று சொல்ல முடியாது. அவர்கள் அவனை அஞ்சினார்கள். அவர்களிடம் அவன்

நெருங்கிய உறவு கொண்டிருந்தான், தன்னவர்கள் என மதித்தான். அவர்கள் சைகைகள் மூலம் அவனுடன் உரையாடினார்கள். அவர்களை அவன் புரிந்துகொண்டான், எல்லாக் கட்டளைகளையும் கண்டிப்பாக நிறைவேற்றினான், அதே சமயம் தன் உரிமைகளையும் நன்கு அறிந்திருந்தான். சாப்பாட்டு மேஜை அருகே அவன் இடத்தில் அமர எவனும் துணிவதில்லை. கொராஸிம் கண்டிப்பும் கறாருமான மனிதன். எல்லாவற்றிலும் ஒழுங்கு வேண்டும் அவனுக்கு. சேவல்கள் கூட அவன் முன்னிலையில் சண்டையிட அஞ்சின. இல்லையோ. தொலைந்தது! அவை சண்டையிடுவதைப் பார்த்ததுமே அவன் அவற்றின் கால்களைப் பற்றித் தூக்கி உயரே வீசி வீசிச் சுழற்றித் தூர எறிந்து விடுவான். சீமாட்டி வீட்டு முகப்பில் பெட்டைக் கோழிகளுடன் தாராக்களும் இருந்தன. ஆனால் தாராக்கள் மதிப்புள்ள, அறிவுள்ள பறவைகள் ஆயிற்றே! கொராஸிமுக்கு அவற்றின் மீது மரியாதை. அவற்றை ஓட்டிச் செல்வான், அவற்றுக்கு இரை கொடுப்பான். அவனே கம்பீரமான ஆண் தாரா போலத் தோற்றமளித்தான். சமையலறைக்கு மேலே இருந்த சிறு அறை அவனுக்குக் கொடுக்கப்பட்டிருந்தது. அங்கே அவன் தனக்குப் பிடித்த வகையில் சாமான்களை ஒழுங்குபடுத்திக் கொண்டான். நான்கு கட்டைத் துண்டுகள் மீது ஓக் பலகைகளைப் பரப்பி ஒரு கட்டில் தயாரித்துக் கொண்டான்—அரக்கன் படுக்கை போல. ஒரு டன்னுக்கு மேல் சுமையேற்றினாலும் வளையாது. கட்டிலுக்கு அடியில் இருந்தது கனத்த பெட்டி. மூலையில் அதே போன்று வலுவான மேஜை. மேஜையின் அருகே ஒரே பருமனும் உறுதியுமான முக்காலி. அதன் உறுதியைப் பரீட்சிப்பதற்காக கொராஸிம் கூடச் சில சமயம் அதைத் தூக்கிக் கீழே தடாலென்று போட்டு விட்டுச் சிரிப்பான். அறைக் கதவு கறுத்த பெரிய பூட்டால் பூட்டப்பட்டது. அதன் திறவுகோலை எப்போதும் தன் இடைவாரில் செருகியிருப்பான். தன் அறைக்குள் மற்றவர்கள் போவது அவனுக்குப் பிடிக்காது,

இவ்வாறு ஓர் ஆண்டு கழிந்தது. இதன் முடிவில் கொராஸிமின் வாழ்வில் ஒரு சிறு சம்பவம் நிகழ்ந்தது.

கொராஸிம் பணிபுரிந்த சீமாட்டி பழைய சம்பிரதாயங்களைக் கடைப்பிடிப்பவளாதலால் பெருந் தொகையான ஊழியர்களை வைத்துக் கொண்டிருந்தாள். அவள் வீட்டில் வண்ணாத்திகள், தையல்காரிகள், தச்சர்கள், தையல்காரர்கள், உடை தயாரிக்கும் பெண்கள் ஆகியவர்கள்

மட்டுமல்ல, குதிரைப் பூட்டுவார்கள் தயாரிப்பவன் ஒருவனும் இருந்தான். இவன் மிருகவைத்தியனாகவும், பணியாட்களுக்கு மருத்துவனாகவும் அதே சமயம் வேலை செய்துவந்தான். சீமாட்டிக்கு எனத் தனியாக ஒரு குடும்ப டாக்டர் உண்டு. இவர்கள் எல்லோரையும் தவிர, கபித்தோன் கிளீமவ் என்ற பெருங்குடியனான செம்மான் வேறு. தனக்கு அநியாயம் செய்யப்பட்டு விட்டதாகவும், கல்வியறிவுள்ள நகரவாசியான தனது சிறப்புகள் சரியாக மதிக்கப்படவில்லை யென்றும், தான் மாஸ்கோ நகர்ப் புறத்தில் வசிக்குமாறு தண்டிக்கப்பட்டிருப்பதாகவும், தான் குடிப்பது (அவன் மார்பில் அறைந்து கொண்டு அழுத்தந்திருத்தமாகச் சொல்வது போல), தனது துயர்களை மறப்பதற்கே என்றும் அவன் கருதி வந்தான். இந்த நபரைப்பற்றி, மஞ்சள் பாரித்த விழிகளும் வாத்தலகு போன்ற மூக்கும் கொண்ட தனது தலைமைப் பரிசாரகனான கவ்ரீலோவிடம் (இந்த அங்க லட்சணங்களைப் பார்த்தால் விதியே அதிகாரிப் பதவிக்காக அவனைத் தேர்ந்தெடுத்திருப்பது போல் தோன்றும்) சீமாட்டி ஒரு முறை பிரஸ்தாபித்தாள். அதற்குத் தலைக்கு நாள் தான் கபித்தோன் குடிபோதையில் தெருவில் விழுந்து கிடந்தான். அவனது ஒழுங்கீனத்தைப் பற்றிச் சீமாட்டி கவலை தெரிவித்தாள்.

“ஆமாம் கவ்ரீலோ, இவனுக்கு நாம் கலியாணம் செய்து வைத்து விட்டால் என்ன, ஊம்? என்ன நினைக்கிறாய்? ஒருவேளை அவன் படிமானத்துக்கு வரக்கூடுமே” எனத் திடீரெனச் சொன்னாள்.

“கலியாணம் பண்ணி வைக்கத் தடையென்ன, அம்மா! தாராளமாகச் செய்யலாம்! ரொம்ப நல்லதாகக் தான் போகும்!” என்று பதிலளித்தான் கவ்ரீலோ.

“அது சரி, இவனை யார் கலியாணம் செய்க கொள்வாள்?”

“அதென்ன, அம்மா, பிரமாதம்? நீங்கள் எப்படிச் சொல்கிறீர்களோ, அப்படியே நடக்கும். பார்க்கப் போனால் அவன் ஏதோ உருப்படியாக வரக் கூடிய ஆள் தான். மற்றவர்களைப் பார்க்கிலும் அப்படி ரொம்ப மோசம் என்று சொல்வதற்கில்லை.”

“தத்தியானா மேலே அவனுக்கு ஆசை என்று படுகிறது.”

கவ்ரீலோ ஏதோ மறுத்துச் சொல்ல வந்தவன் உதடுகளை இறுக்க மூடிக்கொண்டான்.

“ஆ....மாம். தத்தியானாவையே கட்டிக்கொள்ளட்டும்” என்று தீர்மானமாகச் சொல்லி விட்டு, மனநிறைவு தோன்ற ஒரு சிமிட்டா மூக்குத் தூளை எடுத்துக் கொண்டு “காதிலே விழுந்ததா?” என்றாள் சீமாட்டி.

“ஆமாம், அம்மா” எனப் பணிவுடன் கூறிவிட்டு அங்கிருந்து அகன்றான் கவ்ரீலோ.

தனது அறைக்குச் சென்றதும் (பணியாட்களுக்கான தனி வீட்டில் இருந்த அந்த அறை இரும்புப் பட்டை சுற்றிய பெட்டிகளால் அடைசலாக அநேகமாய் நிறைந்தது) கவ்ரீலோ முதன்முதலாக மனைவியை வெளியே அனுப்பி விட்டு, அப்புறம் ஜன்னலருகே அமர்ந்து சிந்தனையில் ஆழ்ந்தான். எஜமாட்டி கொடுத்த எதிர்பாராக் கட்டளை அவனைத் திகைக்க வைத்துவிட்டதென்பது தெரிந்தது. கடைசியில் அவன் எழுந்திருந்து கபித்தோனைக் கூப்பிட்டனுப்பினான். கபித்தோன் வந்து சேர்ந்தான்..... ஆனால் அவர்களுடைய உரையாடலை வாசகர்களுக்கு. விவரிப்பதற்கு முன்னர், கபித்தோன் மணஞ்செய்து கொள்வதற்கிருந்த இந்தத் தத்தியானாயார் என்பதையும், எஜமாட்டியின் உத்தரவு தலைமைப் பரிசாரகனுக்குக் கலக்க மூட்டியது ஏன் என்பதையும் சில வார்த்தைகளில் கூறி விடுவது அனுசிதமாகாது எனக் கருதுகிறோம்.

நாம் மேலே குறிப்பிட்ட தத்தியானா துணி வெளுக்கும் வேலை செய்து வந்தாள்; வேலையில் அவளுக்கிருந்த திறமையும் அனுபவமும் காரணமாக மிக மிக மெல்லிய உள்ளாடைகள் மட்டுமே அவளிடம் சலவைக்குக் கொடுக்கப்பட்டன. வயது இருபத்தெட்டிருக்கும். சிறு கூடான ஒடிசல் தேகம், சணல் நிற முடி, இடக் கன்னத்தில் மச்சங்கள். இடக் கன்னத்தில் மச்சமிருப்பது துரதிர்ஷ்ட அடையாளம் என்றும், சோக வாழ்வைக் காட்டு வதாகவும் ருஷ்யாவில் நம்பப்படுகிறது ..... தத்தியானாவின் வாழ்க்கை பெருமைப்பட்டுக் கொள்ளக் கூடியதாக இல்லை. இளமைப் பருவத்தின் தொடக்கத்திலிருந்தே அவள் கடுமையான மட்டி வேலையில் பிணிக்கப் பட்டாள், இரண்டு பேர் வேலையை ஒருத்தியாகச் செய்தாள், எந்த விதமான அன்பையோ பரிவையோ ஒருபோதுமே காணாமல் வாழ்ந்தாள். மகாமோசமான உடையே அவளுக்கு அணியக்கிடைத்தது. கூலியோ எல்லோரிலும் சொற்பம். அவளுக்கு அநேகமாக உறவினர் யாருமே இல்லை;

எப்போதோ உக்கிராணக்காரனாயிருந்து இப்போது உதவாக்கரை என்று கிராமத்தில் விடப்பட்டிருந்த ஒருவன் அவளுக்கு மாமன்; அவன் தவிர, பண்ணையாட்களாயிருந்த வேறு சில மாமன்மார், அவ்வளவே. ஒரு காலத்தில் அவள் அழகியாகக் கருதப்பட்டாள், ஆனால் விரைவிலேயே அழகு அவளை விட்டுச் சென்று விட்டது. மிக அடக்க ஒடுக்கமானவள், அல்லது இன்னும் சரியாகச் சொன்னால் பயந்த சுபாவமுள்ளவள். தனது நிலையைப் பற்றி அவள் அலட்சியமாக இருந்து வந்தாள். மற்றவர்களிடம் அவளுக்கு ஒரே நடுக்கம். வேலையை உரிய நேரத்தில் முடிப்பதைப் பற்றியே அவள் சிந்தனை எல்லாம். யாரிடமும் ஒருபோதும் பேசுவதில்லை. எஜமாட்டிக்கு அவளை அடையாளங் கண்டுகொள்வதே கஷ்டம், எனினும், எஜமாட்டியைக் கண்டாலே அவளுக்கு உதறலெடுத்துவிடும். கெராஸிம் கிராமத்திலிருந்து வந்தபோது அவனுடைய பிரம்மாண்டமான உருவத்தைப் பார்த்துத் திகிலால் அவளுக்கு அநேகமாக உயிரே போய்விட்டது. முடிந்த வரையில் அவனிடமிருந்து விலகியே இருந்துவந்தாள். வீட்டிலிருந்து சலவைச்சாலை வரை செல்வதற்கு அவனருகாக அவசர அவசரமாக ஓட நேர்ந்தால் கண்களைத் தாழ்த்திக் கொள்வாள். ஆரம்பத்தில் கெராஸிம் அவளைக் கவனிக்கவே இல்லை. ஆனால் அப்புறம் அவளைக் கண்டபோதெல்லாம் சிரித்தான், பாராட்டு ததும்ப அவளைக் கூர்ந்து நோக்கினான். கடைசியில் கண்ணெடுக்காமல் அவளையே விடாது உற்றுப் பார்க்கலானான். அவளது பணிவான பார்வையும் அச்சந்ததும்பும் அங்க அசைவுகளுமே அவனை ஈர்த்தன போலும் – ஆண்டவ னுக்கே வெளிச்சம்! ஒரு தடவை, எஜமாட்டியின் கஞ்சி போட்ட பிளவுசை அகன்ற விரல்களால் ஜாக்கிரதையாகத் தூக்கிப் பிடித்துக்கொண்டு அவள் முகப்பைக் கடந்து செல்கையில் யாரோ முழங்கையை வலிவாகப் பற்றவே திரும்பிப் பார்த்தவள் வீரிட்டுக் கத்தி விட்டாள்: அவள் பின்னே நின்று கொண்டிருந்தான் கெராஸிம். வாலிலும் இறகுகளிலும் தங்க நிறம் பளிச்சிட்ட சேவல் வடிவான கேக் ஒன்றை , அசட்டுப் புன்னகையும் கொஞ்சல் ஒலிகளுமாக அவள் புறம் நீட்டினான். அவள் வேண்டாம் என்பதற்குள் அதை அவள் கைக்குள் திணித்துவிட்டுத் தலையசைப்புடன் அப்பால் நகர்ந்தவன் திரும்பிப் பார்த்து, பின்னும் ஒரு முறை ஏதோ மிக அன்பு கனியும் ஒலியைச் செய்தான். அன்று முதல் அவன் அவளை நிம்மதியாயிருக்க விடவேயில்லை. அவள் எங்கு போனாலும்

அவளைப் புன்முறுவலுடன் எதிர்கொள்வதும், ஆடுபோலக் கத்துவதும், கைகளை வீசி ஆட்டுவதும், திடீரெனச் சட்டைக்கு அடியிலிருந்து ஒரு ரிப்பனை எடுத்து அவள் கையில் திணிப்பதும், அவள் முன்னேயுள்ள தூசியைப் பெருக்கித் தள்ளுவதுமாகக் காட்சி தந்தான். பாவம், அந்தப் பெண்ணுக்கா, எப்படிப் பழகுவது, என்ன செய்வது என்பது பிடிபடவே இல்லை. சீக்கிரத்தில் முகப்புக்கார ஊமையின் நடவடிக்கைகள் வீடு முழுவதற்கும் தெரிந்து போய் விட்டன. கேலிகளும், இடும்புகளும், குத்தல் பேச்சுக்களும் தத்தியானா மீது பொழியலாயின. ஆனால் கெராஸிமை நையாண்டி செய்ய எல்லாருக்கும் துணிவு வரவில்லை அவனுக்கு வேடிக்கை பிடிக்காது; அவன் முன்னிலையில் தத்தியானாவையும் ஒருவரும் சீண்டுவதில்லை. இஷ்டமோ இஷ்டமில்லையோ, அவள் அவனது அரவணைப்பிற்குள் வந்துவிட்டாள். எல்லாச் செவிட்டூமைகளையும் போலவே அவனுக்குக் கூர்மையான உணர்திறன் இருந்தது. தத்தியானாவையோ தன்னையோ யாரேனும் பரிகாசம் செய்தால் அவன் சட்டென அதை நன்கு புரிந்து கொள்வான். ஒரு நாள் தத்தியானாவின் மேலதிகாரியான துணியறைக்காரி அவளைக் கொத்திப் பிடுங்கிய பிடுங்கில், அந்த அப்பாவிப் பெண்ணுக்கு என்ன செய்வதென்றே தெரியவில்லை, தொல்லை பொறுக்க முடியாமையால் அவளுக்கு அழுகையே வந்துவிடும் போலிருந்தது. கெராஸிம் திடீரென எழுந்தான், தனது பிரம்மாண்டமான கையை நீட்டினான், துணியறைக்காரியின் சிரத்தின் மீது அதை வைத்தான், பின்பு அவள் முகத்தைக் கடும் பயங்கரத்துடன் அவன் உறுத்து விழித்த விழிப்பில் அவள் ஒரேயடியாகச் சவண்டு போய் மேஜை மேல் குனிந்து விட் டாள். எல்லோரும் கப்சிப் பென்றிருந்தார்கள். கெராஸிம் மறுபடி கரண்டியும் கையுமாக முட்டைக் கோசு 'சூப்' சாப்பிடுவதில் ஈடுபட்டான். "ஊமைப் பிசாசு, காட்டுப் பேய்!" என்று எல்லோரும் வாய்க்குள் முணு முணுத்தார்கள். துணியறைக்காரியோ, எழுந்திருந்து வேலையாட்கள் அறைக்குள் சென்றுவிட்டாள். பின்னொரு முறை கபித்தோன் நாம் இப்போது பேசிக் கொண்டிருந்தோமே, அதே கபித்தோன்–தத்தியானா வுடன் ரொம்பத்தானே கொஞ்சலும் குழைவுமாக வார்த்தையாடிக் கொண்டிருப்பதைப் பார்த்த கெராஸிம் அவனைச் சைகையால் அருகழைத்து, வண்டிப் பிறைக்கு இட்டுச் சென்று, அங்கே மூலையில்

சாத்தியிருந்த நுகத்தடியை எடுத்து, அதைக் காட்டி அவனை மெதுவாக, ஆனால் அர்த்தபுஷ்டியுடன், பயமுறுத்தினான். அதன் பின் யாருமே தத்தியானாவுடன் உரையாடுவதில்லை. கெராஸிமையோ, ஒருவரும் கண்டிக்கவில்லை. துணியறைக்காரி வேலையாட்கள் அறைக்குள் போனதுமே மூர்ச்சையடைந்தாள் என்பதும், அப்புறம் கெராஸிமின் முரட்டுத்தனத்தைப் பற்றி எஜமாட்டிக்கு அன்றைக்கே தகவல் எட்டும்படி செய்துவிட்டாள் என்பதும் உண்மையே, ஆயினும் சஞ்சல சுபாவமுள்ள அந்தக் கிழவியோ, துணியறைக்காரிக்கு எல்லை மீறிய எரிச்சல் மண்டிக்கொண்டு வரும் அளவுக்குக் கெக்கெலி கொட்டி நகைத்தது மட்டுமா கெராஸிம் தன் கனத்த கையால் அவள் தலையை எப்படி வளைத்தான் என்று மறுபடி மறுபடி செய்து காட்ட, வேறு சொன்னாள்; மறுநாள் கெராஸிமுக்கு ஒரு வெள்ளி ரூபிள் அனுப்பிவைத்தாள். நம்பகமான, வலிமை வாய்ந்த காவல்காரன் என்ற வகையில் அவன் மீது கிழவிக்கு. மதிப்பு கெராஸிமுக்கு அவளிடம் ஒரே பயம், இருந்தாலும் அவள் பரிவு காட்டுவாள் என்று நம்பினான். தத்தியானாவை மணக்க அவளிடம் அனுமதி கேட்கப் போவதற்கு ஆயத்தம் செய்து கொண்டிருந்தான். தலைமைப் பரிசாரகன் தருவதாகச் சொல்லியிருந்த புதுக்கோட்டு கிடைக்கட்டும் என்றே காத்திருந்தான், எஜமானிக்கு முன் பாந்தமாக உடுத்திக் கொண்டு போக வேண்டுமே என்பதற்காக. இதற்கிடையில் தான் தத்தியானாவைக் கபித்தோனுக்கு மணம் முடிக்க வேண்டுமென்ற எண்ணம் சீமாட்டியின் மனத்தில் திடீரென்று உதித்து விட்டது.

எஜமானியுடன் நடந்த உரையாடலுக்குப் பின் தலைமைப் பரிசாரகனுக்கு ஏற்பட்ட மனக் கலக்கத்தின் காரணத்தை இப்போது வாசகர்கள் எளிதில் புரிந்து கொள்வார்கள். "எஜமானி கெராஸிம் மீது பிரியமாயிருக்கிறாள் என்பது நிச்சயம் (கவ்ரீலோவுக்கு இது நன்றாகத் தெரிந்திருந்தது, ஆகவே தானும் கெராஸிம் விஷயத்தில் பரிவு காட்டிவந்தான்); பார்க்கப் போனால் வாயில்லாப் பிறவி அவன். இந்த கெராஸிம் தத்தியானா மேல் ஆசையாயிருக்கிறான் என்று எஜமானியிடம் சொல்லலாமா, கூடாது. நியாயந்தானே! அவன் எந்த மாதிரிக் கணவனாவான்? மற்றொரு விதத்தில் பார்த்தாலோ, தத்தியானாவைக் கபித்தோனுக்குக் கொடுக்கப் போகிற செய்தி தெரிந்ததுமே – கடவுளே காப்பாற்று அவன் வீட்டையே தகர்த்து

நொறுக்கிவிடுவான், கட்டாயமாக. அவனிடம் வாதாடவும் முடியாது. அந்தச் சைத்தான் ஆண்டவனே, நான் பாவி, என்னை மன்னிப்பாயாகஅவன் மனத்தை எந்த வகையிலும் மாற்ற முடியாது...... மாற்றவே முடியாது....." ஜன்னலருகே உட்கார்ந்து இவ்வாறு எண்ணமிட்டான் கவ்ரீலோ.

கபித்தோனின் பிரவேசத்தால் கவ்ரீலோவின் சிந்தனைத் தொடர் அறுபட்டது. பொறுப்பற்ற புத்தியினனான செம்மான் கைகளைப் பின்புறம் கட்டியவாறு உள்ளே வந்தான், கதவருகே மூலைச்சுவரில் விட்டாற்றியாகச் சாய்ந்து கொண்டு வலக்காலை இடக்கால் மீது குறுக்காக வைத்துக் கொண்டு நின்று தலையை வெட்டி அசைத்தான். "இதோ, வந்துவிட்டேன். உங்களுக்கு என்ன வேண்டும்?" என்று கேட்பது போலிருந்தது அவன் சைகை.

கவ்ரீலோ கபித்தோனை ஏற இறங்கப் பார்த்துவிட்டு ஜன்னல் குறட்டில் விரல்களால் தாளம் போட்டான். கபித்தோன் தனது காரீயக் கண்களைச் சற்றே சுருக்கிக் கொண்டானே தவிரப் பார்வையைத் தாழ்த்தவில்லை. சல்லாரி பில்லாரியாக நாற்புறமும் துருத்திக் கொண்டிருந்த பறட்டைச் சணல் முடியைக் கோதியவாறு மெல்லச் சிரிக்கக் கூடச் செய்தான், "ஊம், நான் தான் வந்திருக்கிறேன். என்ன முறைக்கிறாய்?" என்பவன் போல.

"நல்ல ஆள்" என்று கூறிய கவ்ரீலோ சிறிது நேர மௌனத்திற்குப் பிறகு, "நல்ல ஆள் தான், குறைச்சலே இல்லை போ!" என்றான்.

கபித்தோன் தோள்களை மட்டும் கொஞ்சம் அசைத்தான். "நீ எந்த வகையில் மேல்?" என்று தனக்குள் சொல்லிக்கொண்டான்.

"நீயே பார்த்துக்கொள் உன் லட்சணத்தை, பார்த்துக் கொள்ளேன்! யாரைப் போலிருக்கிறாய் தாயுமா!" என்று இடித்துரைத்தான் கவ்ரீலோ.

நைந்து திரித்திரியாய்ப் போன கோட்டையும், ஒட்டுப் போட்ட காற் சட்டையையும் கபித்தோன் நிதானமாகப் பார்வையிட்டான், பொத்தல் விழுந்த ஜாடுகளை, அவற்றிலும் வலப்பாதம் அலட்சியமாக வைக்கப்பட்டிருந்த இடது ஜோட்டின் நுனியை, விசேஷக் கவனத்துடன் நோக்கினான், பின்பு தலைமைப் பரிசாரகன் மீது மீண்டும் விழிகளை நாட்டினான்.

"என்ன வந்துவிட்டது?"

"என்ன வந்து விட்டதா?" என்று திருப்பிச் சொன்னான் கவ்ரீலோ. "என்ன வந்துவிட்டதா? ஊம்? என்ன வந்துவிட்டது என்று வேறா கேட்கிறாய்? பிசாசு போல இருக்கிறாய் நீ – ஆண்டவன் பாவியான என்னை மன்னிப்பானாக– ஆமாம், பார்ப்பதற்கு நீ அப்படித்தான் இருக்கிறாய்" என்றான்.

கபித்தோன் விரைவாக இமை கொட்டினான்.

"திட்டுகிறீர்களா, நல்லது, திட்டுங்கள் கவ்ரீலோ அந்திரேயிச்" என இம்முறையும் மனதிற்குள் சொல்லிக் கொண்டான்.

"மறுபடியும் அளவுமீறிக் குடித்தாயாமே. அப்படித் தானே? மறுபடியும் குடித்து வெறிகொண்டாய் அல்லவா? ஊம், பதில் சொல்லடா!" என்று கேட்டான் கவ்ரீலோ.

"உடல் நிலை குன்றியிருந்த காரணத்தால் கிளர்ச்சி யூட்டும் பானத்தை நான் பருக நேர்ந்தது உண்மையே" என விடையிறுத்தான் கபித்தோன்.

"உடல் நிலை குன்றி விட்டதாவது ஒன்றாவது? உனக்குக் கொடுத்த தண்டனை போதாது, அது தான் விஷயம். பீட்டர்ஸ்பர்கில் பயிற்சி வேறு கொடுப்பித்தார்களே உனக்கு.... ரொம்பத்தான் கற்றுக்கொண்டு விட்டாய்! தண்டத்தீனி தின்கிறாயே தவிர வேறொன்றுமில்லை."

"இந்த விஷயத்தில், கவ்ரீலோ அந்திரேயிச், பரம்பொருள் ஒருவனே எனக்கு நீதி வழங்க முடியும், வேறு யாருமில்லை. நான் உண்மையில் எப்பேர்ப்பட்டவன், தண்டத்தீனி தின்கிறேனா இல்லையா என்பதை அவன் ஒருவனே அறிவான். நான் போதையேறும்படி குடித்ததைப் பொறுத்தவரை, இந்த விஷயத்தில் குற்றவாளி நானல்ல, என் நண்பன் ஒருவனே; அவன் என்னைக்கெடு நெறியில் இட்டுச் சென்று விட்டு, அரசியல் பண்ணி விட்டான், அதாவது, விலகிப் போய்விட்டான். நானோ..."

"நீ தெருவிலே கிடந்தாய், கழுதைப்பயலே! கடைத்தேற வகையற்ற ஜென்மம் நீ, ஆமாம்! அது கிடக்கிறது, நான் சொல்ல வந்தது இதல்ல" என்று பேச்சைத் தொடர்ந்த தலைமைப் பரிசாரகன், "விஷயம் இது தான்.

நம் எஜமாட்டி இருக்கிறார்களே" என்றவன் சற்று மௌனமாயிருந்தான். பின்பு, நமது எஜமாட் டிக்கு நீ கலியாணம் செய்து கொள்ள வேண்டுமாம். கேட்டாயா? கலியாணம் செய்து கொண்டால் நீ ஒழுங்குக்கு வந்துவிடுவாய் என்று அவர்கள் நினைக்கிறார்கள். புரிகிறதா?" என்றான்.

"புரியாமல் என்ன."

"ஆயிற்றா, என்னைக் கேட்டால், உன்னைச் சரியானபடி கட்டுக் காபந்து செய்வது மேல் என்பேன். ஆனால் அது அவர்கள் பாடு. என்ன, உனக்குச் சம்மதந்தானே?"

கபித்தோன் பல்லிளித்தான்.

"திருமணம் என்பது மனிதனுக்கு நலம் தருவது, கவ்ரீலோ அந்திரேயிச். என் தரப்பில் நான் இதற்கு மிக மகிழ்ச்சியுடன் இசைகிறேன்."

"பயல் நறுக்குத் தறித்தாற்போல நன்றாகப் பேசுகிறான் என்பதை ஒப்புக்கொள்ளத்தான் வேண்டும்" என நினைத்துக்கொண்ட கவ்ரீலோ, "அதெல்லாம் சரிதான். ஆனால் ஒரு விஷயம். எஜமாட்டி பார்த்திருக்கும் பெண்தான் பொருத்தமில்லாதவள்" என்றான்.

"யார் என்று தெரிந்து கொள்ள அனுமதிப்பகளா?"

"தத்தியானா."

"தத்தியானாவா?"

இவ்வாறு கேட்டு விட்டுக் கண்களை மலர விழித்தபடியே சுவரிலிருந்து அப்பால் நகர்ந்தான் கபித்தோன்.

"ஏன்? எதற்காகத் திடுக்கிடுகிறாய்?... அவளை உனக்குப் பிடிக்கவில்லையோ?"

"பிடிக்காமலென்ன, கவ்ரீலோ அந்திரேயிச்! அந்தப் பெண் ஒன்றும் மோசமில்லை, உழைப்பாளி, பணிவுள்ளவள்.... ஆனால் உங்களுக்கே தெரியுமே, கவ்ரீலோ அந்திரேயிச், அந்தச் சைத்தான் இருக்கிறானே, ஸ்தெப்பி வெளிப் பிசாசு, அவன் அவள் மேலே கண்ணாயிருக்கிறானே....."

“எனக்குத் தெரியும், தம்பி, எல்லாம் தெரியும்” என்று எரிச்சலுடன் இடைமறித்தான் தலைமைப் பரிசாரகன். “இருந்தாலும்...”

“கொஞ்சம் கருணை கூருங்கள், கவ்ரீலோ அந்திரேயிச்! அவன் என்னைக் கொன்று விடுவானே, ஏதோ ஈயை அறைந்து மாய்ப்பது போலக் கொன்று விடுவானே. அவன் கை உண்டே. நீங்களுந்தான் பார்த்திருக்கிறீர்களே, அவன் கை எப்படிப்பட்டதென்று. அரக்கனுடையது போன்றதல்லவா அவனுடைய கை! செவிடனாயிற்றா, தான் அறைவது எப்படிப் படுகிறதென்று கேட்கிறதில்லை அவனுக்கு! உறக்கத்தில் முஷ்டியை வீசி ஆட்டுபவன் போலத்தான். அவனைச் சமாதானப்படுத்துவதோ எவ்வகையிலும் இயலாத காரியம். ஏன்? ஏனென்றால் அவன் செவிடன், போதாக் குறைக்கு முழு மூடன், உலக்கைக் கழுந்து போல. அவன் ஏதோ காட்டு விலங்கு, கற்சிலை, கவ்ரீலோ அந்திரேயிச், கற்சிலையைக் காட்டிலும் மோசம்..... இனந்தெரியாத நெடுமரம்! அவனிடம் நான் எதற்காக வதைபட வேண்டும்? அட, எனக்கு இப்போது எது நேர்ந்தாலும் லட்சியமில்லைதான். எவ்வளவோ பட்டு விட்டேன், எவ்வளவோ பொறுத்து விட்டேன், பழம் பானை போல ஊறிப்போய்க் கிடக்கிறேன். இருந்தாலும் நானும் மனிதன்தானே, ஏதோ உடைந்த மட்கலம் அல்லவே!”

“தெரியும், தெரியும் எனக்கு. சும்மா வளர்த்தாதே...”

செம்மானோ, ஒரே ஆவேசமாக, “அட என் கடவுளே! இதற்கெல்லாம் முடிவு எப்போது? எப்போது, ஆண்டவனே? அவலப் பிறவி நான், கதியற்ற அவலப் பிறவி! தலைவிதி, என் தலைவிதி அப்படி. நீங்களே பாருங்களேன்! சிறுவனாயிருக்கையில் எனது ஜெர்மானிய எஜமானன் என்னை அடிப்பித்தான், அருமையான இளம் வயதில் எனது சொந்தச் சகோதரனே என்னைப் புடைத்தான், இப்போது, பக்குவமான வயதை அடைந்த பின்பும், பாருங்கள் நான் எக்கதிக்கு ஆளாகியிருக்கிறேனென்று.....” எனச் சொல்லிக்கொண்டு போனான்.

“அட சீத்துவங் கெட்டவனே, எதற்காகக் கொட்டி அளக்கிறாய்? மெய்யாகவே கேட்கிறேன்” என்று குறுக்கிட்டான் கவ்ரீலோ.

“எதற்காகவாவது, கவ்ரீலோ அந்திரேயிச்! நான் அடிக்கு அஞ்சவில்லை, கவ்ரீலோ அந்திரேயிச்! எஜமானன் என்னைத் தனிமையில்

தண்டிக்கட்டும், மற்றவர்கள் முன்னிலையில் ஆளாக மதித்து நடத்தினால் நானும் நிமிர்ந்த தலையோடு வளைய வருவேன். ஆனால் இங்கேயோ, எப்பேர்ப்பட்டவனிடம் நான் இடிபட வேண்டியிருக்கிறது பாருங்கள்....."

"போதும், நடையைக் கட்டு!" என்று அவன் பேச்சை மேலும் கேட்கப் பொறுமையின்றி அதட்டினான் கவ்ரீலோ. கபித்தோன் திரும்பி, அங்கிருந்து அகன்றான்.

"அவன் குறுக்கிட மாட்டான் என்று வைத்துக் கொள்வோம், அப்போது உனக்குச் சம்மதந்தானே?" என்று கபித்தோன் வெளியேறு முன்பு கூவினான் கவ்ரீலோ.

"இசைவு தெரிவித்துக் கொள்கிறேன்" என்று விடை பகர்ந்து விட்டு மேலே நடந்தான் கபித்தோன். நெருக்கடியான நிலைமைகளில் கூட அவன் செஞ்சொற் பேச்சை விட்டு விடுவதில்லை.

தலைமைப் பரிசாரகன் அறையில் சில தடவை குறுக்கும் நெடுக்குமாக நடந்தான்.

"நல்லது, இப்போது தத்தியானாவை வரச் சொல்லுங்கள்" என்று முடிவில் உரைத்தான்.

சில நிமிடங்களுக்கெல்லாம் தத்தியானா அநேகமாக ஓசையே படாமல் வந்து வாயில் அருகே நின்றாள்.

"என்ன உத்தரவு, கவ்ரீலோ அந்திரேயிச்?" என்று மென் குரலில் வினவினாள்.

தலைமைப் பரிசாரகன் அவளை நிலைக்குத்திட்டு நோக்கினான்.

அப்புறம் அவன், "ஊம். தத்தியானா, கலியாணங் கட்டிக்கொள்ள இஷ்டமா உனக்கு? எஜமானியம்மாள் வரன் பார்த்திருக்கிறார்கள்" என்றான்.

உத்தரவு, கவ்ரீலோ அந்திரேயிச்", எனச் சொல்லி விட்டு, "யாரை எனக்கு வரனாகப் பார்த்திருக்கிறார்கள் அவர்கள்?" என்று தயக்கத்துடன் கேட்டாள்.

"செம்மான் இருக்கிறானே, கபித்தோன், அவனை."

"உத்தரவு."

"அவன் பொறுப்பில்லாத ஆசாமி, ஆமாம். இந்த விஷயத்தில் எஜமானியம்மாள் உன்னை நம்பியிருக்கிறார்கள்."

"உத்தரவு."

"ஒரே ஒரு சங்கடம் என்னவென்றால் இந்தச் செவிடன் இருக்கிறானே, கெராஸிம், அவன் உன் மேலே நாட்டமாயிருக்கிறான். அந்தக் கரடியை எப்படித்தான் வசியம் செய்து வைத்திருக்கிறாயோ? உன்னைக் கொன்று போட்டாலும் போட்டு விடுவானே அவன், கரடிப்பயல்!"

"கொன்று விடுவான், கவ்ரீலோ அந்திரேயிச். சந்தேகமில்லாமல் கொன்று விடுவான்."

"கொன்று விடுவானே சற்றே..... அதை நாங்கள் பார்த்துக் கொள்கிறோம். அதென்ன இப்படிச் சொல்லுகிறாய், கொன்று விடுவான் என்று? உன்னைக் கொல்லுவதற்கு அவனுக்கு உரிமையுண்டா, நீயே யோசித்துப்பார்."

"உண்டோ, கிடையாதோ எனக்குத் தெரியாது, கவ்ரீலோ அந்திரேயிச்."

"வேடிக்கையான பெண்ணம்மா நீ! அவனுக்கு வாக்கு ஒன்றும் கொடுத்து விடவில்லையே நீ?" ஐயா என்ன சொல்கிறீர்கள்?"

தலைமைப் பரிசாரகன் பேசவில்லை. "நீ ரொம்பவும் பணிந்து போகிற ஆத்மா" என்று எண்ணிக்கொண்டான். "நல்லது. மறுபடியும் இதைப் பற்றிப் பேசுவோம். இப்போது போய் வா, தத்தியானா. நீ ரொம்பச் சாதுவான பெண் என்று கண்டு கொண்டேன்" என்றான்.

தத்தியானா திரும்பினாள், வாயில் நிலையை மெதுவாக வருடிவிட்டு வெளியே சென்றாள்.

"எஜமானியம்மாள் இந்தக் கலியாணத்தைப்பற்றி நாளைக்கே மறந்து விடக் கூடும் ஒருவேளை. எதற்காகத் தான் நான் கலவரப்பட்டுப்

போனேனோ? அந்தத் தடியனைச் சமாளித்துக் கொள்வோம், அவசியப்பட்டால் போலீசிடம் ஒப்படைத்து விடுவோம்...'' இவ்வாறு எண்ணமிட்டான் தலைமைப் பரிசாரகன்.

''உஸ்தீன்யா பியோதரவ்னா'' என்று உரத்த குரலில் மனவியை விளித்து, ''சமவாரைச் சூடுபடுத்துங்கள், அம்மணி!'' என்றான்.

தத்தியானா அநேகமாக அன்று முழுவதும் சலவைச் சாலையிலிருந்து வெளி வரவேயில்லை. முதலில் கொஞ்சம் அழுதாள், பின்பு கண்ணீரைத் துடைத்துக் கொண்டு முன்போலவே வேலையில் ஈடுபட்டாள். கபித்தோனோ, இரவு வெகுநேரம் வரை கடுகடுத்த முகத்தனான நண்பன் ஒருவனுடன் குடிக் கடையில் உட்கார்ந்து, பீட்டர்ஸ்பர்கில் தான் ஒரு சீமான் வீட்டில் வேலையாளாக வாழ்ந்த வாழ்வைப் பற்றி– சீமான் நல்ல எஜமானன் தான். ஒழுங்கிலே மட்டும் மிகக் கண்டிப்பானவன். தவிர அவனிடம் ஒரு சிறு குறை இருந்தது: அளவு மீறிக் குடிப்பான்; எந்தப் பெண்ணையும், அவள் தராதரம் எது வாயிருந்தாலும், விட்டுவைக்க மாட்டான் .... என்றெல்லாம் விரிவாக விவரித்தான். கடுகடுத்த நண்பன் வெறுமே ஊம் கொட்டிக் கொண்டிருந்தான். ஆனால் முடிவில் கபித்தோன், குறிப்பிட்ட ஒரு நிகழ்ச்சி காரணமாக மறுநாள் தான் தன்னையே மாய்த்துக்கொள்வது இன்றியமையாததாயிருப்பதாக அறிவித்ததும், கடுகடுத்த நண்பன் உறங்க நேரமாகிவிட்டது என்று சொன்னான். அவர்கள் உர்ரென்று மௌனமாகப் பிரிந்தார்கள்.

இதற்கிடையே தலைமைப் பரிசாரகன் எதிர்பார்த்தது நடக்கவில்லை. கபித்தோனின் திருமணம் பற்றிய கருத்து கிழச்சீமாட்டியின் மனத்தை ஒரேயடியாக வியாபித்துக் கொண்டு விடவே, அவள், தனது தோழிப் பெண்ணொருத்தியிடம்– உறக்கமின்மையால் எஜமானி அவதிப்படும் போது அவளை மகிழ்விப்பதற்கென்றே அமர்த்தப்பட்டிருந்த இந்தப் பெண் இரவில் சவாரி வண்டி யோட்டுபவன் போலப் பகலில் உறங்குவது வழக்கம் அன்று இரவு முழுவதும் இந்தத் திருமணத்தைப் பற்றி மட்டுமே உரையாடிக் கொண்டிருந்தாள். மறுநாள் காலை தேநீர் அருந்திய பின் அறிக்கை செய்து கொள்வதற்காக கவ்ரீலோ அவளிடம் சென்றதுமே அவள் கேட்ட முதல் கேள்வி, ''கலியாண ஏற்பாடுகள் எல்லாம் எப்படி நடந்து கொண்டிருக்கின்றன?'' என்பதே. ஏற்பாடுகளெல்லாம் பிரமாதமாக நடந்து கொண்டிருப்பதாகவும்

அன்றைய தினமே கபித்தோன் அவளுக்கு வணக்கம் தெரிவிக்க வரப்போவதாகவும் அவன் விடையிறுத்தான். சீமாட்டிக்கு உடம்பு ஏதோ சரியயில்லாததால் அவள் நீண்டநேரம் அலுவல்களைக் கவனிக்கவில்லை. தலைமைப் பரிசாரகன் தன் அறைக்குச் சென்று ஆலோசனைச் சபை கூட்டினான். விஷயம் நிச்சயமாகவே விசேஷக் கவனத்துக் குரியதாயிருந்தது. தத்தியானா எவ்வித மறுப்பும் தெரிவிக்கவில்லை. ஆனால் கபித்தோனோ, தனக்கு இருப்பது ஒரே ஒரு தலைதான் என்றும், இரண்டோ, மூன்றோ அல்லவென்றும் எல்லோருக்கும் கேட்கும்படி தெரியப்படுத்திக் கொண்டான். கெராஸிம், தனக்கு எதிராக ஏதோ சூழ்ச்சி நடக்கிற தென்று உய்த்துணர்ந்து கொண்டவன் போல வேலையாட்களின் அறை முகப்பைவிட்டு அகலாமல் எல்லோரையும் விரைவாக உறுத்துப் பார்த்தான். கூடியிருந்தவர்கள் (இவர்களில் க்வோஸ்த்மாமா என்ற செல்லப் பெயரால் அழைக்கப்பட்ட கிழ வேலையாளும் இருந்தான். "அப்படித்தான், ஆமாம், ஆமாமாம்" என் பதைத் தவிர வேறு எதுவும் அவன் சொல்லியது கிடையாதென்றாலும் எப்போதும் அவனை யோசனை கூற மரியாதையுடன் அழைப்பது வழக்கமாயிருந்தது) நீர் வடிகட்டும் இயந்திரமிருந்த அறைக்குள் கபித்தோன் பாதுகாப்பிற்காக வைத்துப் பூட்டிவிட்டு, கடுமையாகச் சிந்தனை செய்யத் தொடங்கினார்கள். பலப் பிரயோகத்தைக் கைக் கொள்வது எளிதாயிருந்திருக்கும் என்பது நிச்சயமே, ஆயினும் (கடவுளே காப்பாற்று!) இரைச்சல் கிளம்பி, சீமாட்டியின் அமைதி குலைந்ததோ, ஆபத்து, என்ன செய்வது? எல்லோரும் சிந்தித்தார்கள், சிந்தித்தார்கள், முடிவில் ஒரு தீர்மானத்துக்கு வந்தார்கள். கெராஸிமுக்குக் குடிகாரர்களைச் சகிக்க முடியாது என்பது பல முறை கவனிக்கப்பட்டிருந்தது... அவன் வாயிலில் உட்கார்ந்திருக்கையில் எவனாவது கொஞ்சம் அளவு மீறிக் குடித்து விட்டு, தள்ளாட்ட நடையும் காதின் மேல் தொப்பி நுனியுமாகக் கடந்து சென்றால் கெராஸிம் கோபத்துடன் மறுபுறம் திரும்பிக் கொள்வது வழக்கம். போதையேறக் குடித்தவள் போலப் பாசாங்கு செய்து கொண்டு, தள்ளாடித் தடுமாறியவாறு கெராஸிமைக் கடந்து செல்வதற்குத் தத்தியானாவைப் பயிற்றுவதென்று தீர்மானிக்கப்பட்டது. அந்த அப்பாவிப் பெண் வெகு நேரம் வரை இசைய வில்லை, அப்புறம் அவளை வற்புறுத்தி இணங்கச் செய்து விட்டார்கள். தனது பக்தனிடமிருந்து விடுபட்டு அகல்வதற்கு வேறு எந்த வழியும் இல்லை

என்பதை அவளே கண்டுகொண்டாள். சொன்னபடியே செய்தாள். கபித்தோனை அறைக்குள்ளிருந்து வெளிவர விட்டார்கள்; விஷயம் அவனுக்குத் தொடர் புள்ளதாயிற்றே. கெராஸிம் வாயிலில் குதிரை கட்டும் குத்துக் கட்டை மேல் அமர்ந்து, மண்வாரியால் தரையை நோண்டிக் கொண்டிருந்தான்.... எல்லா மூலைகளிலிருந்தும், எல்லா ஜன்னல் திரைகளுக்குப் பின்னிருந்தும் ஜனங்கள் அவனைக் கவனித்துக் கொண்டிருந்தார்கள்......

சூழ்ச்சி முழுக்க முழுக்கப் பலித்து விட்டது. தத்தியானாவைக் கண்ணுற்றதும் கெராஸிம் முதலில், வழக்கம் போலக் கொஞ்சும் ஊமை ஒலிகளுடன் தலையசைத்து அவளுக்கு முகமன் தெரிவித்தான். பின்பு உறுத்து விழித்தான், மண்வாரியை நழுவவிட்டான், துள்ளியெழுந்தான், தத்தியானாவை நெருங்கினான், தன் முகத்தை அவள் முகத்தருகே கொண்டுபோனான்.... அவளோ, திகிலால் முன்னிலும் அதிகமாகத் தள்ளாடியவாறு கண்களை மூடிக் கொண்டாள். அவன் அவள் கையைப் பற்றினான், முகப்பின் குறுக்காகப் பாய்ந்தோடினான், ஆலோசனைக் கூட்டம் நடந்து கொண்டிருந்த அறைக்குள் போய் அவளை நேரே கபித்தோன் அருகுவரை நெட்டித்தள்ளினான். தத்தியானா அரை உயிராகி விட்டாள்..... கெராஸிம் அவளையே பார்த்துக் கொண்டு கணப்போது நின்றான். பிறகு கையை வீசியாட்டி ஆத்திரத்துடன் குறு நகைத்து, தரையதிர நடந்து தன் அறைக்குள் சென்று விட்டான் ...... ஒரு பகல் ஓர் இரவு முழுவதும் அவன் அறையிலிருந்து வெளிக் கிளம்பவேயில்லை. ஓர் இடுக்கு வழியாகத் தான் அறைக்குள் நோக்கியதாகவும், கெராஸிம் உள்ளங்கையில் கன்னத்தை ஊன்றியவாறு கட்டிலின்மேல் அமைதியாக, அசைவின்றி உட்கார்ந்திருந்ததாகவும், எப்போதாவது ஊமையொலி செய்து, பாடியதாகவும்–அதாவது வண்டிக்காரர்களும் படகு இழுப்பவர்களும் முறையீட்டுப் பாட்டுக்கள் பாடுகையில் செய்வது போலக் கண்களை மூடி, தலையை அசைத்தபடி முன்னும் பின்னும் சாய்ந்தாடியதாகவும், குதிரை வண்டிச் சேவகன் அந்தீப்கா பின்பு தகவல் அறிவித்தான். அந்தக் காட்சியைக் கண்டு அந்தீப்காவுக்குக் கிலியடித்துப் போயிற்றாம், அவன் இடுக்கிலிருந்து அப்பால் நகர்ந்து விட்டானாம். மறுநாள் கெராஸிம் அறைக்குள்ளிருந்து வெளிவந்தபோது அவனிடம் விசேஷ மாறுதல் எதுவும்

தென்படவில்லை. முகத்தை மட்டும் எப்போதையும் விட அதிகமாக உர்ரென்று வைத்துக்கொண்டிந்தான். தத்தியானாவையோ கபித்தோனையோ அவன் ஏறெடுத்தும் பார்க்கவில்லை. அன்று மாலையே அவர் வரும் ஆளுக்கு ஒரு தாராவைக் கக்கத்தில் இடுக்கிக்கொண்டு எஜமானியைச் சென்று கண்டார்கள். ஒரு வாரத்திற்குள் அவர்களுக்கு மணமாகிவிட்டது. திருமண நாளன்று கெராஸிமின் நடத்தையில் சிறிது கூட மாறுதல் தென்படவில்லை; ஆற்றிலிருந்து அவன் தண்ணீரின்றி வெறுமையாய்த் திரும்பினான் என்பது ஒன்றுதான் மாறுதல் எப்படியோ வழியில் பீப்பாயை உடைத்துவிட்டான். மாலையில் லாயத்தில் அவன் தன் குதிரையை ஒரே ஈடுபாட்டுடன் தேய்த்து விட்டுச் சுத்தப்படுத்திய வேகத்தில் அந்தப் பிராணி பெருங்காற்றில் நாணல் போல அசைந்தாடி, அவனது இரும்பு முஷ்டிகளுக் கடியில் ஒரு கால் மாற்றி ஒருகாலாக வைத்துக் கொண்டு திணறியது.

இதெல்லாம் நடந்தது இளவேனிலில். இன்னோராண்டு கழிந்தது. இதற்கிடையே கபித்தோன் குடிப்பழக்கத்துக்கு ஒரேயடியாக ஆட்பட்டு விடவே, முற்றிலும் கவைக் குதவாதவன் எனக் கருதப்பட்டு, மனைவியுடன் எங்கோ தொலையிலிருந்த கிராமத்துக்கு அனுப்பப்பட்டான். புறப்படும் நாளன்று அவன் முதலில் வெகு முறைப்பாக இருந்தான், தன்னை எங்கே அனுப்பினாலும் சரியே, தனக்கு ஒன்றும் குறைவு வந்துவிடாது என்று முழங்கினான். ஆயினும், அப்புறம் அவன் வீறாப்பெல்லாம் புஸ்ஸென்று போய்விட்டது; கல்வியறிவற்ற மக்களிடையே தான் அனுப்பப்படுவதாக முறையிட்டான். முடிவில், தொப்பியைப் போட்டுக் கொள்ளக்கூட இயலாத அளவுக்குச் சோர்ந்து போனான். யாரோ அனுதாபி தொப்பியை அவன் நெற்றி மேல் வைத்து, முனையை நேர்படுத்தி, அதன் உச்சியை மட்டென்று அடித்து அவன் தலைமீது பொருந்த வைத்தான். எல்லாம் ஆயத்தமாகி, வண்டியோட்டிகள் "கடவுளருளால் க்ஷேமமாகப் போய் வாருங்கள்!" என்ற சொற்களை எதிர்பார்த்தவர்களாய்க் கடிவாளவார்களைக் கையில் சேர்த்துப் பிடித்துக் கொண்டிருந்த சமயத்தில் கெராஸிம் தன் அறைக்குள்ளிருந்து வெளிவந்து, தத்தியானாவின் அருகே சென்று, ஓர் ஆண்டுக்கு முன் அவளுக்காக வாங்கிய சிவப்புத் தலைக்குட்டையை நினைவுச் சின்னமாக வைத்துக் கொள்ளும் பொருட்டு அவளிடம் கொடுத்தான். அந்தக் கணம் வரை வாழ்வின் மாறுதல்களை எல்லாம் சமநிலையுடன் சகித்து வந்த

தத்தியானா, திடீரெனப் பொறுக்க ஆற்றாதவளாய், குபீரெனக் கண்ணீர் பெருக்கி, வண்டியில் ஏறுவதற்கு முன்பு, கெராஸிமைக் கிறிஸ்தவ முறைப்படி மூன்று தடவை முத்தமிட்டாள். அவனும் அவளை அவ்வாறே முத்தமிட்டான். நகர எல்லைவரை உடன் சென்று அவளை வழியனுப்பும் நோக்கத்துடன் அவன் முதலில் வண்டியருகாக நடந்தான், ஆனால் கிரீம் ஸ்கிய் பிரோத் தெருவுக்கு வந்ததும் சட்டென நின்று, கையசைத்துச் செலவு கொடுத்து விட்டு, ஆற்றின் கரையோரமாகத் திரும்பிவிட்டான்.

பொழுது சாய்ந்து கொண்டிருந்தது. கெராஸிம் நீரையே பார்த்தவாறு மெதுவாக நடந்தான். திடீரென்று அவன் ஆற்றின் கரையை ஒட்டினாற் போல, சேற்றுக் குழம்பலில் ஏதோ ஒன்று தத்தளிப்பதைக் கண்டான். குனிந்தான், கரும் புள்ளிகளிட்ட வெள்ளை நாய்க்குட்டியொன்று, கரை மேலேற வீணே முயல்வதும், மூச்சு வாங்கச் சறுக்கிவிழுவதும், நனைந்த மெலிந்த உடல் முழுதும் நடுநடுங்குவதுமாகத் திண்டாடுவதைப் பார்த்தான். துன்புறும் நாய்க்குட்டியை நோக்கி, ஒரு கையால் வாரியெடுத்துச் சட்டை முகப்புக்குள் அணைத்துக் கொண்டு விரைவாக எட்டுவைத்து வீட்டுக்குப் போனான். தனது சிற்றறை சேர்ந்ததும், காப்பாற்றப்பட்ட நாய்க் குட்டியைக் கட்டிலில் படுக்கப்போட்டுத் தனது கனத்த கம்பளிக் கோட்டால் போர்த்தினான், பின்பு முதலில் லாயத்துக்குப் போய் வைக்கோல் அள்ளிக் கொண்டு, சமையலறை சென்று ஒரு கிண்ணம் பால் எடுத்து வந்தான். கோட்டைப் பதபாகமாக அகற்றி, அதற்கடியில் வைக்கோலைப் பரப்பிவிட்டு, பால் கிண்ணத்தைக் கட்டில் மேல் வைத்தான். பாவம் அந்த நாய்க் குட்டி பிறந்து மூன்றே வாரங்கள் தாம் ஆகியிருந்தன; அதன் கண்கள் சற்று முன்பு தான் திறந்திருந்தன; ஒரு விழி மற்றொன்றை விடக் கொஞ்சம் பெரிதாய்க் காணப்பட்டது. கிண்ணத்திலிருந்து பாலை நக்கிக் குடிக்க அதனால் முடியவில்லை, நடுநடுங்கிக்கொண்டு, கண்களைக் கொட்டியது. கெராஸிம் இரண்டு விரல்களால் அதன் தலையை மெல்லப் பற்றி அதன் மூக்கைப் பாலுக்குள் நுழைத்தான். திடீரென நாய்க்குட்டி செருமுவதும், நடுங்குவதும், புரையேற்றிக் கொள்வதுமாகப் பேராவலுடன் பாலை நக்கலுற்றது. கெராஸிம் அதையே பார்த்துக்கொண்டு உட்கார்ந்திருந்தவன், குபீரென்று வாய் விட்டுச் சிரித்தான் ...... இரவு முழுவதும் நாய்க்குட்டியைப் போர்வையால் மூடிப் போர்த்துவதும் தேய்த்து

விடுவதுமாகச் சீராட்டினான், கடைசியில் அதன் அருகே படுத்து இன்பமும் அமைதியும் நிறைந்த உறக்கத்தில் ஆழ்ந்தான்.

கெராஸிம் தனது வளர்ப்பு நாயைப் பேணியது போல எந்தத் தாயும் தன் குழந்தையைப் பேணுவதில்லை (அது பெண் நாய்). ஆரம்பத்தில் பல வீனமாகவும், சின்னஞ் சிறியதாகவும், விகாரமாகவும் இருந்தது, வரவரச் சீர்பட்டு பார்வைக்கு லட்சணமாக ஆயிற்று; எட்டு மாதங்களுக்கெல்லாம், தன்னைக் காப்பாற்றியவனின் அயராப் பராமரிப்பின் விளைவாக, நீள் காதுகளும் குழல் வடிவான அடர்வாலும், உணர்ச்சி துலங்கும் பெரிய விழிகளும் வாய்ந்த ஸ்பானிய இனத்தைச் சேர்ந்த அழகிய நாயாக வளர்ந்து விட்டது. ஒரே அன்புடன் கெராஸிமோடு ஒட்டிக்கொண்டு, கணப்போதும் அவனை விட்டு அகலாமல், வாலை ஆட்டிக் கொண்டே அவனைத் தொடர்ந்து சென்ற வண்ணமாயிருந்தது. அவன் அதற்குப் பெயரிட்டான்– தங்கள் ஒலிகள் பிறரைத் தம்பால் ஈர்க்கின்றன என்பது ஊமைகளுக்குத் தெரியும் – அதை முமூ என்று அழைத்தான். வீட்டில் இருந்தவர்கள் எல்லாரும் அதை நேசித்தார்கள், முமூ என்று அழைத்தார்கள். மிகமிக அறிவுள்ள நாய் அது, எல்லோரிடமும் கொஞ்சலாகப் பழகும், ஆனால் அது அன்பு செலுத்தியது கெராஸிம் ஒருவன் மீது மட்டுமே. கெராஸிமோ, அதன் மேல் உயிராயிருந்தான், மற்றவர்கள் அதைத் தடவிக் கொடுத்தால் அவனுக்குப் பிடிக்காது: நாய் விஷயமாக ஏற்பட்ட பயத்தினாலோ அல்லது பொறாமையாலோ– ஆண்டவனே அறிவான்! ஒவ்வொரு நாள் காலையும் முமூ அவன் கோட்டைக் கடித்து இழுத்து அவனை எழுப்பும், தண்ணீர் வண்டிக் குதிரையின் (அதனுடன் முமூ மிகுந்த நட்புடன் பழகி வந்தது) கடிவாளவாரைப் பற்றிக் கொண்டு அவனருகே இட்டுவரும், பிரமாத மிடுக்குடன் அவன் பக்கத்தில் ஓடி ஆற்றுக்குச் செல்லும், அவனது துடைப்பங்களையும் மண்வாரிகளையும் காவல்காக்கும், அவன் அறைப் பக்கம் எவரையும் அண்ட விடாது. நாயின் தனிப்பட்ட உபயோகத்திற்காக அவன் கதவில் ஒரு துளை செய்தான்; அதுவோ, கெராஸிமின் அறையில் மட்டுமே தான் முழு உரிமை பெற்ற எஜமானி என்பதை உணர்ந்து கொண்டு, அறைக்குள் புகுந்ததுமே மனநிறைவு பளிச்சிடக் கட்டில்மேல் துள்ளி ஏற அமர்ந்து கொள்ளும். இரவு முழுவதும் விழித்திருந்த போதிலும், சில அறிவற்ற தெரு நாய்கள் பின்னங் கால்களின் மீது அமர்ந்து, மூக்கை

உயர்த்தி, கண்களை இடுக்கி கொண்டு வெறும் சலிப்பின் காரணமாகவே நட்சத்திரங்களைப் பார்த்துக் குலைக்குமே, வழக்கமாக மூன்று முறை தொடர்ந்தாற்போல, அப்படி அது விஷயமின்றிக் குலைப்பதே கிடையாது. ஊஹூம்! முமூவின் கீச்சுக் குரல் வெட்டியாகக் கிளம்பியதே இல்லை.... வேற்றாள் எவனாவது வேலியோரமாக நடந்தால், அல்லது, எங்கிருந்தாவது ஏதேனும் சந்தேகாஸ்பதமான ஓசையோ சரசரப்போ கேட்டால் மட்டுமே... ஒரே வார்த்தையில், அது அற்புதமாகக் காவல் காத்தது. முகப்பில் வல்சோக் என்ற வேறொரு ஆண்நாய் வயது முதிர்ந்த, பழுப்புப் புள்ளிகளிட்ட மஞ்சள் நாய் இருந்தது உண்மையே எனினும், அதை இரவில் கட்ட விழ்த்து விடுவதில்லை, இப்போதோ அது ஒரேயடியாக வலிமை குன்றிவிட்டபடியால் கட்டவிழ்த்து விடும்படி முரண்டுவது கூடக் கிடையாது; தனது நாய் வீட்டிற்குள்ளேயே சுருண்டு கிடக்கும். எப்போதாவது கம்மிய, காதுக்கே அநேகமாக எட்டாத குரலில் குலைத்து விட்டு, தன் குலைப்பு பயனற்றது எனத் தெரிந்து கொண்டது போல உடனேயே நிறுத்தி விடும். முமூ பெரிய வீட்டுக்குள் போனதே இல்லை; கெராஸிம் விறகை எடுத்துக் கொண்டு அறைகளுக்குள் போகும் போது, முமூ வெளியிலேயே தங்கி, காதுகளைக் குத்திட நிமிர்த்தி, உள்ளேயிருந்து சிற்றொலி வந்தாலும் தலையை இப்புறமும் அப்புறமும் திருப்பியவாறு ஆவலே வடி வாய்ப்படி மீது காத்திருக்கும்....

இவ்வாறு இன்னொரு வருடம் கழிந்தது. கெராஸிம் முகப்புப் பணியாளாகத் தொடர்ந்து வேலை செய்தான், தனது விதியால் மன நிறைவுற்றவனாகவே இருந்தான். இப்படியிருக்கையில் திடீரென எதிர்பாராச் சம்பவம் ஒன்று நிகழ்ந்தது...... நடந்தது இதுதான்: கோடைகாலத்தில் ஒரு நாள், எஜமானி, தோழிப் பெண்கள் புடைசூழ விருந்தறையில் பற்றியுலாவிக் கொண்டிருந்தாள். சிரிப்பும் வேடிக்கையுமாக அவள் ஒரே குதூகலமாக இருந்தாள்; பாங்கிகளும் சிரிப்பதும் விகடம் செய்வதுமாய் இருந்தார்கள் எனினும் அவர்கள் உள்ளத்தில் விசேஷ மகிழ்ச்சி எதுவும் இல்லை;

சீமாட்டிக்குக் களிப்பு மீதூரும் வேளைகள் மற்றவர் களுக்கு மிக உவகை யூட்டுவதில்லை, ஏனெனில், அவ்வேளைகளில் மற்றவர்கள் உடனுக்குடன் முழுமையாக மத்தவுணர்வு காட்ட வேண்டும் என அவள் கோரினாள். யார் முகத்திலாவது சந்தோஷம் சுடர்விடாவிட்டால் கோபித்துக்

கொண்டாள்; இரண்டாவதாக, இம்மாதிரித் திடீரெனப் பொங்கும் குதூகலம் வழக்கமாகச் சிறிது நேரந்தான் நிலைக்கும், அப்புறம் கடுகடுப்பும் சிடுசிடுப்பும் வந்துவிடும். அன்றைய தினம் சுபமாகத் தொடங்கியிருந்தது; சீட்டுக்களில் நான்கு ஜாக்கிகள் வந்தன. இதன் பொருள் விருப்பங்கள் நிறைவேறும் என்பது (ஒவ்வொரு நாள் காலையிலும் அவள் சீட்டுக்களை நிமிர்த்திப் பார்ப்பது வழக்கம்); தேநீர் விசேஷமாய் ருசிப்பதாக அவளுக்குப் பட்டது; அதற்காகப் பணிப் பெண்ணுக்குச் சொற்களில் பாராட்டும் பத்து கோபெக்குகள் பரிசும் கிடைத்தன. இப்படியாக, வற்றிய உதடுகளில் மகிழ் நகை அரும்ப விருந்தறையில் உலாவிய சீமாட்டி, ஜன்னல் அருகே சென்றாள். ஜன்னலுக்கு முன் தோட்டம் போடப்பட்டிருந்தது. நடுப் பாத்தியில், ரோஜாச் செடியின் அடியில், ஓர் எலும்புத் துண்டை அரும்பாடு பட்டுக் கறவியவாறு படுத்திருந்தது முமூ. எஜமாட்டி அதைக் கண்ணுற்றாள்.

“அட கடவுளே! இது ஏது நாய்?” என்று கூவினாள்.

எந்தப் பாங்கியைப் பார்த்து அவள் இந்தக் கேள்வியைக் கேட்டாளோ அந்தப் பெண், மேலதிகாரியின் கவலை எப்படி அர்த்தப்படுத்தக் கொள்வது என்று தீர்மானிக்க முடியாத கீழ் உத்தியோகஸ்தனுக்கு ஏற்படுவது போன்ற நிம்மதியின்மையால் உலப்புண்டவளாய், பாவம், விதிர்விதிர்த்துப் போனாள்.

“என ...... எனக்குத் ...... தெரியாதம்மா ஒருவேளை அந்த ஊமையுடையது போலிருக்கிறது.....” என்றாள்.

“அட கடவுளே!” என்று அவள் பேச்சில் குறுக்கிட்டாள் சீமாட்டி. “ஆகா, ரொம்ப அருமையான நாய்! அதை இங்கே கொண்டுவரச் சொல்லுங்கள். அவனிடம் ரொம்ப நாட்களாக இருக்கிறதா என்ன? இது வரையில் என் கண்ணிலேயே படவில்லையே, எப்படி?... இங்கே கொண்டுவரச் சொல்லுங்கள்” என்றாள்.

பாங்கி அக்கணமே வெளியே ஓடினாள்.

“இந்தா அப்பா! முமூவை உடனே இங்கே கொண்டு வா! தோட்டத்திலிருக்கிறது!” என்று கூவினாள்.

“முமூ என்று பெயரா அதற்கு? ஊம்? ரொம்ப நல்ல பெயர்” என்றாள் சீமாட்டி.

“ஆமாம், அம்மா, ரொம்ப நல்ல பெயர்” என்று ஒத்துப்பாடி விட்டு, “சட்டெனக் கொண்டுவா, ஸ்தெபான்!” என உத்தரவிட்டாள் பாங்கி.

எடுப்பாளாகப் பணியாற்றிவந்த வாட்டசாட்டமான இளைஞன் ஸ்தெபான், ஒரே பாய்ச்சலாகத் தோட்டத்திற்கு ஓடி முமூவை ஓர் அமுக்கில் பிடிக்கப் பார்த்தான்; ஆனால் அதுவோ, அவன் பிடியில் அகப்படாமல் சாமர்த்தியமாகத் தப்பி, தலைதெறிக்கப் பாய்ந்து கெராஸிமிடம் ஓடியது. அப்போது அவன் சமையலறை அருகே பீப்பாயைக் கவிழ்த்துக் குலுக்கிக் குப்பையைக் கொட்டிக் கொண்டிருந்தான், ஏதோ அது குழந்தைப் பறை போன்ற லேசான வஸ்து போல. எஜமானின் கால்களோடு ஒட்டிக் கொண்ட நாயைத் துரத்திவந்த ஸ்தெபான், அதை லாவிப் பிடிக்க முயன்றான்; ஆனால் லாகவம் வாய்ந்த அந்தப் பிராணியோ, வேற்றாள் தன்னைப் பிடிக்கவிடாமல் பலமுறை அவன் கைகளிலிருந்து துள்ளித் துள்ளி நழுவி ஓடியது. கெராஸிம் புன் முறுவலுடன் பார்த்துக் கொண்டிருந்தான், முடிவில் ஸ்தெபான் சள்ளையுடன் நிமிர்ந்து, எஜமானி அம்மாள் நாயைக் கொண்டுவரச் சொல்வதாக அவசர அவசரமாக ஜாடைகளால் விளக்கினான். கெராஸிம் ஓரளவு வியப்புற்ற போதிலும், முமூவை அருகழைத்து, அள்ளி எடுத்து, ஸ்தெபான் கையில் ஒப்படைத்தான். ஸ்தெபான் அதை விருந்தறைக்குக் கொண்டுபோய் மரச்சட்டங்கள் பதித்த தரையில் விட்டான். எஜமானி பரிவான குரலில் முமூவை அருகழைத்தாள். இத்தகைய ஆடம்பரமான சுற்றுச் சார்பில் முதன் முறையாக இருக்க நேர்ந்த முமூவோ அச்சங் கொண்டு வாயிலை நோக்கிப் பரிந்தது. பணியில் கருத்துள்ள ஸ்தெபான் அதைத் திரும்பத் தள்ளவே, அது நடுக்கத்துடன் சுவரோடு சுவராக ஒடுங்கியது.

“முமூ, முமூ, வா என்கிட்டே , வா, எஜமானி கிட்டே! வா, வா, அசடே, பயப்படாதே!” என்று பரிவுடன் அழைத்தாள் சீமாட்டி.

“எஜமானி அம்மாளிடம் போ, முமூ, போ! ஊம், போ!” என்று வற்புறுத்தினார்கள் பாங்கிகள்.

முமூவோ, ஏக்கத்துடன் நாற்புறமும் நோக்கியதே தவிர இடத்தை விட்டு அசையவில்லை.

அதற்கு ஏதாவது தின்னக் கொண்டு வாருங்கள் என்று கூறிவிட்டு, “என்ன ஒரே அசடாயிருக்கிறது! எஜமானியிடமே வராதாமே! எதைக் கண்டு பயப்படுகிறது?” என்றாள்.

இன்னும் உங்களிடம் பழகவில்லை அல்லவா! என்று நடுக்கமும் குழைவுமான குரலில் மொழிந்தாள் ஒரு பாங்கி.

ஸ்தெபான் ஒரு தட்டில் பால் ஊற்றிக் கொண்டு வந்து முமூவின் எதிரே வைத்தான். முமூவோ, – முகாந்து கூடப் பார்க்காமல் உடல் பதற முன் போலவே திரும்பித் திரும்பி நோக்கியது.

“அட என்ன வேடிக்கையான ஜீவன் நீ!” என்று அதை அணுகிய படியே சொன்னாள் சீமாட்டி. நாயைத் தடவிக் கொடுப்பதற்காகக் குனிந்தாள், ஆனால் முமூ சட்டெனத் தலையைத் திருப்பிப் பற்களைக் காட்டியது. கிழவி வெடுக்கெனக் கையைப் பின்னிழுத்துக்கொண்டாள்.

கணநேரம் மௌனம் நிலவியது. முமூ புகார் செய்வது போலவும் அதே சமயம் மன்னிப்பு கேட்பது போலவும் மெதுவாகக் குலைத்தது. கிழவி முகத்தைச் சுளித்துக் கொண்டு அப்பால் சென்றாள். நாய் சடக்கெனத் திரும்பியது அவளுக்குத் திகிலூட்டிவிட்டது.

எல்லாப் பாங்கிகளும் ஒரே குரலாக, “அட டா! அது உங்களைக் கடிக்கவில்லையே, ஆண்டவன் காப்பாற்றினான்! (முமூ தன் வாழ்நாளில் யாரையுமே கடித்தது கிடையாது.) அம்மம்மா!” என்று கூவினார்கள்.

“கொண்டு போங்கள் இதை வெளியே! கடை கெட்ட நாய்! எவ்வளவு மூர்க்கம் பாரேன்!” என்று மாறுங்குரலில் சொன்னாள் கிழவி.

மெதுவாகத் திரும்பித் தன் அறைக்குப் போகலானாள். பாங்கிகள் அச்சத்துடன் ஒருவரை யொருவர் பார்த்துக் கொண்டு அவளைத் தொடர்ந்து செல்லப் பார்த்தார்கள், ஆனால் அவள் நின்று அவர்களைக் கடுப்புடன் நோக்கி, “எதற்காக இது? நான் உங்களை அழைக்க வில்லையே” என்று சொல்லி விட்டு விருந்தறைக்கு வெளியே சென்றாள்.

பாங்கிகள் கையசைப்பால் ஸ்தெபானுக்குச் சைகை செய்தார்கள்; அவன் முமூவை எடுத்து, வாயிலுக்கு வெளியே, நேராக கெராஸிமின் காலருகே, வேகமாகக் கடாசிவிட்டான். அரைமணி நேரத்திற்குப் பின் வீடு

முழுவதும் ஆழ்ந்த அமைதி ஆட்சி புரிந்தது; கிழச்சீமாட்டி, புயல் மேகத்தை விடக் கருங் குருமென்று சோபாவில் உட்கார்ந்திருந்தாள்.

பார்க்கப் போனால், எவ்வளவு அற்ப விஷயங்கள் மனிதனைச் சில சமயம் நிம்மதியிழக்கச் செய்கின்றன!

அன்று மாலைவரை சீமாட்டியின் மனநிலை சரியாயில்லை; அவள் யாருடனும் பேசவில்லை, சீட்டாடவில்லை. இரவை அமைதியின்றிக் கழித்தாள். தனக்கு வழக்கமாகக் கொடுக்கும் யூடிகொலோன் தரவில்லை என்றும். தனது தலையணையில் சவர்க்கார நாற்றம் வீசுவதாகவும் கற்பனை செய்து கொண்டாள், துணியறைக்காரியை எல்லா வெள்ளைத் துணிகளையும் முகர்ந்து பார்க்கச் செய்தாள்——ஒரு வார்த்தையில், ஒரே பதற்றமடைந்து "கொதிப்பேறிப்" போய்விட்டாள். மறுநாள் காலை அவள் வழக்கத்தைவிட ஒரு மணி முன்னதாக கவ்ரீலோவை அழைத்தனுப்பினாள்.

தலைமைப் பரிசாரகன் உள்ளூற நடுங்கிக்கொண்டு அவள் அறைக்குள் அடி வைத்ததுமே, "நமது முகப்பில் ராத்திரி பூராவும் குலைத்துக் கொண்டிருந்ததே, ஒரு நாய், அது எது என்று தயை செய்து சொல்லேன். என்னைத் தூங்கவே விடவில்லை அது!" என்று ஆரம்பித்தாள்.

"நாயா, அம்மா? எந்த நாய், அம்மா?... ஊமையின் நாயைச் சொல்கிறீர்களோ ஒருவேளை?" என்று உறுதியற்ற குரலில் வினவினான் கவ்ரீலோ.

"ஊமையினுடையதோ மற்றொருவனுடையதோ அறியேன். என்னைத் தூங்கவிடவில்லை அது. எனக்கு ஆச்சரியம் என்ன வென்றால் இப்படிப்பட்ட நாய்க்கும்பல் நமக்கு எதற்காக என்பதுதான். எதற்காக என்கிறேன். நம் வீட்டில்தான் காவல் நாய் ஒன்று இருக்கிறதே?"

"ஆமாம், அம்மா, இருக்கிறது. வல்சோக்."

"அப்படியானால் இன்னொன்று எதற்கு, எதற்காக நமக்கு இன்னொரு நாய்? சும்மா ஒழுங்கைக் குலைப்பது தான் கண்ட பலன். பெரிய எஜமான் வீட்டிலே இல்லை, அதனால் தான் இதெல்லாம். எல்லாங் கிடக்க ஊமையனுக்கு எதற்காக நாய்? என் வீட்டிலே நாயை வைத்துக் கொள்ள யார் அவனுக்கு அனுமதி கொடுத்தார்கள்? நேற்றைக்கு ஜன்னல் வழியாக

வெளியே பார்க்கிறேன், இந்த நாய் தோட்டத்திலே படுத்துக் கொண்டு தான் கவ்வி வந்த ஏதோ அசிங்கத்தைக் கறவிக் கொண்டிருக்கிறது, அதுவும் என்னுடைய ரோஜாச் செடிகள் நட்டிருக்கும் இடம் பார்த்து.''

சீமாட்டி சற்று நேரம் மௌனமாயிருந்தாள்.

''இன்றைக்கே அது இங்கிருந்து போய் விட வேண்டும்.... புரிகிறதா?''

''உத்தரவு, அம்மா.''

''இன்றைக்கே! நல்லது போ. அறிக்கையைக் கேட்பதற்கு அப்புறம் கூப்பிட்டனுப்புகிறேன்.''

கவ்ரீலோ வெளியேறினான்.

விருந்தறை வழியாகச் செல்கையில் தலைமைப் பரிசாரகன் அழைப்பு மணியை ஒரு மேஜையிலிருந்து எடுத்து ''ஒழுங்கைச் சீர்படுத்துவதற்காக'' மற்றொரு மேஜைமேல் வைத்தான், வாத்தின் அலகு போன்ற மூக்கைச் சிந்தினான், அப்புறந்தான் வெளிநடைக்கு வந்தான். ஸ்தெபான், போர்க்களக் காட்சியில் கொல்லப்பட்ட வீரன் போன்ற பாங்கில் பெஞ்சி மீது படுத்து, போர்த்திருந்த மேல் கோட்டுக்கு வெளியே கால்கள் விரைப்பாகத் துருத்தியிருக்க உறங்கிக் கொண்டிருந்தான். தலைமைப் பரிசாரகன் அவனை அசைத்து எழுப்பி, தணிந்த குரலில் ஏதோ உத்தரவிட, ஸ்தெபான் அதைக் காதில் வாங்கிக்கொண்டு பாதிக் கொட்டாவியும் பாதிச் சிரிப்புமாகப் பதிலளித்தான். தலைமைப் பரிசாரகன் சென்றபின் ஸ்தெபான் குதித்தெழுந்து கோட்டையும் பூட்சுகளையும் மாட்டிக் கொண்டு, முகப்புக்குச் செல்லும் தலைப்படியில் நின்றான். ஐந்து நிமிடங்கூட ஆகியிருக்காது. அதற்குள் கொராஸிம் முதுகில் பெருக்க விறகுக் கட்டுடன், விசுவாசமுள்ள முமூ அடிதொடர வரக் காணப்பட்டான். (தனது தூங்கும் அறையிலும் அலுவலறையிலும் கோடை நாட்களில் கூடக் கணப்பு மூட்டப்பட வேண்டும் என்பது சீமாட்டியின் உத்தரவு.) கதவருகே பக்கவாட்டில் நின்று அதைத் தோளால் இடித்துத் திறந்துகொண்டு கொராஸிம் விறகுக் கட்டும் தானுமாக உள்ளே புகுந்தான். முமூ வழக்கம் போல வெளியே காத்திருந்தது. ஸ்தெபான் சரியான சமயம் பார்த்துக் கோழிக்குஞ்சின் மேல் பருந்து பாய்வது போல முமூவின் மீது பாய்ந்து அணைத்து எடுத்துக் கொண்டு,

தொப்பியைப் போட்டுக் கொள்வதற்காகக் கூட நிற்காமல் தெருப்பக்கம் ஓடி, வழியில் எதிர்ப்பட்ட முதல் வாடகை வண்டியில் தாவி ஏறி, நாற்கால் பாய்ச் சலில் நகர் மத்தியிலுள்ள அகோத்நிய் ர்யாத் என்னு மிடத்துக்கு ஓட்டச் செய்தான். விரைவிலேயே நாயை வாங்க ஆள் கிடைத்து விட்டான். நாயைக் குறைந்தது ஒரு வாரத்துக்காவது கட்டிப் போட்டு வைத்திருக்க வேண்டும் என்ற நிபந்தனையின் பேரில் அரை ரூபிளுக்கு அதை விற்றுவிட்டான் ஸ்தெபான். அப்புறம் வீடு திரும்பினான். ஆனால் வீட்டை அடைவதற்கு முன்பே வண்டியிலிருந்து இறங்கி, புறக்கடைச் சந்து வழியாகச் சுற்றிக் கொண்டு போய் வேலி தாண்டி வளைவுக்குள் சென்றான்; கெராஸிமைச் சந்தித்து விடக்கூடாதே என்ற அச்சத்தினால் வாயில் வழியாக உட்புக அவனுக்குத் துணிவு வரவில்லை.

ஆனால் அவன் அஞ்சியிருக்கவே வேண்டியதில்லை. கெராஸிமை முகப்பிலே காணோம். வீட்டிலிருந்து வெளிவந்ததுமே முமூ கெட்டுப் போய்விட்டதை கெராஸிம் கவனித்தான்.முமூ அவனுக்காகக் காத்திராமல் போனது முன் ஒருபோதும் நிகழ்ந்ததில்லை. நாயைத் தேடிக்கொண்டு தனது தனிப்பட்ட முறையிலே அதை அழைத்தவாறு வளைவெங்கும் ஓடிச் சாடினான் கெராஸிம்..... தனது அறைக்குள்ளும் தீனிப்புல் பரணிலும் தேடினான், தெருவிலோடி எங்கெங்கும் துழாவிப் பார்த்தான் ..... நாயைக் காணோம்! மற்ற வேலையாட்களிடம் வந்து, குனிந்து, தரையிலிருந்து அரையடி உயரத்துக்குக் கையைக் காட்டி, நாயின் வடிவைக் கைகளால் விவரித்து அதைப்பற்றித் தகவல் தரும்படி நிராசை ததும்பும் சைகைகளால் வினவினான். முமூவுக்கு என்ன நேர்ந்ததென்று உண்மையிலேயே அறியாத சிலர் வெறுமே தலையசைத்தார்கள், தெரிந்த மற்றவர்கள் பதிலுக்குக் கெக்கெக்கே என நகைக்க மட்டுமே செய்தார்கள்; தலைமைப் பரிசாரகன் பெருமிதத் தோற்றத்துடன் குதிரைக்காரர்களை அதட்டினான். அப்போது கெராஸிம் முகப்புக்கு வெளியே ஓடினான்.

அவன் திரும்பிய போது மங்குல் வந்து விட்டது. அவனது களைத்துச் சோர்ந்த தோற்றம், தளர்ந்த நடை, புழுதி படிந்த உடைகள் எல்லாம் அவன் மாஸ்கோ நகரத் தெருக்களில் பாதியைச் சுற்றி வந்திருக்கிறான் என்பதைப் புலப்படுத்தின. எஜமாட்டியின் அறை ஜன்னலெதிரே நின்று, ஆறு—ஏழு பணியாட்கள் கூட்டமாக நின்று கொண்டிருந்த வீட்டு முகப்பை ஒரு பார்வை

பார்த்து விட்டு, முகத்தைத் திருப்பிக் கொண்டு “முமூ” என்று மீண்டும் உறுமினான். முமூ அவன் குரல் கேட்டு வரவில்லை. அவன் அப்பால் போய் விட்டான். எல்லோரும் அவன் போவதையே பார்த்துக் கொண்டிருந்தார்கள், ஆனால் ஒருவராவது புன்னகைக்கவோ பேசவோ இல்லை... ஊமையன் இரவு முழுவதும் தேம்பிக் கொண்டிருந்ததாக, கூர்ந்து நோட்டமிடும் சுபாவமுள்ள அந்தீப்கா மறுநாள் சமையலறையில் அவர்களுக்குத் தகவல் அறிவித்தான்.

கெராஸிம் மறுநாள் அறையை விட்டு நகரவேயில்லை யாதலால் குதிரைக்காரன் போதாப் ஆற்றிலிருந்து தண்ணீர் கொண்டுவர வேண்டியதாயிற்று, எனவே போதாப்புக்கு மிகுந்த வருத்தம் ஏற்பட்டது. தனது கட்டளை நிறைவேற்றப்பட்டு விட்டதா என்று சீமாட்டி கவ்ரிலோவிடம் வினவினாள். ஆம் நிறைவேற்றப்பட்டு விட்டது என கவ்ரீலோ பதிலளித்தான். மறுநாள் கெராஸிம் தன் அறையிலிருந்து வெளிவந்து வேலையில் முனைந்தான். சாப்பாட்டு நேரத்தில் அவன் உணவு மேஜையருகே வந்தமர்ந்தான், சாப்பிட்டான், ஒருவருக்கும் வணக்கம் தெரிவிக்காமல் போய் விட்டான். எல்லாச் செவிட்டூமைகளின் முகங்களையும் போலவே எப்போதுமே உயிரற்றிருக்கும் அவன் முகம் இப்போது கல்லில் செதுக்கியது போலக் காணப்பட்டது. சாப்பாட்டுக்குப் பின் அவன் மறுபடி வெளியே சென்றான், ஆனால் விரைவிலேயே திரும்பி, தீனிப்புல் பரணுக்குள் போய்விட்டான். இரவு வந்தது தெளிந்த, நிலவு சுடர் இரவு. தீனிப்புல்லில் படுத்து ஆழ்ந்த பெரு மூச்சு விட்ட வண்ணம் புரண்டு கொண்டிருந்த கெராஸிம் தனது கோட்டு பற்றி இழுக்கப்படுவதை உணர்ந்தான்; அவன் மெலெல்லாம் அசைந்தது, எனினும் தலையைத் தூக்காமல் கண்களை இன்னும் இறுக மூடிக் கொண்டான்; ஆனால் மறுமுறையும், முன்னிலும் வலிவாக அவன் கோட்டு சுண்டி இழுக்கப்பட்டது; துள்ளி எழுந்தான், அவனெதிரே, கழுத்துப்பட்டையிலிருந்து துண்டுக் கயிறு தொங்க, வாலையாட்டியபடியே எம்பிக் குதித்துக் கொண்டிருந்தது முமூ. கெராஸிமின் ஒலியற்ற நெஞ்சின் அடியாழத்திலிருந்து மகிழ்ச்சி பெருக கெடுக்கும் நீண்ட முனகல் வெளிப்பட்டது. முமூவை வாரியெடுத்து இறுகத் தழுவிக் கொண்டான். அடுத்த கணமே அது அவன் மூக்கையும், கண்களையும் மீசையையும், தாடியையும் நக்கியது... அவன் சிறிது நேரம் நின்று யோசனை

செய்தான், ஜாக்கிரதையாகத் தீனிப் புல்லின் மீதிருந்து இறங்கினான், ஒருவரும் தன்னைக் கவனிக்கவில்லை என்பதை நாற்புறமும் கண்ணோட்டி உறுதிப்படுத்திக் கொண்டபின், தனது அறைக்குப் பத்திரமாகப் போய்ச் சேர்ந்தான். நாய் தானாகவே கெட்டுப் போயிருக்க முடியாது என்பதையும், எஜமானியின் கட்டளையின் பேரிலேயே அது எடுத்துச் செல்லப்பட்டிருக்க வேண்டும் என்பதையும் அவன் ஏற்கெனவே ஊகித்துக் கொண்டிருந்தான். முமூ அவளைப் பார்த்து எப்படி உறுமியது என்பதை மற்றவர்கள் சைகைகளால் அவனுக்குத் தெரிவித்திருந்தார்கள். ஆதலால் முன்னெச்சரிக்கை நடவடிக்கைகளை மேற்கொள்ளத் தீர்மானித்தான். முதலில் அவன் நாய்க்கு ரொட்டி தின்னக் கொடுத்து, கொஞ்சி விட்டுப் படுக்கப் போட்டான், பின்பு சிந்தனையில் ஆழ்ந்தவன், அதை எப்படி மறைப்பது என்பதைப் பற்றியே இரவு முழுவதும் எண்ணமிட்டுக் கொண்டிருந்தான். பகல் பூராவும் அதைத் தன் அறையிலேயே விட்டு வைத்திருப்பது, இடையிடையே வந்து பார்த்துக்கொள்வது. இரவில் உலாவ இட்டுச் செல்வது என்று கடைசியில் முடிவு செய்தான். கதவிலிருந்த துளையைப் பழங் கோட்டால் அடைத்தான், பொழுது விடிந்ததுமே ஒன்றும் நடக்காதது போல முகப்புக்கு வந்ததுடன், முகத்தை முன்போன்றே ஏக்கமாக வைத்துக்கொண்டான் (எளிமையுள்ளம் படைத்தவர்களின் தந்திரம்!). முமூ குலைப்பினாலும் ஊளையாலும் தான் இருப்பதை வெளிக்காட்டிக் கொண்டு விடும் என்ற எண்ணம் அந்த அப்பாவிச் செவிடன் மனதில் உதிக்கவே இல்லை. உண்மையிலோ, ஊமையின் நாய் திரும்பவந்துவிட்டது என்பதும், அவன் அறையில் பூட்டிவைக்கப்பட்டிருக்கிறது என்பதும் எல்லாப் பணிமக்களுக்கும் தெரிந்து விட்டது; ஆயினும் நாய் மீதும் அதன் எஜமானன் மீதும் இரக்கத்தினாலும், பின்னவனிடம் ஏற்பட்ட அச்சத்தினாலும், அவனது இரகசியம் அம்பலமாகிவிட்டதென்ற உண்மையை ஒருவரும் அவனுக்குக் காட்டிக் கொள்ளவில்லை. தலைமைப் பரிசாரகன் மட்டுமே பிடர்த்தலையைச் சொறிந்து, “அட போனால் போகிறான், பாவம்! எஜமானியம்மாள் கண்டு கொள்ளாதவரையில் சரிதான்!” என்பது போலச் சைகை செய்தான். ஊமை அன்று வேலை செய்ததைப் போன்ற உற்சாகத்துடன் என்றுமே செய்ததில்லை: முகப்பு முழுவதையும் சுறண்டிப் பெருக்கித் துப்புரவு செய்தான், புல்லை ஒன்றுவிடாமல் களைந்தெறிந்தான், தோட்டத்தைச்

சுற்றியிருந்த தாழ்வான வேலியின் முளைக் கம்புகள் உறுதியாக ஊன்றப்பட்டிருக்கின்றனவா என்று நிச்சயப்படுத்திக் கொள்வதற்காக ஒவ்வொன்றையும் கையால் பிடுங்கி மறுபடியும் அதனதனிடத்தில் சம்மட்டியால் அறைந்து உள்ளே செலுத் தினான் ஒரு வார்த்தையில், அவன் நடந்து கொண்டவிதத்தையும் பட்ட பாட்டையும் கண்டு எஜமானியே அவனது உற்சாகத்தைக் கவனித்தாள். அறையிலடைபட்டிருந்த நாயை அவன் பகலில் ஓரிரு தடவை இரகசியமாகச் சென்று கண்டுவந்தான்; பரணில் படுக்காமல் அறைக்குள் நாயின் அருகே படுத்து உறங்கினான்; ஒரு மணிக்கு அப்புறந்தான் காற்று வாங்குவதற்காக அதை வெளியே நடத்திச்செல்ல அவனுக்கு துணிவு வந்தது. வளைவில் அதனுடன் நெடுநேரம் உலாவிய பின்பு அவன் திரும்புவதற்கு ஆயத்தமாகிக் கொண்டிருக்கையில், வேலியருகே சந்திலிருந்து ஏதோ சலசலப்பு கேட்டது. முமூ காதுகளைக் குத்திட நிமிர்த்தி. உறுமியது, வேலியருகே ஓடிச் சென்றது, மோப்பம் பிடித்துப் பார்த்தது, பின்பு கீச்சுக்குரலில் உரக்கக் குலைக்கத் தொடங்கியது. எவனோ குடிகாரன் இரவில் அங்கே முடங்குவதென்று எண்ணினான் போலும். சரி யாக அந்தச் சமயத்தில் தான் சீமாட்டிக்கு நீண்ட நேர "நரம்புக் கிளர்ச்சி"க்குப் பின்பு இரவில் அளவுக்கு மேல் திருப்தியாக உண்ட பின்பு அவளுக்கு இந்தக் கோளாறு எப்போதும் ஏற்படுவது வழக்கம்– உறக்கம் பிடித்திருந்தது. நாயின் திடீர்க் குலைப்பு அவளை எழுப்பி விட்டது; அவளுடைய இருதயம் படக்படக்கென்று அடித்துக்கொண்டது, பின்பு ஓய்ந்து போயிற்று. "பெண்டுகளா, பெண்டுகளா! அடியே பெண்டுகளா!" என முனகினாள். அரண்டுபோன பெண்கள் அவள் படுக்கையறைக்குள் பாய்ந்து சென்றார்கள். "ஐயோ, ஐயோ, எனக்கு உயிர் போகிறதே!" என்று துயரத்துடன் கைகளை வீசிப் பரத்தியவாறு கூறினாள். "மறுபடியும், மறுபடியும் அந்த நாய்!.. ஐயோ, டாக்டருக்குச் சொல்லி அனுப்புங்களேன். என்னைக் கொல்லப் பார்க்கிறார்களே... நாய், மறுபடியும் நாய்! அம்மா, ஐயோ!" என்று புலம்பி, தான் உணர்விழப்பதாகக் காட்டிக் கொள்ளும் பொருட்டுத் தலையைப் பின்னே சாய்த்தாள். டாக்டர், அதாவது குடும்ப வைத்தியன் காரித்தோன் அழைக்கப்பட்டான். அடிப்பக்கம் நமுதா தைத்த மெத்தென்ற பூட்சுகள் அணிவதும், நோயாளியின் நாடியை மிக நாசூக்காகப் பிடித்துப் பார்க்கும் சாமாத்தியமுமே தனது முழுத் திறமையாகக்

கொண்ட இந்த வைத்தியன், தினந்தோறும் பதினான்கு மணி நேரம் உறங்குவதும், மீதிப்பொழுதில் தொடர்ச்சியாகப் பெருமூச்சு விடுவதும் எஜமானிக்கு லாரல் துளிகள்* கொடுப்பதுமாகக் காலங்கழித்து வந்தான். இந்த வைத்தியன் எஜமானியின் படுக்கையருகே உடனேயே ஓடோடி வந்தான், இறகுக் கொத்தை அறைக்குள் கொளுத்தினான், எஜமானி கண்களைத் திறந்ததும் புனிதமான லாரல் துளிகளைச் சிறு தம்ளரில் விட்டு, தம்ளரை வெள்ளித் தட்டில் வைத்து எஜமானியின் பக்கம் நீட்டினான். சீமாட்டி மருந்தைக் குடித்துவிட்டு, நாயையும், கவ்ரீலோவையும், தனது விதியையும் பற்றிக் கண்ணீர் மல்க முறையிடலானாள்; முதுமைப் பருவத்தில் தன்னை எல்லோரும் கைவிட்டு விட்டதாகவும், தன் மீது யாருக்கும் அநுதாபமே கிடையாது என்றும், தான் சாகவேண்டுமென்று எல்லோரும் ஆவலாயிருப்பதாகவும் புலம்பினாள். இதற்கிடையே அபாக்கியசாலியான முமூ விடாது குலைத்தது; அதை வேலியருகிருந்து அகற்றிக் கொண்டு செல்ல கொராஸிம் எவ்வளவோ முயன்றும் பயனில்லை. "அதோ ... அதோ ...... மறுபடியும் அந்த நாய்..." என்று முனகிய எஜமானி மீண்டும் விழிகளைச் சுழற்றினாள். டாக்டர் ஒரு பெண்ணிடம் காதோடு ஏதோ சொல்ல, அவள் வெளியே ஓடிப் போய் ஸ்தெபானை எழுப்ப, ஸ்தெபான் பாய்ந்து சென்று கவ்ரீலோவை உசுப்ப, கவ்ரீலோவுக்கு வந்த படபடப்பில் வீடு முழுவதையும் எழுப்பி விடும்படி உத்தரவிட்டான்.

திரும்பிய கொராஸிம் ஜன்னல்களில் விளக்குகளும் நிழல்களும் சிமிட்டுவதைக் கண்டு, ஆபத்து வரப்போகிறது என்று உள்ளத்தால் உணர்ந்து, முமூவைத் தூக்கிக் கொண்டு கக்கத்தில் இடுக்கியவாறு தன் அறைக்கு ஓடிப் போய்க் கதவைத் தாழிட்டுவிட்டான். சில வினாடிகளுக்குப் பின்பு ஐந்து பெயர் கதவை இடித்துத் திறக்க முயன்றார்கள், ஆனால் தாழ்ப்பாள் வலிவாயிருப்பதை உணர்ந்து, முயற்சியைக் கைவிட்டார்கள். கவ்ரீலோ பயங்கரமாக மூச்சு வாங்க அவர்களிடம் ஓடிச் சென்று, விடியும் வரை அங்கேயே இருந்து கதவைக் காவல் காக்கும்படி உத்தர விட்டான்; பின்பு அவன் வேலையாட்களின் அறைக்குச் சென்று, கிழவியின் தலைமைப் பாங்கியும், தேயிலை, சர்க்கரை, மற்ற உணவுப் பண்டங்கள் ஆகியவற்றைத்

* லாரல் துளிகள்—புன்னை போன்ற லாரல் மரத்தின் இலைகளிலிருந்து வாலைவடித்த துளிகள். மயக்க மூட்டி ஆசுவாசப்படுத்தும் குணம் கொண்டவை.—ப—ர்.

திருடுவதிலும் பின்பு கணக்கைச் சரிக்கட்டுவதிலும் கவ்ரீலோவின் கூட்டாளியுமான ல்யூபோவ் ல்யூபீமவ்னா என்பவள் மூலமாக, துர்ப் பாக்கியவசத்தால் நாய் திரும்ப வந்து விட்டதென்றும், ஆனால் மறுநாள் அது கொல்லப்பட்டு விடுமென்றும் எஜமானிக்குத் தெரிவிக்கும்படியும், கோபப்படாதிருக்குமாறும் சாந்தமடையுமாறும் இறைஞ்சுப்படியும் சொல்லி யனுப்பினான். டாக்டர் அவசரத்தில் பன்னிரண்டுக்குப் பதில் நாற்பது லாரல் துளிகளை விட்டுக் கொடுத்திரா விட்டால் சீமாட்டி அவ்வளவு சீக்கிரத்தில் ஒரு கால் சாந்தமடைந்திருக்க மாட்டாள்; மருந்து வேலை செய்தது, விளைவாகச் சீமாட்டி கால் மணி நேரத்தில் ஆழ்ந்து, அமைதியாக உறங்கிவிட்டாள். கெராஸிமோ, முகமெல்லாம் வெளிறிப்போய், முமூவின் வாயை அழுத்திப் பிடித்தவாறு தன் கட்டிலில் கிடந்தான்.

மறுநாள் காலை சீமாட்டி வெகு நேரஞ் சென்றே விழித்துக் கொண்டாள். கெராஸிமின் கோட்டையை முடிவாகத் தாக்கப் பணியாட்களுக்கு உத்தரவு அவள் எழுந்தபின்பு கொடுக்கலாம் என்று காத்திருந்த கவ் ரீலோ, உக்கிரமான புயலை எதிர்ப்பதற்கு ஆயத்தம் செய்து கொண்டிருந்தான். ஆனால் புயல் கிளம்பவேயில்லை. சீமாட்டி தனது தலைமைப் பாங்கியைப் படுக்கையறைக்குக் கூப்பிட்டனுப்பினாள்.

“ல்யூபோவ் ல்யூபீமவ்னா” என்று தணிந்த, ஈன சுரத்தில் தொடங்கினாள். தான் யாரோ துன்புறுத்தப்படும் நிர்க்கதியான அனாதை போல நடிப்பது சில வேளைகளில் சீமாட்டிக்கு விருப்பம். அம்மாதிரிச் சமயங்களில் வீட்டில் இருப்பவர்கள் எல்லோருக்கும் பெருத்த சங்கடமாய்ப் போய் விடும் என்பதைச் சொல்லவே தேவையில்லை. “ல்யூபோவ் ல்யூபீமவ்னா, நான் எக்கதிக்கு ஆளாகிவிட்டேன் என்பதை நீங்களே பார்க்கிறீர்களே. என் கண்ணே, கவ்ரீலோ அந்திரேயிச்சிடம் கொஞ்சம் போய்ச் சொல்லுங்களேன். ஏதோ இனந் தெரியாத நாய், எஜமானியின் மன நிம்மதியை விட, அவளுடைய உயிரைவிட அவனுக்கு மேலாகப்படுவது சாத்தியமா? இதை நம்பவே எனக்குக் கஷ்டமாயிருக்கிறது” என்று ஆழ்ந்த உணர்ச்சியைக் காட்டும் தோரணையில் கூறி விட்டு, “போங்கள், என் கண்ணே, கொஞ்சம் தயவு பண்ணுங்கள், போய் கவ்ரீலோ அந்திரேயிச்சிடம் சொல்லுங்கள்” என்றாள்.

ல்யூபோவ் ல்யூபீமவ்னா கவ்ரீலோவின் அறைக்குச் சென்றாள். அவர்கள் எதைப் பற்றிப் பேசினார்களோ தெரியாது, ஆனால் சிறிது நேரத்திற்கெல்லாம் பணியாட்களின் பெருங்கூட்டம் முகப்பைக் கடந்து கொராஸிமின் அறையை நோக்கிச் செல்லக் காணப்பட்டது; காற்று வீசாத போதிலும் தொப்பியைக் கையால் பிடித்தவாறு இந்தக் கூட்டத்தின் முன்னே போனான் கவாலோ; அவன் அருகே எடுப்பாட்களும் பணியாட நம் சென்றார்கள்; க்வோஸ்த் மாமா ஜன்னல் வழியாக எட்டிப்பார்த்தபடிக் கட்டளையிட்டுக் கொண்டிருந்தான், அதாவது வெறுமே கைகளை வீசியாட்டிக் கொண்டிருந்தான்; எல்லோருக்கும் பின்னே குதிப்பதும் கோரணி செய்வதுமாக நடந்தார்கள் சிறுவர்கள், அவர்களில் பாதிப் பெயர் வேற்று வீடுகளிலிருந்து ஓடிவந்தவர்கள். கொராஸிமின் அறைக்குச் செல்லும் குறுகலான மாடிப்படிகளில் ஒரு காவல்காரன் உட்கார்ந்திருந்தான்; கதவின் பக்கத்தில் வேறு இருவர் தடியும் கையுமாக நின்று கொண்டிருந்தார்கள். கூட்டம் மாடிப்படிகள் மீது ஏறி, மேலிருந்து அடிவரை அதை நிறைத்தது. கவ்ரீலோ கதவை அணுகி, முஷ்டியால் குத்தியவாறே, “கதவைத் திற!” என்று கத்தினான்.

அமிழ்ந்த குலைப்பு கேட்டதே தவிரப் பதில் வரவில்லை.

“திற என்கிறேன்!” என மீண்டும் சொன்னான் கவ்ரீலோ.

“ஆமாம், கவ்ரீலோ அந்திரேயிச், அவன் தான் செவிடனாச்சே. அவனுக்குக் காது கேட்காதே” என்று ஸ்தெபான் கீழ்ப் படியிலிருந்து நினைவுபடுத்தினான்.

எல்லோரும் சிரித்தார்கள்.

“அப்படியானால் என்ன செய்யலாம்?” என்று மேலேயிருந்து கேட்டான் கவ்ரீலோ.

“கதவில் துளையிருக்கிறது. அதற்குள் ஒரு கழியை நுழைத்து ஆட்டி அசையுங்கள்” என்று பதிலளித்தான் ஸ்தெபான். கவ்ரீலோ குனிந்தான்.

“கம்பளிக் கோட்டையோ எதையோ கொண்டு அடைத்திருக்கிறானே துளையை?”

"கம்பளிக் கோட்டை உள்ளுக்குள் தள்ளிவிடுங்களேன்."

மீண்டும் தணிந்த குலைப்பு கேட்டது.

"சனியன், சனியன், தன்னையே காட்டிக் கொடுக்கிறது பார்" என்று கூட்டத்தில் எவனோ சொல்ல, எல்லோரும் மறுபடி சிரித்தார்கள்.

கவ்ரீலோ காதின் பின்னே சொறிந்து கொண்டான்.

"முடியாது. தம்பீ, என்னால் முடியாது. கம்பளிக் கோட்டை நீயே வேண்டுமானால் உள்ளே தள்ளிக்கொள்" என்று கடைசியில் கூறினான்.

"அதற்கென்ன? இதோ."

ஸ்தெபான் இடித்துப் புகுந்து கொண்டு மேலே ஏறி, கம்பளிக் கோட்டை உள்ளுக்குள் தள்ளிவிட்டு, துளையில் கழியை ஆட்டி அசைத்துக் கொண்டே, "வெளியே வா! வெளியே வா!" என்று கத்தினான். அவன் கழியை ஆட்டிக் கொண்டிருக்கும் போதே கதவு திடீரென விரியத் திறக்கவே கூடியிருந்தவர்களெல்லாம் அடித்துப் புரண்டுகொண்டு படிகளில் உருண்டார்கள்—கவ்ரீலோ எல்லோருக்கும் முன்னால். க்வோஸ்த் மாமா ஜன்னல் கதவைப் படீரென்று சாத்தித் தாழிட்டுவிட்டான்.

கவ்ரீலோ முகப்பிலிருந்த படியே "ஊம், ஊம், ஊம். இந்தா, ஜாக்கிரதை, உனக்குக் காட்டுகிறேன்" என்று கத்தினான்.

கெராஸிம் கதவு நிலையில் அசையாமல் நின்றான். கூட்டம் கீழ்ப்படியருகே குழுமியது. ஜெர்மானியக் கோட்டுக்கள் அணிந்திருந்த இந்த அற்ப மனிதர்களை கெராஸிம், இடுப்பில் கைகளை அலட்சியமாக வைத்தவாறு மேலிருந்து பார்வையிட்டான்; குடியானவர்கள் அணியும் சிவப்புச் சட்டையும் தானுமாக அவன் இவர்களுக்கெதிரே அரக்கன் போலத் தோற்றமளித்தான். கவ்ரீலோ முன்னே சென்றான்.

"இதோ பார், தம்பீ, என் கிட்டே வம்பு பண்ணாதே!" என்றான்.

பின்பு அவன், "எஜமானி உன்னுடைய நாயை உடனே பிடித்துவரக் கட்டளையிட்டிருக்கிறாள், அதை இந்த கணமே கொடுத்துவிடு, இல்லா விட்டால் உனக்குக் கேடு வரும்" என்று சைகைகளால் விளக்கினான்.

கொராஸிம் அவனைக் கூர்ந்து நோக்கி, நாயைச் சுட்டிக் காட்டி, சுருக்கை இறுக்குபவன் போலத் தொண்டையில் கையை வைத்து ஜாடை காட்டி. கேள்விக் குறியுடன் தலைமைப் பரிசாரகனைப் பார்த்தான்.

கவ்ரீலோ தலையை ஆட்டிக்கொண்டே, ‘‘ஆமாம், ஆமாம். அப்படித்தான்’’ என்று பதிலளித்தான்.

கொராஸிம் பார்வையைத் தாழ்த்தினான், பின்பு திடீரென உடலைக் குலுக்கினான், காதுகளை ஆவலுடன் திருப் பியவாறு ஏதுமறியாமல் வாலை ஆட்டிய வண்ணம் தன் அருகே இவ்வளவு நேரமும் நின்று கொண்டிருந்த முமூவை மீண்டும் சுட்டிக் காட்டினான். அப்புறம் கழுத்தை நெரிப்பது போன்ற சைகையை மறுமுறை செய்து விட்டு, முமூவைக் கொல்லும் பொறுப்பைத் தானே ஏற்றுக்கொள்வதாகத் தெரிவிப்பவன் போல மார்பில் அர்த்தபுஷ்டியுடன் அடித்துக் கொண்டான்.

‘‘ஏமாற்றப் பார்க்கிறாய்’’ என்று பதிலுக்கு ஜாடை செய்தான் கவ்ரீலோ.

கொராஸிம் அவனை உறுத்து நோக்கி, இகழ்ச்சி தோன்ற நகைத்து, பின்னுமொரு முறை மார்பில் அடித்துக்கொண்டு, கதவைச் சாத்தி விட்டான்.

பணியாட்கள் பேசாமல் ஒருவரையொருவர் பார்த்துக் கொண்டார்கள்.

‘‘இதற்கு என்ன அர்த்தமாம்? மறுபடி தாழ்ப்பாள் போட்டுவிட்டானே!’’ என்றான் கவ்ரீலோ.

‘‘அவன் போக்கில் விடுங்கள் கவ்ரீலோ அந்திரேயிச். சொன்னபடி செய்து தீருவான். அவன் மாதிரியே அப்படி.... வாக்கு கொடுத்துவிட்டால் கட்டாயமாக அதன்படி நடப்பான். இந்த விஷயத்தில் அவன் நம்மைப் போல் அல்ல. உண்மை என்றால் இது தான் உண்மை. ஆமாம்’’ என்று சொன்னான் ஸ்தெபான்.

மற்றவர்கள் எல்லோரும் தலையை ஆட்டி, ‘‘ஆமாம். விஷயம் அப்படித்தான். உண்மை’’ என்று ஆமோதித்தார்கள்.

க்வோஸ்த் மாமா ஜன்னல் கதவைத் திறந்து. ‘‘ஆமாம்’’ என்றான்.

“நல்லது, இருக்கட்டும், பார்ப்போம். எதற்கும் காவலை மாத்திரம் எடுக்க வேண்டாம்” என்று கூறிவிட்டு கவ்ரீலோ, மஞ்சள் நான்கீன் சட்டையணிந்த வெளிர்முகத்தன் ஒருவனை (இவன் தோட்டக்காரன் எனக் கருதப்பட்டான்)விளித்து, “இந்தா, யெரோஷ்கா! உனக்கோ வேலை யொன்றும் கிடையாது. தடியை எடுத்துக் கொண்டு இங்கே உட்கார்ந்திரு. ஏதாவது நடந்தால் உடனே ஓடிவந்து எனக்குத் தகவல் கொடு!” என்று கட்டளையிட்டான்.

யெரோஷ்கா தடியும் கையுமாகக் கீழ்ப்படியில் உட்கார்ந்து கொண்டான். நடப்பதை வேடிக்கை பார்ப்பதற்காகத் தங்கியிருந்த சிலரையும் பையன்களையும் தவிர மற்றவர்களெல்லாம் கலைந்து போய்விட்டார்கள். கவ்ரீலோ தன் இருப்பிடத்துக்குப் போய், எஜமானிக்கு அவளது உத்தரவு நிறைவேற்றப்பட்டு விட்டது என்று ல்யூபோவ் ல்யூபீமவ்னா மூலம் தகவலறிவித்தான்; கையொடு காவலாக இருக்கட்டுமென்று போலீசுக்காரனை அழைத்துவர வண்டிச் சேவகனை அனுப்பினான். எஜமானி கைக்குட்டையை முடிச்சிட்டு, கொஞ்சம் யூடிகொலோனை அதில் விட்டு, முகர்ந்து, அதனால் பொருத்துக்களைத் தேய்த்துக் கொண்டுவிட்டு தேநீர் அருந்தியவள், இன்னும் லாரல் துளிகளின் பாதிப்பில் இருந்தபடியால் மறுபடியும் – உறங்கி விட்டாள்.

சந்தடி அடங்கிய பின் ஒரு மணி கழித்து கெராஸிமின் அறைக்கதவு திறந்தது, அவன் வெளியே வந்தான். விழா நாட்களில் அணியும் கோட்டு அவன் மேல் இலகியது. முமூவின் கழுத்துப் பட்டையில் கயிற்றைக் கட்டி நடத்திவந்தான். யெரோஷ்கா அவனுக்கு வழி விட்டான். கெராஸிம் வாயிலை நோக்கிச் சென்றான். முகப்பில் இருந்த பையன்கள் எல்லாரும் அவன் போவதை மௌனமாகப் பார்த்துக் கொண்டிருந்தார்கள். அவன் ஒரு தரங்கூடத் திரும்பிப் பார்க்கவில்லை, தெருவை அடைந்த பின்பே தொப்பியை அணிந்து கொண்டான். கவ்ரீலோ, அவனைக் கண்காணிக்கும் பொருட்டு யெரோஷ்காவை ஏவினான். கெராஸிம் நாயுடன் சாப்பாட்டுக் கடைக்குள் நுழைவதைத் தொலைவிலிருந்து பார்த்த யெரோஷ்கா அவன் வெளிவரட்டும் என்று காத்திருந்தான்.

சாப்பாட்டுக் கடைக்காரர்கள் கெராஸிமை அறிவார்கள், அவனது ஜாடைகளைப் புரிந்து கொண்டார்கள். மாமிசம் போட்ட முட்டைக்கோஸ் சூப் கொண்டு வரச் சொல்லிவிட்டு கெராஸிம் மேஜைமேல் முழங்கைகளை ஊன்றியவாறு உட்கார்ந்திருந்தான். முமூ அவனது நாற்காலியருகே நின்று அறிவு சொட்டும் விழிகளால் அவனை அமைதியாகப் பார்த்துக் கொண்டிருந்தது. அதன் ரோமம் நன்கு படிந்து பளபளத்தது; சற்று முன்புதான் வாரி விடப்பட்டிருக்கிறது என்பது துலக்கமாகத் தெரிந்தது. சூப் கெராஸிமின் முன்னே வைக்கப்பட்டது. அவன் அதில் ரொட்டியைப் பொடித்துப் போட்டான், மாமிசத்தைச் சிறு சிறு துணுக்குகளாக்கினான், பின்பு தட்டைத் தரையில் வைத்தான். உணவில் மூக்கு பட்டும் படாமலும் வழக்கம் போன்ற நாசூக்குடன் தின்னத் தொடங்கியது முமூ. அதையே கண் கொட்டாமல் பார்த்துக் கொண்டிருந்த கெராஸிமின் விழிகளிலிருந்து இரண்டு பெரிய கண்ணீர்த் துளிகள் திடீரென வழிந்தோடின. ஒரு துளி நாயின் உருண்டைத் தலைமேலும் மற்றொன்று சூப்பிலும் விழுந்தன. முகத்தைக் கையால் மூடிக் கொண்டான். பாதி சூப்பைச் சாப்பிட்டானதும் முமூ அப்பால் நகர்ந்து வாய்ப்புறத்தை நக்கிக்கொண்டது. கெராஸிம் எழுந்து, சூப்புக்குப் பணம் கொடுத்து விட்டு, பரிசாரகன் வியப்புடன் பார்க்க வெளியே போனான். கெராஸிமைக் கண்ட யெரோஷ்கா அவன் கடந்து செல்லும் வரை மூலையில் பதுங்கியிருந்து விட்டு, அப்புறம் அவன் பின்னே தொடர்ந்தான்.

கெராஸிம் கயிற்றைப் பிடித்து முமூவை நிதானமாக நடத்திச் சென்றான். தெரு மூலையை அடைந்ததும் ஏதோ யோசிப்பவன் போலக் கணப்போது நின்று விட்டு, கிரீம்ஸ்கிய் பிரோத் தெருவை நோக்கி விடு விடென்கடந்தான். வழியில் புதிய பகுதி கட்டப்பட்டுக் கொண்டிருந்த வீட்டுக்குள் போய் இரண்டு செங்கல்களைக் கக்கங்களில் இடுக்கிக் கொண்டு வெளியே வந்தான். கிரீம்ஸ்கிய் பிரோத் தெருவிலிருந்து திரும்பி ஆற்றோரமாக நடந்து, முளைகளில் கட்டப்பட்டு இரண்டு துடுப்புப் படகுகள் நின்று கொண்டிருந்த (அவற்றை அவன் முன்பு கவனித்திருந்தான்) இடத்தை அடைந் தான். முமூவையும் எடுத்துக் கொண்டு ஒரு படகில் தாவி உட்கார்ந்தான். காய்கறித் தோட்டமொன்ற ஓரத்திலிருந்த பிறைக் குள்ளிருந்து நொண்டிக் கிழகனொருவன் வெளியே வந்து அவனைக் கூவி விளித்து ஏதோ சொன்னான். கெராஸிமோ, வெறுமே தலையை அசைத்து

விட்டு, ஒரே மும்முரமாகத் துடுப்பு வலிக்கவே, ஆற்றுப் பெருக்குக்கு எதிராக அவன் படகைச் செலுத்திய போதிலும் கண்மூடித் திறப்பதற்குள் அது இருநூறு கஜ தூரம் போய்விட்டது. கிழவன் சிறிது நேரம் தயங்கி நின்றான், முதலில் இடக்கையாலும் அப்புறம் வலக்கையாலும் முதுகைச் சொறிந்து கொண்டான், பின்பு நொண்டி நொண்டிப் பிறைக்குள் சென்று விட்டான்.

கெராஸிம் மேலும் மேலும் துடுப்பு வலித்துக் கொண்டு போனான். இப்போது அவன் நகரைக் கடந்து சென்றுவிட்டான். புல்வெளிகள், காய்கறித் தோட்டங்கள், வயல்கள், தோப்புகள் ஆகியவை கரையில் காட்சி தந்தன, குடிசைகள் தோற்றமளித்தன. கிராமியச் சுற்றுப்புறங்கள் அதிகரித்துக்கொண்டு போயின. கெராஸிம் துடுப்புக்களை விட்டுவிட்டு, எதிரேயிருந்த உலர்ந்த இருக்கையில் வீற்றிருந்த–படகின் அடியில் தண்ணீர் இருந்தது – முமூவின் தலைமீது தன் சிரம் அழுந்த, வலிய கரங்களால் நாயின் முதுகை இறுக அணைத்தவாறு அசையாமல் உட்கார்ந்திருந்தான்; ஆற்றுப் பெருக்கு படகை நகரை நோக்கி மெல்ல அடித்துச் சென்றது. கடைசியில் கெராஸிம் நிமிர்ந்தான், கொடிய வேதனையும் கைப்பும் தோன்றும் முகபாவத்துடன் இரண்டு செங்கல்களையும் கயிற்றால் அவசர அவசரமாகச் சுற்றிக் கட்டினான், கயிற்றில் சுருக்கு போட்டு அதை முமூவின் கழுத்தில் மாட்டினான், நாயை உயரத் தூக்கினான், பின்பு கடைசி முறையாக அதன் கண்களில் விழிகள் பொருந்த நோக்கினான்..... நம்பிக்கையுடனும் அச்சமின்மையுடனும் அவனைப் பார்த்தவாறே மெல்லென வாலாட்டியது முமூ. கெராஸிம் முகத்தைத் திருப்பி, கண்களை இறுக மூடிக்கொண்டு தனது பிடியை விட்டுவிட்டான் ...... விழுகையில் முமூ செய்த முனகலோ நீரில் ஏற்பட்ட சளப் பென்ற ஓசையோ, எதுவுமே அவன் காதில் படவில்லை; சந்தடி மிக்க நாள் கூட அவன் வரையில் நமக்கு மிக மிக நிசப்தமான இரவு இருப்பதைக் காட்டிலும் அதிக அமைதியான, ஒலியற்ற நாள்; மறுபடி அவன் கண் திறந்ததும், சிற்றலைகள் ஆற்றின் மேல் மட்டத்தில் ஒன்றையொன்று துரத்திப் பிடிக்க முயல்பவை போல விரைந்து சென்று கொண்டிருந்தன. முன்போலவே படகின் இருபுறமும் அடித்து நுரைத்துக் கொண்டிருந்தன. அவனுக்குப் பின்னே, வெகு தொலைவில் மட்டுமே தண்ணீர் மீது வர வர அகலும் வட்டங்கள் கரையை நோக்கி ஓடின.

கெராஸிம் கண்ணுக்கு மறைந்ததுமே யெரோஷ்கா வீடு சென்று தான் பார்த்ததை எல்லாம் விவரித்தான்.

"ஆமாம், நாயை அவன் மூழ்கடித்து விடுவான். அந்த விஷயத்தில் கவலையே வேண்டாம். வாக்குக் கொடுத்துவிட்டானென்றால்....." என்றான் ஸ்தெபான்.

அன்று யாருமே கெராஸிமைப் பார்க்கவில்லை. பகலுணவு வேளையிலும் அவனைக் காணோம். மாலையில் இரவுச் சாப்பாட்டுக்காக எல்லோரும் குழுமிய போதும் கெராஸிம் அங்கே இல்லை.

"இந்த கெராஸிம் இருக்கிறானே, ஒரே விசித்திரப் பிறவி! அற்ப நாய்க்காக இப்படி யாராவது நெஞ்சை அலட்டிக் கொள்வார்களோ! மெய்யாகவே கேட்கிறேன்!..." என்று நொடித்தாள் கொழுத்த வண்ணாத்தி.

ஸ்தெபான் கரண்டியால் பொங்கலை எடுத்துக் கொண்டே, "கெராஸிம் இங்கே வந்திருந்தானே!" என்றான்.

"வந்திருந்தானா? எப்போது?"

"இரண்டொரு மணிக்கு முன்னால். பின்னே என்ன! வெளிவாசல் பக்கம் அவனைச் சந்தித்தேன். அவன் மறுபடியும் இங்கிருந்து போய் விட்டான், வாயிலிலிருந்து வெளியேறிவிட்டான். நாயைப் பற்றி அவனிடம் கேட்கலாம் என்று பார்த்தேன், ஆனால் அவன் மனம் சரியாயில்லை என்று பட்டது. என்னை நெட்டித் தள்ளி விட்டான்; வழியை விட்டு நகர்த்தத்தான் பார்த்திருப்பான், குறுக்கே நிற்காதே என்று சொல்லப் பார்த்திருப்பான், நிச்சயமாக; ஆனால் என்னை முதுகந்தண்டு மேலே கைவைத்துத் தள்ளினான் பாரு, யாருமே அப்படித் தள்ளினதில்லை, அப்பப்பா!" ஸ்தெபான் இவ்வாறு சொல்லித் தானறியாமலே களுக்கென நகைத்து, பிடர்த்தலையைத் தேய்த்துக்கொண்டு, "அப்பப்பா, அவன் கையுண்டே, அபாரம், வேறே ஒன்றும் சொல்லு வதற்கில்லை" என்றான்.

ஸ்தெபான் பட்ட அவதியைக் கேட்டு எல்லோரும் சிரித்தார்கள்; இரவுச் சாப்பாடானதும் உறங்கப் போய் விட்டார்கள்.

அதே கணத்தில், அரக்கன் போன்ற உடற்கட்டுள்ள ஒருவன், முதுகிலே மூட்டையும் கையிலே நீள் தடியுமாகச் சாலை வழியாக எங்குமே

நில்லாமல் திடமாக அடிவைத்துச் சென்று கொண்டிருக்கக் காணப்பட்டான். அவன் தான் கெராஸிம். அவன் தன் வீட்டுக்கு, தனது கிராமத்துக்கு, சொந்த மண்ணை நோக்கி, விரைந்து கொண்டிருந்தான், முழுவேகத்துடன் விரைந்து கொண்டிருந்தான். முமூவை மூழ்கடித்த பின்பு அவன் தன் அறைக்கு ஓடிப் போய், சாமான்களை எல்லாம் அவசர அவசரமாகத் திரட்டி, குதிரை மீது விரிக்கும் பழந்துணியில் சுருட்டிக் கட்டி, மூட்டையைத் தோளில் மாட்டிக் கொண்டு, யாருங்காணாமல் மறைந்து விட்டான். மாஸ்கோவுக்கு அழைத்து வரப்படுகையில் அவன் வழியை நன்றாகக் கவனித்து வைத்துக் கொண்டிருந்தான். எஜமானி அவனை அழைத்தனுப்பிய கிராமம் சாலை யிலிருந்து சுமார் இருபத்தைந்து வெர்ஸ்டா தள்ளியிருந்தது. ஒடுக்க முடியாத ஊக்கத்துடன், புகலற்ற, அதே சமயம் மகிழ் பொங்கும் மனவுறுதியுடன், வழிநடந்தான் கெராஸிம். மார்பு தெரிய அகலத்திறந்த சட்டையும், ஆவலுடன் எதிரே கூர்ந்து நோக்கும் விழிகளுமாக நடை போட்டான். வயது முதிர்ந்த தாயார் வீட்டில் அவனுக்காகக் காத்திருப்பது போலவும், வேற்று நாடுகளில், வேற்று மனிதர்களிடையே பிரயாணஞ் செய்வதை நிறுத்தி விட்டுத் தன்னிடம் திரும்பி வருமாறு அவனை வருந்தி அழைப்பது போலவும் விரைந்தான். அப்போது தான் தொடங்கியிருந்த கோடை இரவு, நிசப்தமும் வெது வெதுப்புமாகத் திகழ்ந்தது; ஒருபுறம், ஆதவன் அஸ்தமித்த இடத்திலே, வான விளிம்பு இன்னும் வெண்மை பொலிந்து, செலவு பெறும் பகலின் கடைசி ஒளிர்வால் தண்ணிய செம்மை படிந்து இலகியது; மற்றொரு புறம் நீலச் சாம்பல் நிற மங்குல் படரத் தொடங்கிவிட்டது. இரவு அங்கிருந்து தான் பரவியது. நாற்புறமும் நூற்றுக் கணக்கான காடைகள் பெருங்கூச்சலாக ஆர்த்தன, லாண்ட்ரெயில் பட்சிகள் இடைவிடாமல் ஒன்றை யொன்று கூவி யழைத்தன.... கெராஸிமின் செவியில் இவையெல்லாம் பட முடியவில்லை, வலிய கால்களை எடுத்து வைத்து அவன் முன்னேறும் போது மரங்கள் மெல்லொலியில் பேசிய இரவு மர்மங்களையும் அவனால் கேட்க முடியவில்லை. ஆனால் கரு வயல்களிலிருந்து காற்றில் மிதந்து வந்த முதிரும் 'ரை' தானியத்தின் பழக்கமான நறுமணத்தை முகர்ந்தான்; தன்னை எதிர்கொள்வதற்காகப் பறந்து வந்த காற்று– தன் சொந்த ஊர்க் காற்றுதன் முகத்தைச் செல்லமாகத் தட்டிக் கொடுப்பதையும் கேசத்திலும் தாடியிலும் புகுந்து

விளையாடுவதையும் உணர்ந்தான்; தனக்கு எதிரே வெளிறிய பாதை, சொந்த வீட்டுக்கு இட்டுப் போகும் பாதை, எய்த அம்பு போல நேராக நீண்டு செல்வதைப் பார்த்தான்; தனது வழிக்கு ஒளி காட்டும் கணக்கற்ற தாரகைகள் வானில் சுடரக் கண்டான், சிங்கவேறு போல வலிவும் உவகையும் திகழப் பீடுற நடந்தான். உதய சூரியனின் ஈரச் செங்கதிர்கள், வழி நடக்கும் ஆண்டகை மீது ஒளி பாய்ச்சிய போது, மாஸ்கோவுக்கும் அவனுக்கும் இடையே முப்பத்தைந்து வெர் ஸ்டாக்கள் இருந்தன .....

இரண்டே நாட்களில் அவன் ஊர் சேர்ந்து விட்டான், தன் குடிசையை (அங்கே குடிவைக்கப்பட்டிருந்த படை வீரன் மனைவி திடுக்கிடும்படி) அடைந்தான். தெய்வப்படங்களுக்கு முன் பிரார்த்தனை செய்து விட்டு, கிராமத் தலைவனைச் சென்று கண்டான். தலைவன் முதலில் மலைத்துப் போனான்; ஆனால் தீனிப்புல் அறுவடை அப்போது தான் தொடங்கியிருந்தது, கெராஸிம் அற்புதமான உழைப்பாளியாகையால் அவன் கையில் அறுப் பரிவாள் அக்கணமே கொடுக்கப்பட்டது; குடியானவர் களெல்லாம் அவன் அறுப்பரிவாளை வீசும் தோரணையை வியப்புடன் பார்த்து நிற்க, முன்போலவே தீனிப்புல் அறுவடை செய்யலானான்.

கெராஸிம் தப்பியோடிய மறுநாள் மாஸ்கோ வீட்டார் அவனது இன்மையை உணர்ந்தார்கள். அவன் அறைக்குள் போனார்கள், துருவி ஆராய்ந்தார்கள், கவ்ரீலோவுக்குத் தெரிவித்தார்கள். அவன் வந்தான், சுற்று முற்றும் பார்த்தான், தோள்களைக் குலுக்கினான், ஊமை ஒன்றா ஓடிப் போயிருக்க வேண்டும், அல்லது தனது மட்டி நாயுடன் தானும் மூழ்கி இறந்திருக்க வேண்டும் என்று தீர்மானித்தான். போலீசுக்குத் தகவல் கொடுக்கப்பட்டது, சீமாட்டிக்குத் தெரிவிக்கப்பட்டது. சீமாட்டி பெருஞ் சீற்றத்துடன் மண்டி யெரிந்தாள், அழுதரற்றினாள், எப்படியாவது கெராஸிமைத் தேடிக் கண்டுபிடித்தால் தான் ஆயிற்று என்று உத்தர விட்டாள், நாயைக் கொல்லும்படி தான் கட்டளையிடவேயில்லை என்று ஆணையிட்டுக் கூறினாள். கடைசியில் கவ்ரீலோவை அவள் கொத்திப் பிடுங்கிய பிடுங்கில் அவன் அன்று முழுவதும் தலையை ஆட்டுவதும், "ஊம்!" என்பதும் தவிர வேறு ஒன்றுமே செய்யவில்லை. க்வோ ஸ்த்மாமா தானும் "ஊம்!" என்று கூறி அறிவுறுத்திய பின்புதான் அவன் தன்னிலை யடைந்தான். கெராஸிம் பத்திரமாக ஊர் போய்ச் சேர்ந்த செய்தி முடிவில்

மாஸ்கோவுக்கு எட்டியது. சீமாட்டி ஒருவகையாக நிதானத்துக்கு வந்தாள்; முதலில் கெராஸிமை உடனே மாஸ்கோவுக்குத் திரும்ப அழைத்து வரும்படி கட்டளை பிறப்பித்தாள்; ஆனால் மறுகணமே, இப்பேர்ப்பட்ட நன்றி கெட்ட மனிதன் தனக்கு வேண்டவே வேண்டாம் என்று பிரகடனம் செய்து விட்டாள். இதற்குப் பின் விரைவிலேயே அவள் இறந்து போனாள்; அவளுடைய வாரிசுகளுக்கோ, கெராஸிமைப் பற்றி நினைக்கவே நேரமில்லை; தாயாரின் மற்றப் பரிஜனங்களைக்கூட அவர்கள் வேறிடங்களில் வேலை செய்து விடுவரி கட்டி வரும்படி சொல்லிவிட்டார்கள்.

கெராஸிமோ, இன்றளவும் தன்னந்தனியாக, தனது ஒண்டிக் குடிசையில் வாழ்ந்து வருகிறான்; இன்னமும் உடற்கட்டும் வலிமையும் வாய்ந்து, நால்வர் வேலையைத் தான் ஒருவனே செய்து வருகிறான்; முன்போலவே பெருமிதமும் மாண்பும் திகழ விளங்குகிறான். ஆனால், மாஸ்கோவிலிருந்து திரும்பிய பின் அவன் பெண்களோடு பழகுவதை அறவே விட்டு விட்டான் என்பதையும், அவர்களைக் கண்ணெடுத்தும் பார்ப்பதில்லை என்பதையும், ஒரு நாயைக் கூட வீட்டில் வளாய்ப்பதில்லை என்பதையும் அண்டை அயலார் கவனித்தார்கள். “அட நல்லதுதான் என்கிறேன்! பெண்பிள்ளைகள் இல்லாமலே கொண்டு செலுத்த முடிகிறதென்றால் அது அவனைப் பிடித்த நல்ல காலந்தானே. தவிர அவனுக்கு எதற்கு நாய்? அவன் வீட்டுக்குப் போகச் சொல்லித் திருடனைப் பிடித்துத் தள்ளினால் கூடப் போக மாட்டானே!” என்று பேசிக் கொண்டார்கள் குடியானவர்கள். ஊமையனின் அசுர பலம் பற்றிய புகழ் அப்படி.

1852

அன்தோன் சேகவ்
(1860-1904)

தகன்ரோக் நகரத்தில் நடுத்தரக் குடும்பத்தில் பிறந்தார். சேகவின் பாட்டனார் பண்ணை அடிமையாக இருந்து விடுவரி செலுத்தி விடுதலை பெற்றார். தகப்பனார் மளிகைக் கடை வைத்திருந்தார். சேகவ் குடும்பத்தினர் (ஐந்து புதல்வர்களும் ஒரு புதல்வியும்)வறுமையில் வாடினார்கள். சேகவ் தகன்ரோக் உயர்நிலைப் பள்ளிப் படிப்பை முடித்தபின் மாஸ்கோப் பல்கலைக் கழகத்தின் மருத்துவப் பிரிவில் கற்றுத் தேறி மருத்துவராகத் தொழில் நடத்தத் தொடங்கினார்.

சேகவின் இலக்கியப் படைப்பு 1880க்களில் துவங்கியது. "அன்தோஷா செஹோன்தே" என்ற புனை பெயருடன் சேகவ் எழுதிய பல சிறுகதைகள் நகைச்சுவைச் சஞ்சிகைகளில் வெளியாயின. அவரது சிறு கதைகளின் முதல் தொகுப்புக்கள் 1884-86ல்பதிப்பிக்கப்பட்டன. 1890ல் சேகவ் சகலீன் தீவுக்குப் பயணம் செய்தார். ஜாரின் கடுங்காவற் சிறைகளும் சிறைக் குடி யிருப்புகளும் இருந்த இடம் சகலீன். இந்தப் பயணத்தில் சேகவ் தாழ்நிலையினரின் வாழ்க்கையை நெருங்கிப் பார்த்துத் தெரிந்து கொண்டார். எதேச்சாதிகார-அதிகாரவர்க்க அரசின் சமூக அமைப்பில் இருந்த முரண்பாடுகளைத் தீவிரமாக உணர்ந்தார்.

ருஷ்ய இலக்கியத்தின் மனிதாபிமான, ஜனநாயக மரபுகளைப் பேணி வளர்த்த சேகவ், புதுமை புனையும் சிறந்த கலைஞராகவும் நாவல் ஆசிரியராகவும் நாடக ஆசிரியராகவும் 19ம், 20ம் நூற்றாண்டுகளின் எல்லையில் இலக்கியம் படைத்தார். சுருக்கச் சிறுகதைத் துறை சேகவின் எழுத்துக்களில் முழுமையாகச் செப்பம் அடைந்தது. மனித வாழ்க்கை அனைத்தையும் தன்னுள் அடக்கி இருந்தது இவ்வகைச் சிறுகதை. "யூனிச்",

"உறையில் பொதிந்த மனிதன்", "காட்டுப்படிச் செடி", "மாடவீடு", "நாய்க்காரச் சீமாட்டி" ஆகியவையும் வேறு பலவும் இத்தகையவை.

"வாழ்க்கையின் அற்பப் பொருள்களில் அடங்கிய மீள வகையற்ற துன்ப நிலையை அன்தோன் சேகவ் போன்று தெளிவாகவும் நுட்பமாகவும் வேறு யாரும் புரிந்து கொள்ளவில்லை. நடுத்தர வகுப்புக்குரிய வறண்ட தனத்தின் மங்கிய குழப்பத்தில் தங்கள் வாழ்க்கையின் வெட்கக் கேடான, ஏக்கம் நிறைந்த காட்சியை மனிதர்கள் காணும் பொருட்டு இவ்வளவு இரக்கமற்ற உண்மைப்பற்றுடன் சித்திரிக்கும் திறமை அவருக்கு முன்வேறு எவருக்கும் இருக்கவில்லை" என்று எழுதினார் மக்சீம் கோர்க்கி.

மாறுதல்கள் நிகழும், பழைய சமுதாய அடிப்படைகள் தகரும் என்ற எண்ணம் சேகவின் படைப்புக்களில், அவருடைய கதைகளிலும் சரி ("மணப்பெண்" முதலியன), நாடகங்களிலும் சரி ("நீர்க் காகம்", "வானியா மாமா", "மூன்று சகோதரிகள்", "செர்ரித் தோட்டம்"), நாளுக்கு நாள் அதிக உறுதி அடைந்தது. நாடகாசிரியர் சேகவின் புதுமை புனையும் திறன் ஸ்தனி ஸ்லாவ் ஸ்கியும் நெமிரோவிச்–தான் சென்கோவும் நிறுவிய மாஸ்கோ கலை நாடக மன்ற அரங்கேற்றங்களில் ஆழ்ந்த முறையில் புலனாயிற்று.

நாய்க்காரச்ச சீமாட்டி

1

கடற்கரையில் புது முகம் ஒன்று—நாய்க்காரச் சீமாட்டி ஒருத்தி—காணப்பட்டதாகப் பேசிக் கொண்டார்கள். இரண்டு வாரங்களுக்கு முன்பு யால் தாவுக்கு வந்து அதன் நடப்புகளுக்குப் பழகிப்போயிருந்த திமீத்ரிய் தமீத்ரிச் கூரொவ், தானும் புதிதாக வருபவர்கள் மீது அக்கறை செலுத்தத் தொடங்கியிருந்தான். நடுத்தர உயரமும் வெண்பொன் கேசமும் கொண்ட இளநங்கை ஒருத்தி பெரெட் தொப்பியணிந்து கடற்கரை நடைபாதை வழியே செல்வதை வெர்னே கபேயின் முகப்புப் பந்தரின் கீழ் அமர்ந்தபடியே அவன் கண்டான். அவள் பின்னோடு ஓடியது வெள்ளை நாய் ஒன்று.

அப்புறம் அவன், நகரப் பூங்காவிலும் சதுக்கத் திலும் தினந்தோறும் பலமுறை அவளைச் சந்தித்தான். எப்போதும் அவள் அதே பெரெட் தொப்பி அணிந்து, வெள்ளை நாய் பின்தொடர, தனியாகவே உலவினாள். அவள் யார் என்பது ஒருவருக்கும் தெரியவில்லை. எல்லோரும் அவளை 'நாய்க்காரச் சீமாட்டி' என்றே அழைத்தார்கள்.

"இவள் இங்கே கணவனுடனோ தெரிந்தவர்களுடனோ இல்லை என்றால் இவளை அறிமுகப்படுத்திக் கொள்வது வீண் போகாது" என்று எண்ணமிட்டான் கூரொவ்.

அவனுக்கு நாற்பது வயதுகூட ஆகவில்லை, அதற்குள் பன்னிரண்டு வயதில் ஒரு மகளும் பள்ளி மாணவர்களான இரு மகன்களும் இருந்தார்கள். கல்லூரியில் இரண்டாவது ஆண்டு படித்துக்கொண்டிருந்த பொழுதே பெரியவர்கள் அவனுக்கு மணம் முடித்து விட்டார்கள்; இப்போதோ அவன் மனைவி அவனைக் காட்டிலும் ஒன்றரை மடங்கு முதியவளாகத் தோற்ற மளித்தாள். நெடிய மேனியும், கரும் புருவங்களும், விறைப்பும், பெருமிதமும்,

கம்பீரமும் வாய்ந்த இந்த மாது, அவளே தன்னைப்பற்றிச் சொல்லிக் கொண்டது போல, ‘‘சிந்தனையாளி.’’ ஏராளமாகப் புத்தகங்கள் படிப்பாள், கணவனை எல்லோரும் அழைப்பது போன்று திமீத்ரிய் என அழைக்காமல் திரித்திரிய் என அழைப்பாள். அவனோ அவளை நுனிப்புல் மேய்பவள், குறுகிய நோக்கினள், நயப்பாங்கு அற்றவள் என உள்ளூறக் கருதிவந்தான்; ஆயினும், அவளிடம் அவனுக்கு ஒரே அச்சம். வீட்டில் அவனுக்கு இருப்பே கொள்ளாது. அவளுக்குத் துரோகம் செய்ய அவன் வெகு காலத்துக்கு முன்பே தொடங்கிவிட்டான், அடிக்கடி துரோகம் செய்து வந்தான்; அந்தக் காரணத்தினால் தான் போலும், பெண்களைப்பற்றி எப்போதுமே இகழ்ச்சியாகப் பேசினான்; தன் முன்னிலையில் மாதரைப்பற்றிய பேச்சு வரும் பொழுது ‘‘கீழ் இனத்தவர்!’’ என அவர்களை அழைத் தான்.

கசப்பான அனுபவத்திலிருந்து தான் போதிய பாடம் கற்றுக் கொண்டு விட்டதாகவும், எனவே பெண்களை எப்படி வேண்டுமாயினும் அழைக்கத் தனக்கு உரிமை யுண்டென்றும் எண்ணிவந்தான் என்றாலும் இந்தக் ‘கீழ் இனத்தவர்’ இல்லாமல் இரண்டு நாட்கள் கூட வாழ்ந்திருக்க அவனால் முடியாது. ஆண்கள் கூட்டத்தில் அவனுக்குச் சலிப்பாக, கட்டிப்போட்டது போலிருக்கும்; அவர்களிடம் கலகலப்பாகப் பேசாமல் உர்ரென்றிருப்பான். பெண்களிடையிலோ, விட்டாற்றி யாயிருப்பான்; அவர்களுடன் என்ன பேசுவது, எப்படிப் பழகுவது என்று அவனுக்குத் தெரியும்; அவர்கள் நடுவே வாய் திறவாமலிருப்பது கூட அவனுக்கு எளிதாயிருந்தது. அவனது தோற்றத்திலும் சுபாவத்திலும், அவன் இயல்பு முழுவதிலுமே இருந்த இனந்தெரியாத கவர்ச்சி பெண்களை அவனிடம் இணக்கங் கொள்ளச் செய்தது, வசீகரித்தது; இதை அவன் அறிந்திருந்தான். அவனையும் ஏதோ ஒரு சக்தி பெண்கள்பால் வலிய ஈர்த்தது.

அந்தரங்கத் தொடர்பு ஒவ்வொன்றும் தொடக்கத்தில் வாழ்க்கையை இன்பப் புதுமையுள்ள தாக்கி, இனிய, சுளுவான நிகழ்ச்சியாக விளங்கினாலும், குல மகளிர் விஷயத்தில், அதிலும் அடியெடுத்து வைக்கத் தயங்குபவர்களும், உறுதியற்றவர்களுமான மாஸ்கோ மாதர் விஷயத்தில், அசாதாரணச் சிக்கல் நிறைந்த பெரும் பிரச்சினை ஆகிவிடுவதையும், முடிவில் நிலைமை சகிக்க முடியாத அளவு துன்பகரமாகி விடுவதையும் கூரொவ் மீண்டும் மீண்டும் நேர்ந்த உண்மையிலேயே கசப்பான

அனுபவத்திலிருந்து தெரிந்து கொண்டிருந்தான். ஆனால் கவர்ச்சியுள்ள பெண் யாரையேனும் புதிதாகச் சந்திக்கும் போதெல்லாம் இந்த அனுபவம் நினைவிலிருந்து எப்படியோ நழுவிவிடும், வாழ்வு வேட்கை மேலெழும், எல்லாமே சகஜமாகவும் வேடிக்கை யாகவும் தென்படும்.

இவ்வாறாக, ஒரு நாள் பூங்கா ரெஸ்டாரெண்டில் அவன் உணவருந்திக் கொண்டிருக்கையில், பெரெட் தொப்பியணிந்த நங்கை நிதானமாக நடந்து வந்து பக்கத்து மேஜை யெதிரே அமர்ந்தாள். அவளது முக பாவம், நடை, உடை, கூந்தல் சிங்காரம் எல்லாமே அவள நாகரிக சமூகத்தைச் சேர்ந்தவள், மணமானவள், யால்தாவுக்கு முதல் தடவையாக வந்திருக்கிறாள், இங்கே அவளுக்குச் சலிப்பு தட்டிவிட்டது என்பவற்றைக் காட்டின...... யால்தா வருபவர்களது ஒழுக்கவீனம் பற்றிய கதைகளில் பெரும்பாலானவை உண்மையற்றவை; அவற்றில் அதிகப் பகுதி, தம்மால் முடிந்தால் சந்தோஷமாக வரம்பைக் கடந்திருக்கக் கூடியவர்கள் இட்டுக்கட்டிய கற்பனை என்பதை கூரொவ் அறிந்திருந்தான், எனவே இவற்றைக் காதில் போட்டுக் கொள்வதே இல்லை. ஆயினும் சீமாட்டி தனக்கு மூன்றெட்டு தள்ளிப் பக்கத்து மேஜை யருகே உட்கார்ந்ததும், சுலபமான வெற்றிகளையும், மலைக்கு உல்லாசப் பயணங்கள் செல்வதையும் பற்றிய இந்தக் கதைகள் அவன் நினைவுக்கு வந்தன; சொற்பகாலத் தொடர்பு கொள்வது, அறிமுகமற்ற, பெயர் கூடத் தெரியாத பெண்ணுடன் காதல் லீலை புரிவது என்ற மனோகரமான எண்ணம் அவனைத் திடீரென ஆட்கொண்டது.

சீமாட்டியின் நாயைச் செல்லமாகச் சுடக்குப் போட்டுக் கூப்பிட்டு, அது பக்கத்தில் வந்ததும் விரலை ஆட்டி அதைப் பயமுறுத்தினான். நாய் உறுமியது. கூரொவ் மீண்டும் விரலையாட்டினான்.

சீமாட்டி அவனை ஏறிட்டுப் பார்த்து விட்டு மறுகணமே கண்களைத் தாழ்த்திக்கொண்டாள்.

“கடிக்காது” என்று சொன்னாள்; அவள் முகம் கன்றிச் சிவந்தது.

“இதற்கு எலும்புத் துண்டு கொடுக்கலாமா?” என்று கேட்ட கூரொவ், அவள் தலையசைப்பால் சம்மதந் தெரிவித்ததுமே, “ஆமாம், நீங்கள் யால்தா வந்து வெகு நாட்கள் ஆகிவிட்டனவோ?” என நட்பு ததும்ப வினவினான்.

‘‘ஐந்து நாட்களாயின.’’

‘‘நான் இங்கே இரண்டாவது வாரத்தை ஓட்டிக் கொண்டிருக்கிறேன்.’’

இருவரும் சிறிது நேரம் மௌனமாயிருந்தார்கள்.

‘‘நாட்கள் என்னவோ விரைவாகத் தான் ஓடுகின்றன, ஆன போதிலும் ஏனோ இங்கே ஒரே சலிப்பாயிருக்கிறது!’’ என்று அவனை நோக்காமலே கூறினாள்.

‘‘சலிப்பாயிருக்கிறது என்று சொல்வது வெறும் சம்பிரதாயந்தான். பேல்யேவ், ஷிஸ்த்ரா போன்ற கடைகெட்ட இடங்களில் வசிக்கும் போது ஜனங்களுக்கு ஒரு சலிப்பும் உண்டாவதில்லை. ஆனால் இங்கே வந்ததுமே, ‘ஐயோ, ஒரே சலிப்பு! ஐயோ, ஒரே புழுதி!’ என்று முறையிட ஆரம்பித்து விடுகிறார்கள், ஏதோ இப்போது தான் ஸ்பானிய நகர் கிர நாடாவிலிருந்து நேரே வந்து இறங்கியவர்கள் போல.’’

அவள் சிரித்தாள். பின்பு இருவரும் அறிமுகமற்றவர்கள் போலப் பேசாமல் உணவருந்தினார்கள். ஆயினும் சாப்பாட்டுக்குப் பின் இருவரும் சேர்ந்து வெளியேறி, எங்கு போனாலும், எதைப்பற்றிப் பேசினாலும் ஒன்று தான் என்ற மனோபாவங் கொண்ட, கட்டற்ற, சந்துஷ்டியுள்ள மனிதர்கள் போன்று, வேடிக்கையும் விளையாட்டுமாக உரையாடலானார்கள். உலாவியவாறே, கடல் மீது தென்பட்ட விந்தையான ஒளியைப்பற்றிப் பேசினார்கள்; கடல் நீர் மனோரம்மியமான இள ஊதா நிறத்துடன் திகழ்ந்தது; அதன் மீது நிலவொளி தங் கரேகைகளிட்டது. பகல் வெக்கைக்குப் பின் ஒரே புழுக்கமாயிருப்பதைப் பற்றி வார்த்தையாடினார்கள். தான் மாஸ்கோவாசி என்றும், கல்லூரியில் மொழி இயல கற்றதாகவும், ஆனால் பாங்கில் வேலை செய்வதாகவும், தனியார் இசை நாடகக் குழுவில் பாடுவதற்கு ஒரு காலத்தில் பயின்றதாகவும் பின்பு அந்த எண்ணத்தை விட்டு விட்டதாகவும், மாஸ்கோவில் தனக்கு இரண்டு

சொந்த வீடுகள் இருப்பதாகவும் கூரொவ் அவளிடம் சொன்னான்.... அவள் பீட்டர்ஸ்பர்கில் வளர்ந்ததாகவும் எஸ். என்ற நகரில் வாழ்க்கைப் பட்டதாகவும், இரண்டு ஆண்டுகளாக அவ்வூரில் இருந்து வருவதாகவும், யால்தாவில் இன்னும் ஒரு மாதம் தங்கப்போவதாகவும், அவளது கணவனும்

ஒய்வெடுத்துக்கொள்ள விரும்புவதாகவும், எனவே அவனும் யால்தாவுக்கு வரக்கூடுமென்றும் கூரொவ் அவளிடமிருந்து கேட்டறிந்தான். கணவன் வேலை செய்வது குபெர்னியா நிர்வாகக் கவுன்சிலிலா அல்லது ஜெம்ஸ்த்வோ போர்டிலா என அவளால் தெளிவாகக் கூற முடியவில்லை. அவளுக்கே இது வேடிக்கையாயிருந்தது. அவளது பெயர் ஆன்னா ஸெர்கேயிவ்னா என்பதையும் கூரொவ் தெரிந்து கொண்டான்.

ஹோட்டல் அறைக்குத் திரும்பிய பின்னர் கூரொவ் அவளைப்பற்றி எண்ணமிட்டான். மறுநாள் தான் அவளைச் சந்திப்பது நிச்சயம், இந்தச் சந்திப்பு நேர்ந்து தீர வேண்டும் என நினைத்தான். உறங்குவதற்காகப் படுத்தவன், மிகச் சமீபத்தில் தான் அவள் பள்ளி மாணவியாயிருந்தாள் என்பதையும் இப்போது தன் மகள் படிப்பது போலவே பாடங்களைப் படித்துக் கொண்டிருந்தாள் என்பதையும் நினைவுகூர்ந்தான்; அவளது சிரிப்பிலும், பழக்கமில்லாதவனுடன் பேசும் விதத்திலும் எவ்வளவு கூச்சமும் அசட்டுப் பிசட்டுத்தனமும் காணப்பட்டன என்பதையும் ஞாபகப்படுத்திக் கொண்டான். வாழ்க்கையிலேயே இப்போது தான் முதல் தடவையாக அவள் தனியாயிருக்கிறாள் போலும், ஆண்கள் அவளை ஒரேயொரு மறைமுக நோக்கத்துடன் (இந்த நோக்கததை அவள் ஊகிக்காமலிருக்க முடியாது) பின்தொடர் வதற்கும், உற்றுப் பார்ப்பதற்கும் அவளுடன் உரையாடுவதற்கும் வாய்ப்பான நிலைமை இப்போது தான் ஏற்பட்டிருக்கிறது போலும் என எண்ணினான். அவளது ஒயிலான மென் கழுத்தையும் அழகிய சாம்பல் நிறக் கண்களையும் நினைத்துப் பார்த்தான்.

“அவளிடம் ஏதோ ஏக்கம் இருக்கிறது” எனச் சிந்தித்தவாறே உறங்கிப் போனான்.

அவர்கள் பரிச்சயமாகி ஒரு வாரம் கடந்து விட்டது. அன்று விழா நாள். அறைக்குள் ஒரே புழுக்கம், வெளியிலோ சூறைக்காற்று படலம் படலமாகப் புழுதி கிளப்பியது, தொப்பிகளைத் தலைகளிலிருந்து பறக்கடித்தது. நாள் முழுதும் தாகம் எடுத்த வண்ணமாயிருந்தது. கூரொவ் அடிக்கடி கபேக்குப் போய் ஷர்பத்தும் ஐஸ்கிரீமும் வாங்கி வருவதும் ஆன்னா ஸெர்கேயிவ்னாவுக்கு உபசாரம் செய்வதுமாயிருந்தான். வெக்கை பொறுக்க முடியவில்லை.

மாலையில் காற்று அடங்கியதும் அவர்கள் கப்பல் வருவதைப் பார்க்கும் பொருட்டுத் துறைமுகம் சென்றார்கள். இறங்கு துறையில் ஏராளமான ஜனங்கள் குறுக்கும் நெடுக்கும் உலாவியவாறு, யாரையோ வர வேற்பதற்காகப் பூச்செண்டுகளுடன் காத்திருந்தார்கள். நாகரிகயால்தாக் கூட்டத்தின் இரண்டு சிறப்பியல்புகள் அங்கே சட்டெனக் கண்ணில்பட்டன: முதலாவது, வயது முதிர்ந்த சீமாட்டிகள் யுவதிகள் போன்று உடையணிந்து கொண்டிருந்தார்கள்; இரண்டாவது, ஜெனரல்களின் தொகை மிக அதிகமாயிருந்தது.

கடலில் கொந்தளிப்பு மிகுந்திருந்த படியால் கப்பல் தாமதித்து, சூரியன் மறைந்த பின்பே வந்து சேர்ந்தது; துறையோரமாக நிறுத்தப் படுவதற்கு முன்னர் நெடு நேரம் இப்புறமும் அப்புறமும் திரும்பிச் சாரி பாய்ந்தது. ஆன்னா ஸெர்கேயிவ்னா தெரிந்தவர் யாரையோ தேடுபவள் போலக் கப்பலையும் பிரயாணிகளையும் லார்னெட் எனப்படும் பிடிவைத்த கண்ணாடி வழியே துருவிப் பார்த்தாள். பின்னர் கூரொவ் பக்கம் திரும்பிய போது அவள் விழிகள் பளிச்சிட்டன. மிக அதிகமாகப் பேசினாள், சரமாரியாகக் கேள்விகளைப் பொழிந்தவள், எதைப் பற்றிக் கேட்டோம் என்பதை அக்கணமே மலர்விட்டாள். பிறகு லார்னெட்டைக் கூட்டத்தில் தவற விட்டுவிட்டாள்.

நாகரிகக் கும்பல் கலையலுற்றது, முகங்கள் கண்ணுக்குத் தெரியவில்லை, காற்று கப்பென்று அடங்கி விட்டது, ஆயினும் கூரொவும் ஆன்னா ஸெர்கேயிவ்னாவும், கப்பலிலிருந்து இன்னும் யாராவது வருகிறார்களா என்று எதிர்பார்ப்பவர்கள் போல நின்று கொண்டிருந்தார்கள். ஆன்னா ஸெர்கேயிவ்னா பேசுவதை நிறுத்தி விட்டு கூரொவை நோக்காமல் மலர்களை முகர்ந்து பார்த்தவண்ணமாயிருந்தாள்.

“சாயங்காலம் பருவ நிலை நன்றாகிவிட்டது. இப் போது நாம் எங்கே போகலாம்? எங்காவது வண்டியில் செல்வோமா?” என்றான் கூரொவ்.

அவள் பதில் பேசவில்லை.

அவன் அவளையே நிலையாக நோக்கிக் கொண்டிருந்து விட்டுத் திடீரென அவளைக் கட்டித் தழுவி உதடுகளில் முத்தமிட்டான். மலர்களின்

நறுமணமும் ஈரிப்பும் அவனைச் சூழ்ந்தன. மறுகணமே யாரேனும் பார்த்து விட்டார்களோ என்று அச்சத்துடன் பின்னே பார்வை செலுத்தினான்.

“உங்கள் அறைக்குப் போவோம்...” எனத் தணிந்த குரலில் சொன்னான்.

இருவரும் விரைந்து நடந்தார்கள்.

அறையில் ஒரே இறுக்கமாயிருந்தது. ஜப்பானியக் கடையில் அவள் வாங்கிய ஏதோ அத்தரின் மணம் வீசியது. இப்போது அவள் மீது கண்ணோட்டிய கூரொவ், “வாழ்க்கையில் தான் எத்தகைய விந்தைச் சந்திப்புகள் நிகழ்கின்றன!” என எண்ணமிட்டான். தான் உடலுறவு கொண்டிருந்த பலவகை மாதரைப்பற்றிய நினைவுகள் அவன் மனத்தில் நிறைந்திருந்தன. அவர்களில் சிலர் கவலையற்ற, சுமுகமான பெண்கள்; உடலுறவில் இன்பமுற்றவர்கள்; மிக மிகக் குறுகிய நேரத்திற்கேயாயினும் தங்களுக்கு மகிழ்ச்சி அளித்ததற்காக அவனிடம் நன்றி பாராட்டியவர்கள். அவன் மனைவியைப் போன்ற வேறு சிலரோ, கலவியில் உண்மை ஆர்வம் இன்றி, வெட்டிப் பேச்சும், பசப்பும், மோகாவேச நடிப்புமாக, இதெல்லாம் வெறும் கூடலோ காமவேட்கையோ மட்டுமல்ல, இன்னும் ஆழ்ந்த மகத்துவமுள்ள விஷயம் என்பது போன்ற தோற்றத்துடன் காதல் புரிந்தார்கள். இன்னும் இரண்டு மூன்று மிக அழகிய மாதர் இருந்தார்கள்; வாழ்க்கை வழங்குவதைக் காட்டிலும் அதிக இன்பத்தை அதனிடமிருந்து கவர்ந்து கொள்ள வேண்டும் என்ற தீர்மானத்தைக் காட்டும் பேராசை பிடித்த மனோபாவம் இவர்களது முகங்களில் சட் சட்டெனத் தோன்றி மறையும்; ஆனால் இவர்கள் புத்திளமையைக் கடந்து விட்டவர்கள்; சபல சித்த முள்ளவர்கள், விவேகமற்றவர்கள், அதிகார மனப்பான்மை கொண்டவர்கள், அறிவிலிகள்; இவர்கள் மேல் இருந்த மையல் தணிந்ததும் இவர்களது அழகு கூரொவுக்கு வெறுப்பே ஊட்டியது. இவர்களுடைய உள்ளாடைகளில் தைத்திருந்த லேஸ் நாடாக்கள் அவனுக்கு மீன் செதில்கள் போன்று தோற்றமளித்தன.

இங்கேயோ, அனுபவமற்ற இளமைக்குரிய துணிவின்மையும், அசட்டுப் பிசட்டுத்தனமும், கூச்சமும் வெளிப்படையாகப் புலப்பட்டன. இவற்றோடு, யாரோ திடீரெனக் கதவைத் தட்டி விட்டது போல,

ஒருவகையான பதைபதைப்பும் தென்பட்டது. 'நாய்க்காரச் சீமாட்டி' ஆன்னா ஸெர்கேயிவ்னா, நடந்த விவகாரத்தை விசேஷ முக்கியத்துவம் உள்ளதாக, ஆழ்ந்த தன்மை தனது வீழ்ச்சியாகக் கருதுவது போன்று இது கூரொவுக்கு விந்தையாகவும் பொருத்தமற்றதாகவும்பட்டது. ஏக்கமும் சோர்வும் குடிகொண்ட அவளது முகத்தின் இரு மருங்கிலும் நீண்ட கூந்தல் சோகம் தோன்றத் தொங்கியது. பழைய ஓவியத்தில் உள்ள பாவிப் பெண் போன்று வருத்தத்துடன் சிந்தனையிலாழ்ந்திருந்தாள்.

"இது சரியல்ல. இனி நீங்களே என்னை மதிக்க மாட்டீர்கள்" என்றாள்.

மேஜைமேல் தர்பூசனிப் பழம் இருந்தது. கூரொவ் அதில் ஒரு கதுப்பு நறுக்கி, நிதானமாகத் தின்னலானான். குறைந்தது அரைமணியாவது பேச்சின்றிக் கழிந்தது.

ஆன்னா ஸெர்கேயிவ்னாவைப் பார்க்கப் பரிதாபமாயிருந்தது. வாழ்க்கையை நன்கு அறியாத பேதைக் குல மகளுக்கேற்ற தூய்மை அவளிடமிருந்து வெளிப்பட்டது. மேஜைமேல் எரிந்து கொண்டிருந்த ஒற்றை மெழுகுவத்தி வெளிச்சத்தில் அவள் வதனம் நன்கு புலப்படவில்லை. ஆயினும் அவள் மனது சரியாயில்லை என்பது தெரிந்தது.

"எதற்காக நான் உன்னை மதிப்பதை நிறுத்திவிடு வேனாம்? சொல்வது என்ன என்று புரிந்துகொள்ளாமலே பேசுகிறாயே" என்றான் கூரொவ்.

"கடவுள் என்னை மன்னிப்பாராக! பயங்கரம்" என்று கூறும் போதே அவள் விழிகள் நீர் மல்கின.

"நீ ஏதோ சமாதானம் தேடுகிறாயே தவிர வேறில்லை."

"என் செயலுக்குச் சமாதானம் எது? நான் கெட்டவள், இழிந்தவள். என்னையே இகழ்ந்து கொள்கிறேனே அன்றிச் சமாதானந் தேடும் நினைப்பே எனக்குக் கிடையாது. கணவனையல்ல, தன்னைத் தானே வஞ்சித்துக் கொள்கிறேன். இப்பொழுது மட்டுமேயல்ல, எவ்வளவோ காலமாக என்னையே ஏமாற்றிக்கொண்டு வருகிறேன். என் கணவன் நேர்மையுள்ளவனாக, நல்லவனாக இருக்கலாம், ஆனால் நிச்சயமாக அவன்

தொண்டு செய்யும் அடிமை! அலுவலகத்தில் அவன் என்ன செய்கிறானோ, என்ன வேலை பார்க்கிறானோ அறியேன், ஆனால் அவன் குலாம் போடுபவன் என்பது மட்டும் எனக்குத் தெரியும். அவனுக்கு வாழ்க்கைப் பட்டபோது எனக்கு இருபது வயது; அடங்கா ஆவல் என்னை உலப்பியது, இதைவிட மேலானது ஏதேனும் கிடைக்காதா என உள்ளம் அவாவியது. வேறு வகையான வாழ்க்கை இருக்கத்தான் வேண்டும் என்று எனக்குள் சொல்லிக் கொண்டேன். வாழ வேட்கை கொண்டேன்! நன்கு வாழ, முழுமையாக வாழ... ஆவல் என்னைத் தகித்தது...... உங்களுக்கு இது புரியவே புரியாது, ஆனால் ஆண்டவன் மேல் ஆணையிட்டுச் சொல்கிறேன், என்னால் என்னையே அடக்கியாள முடியவில்லை, எனக்கு ஏதோ நேர்ந்து விட்டது, கட்டுப்படுத்திக் கொள்ளவே இயலாது போயிற்று. உடம்பு சரியாயில்லை என்று புருஷனிடம் சொல்லிவிட்டு இங்கே வந்துவிட்டேன் ..... இங்கே மதி மயங்கியவள் போல, பைத்தியக்காரி போல வளைய வந்தேன்..... இப்போதோ கடைகெட்டவளாய், ஒன்றுக்கும் உதவாதவளாய், எல்லாருடைய இகழ்ச்சிக்கும் உரியவளாய் விட்டேன்.''

கூரொவுக்கு இந்தப் பேச்சைக் கேட்கச் சலிப்பாயிருந்தது. வெகுளித்தனமான தோரணை, முற்றிலும் எதிர்பாராத, கொஞ்சமும் இசையாத பச்சாத்தா பம எல்லாம் அவனுக்கு எரிச்சலூட்டின. விழிகளில் கண்ணீர் இல்லாதிருந்தால் அவள் வேடிக்கை செய்கிறாள் அல்லது நடிக்கிறாள் என்று எண்ணியிருப்பான்.

“எனக்குப் புரியவில்லை. என்ன தான் வேண்டும் என்கிறாய்? எனத் தணிந்த குரலில் வினவினான்.

அவள் அவன் மார்பில் முகத்தைப் புதைத்துக் கொண்டு அவனோடு ஒன்றினாள்.

நம்புங்கள், கெஞ்சிக் கேட்டுக் கொள்கிறேன், என்னை நம்புங்கள்... நேர்மையுள்ள, தூய்மையான வாழ்க்கையை நான் விரும்புகிறேன். தீச்செயல் மீது எனக்கு ஒரே அருவருப்பு. என்ன செய்கிறேன் என்று எனக்கே தெரியவில்லை. சாதாரண மக்கள் சொல்வார்கள்: 'பிசாசு பிடித்துவிட்டது' என்று. எனக்குப் பிசாசு பிடித்திருக்கிறது என இப்போது நானும் சொல்லிக் கொள்ள முடியும்'' என்றாள்.

“போதும், போதும்...” என முணுமுணுத்தான் கூரொவ்.

அவளது நிலைக்குத்திட்ட, கிலி கொண்ட விழிகளை விழி பொருந்த நோக்கி, அவளை முத்தமிட்டு, தணிந்த குரலில் கொஞ்சலாகத் தேறுதல் கூறினான். சிறிது சிறிதாக அவள் நிம்மதியடைந்தாள். அவளுக்குக் குதூகலம் வந்துவிட்டது. இருவரும் சிரிக்கலானார்கள்.

சற்று நேரத்துக்குப் பின் அவர்கள் வெளியே சென்ற போது கரையோர நடைபாதையில் ஒரு பூதரைக் காணோம். சைப்ரஸ் மரங்கள் செறிந்த நகரம் உயிரற்றது போலக் காட்சியளித்தது. கடல் மட்டும் பேரிரைச்சலுடன் கரையில் மோதியவாறிருந்தது. தன்னந்தனியான மீன்படகொன்று அலைகள் மேல் அசைந்தாடியது. அதிலிருந்த விளக்கு தூங்கிவழிவது போல மினுமினுத்தது.

குதிரைவண்டியொன்றைத் தேடிப் பிடித்து ஏறிக் கொண்டு ஓரியாந்தாவுக்குச் சென்றார்கள்.

“நடையில் மாட்டியிருந்த விலாசப் பலகையைப் பார்த்து உன் குலப் பெயரை இப்போது தான் தெரிந்து கொண்டேன். வான் திதெரித்ஸ் என்று எழுதியிருந்தது. உன் புருஷன் என்ன, ஜெர்மானியனா?” என்று கேட்டான் கூரொவ்.

“இல்லை. அவனுடைய பாட்டனார் ஜெர்மானியர் போலிருக்கிறது. அவன் ருஷ்ய சம்பிரதாயத்தவன் தான்.”

ஓரியாந்தா சேர்ந்ததும், மாதாகோயிலின் அருகே பெஞ்சியில் அமர்ந்து, கீழே கடலை நோக்கியவாறு மௌனமாயிருந்தார்கள். காலை மூடுபனிக்கிடையே யால்தா நகர் சற்றே தென்பட்டது. மலைச்சிகரங்கள் மேல் அசையாது நின்றன வெண் முகில்கள். மரங்களில் இலைகள் சிலுசிலுக்கவில்லை. வெட்டுக்கிளிகள் சிலம்பின. கடலின் ஒரே மாதிரியான, ஆழ்ந்த முழக்கம் கீழிருந்து வந்து, அமைதி பற்றி, நம் எல்லோருக்கும் நேரவிருக்கும் மீளா உறக்கம் பற்றி உரையாடியது. யால்தாவோ ஓரியாந்தாவோ இல்லாத காலத்திலும் கடல் இவ்வாறே முழங்கியது. இப்போதும் முழங்குகிறது, நாம் காலஞ் சென்ற பின்பும் இதே போல எதையும் பொருட்படுத்தாமல் ஆழ்ந்து முழங்கிக் கொண்டிருக்கப் போகிறது. இந்த

இடையறாத் தன்மையில், வாழ்வையும் சாவையும் பற்றிய இந்த முழுமையான அலட்சிய பாவத்தில் தான் நமது நிலையான கடைத்தேற்றம், உலகில் உயிர்க் குலத்தின் நிரந்தர இயக்கம், நிரந்தரச் செவ்வைப்பாடு ஆகியவற்றின் மர்மம் அடங்கியிருக்கிறது போலும். இள நங்கையின் அருகே கடல், மலைகள், மேகம் விரிந்த வானவெளி ஆகியவற்றின் மோகனச் சூழ்நிலையின் சௌந்தரியத்தில் சொக்கிப்போய், அமைதியுற்று, வைகறையின் மெல்லொளியில் எழிலே வடிவாகத் திகழந்த யுவதியின் அருகே— அமர்ந்தவாறு, கூரொவ் சிந்தித்தான்: பார்க்கப் போனால் இவ்வுலகத்தில் எல்லாமே உண்மையில் வனப்பு வாய்ந்து இலகுகின்றன – எல்லாமே, அதாவது, வாழ்வின் மேலான லட்சியங்களையும் மானிட மாண்பையும் மறந்து விடும்போது நாம் எண்ணும் எண்ணங்களையும் செய்யும் செயல்களையும் தவிர, என்று.

யாரோ ஒருவன்—காவலாளாயிருக்கும் பக்கத்தில் வந்து அவர்களை உற்றுப் பார்த்துவிட்டு அப்பால் சென்றான். இந்த விவரங்கூட இரகசியத் தன்மையும் அழகும் பொலிந்தது போன்று தென்பட்டது. பியதோஸி யாவிலிருந்து வரும் கப்பல், விளக்குகள் இன்றி, காலைப் புலரொளியின் பிரகாசத்தில் அருகே நெருங்கு வது தெரிந்தது.

“புல்லில் பனி படிந்திருக்கிறது” என நீண்ட மௌனத்துக்குப் பிறகு கூறினாள் ஆன்னா ஸெர்கேயிவ்னா.

ஆமாம். வீடு செல்ல நேரமாகிவிட்டது.

நகர் திரும்பினார்கள்.

இதன் பின்னர் தினந்தோறும் நடுப்பகலில் அவர்கள் கரையோர நடைபாதையில் சந்தித்தார்கள், பகலுணவும் மாலையுணவும் சேர்ந்து அருந்தினார்கள், உலவினார்கள், கடலை வியந்தார்கள். அவள் உறக்கம் பிடிக்க வில்லை யென்றும், நெஞ்சு படபடக்கிறதென்றும் குறை கூறினாள், ஒரே மாதிரியான கேள்விகளை மறுபடி மறுபடி கேட்டாள், சில வேளைகளில் பொறாமையாலும், வேறு சில வேளைகளில் அவன் தன்னைப் போதிய அளவு மதிக்கவில்லையோ என்ற அச்சத்தாலும் நலிவுற்றாள். அடிக்கடி, சதுக்கத்திலோ பூங்காவிலோ சுற்றுமுற்றும் யாரும் இல்லாத நேரம் பார்த்து அவன் அவளை அருகே இழுத்துத் தழுவி ஆவேசமாக முத்தமிடுவான்.

ஒருவித வேலையுமற்ற சுகவாழ்வு, யாரேனும் பார்த்துவிடப் போகிறார்களே என்ற அச்சத்துடன் சுற்றுமுற்றும் கண்ணோட்டியவாறு பட்டப்பகலில் முத்தங் கொஞ்சுதல், வெக்கை, கடல் வாடை, வேலையற்ற, நாகரிகப் பாங்குள்ள, வயிறார உண்ட ஜனங்கள் இடைவிடாது கண்ணில் பட்டுக் கொண்டிருத்தல், இவை எல்லாம் கூரொவுக்குப் புதுவாழ்வளித்து விட்டன போலிருந்தது. அவன் ஆன்னா ஸெர்கேயிவ்னாவை அழகி, மோகினி என்று புகழ்ந்தான், அடங்காக் காமாவேசத்துடன் அவளோடு காதல் புரிந்தான், ஓரடி விலகாமல் அவளையே சுற்றி வந்தான்; அவளோ அடிக்கடி சிந்தனையில் ஆழ்ந்தாள், அவன் தன்னை மதிக்கவில்லை யென்றும், துளிக்கூடக் காதலிக்கவில்லை யென்றும், தன்னை ஓடுகாலிப் பெண் என மட்டுமே கருதுவதாகவும் ஒப்புக் கொள்ளுமாறு செய்ய எப்போதும் முயன்றுவந்தாள். அநேகமாக ஒவ்வோர் இரவும் அவர்கள் வண்டியிலேறி நகருக்கு வெளி யே ஓரியாந்தாவுக்கோ, அருவிக்கரைக்கோ போவார்கள். இந்த உல்லாசப் பயணங்கள் இன்பமாகவே இருந்தன. ஒவ்வொரு பிரயாணத்தின் போதும் நேர்ந்த உளப்பதிவுகள் அழகும் மாண்பும் பொலிந்து இலகின.

அவளுடைய கணவன் வருவான் என எதிர்பார்த்தார்கள். ஆனால் அவனிடமிருந்து கடிதம் மட்டுமே வந்தது. கண்நோய் காரணமாகத் தான் வெளிச்செல்ல முடியாதபடியால் அவளை உடனே ஊர் திரும்புமாறு அதில் அவன் வேண்டிக் கொண்டிருந்தான். ஆன்னா ஸெர்கேயிவ்னா அவசர அவசரமாகப் புறப்பட ஆய்த தம் செய்தாள்.

“நான் போவது நல்லதுதான். இதுவே விதி” என்று கூரொவிடம் கூறினாள்.

யால்தாவிலிருந்து அவள் குதிரைவண்டியில் புறப்பட்டாள். அவனும் ரயில் நிலையம் வரை உடன் சென்றான். பகல் முழுவதும் பயணம் செய்த பின்பே ரயில் நலயம் சேர்ந்தார்கள். ஆன்னா ஸெர்கேயிவ்னா விரைவு வண்டியில் ஏறி, இடத்தில் அமர்ந்த பின், இரண்டாவது மணி அடித்ததும் அவள் கூரொவிடம், “எங்கே, இப்படித் திரும்புங்கள், இன்னொரு தடவை உங்களைப் பார்க்கிறேன். இன்னும் ஒரே தடவை. அப்படிக்காது, எனக் கூறினாள்.

அழவில்லையாயினும் அவள் ஏக்கமே வடிவாய், நோயுற்றவள் போல இருந்தாள். அவளது உதடுகள் துடித்தன.

“உங்களைப்பற்றி நினைத்துக் கொண்டிருப்பேன் ..... உங்கள் நினைவாகவே இருப்பேன். ஆண்டவன் உங்களுக்கு அருள்வாராக. என்னைப் பற்றிக் கெடுதலாக நினைக்காதீர்கள். நாம் ஒரேயடியாகப் பிரிகிறோம், மீண்டும் சந்திக்கவே மாட்டோம். வேண்டியதும் அது தான்; ஏனெனில் நாம் சந்தித்திருக்கவே கூடாது. நல்லது, விடை கொடுங்கள். கடவுள் உங்களுக்கு அருள் பாலிப்பாராக” என்றாள்.

ரயில் விரைவாகச் சென்றுவிட்டது, அதன் விளக்குகள் சீக்கிரமே மறைந்து விட்டன; ஒரு நிமிடத்திற் கெல்லாம் அதன் கடகடப்புக் கூடக் காதில் படவில்லை ——இந்த இன்ப மயக்குக்கு, இந்தப் பித்துக்குச் சட்டென முடிவு கட்டி விட வேண்டுமென்று எல்லாம் சேர்ந்து திட்டமிட்டுச் சதி செய்துவிட்டன போலிருந்தது. கூரொவ் பிளாட்பாரத்தில் தனியனாய் நின்று, இருண்ட தொலையில் பார்வையைச் செலுத்தியவாறு, வெட்டுக் கிளிகளின் கிறீச்சொலியையும், தந்திக் கம்பிகளின் ரீங்காரத்தையும் அப்போது தான் உறக்கத்திலிருந்து விழித்துக் கொண்டவன் போன்ற உணர்ச்சியுடன் செவிமடுத்தான். தன் வாழ்க்கையில் இது இன்னுமொரு எதிர்பாரா வாய்ப்பு அல்லது தற்செயல் நிகழ்ச்சி என்றும், இதுவும் முடிந்துவிட்டதென்றும், எஞ்சியிருப் பதெல்லாம் நினைவு மட்டுமே என்றும் எண்ணினான்... அவன் உள்ளம் இரக்கத்தாலும் துயரத்தாலும் பொங்கியது, சிறிது பச்சாத்தாபங்கூட அவனுக்கு உண்டாயிற்று; இந்த யுவதி (இவளை அவன் இனி ஒருபோதும் சந்திக்கப்போவதில்லை) அவனுடன் உண்மையில் இன்பமடையவில்லை; அவன் அவளிடம் நட்பும் பாசமுமாக இருந்ததென்னவோ மெய்தான், ஆயினும் அவளுடன் அவன் நடந்துகொண்ட மாதிரியில், அவன் குரலில், கொஞ்சல்களில் கூட, ஏளனத்தின் சாயல், அதிர்ஷ்ட சாலியான— அதிலும் அவளைப் போல் இருமடங்கு வயதுள்ளவனான— ஆடவனுடைய முரட்டு ஆணவத்தின் சாயல் படிந்திருந்தது. அவன் நல்லவன், அசாதாரணமானவன், மாண்புடையவன் என்று அவள் ஓயாது கூறி வந்தாள். அவள் கண்களுக்கு அவன் உண்மையில் இருப் பது போன்று தோற்றமளிக்கவில்லை போலும், தான் அறியாமலே அவளை ஏமாற்றி விட்டான் போலும்.....

ரயில் நிலையத்தில் அதற்குள் இலையுதிர்காலவாடை வீசியது, மாலை குளிராயிருந்தது.

பிளாட்பாரத்திலிருந்து வெளியேறியவாறே, "நானும் வடக்கே போக வேளை வந்துவிட்டது. ஆமாம், வேளை வந்து விட்டது!" என்று நினைத்துக்கொண்டான் கூரொவ்.

3

அவன் திரும்பி மாஸ்கோ சேர்ந்த போதே பனிக்கால நடைமுறைகள் தொடங்கிவிட்டன: வீட்டில் கணப்புகள் மூட்டப்பட்டன; காலையில் குழந்தைகள் பள்ளி செல்ல ஆயத்தம் செய்துகொண்டு தேநீர் அருந்துகையில் இருட்டாயிருந்த படியால் ஆயா. நேரத்துக்கு விளக்கேற்ற வேண்டியிருந்தது. கூதல் ஆரம்பித்து விட்டது. முதல் தரம் வெண்பனி விழுந்து, முதலாவது ஸ்லெட்ஜ் வண்டிச் சவாரி செல்லும் போது. வெண்மை திகழும் தரையையும், வெள்ளை வெளேரென்ற கூரைகளையும் காண இன்பமாயிருக்கும்; தாராளமாக சிரமமின்றி மூச்சுவிட முடியும்; புத்திளமைப் பருவம் நினைவுக்கு வரும். உறை பனி அப்பியதால் வெண்மையாக ஒளிரும் நெடுங்கால லைம் மரங்களும் பிர்ச் மரங்களும் பெருந்தன்மைத் தோற்றத்துடன் திகழும்; சைப்ரஸ், கூந்தற்பனை மரங்களைக் காட்டிலும் இவை மனதுக்கு உகப்பாயிருக்கும்; இவற்றின் அருகாமையிலிருக்கும் போது மலைகளையும் கடலையும் பற்றிச் சிந்திக்கவே விருப்பமுண்டாகாது.

கூரொவ் மாஸ்கோவிலேயே பிறந்து வளர்ந்தவன். அவன் மாஸ்கோ திரும்பிய அன்று வானம் தெளிவாயிருந்தது, கடுங்குளிர் அடித்துக் கொண்டிருந்தது. மென் மயிர்த்தோல் மேல்கோட்டும் கதகதப்பான கையுறைகளும் அணிந்து பெட்ரோவ்கா வீதிக்கு உலாவப் போய், சனிக்கிழமை மாலை மாதாகோயில் மணியொலியைக் கேட்டதுமே, சமீபப் பயணமும் அவன் சென்றுவந்த இடங்களும் தங்கள் கவர்ச்சியை ஒரேயடியாக இழந்துவிட்டன. கொஞ்சங்கொஞ்சமாக அவன் மாஸ்கோ வாழ்க்கையில் ஆழ்ந்து விட்டான்; தினந்தோறும் மூன்று செய்தித்தாள்கள் படித்தான், ஆனால்தான் மாஸ்கோ செய்தித்தாள்களைப் படிப்பதே கிடையாது என்று கொள்கை காரணமாகச் சொல்லிக்கொண்டான். ரெஸ்டாரெண்டுகளும், கிளப்புகளும், விருந்துகளும், கொண்டாட்டங்களும்

அவனை மீண்டும் கவர்ந்திழுத்தன. பெயர் பெற்ற வழக்கறிஞர்களும் நடிகர்களும் தன் வீட்டுக்கு வருவதையும், மருத்துவர் கிளப்பில் ஒரு பேராசிரியருடன் தான் சீட்டாடுவதையும் பற்றிய பெருமையில் திளைத்தான். இப்போது அவன்பாடு ஒரே வேட்டை தான்....

எப்படியோ ஒரு மாதம் கழிந்ததும் ஆன்னா ஸெர்கேயிவ்னாவின் நினைவு மங்கிவிடும், எப்போதாவது கனவில் மட்டுமே, மற்றப் பெண்கள் கனவில் தோன்றுவது போல அவள் பரிதாபப் புன்னகையுடன் தோன்றுவாள் என்று நினைத்தான் கூரொவ். ஆனால் ஒரு மாதத்துக்கு மேல் கழிந்து விட்டது, கடும் பனிக்காலம் தொடங்கி விட்டது. அப்போதும் ஏதோ முந்திய நாள் தான் ஆன்னா ஸெர்கேயிவ்னாவைப் பிரிந்தது போல எல்லாம் அவன் நினைவில் பசுமையாயிருந்தன. அது மட்டுமல்ல, நாளாக ஆக இந்த நினைவுகள் அதிக வலிவுடன் சுடர்ந்தன. சந்தடியற்ற மாலை நேரத்தில், பாடங்கற்கும் குழந்தைகளின் குரல்கள் அவன் படிப்பு அறைக்கு எட்டும் பொழுதும், ரெஸ்டாரெண்டில் அவன் பாட்டோ, ஆர்கன் வாத்திய இசையோ கேட்கும் பொழுதும், கணப்புப் புகைபோக்கியில் பனிப்புயல் இரையும் பொழுதும், கப்பல் துறையில் நடந்தவை, மலைகள் மீது மூடு பனி அடர்ந்த அதிகாலை, பியதோஸியாவிலிருந்து வரும் கப்பல், ஆசை முத்தங்கள் எல்லாம் சட்டென அவன் நினைவுக்கு வந்துவிடும். நிகழ்ந்தவற்றை எண்ணிப் பார்த்தவாறே அறையில் குறுக்கும் நெடுக்குமாக நடப்பான்; சிரிப்பான். அப்புறம் நினைவுகள் கனவுகளாக மாறும், நடந்தவை நடக்கப் போகிறவற்றுடன் கற்பனையில் கலந்துவிடும். ஆன்னா ஸெர்கேயிவ்னா அவனுக்குக் கனவில் தோன்றவில்லை, நிழல் போல எங்கும் அவன் பின் சென்றாள், எப்போதும் அவனைத் தொடர்ந்தாள். அவன் கணகள மூட வேண்டியது தான், அவள் உயிரோவியமாக எதிரே காட்சியளித்தாள், உண்மையிலிருந்ததை விட அதிக வனப்புடனும், அதிக இளமையுடனும், அதிக ஒயலுடனும் திகழ்ந்தாள்; அவனும் யால்தாவில் இருந்ததைவிட மேலாகத் தனக்கே தென்பட்டான். மாலை வேளைகளில் புத்தக அலமாரிகளிலிருந்தும், கணப்பிலிருந்தும், மூலையிலிருந்தும் அவள் அவனை எட்டிப் பார்த்தாள்; அவள் மூச்சுவிடுவதும், அவளது ஆடை இனிமையாகச் சரசரப்பதும் அவன் காதில் பட்டன: வீதியில் செல்லுங்கால் எல்லாப் பெண்களையும் விழிகளால் தொடர்ந்து அவளைப் போன்றவள் யாராவது இருக்கிறாளா எனத் தேடினான்......

தனது அனுபவங்களை யாரிடமாவது சொல்லி ஆற வேண்டுமென்ற அடங்கா வேட்கை அவனை ஆட்கொண்டது. ஆனால் காதல் விவகாரங்களைப்பற்றி வீட்டில் பேச முடியவில்லை, வெளியிலோ, மனம் விட்டுப் பேசயாருமில்லை. குடியிருப்பவர்களிடமோ, பாங்கில் சக ஊழியர் களிடமோ பேச முடியாதே. தவிர, எதைப் பற்றிப் பேசுவது? அப்போது அவன் காதலித்தானா என்ன? ஆன்னா ஸெர்கேயிவ்னாவுடன் அவன் கொண்டிருந்த தொடர்பில் எழிலார்ந்ததோ, காவியத்தன்மை யுள்ளதோ, படிப் பினை நல்குவதோ, அல்லது வெறுமே சுவையானதோ கூட ஏதேனும் இருந்ததா? ஆகவே அவன் காதலைப் பற்றியும் பெண்களைப் பற்றியும் பொதுப்படையாகப் பேசியதுடன் நிறுத்திக்கொள்ள நேர்ந்தது; அவன் எதைக் குறித்தான் என்று ஒருவருமே ஊகிக்கவில்லை; அவன் மனைவி மட்டும் கரும் புருவங்கள் துடிக்க, “இந்தா, திமீத்திரிய், விடபுருஷன் வேஷம் உனக்குக் கொஞ்சங் கூடப் பொருந்தவே இல்லை” என்று சீறினாள்.

ஒரு நாள் இரவு மருத்துவர் கிளப்பில் உடன் சீட்டாடிய அரசாங்க உத்தியோக ஸ்தன் ஒருவனோடு வீடுக்குப் புறப்படுகையில் கூரொவ் அடக்க மாட்டாமல், “யால்தாவிலே எப்பேர்ப்பட்ட அற்புதமான பெண்ணோடு பழக்கம் செய்து கொண்டேன் என்று தெரிந்தால் மலைத்துப் போவீர்கள்!” என்றான்.

உத்தியோகஸ்தன் பேசாமல் ஸ்லெட்ஜில் ஏறிக் கிளம்பியவன் சட்டெனத் திரும்பி, “திமீத்ரிய் திமீத் ரிச்!” என்று கூவியழைத்தான்.

“என்ன?”

“கொஞ்ச நேரத்துக்கு முன்னே சொன்னீர்களே, ரொம்பச்சரி: மீன் கறியில் கவிச்சு அடிக்கத்தான் செய்தது!”

மிகச் சாதாரணமான இச்சொற்கள் கூரொவுக்கு எதனாவோ எரிச்சலூட்டின, அவமதிப்பவையாக, அசிங்க மானவையாகப்பட்டன. எத்தகைய காட்டுத்தனமான பழகு முறைகள், என்ன மனிதர்கள்! எம்மாதிரி வெட்டி இரவுகள், உப்பு சப்பற்ற, வெறுமையான பகல்கள்! வெறிபிடித்த சீட்டாட்டம், மீதூண், அமிதக்குடி, எப்போதும் ஒரே விஷயத்தைப் பற்றிய இடைவிடாத அரட்டை. வீண் விவகாரத்திலும் ஒரே விஷயத்தைப் பற்றிய பேச்சிலும் பெரும்பகுதி நேரமும், சிறந்த சக்தியும் விரயமாகிவிடுகின்றன;

முடிவில் எஞ்சுவது குன்றிக் குறுகிய, தரையோடு தரையாக ஊர்கிற நத்தை வாழ்வு தான், உதவாக்கரைச் சப்புச் சவறுதான்; இதிலிருந்து தப்பியோடவும் வழியில்லை. பைத்தியக்கார ஆஸ்பத்திரியிலோ, கைதிகள் குடியிருப்பிலோ அடைபட்டிருப்பது போன்ற நிலைமை!

கூரொவ் இரவு முழுவதும் உறங்காமல் ஆத்திரத்தால் கொதித்துக் கொண்டிருந்தான், மறுநாள் தலைவலியுடன் வளையவந்தான். அடுத்த இரவுகளிலும் சரியாகத் தூக்கம் பிடிக்காமல் படுக்கையில் உட்கார்ந்து சிந்திப்பதும், இல்லாவிட்டால் அறையில் மேலுங்கீழுமாக உலாவுவதுமாய்த் தவித்தான். குழந்தைகளைக் கண்டாலே கரித்தது, பாங்கு சலித்துப் போயிற்று, எங்குமே போகப் பிடிக்கவில்லை, எதைப்பற்றியும் பேச் விருப்பமில்லை.

டிசம்பர் மாதம் கிறிஸ்துமஸ் விடுமுறையின் போது அவன் பயணத்துக்கு ஆயத்தம் செய்து ஓர் இளைஞனின் காரியமாக பீட்டர்ஸ்பர்க் போவதாக மனைவியிடம் சொல்லிவிட்டு எஸ். நகருக்குச் சென்றான். எதற்காக? அவனுக்கே சரியாக விளங்கவில்லை. ஆன்னா கேயிவ்னாவைப் பார்த்துப் பேசவும், முடிந்தால் சந்திப்புக்கு ஏற்பாடு செய்யவும் அவனுக்கு விருப்பமுண்டாயிற்று. அவ்வளவுதான்.

எஸ். நகருக்குக் காலையில் போய்ச்சேர்ந்து, ஹோட்டலில் உள்ள தற்குள் நல்ல அறையை அமர்த்திக் கொண்டான். அறையில் தரை முழுவதும் இராணுவக் கம்பள விரிப்பால் மூடியிருந்தது; மேஜைமேல் வைத்திருந்த தூசிபடிந்த மைக்கூட்டில், உயர்த்திய கரத்தில் தொப்பியைப் பிடித்தவாறு குதிரைச் சவாரி செய்பவனின் உருவம் அலங்காரமாகச் செதுக்கப்பட்டிருந்தது; குதிரை வீரனின் தலை உடைந்திருந்தது. ஹோட்டல் காவலாளன் அவனுக்கு வேண்டிய தகவல்களைத் தெரிவித்தான்: அதாவது, வான் திதெரித்ஸ் ஸ்தாரோ–கன் சார்நயா வீதியில் சொந்த வீட்டில் வசிப்பதாகவும், ஹோட்டலிலிருந்து வீடு தூரமில்லை என்றும், அவன் நன்றாக, செல்வச் செழிப்புடன் வாழ்வதாகவும் சொந்தக் குதிரைகளும் வண்டியும் வைத்திருப்பதாகவும், ஊர் முழுவதும் அவனை அறியுமென்றும் சொன்னான். அவனது பெயரை த்ரீ தீரித்ஸ் என உச்சரித்தான் காவலாள்.

கூரொவ் நிதானமாக நடந்து, ஸ்தாரோ-கன்சார் நயா வீடு சேர்ந்து, வீட்டைத் தேடிப்பிடித்தான். உச்சியில் கூராணிகள் பொருத்திய நீண்ட பழுப்பு வேலி வீட்டை அரண் செய்து நின்றது.

ஜன்னலையும் வேலியையும் மாறி மாறிப் பார்த்த கூரொவ், "இந்த மாதிரி வேலி இருந்தால் தப்பி ஓடத்தான் சொல்லும்" என்று நினைத்துக் கொண்டான்.

இன்று விடுமுறையாதலால் கணவன் வீட்டில்தான் இருப்பான். இல்லாவிட்டாலுங்கூட நேரே வீட்டுக்குள் திடுமெனப் புகுந்து தொல்லை கொடுப்பது யுக்திப் பொருத்தமாகாது. கடிதம் எழுதி அனுப்பினாலோ, அது கணவன் கையில் கிடைத்துவிடக் கூடும், அப்புறம் காரியம் கெட்டுவிடும். தருணம் பார்த்துக் காத்திருப்பதுதான் எல்லாவற்றிலும் மேல். இவ்வாறு தனக்குள் தர்க்கித்துக்கொண்ட கூரொவ், இத்தகைய தருணத்தை எதிர்பார்த்தவனாய், தெருவில் மேலுங்கீழுமாக நடப்பதும், வேலியருகே நிதானிப்பதுமாகப் பற்றி உலவினான். பிச்சைக்காரன் ஒருவன் வாயிலுக்குள் புகுந்ததையும் நாய்கள் அவனை விரட்டியடித்ததையும் கண்டான். பின்பு, ஒரு மணி நேரம் பொறுத்து பியானோ இசையொலி தணிவாக, தெளிவின்றிக் காதில் பட்டது. வாசிப்பது ஆன்னா ஸெர்கேயிவ்னாவாகத்தான் இருக்கும். முன்வாயிற் கதவு திடீரெனத் திறந்தது. யாரோ கிழவி வெளியே வந்தாள். அவள் பின்னே ஓடியது அவனுக்குப் பழக்கமான வெள்ளை நாய். கூரொவ் நாயைக் கூப்பிடப் போனவன், நெஞ்சு படபடவென அடித்துக் கொள்ள, ஒரே பதற்றமடைந்து, நாயின் பெயரை மறந்துவிட்டான்.

மேலும் நடந்தான். பழுப்பு வேலி மீது அவனுக்கு வரவர அதிக வெறுப்பு மண்டிக் கொண்டு வந்தது. ஆன்னா ஸெர்கேயிவ்னா தன்னை மறந்து விட்டாள் என்றும், வேறு எவனுடனோ குஷாலாகப் பொழுது போக்கு கிறாள் என்றும், விடிந்தது முதல் பொழுது சாயும்வரை இந்தப் பாழாய்ப்போன வேலியையே பார்த்துக் கொண்டிருக்க வேண்டிய நிலைமையிலிருக்கும் இளம் பெண் இவ்வாறு செய்வது இயல்பு தானே என்றும் எரிச்சலுடன் எண்ணமிட்டான். ஹோட்டல் அறைக்குத் திரும்பி, என்ன செய்வதென்று தெரியாமல் சிறிது நேரம் சோபாவில் உட்கார்ந்திருந்து விட்டு, அப்புறம் சாப்பாட்டை முடித்துக் கொண்டு நீண்ட நேரம் உறங்கினான்.

அவன் கண்விழித்த போது மாலையாகிவிட்டது. இருண்ட ஜன்னல்களை நோக்கியவாறே, "என்ன அசட்டுத்தனமான, நிம்மதியற்ற வேலை இது! எதற்கோ தெரியவில்லை, தூங்கித் தொலைத்துவிட்டேன். ராத்திரி என்ன செய்யப் போகிறேனோ?" என்று நினைத்துக் கொண்டான்.

ஆஸ்பத்திரிப் போர்வை போன்ற, மலிவான, சாம்பல் நிறக் கம்பளியைப் போர்த்துக்கொண்டு கட்டிலில் எழுந்து உட்கார்ந்து, "நீயும் உன் நாய்க்காரச் சீமாட்டியும்!... பிரமாதச் சாதனைதான் சாதித்துவிட்டாய் போ!.. உட்கார்ந்திருக்கிறாய் பார், அழகு போல!" என்று சிடுசிடுப்புடன் தன்னையே நொந்து கொண்டான்.

தான் காலையில் ரயில் நிலையத்தில் வந்து இறங்கிய போது, "கெய்ஷா" என்ற நாடகம் உள்ளூர் அரங்கில் முதல் முறையாக நடக்கப் போவதாகக் கொட்டை எழுத்துக்களில் அறிவித்த விளம்பரம் கண்ணில் பட்டது நினைவுக்கு வரவே, உடை மாற்றிக்கொண்டு நாடக சாலை சென்றான்.

"முதலாவது நாடக அரங்கேற்றங்களுக்கு வருவது அவள் வழக்கமா யிருக்கலாமே" என எண்ணினான்.

நாடகசாலையில் ஹால் நிறைந்திருந்தது. எல்லாச் சிற்றூர் நாடகசாலைகளிலும் போலவே இங்கும் லஸ்தர் விளக்குகளுக்கு மேல் புகை சூழ்ந்திருந்தது. காலரிப் பார்வையாளர்கள் அமைதியின்றி இரைந்து கொண்டி ருந்தார்கள். முன்வரிசையில், உள்ளூர் டம்பாச்சாரிகள் கைகளை முதுகுப் புறம் இணைத்தவாறு நின்று, நாடக ஆரம்பத்தை எதிர் பார்த்திருந்தார்கள். கவர்னர் அறையில் முதலாவது இடத்தில், கவர்னரின் மகள், மென்மயிர்த்தோல் தோள்களில் இலங்க வீற்றிருந்தாள்; கவர்னரோ, அடக்கத்துடன் திரைச்சீலை மறைவில் உட்கார்ந்திருந்தான்; அவன் கைகள் மட்டுமே வெளித்தெரிந்தன. மேடைத் திரை அசைந்தது, வாத்தியக் கோஷ்டி நெடுநேரம் சுருதி சேர்த்துக் கொண்டிருந்தது. பார்வையாளர்கள் வந்து இடங்களில் அமர்கையில் கூரொவ் ஆர்வத்துடன் கண்களால் துழாவியவாறிருந்தான்.

ஆன்னா ஸெர்கேயிவ்னாவும் வந்தாள், மூன்றாவது வரிசையில் அமர்ந்தாள். அவள் மீது பார்வை விழுந்ததுமே கூரொவின் இதயத் துடிப்பு

நின்று விட்டது போலிருந்தது; உலகம் முழுவதிலும் இப்போது இவளைக் காட்டிலும் தனக்கு நெருங்கியவர், அருமையானவர், முக்கியமானவர் யாருமே இல்லை என்பதைத் தெளிவாகப் புரிந்துகொண்டான். சிற்றூர்க் கூட்டத்தில் இனங்கண்டு கொள்ள முடியாதபடி கலந்துவிட்ட இந்தப் பெண், எவ்விதச் சிறப்பும் இல்லாதவளும், கையில் லார்னெட் பிடித்திருப்பவளுமான இந்த அற்ப ஸ்திரீ, இப்போது அவன் வாழ்வு முழுவதையும் வியாபித்துக் கொண்டிருந்தாள்; அவனது துயர், மகிழ்ச்சி, இப்பொழுது அவன் விரும்பிய ஒரே இன்பம் இவளே. கவைக்குதவாத கற்றுக்குட்டிப் பிடில்காரர்கள் கொண்ட வாத்தியக் கோஷ்டியின் அபஸ்வரக் களஞ்சியமான ஒலிகளைக் கேட்டவாறே, அவள் எத்தகைய அழகி எனச் சிந்தித்தான் கூரொவ். சிந்தித்தான், கனவினான்.

ஆன்னா ஸெர்கேயிவ்னாவுடன் வந்து அவளருகே அமர்ந்தான் சிறிய கிருதாவும், மிக நெடிய உருவமும், கூனிய தோட்களும் கொண்ட வாலிபன்; அடிக்கொரு தரம் அவன் தலையை அசைத்தான், இடைவிடாது முடி வணங்குபவன் போல் தோற்றமளித்தான். யால்தாவில், பொங்கிவந்த மனக்கசப்பை அடக்கமாட்டாமல், "தொண்டு செய்யும் அடிமை" என அவள் குறிப்பிட்ட கணவன் இவனாய்த்தான் இருக்க வேண்டும். உண்மையாகவே அவனது நீண்ட மேனியிலும், கிருதாவிலும், உச்சந்தலையிலிருந்த சிறு வழுக்கையிலும் அடிமைத் கனம் ததும்பும் பணிவும் குழைவும் தென்படத்தான் செய்தன. தேன் சொட்டப் புன்னகை புரிந்தான் அவன். அவனது கோட்டு மார்பில் பளிச்சிட்ட விஞ்ஞானப் பதக்கம், டவாலிச் சேவகனின் நம்பர்வில்லை போலிருந்தது.

முதலாவது இடைவேளையில் கணவன் புகை குடிப்பதற்காக வெளியே சென்று விடவே, அவள் தனியாயிருந்தாள். சற்று பின்னால் அமர்ந்திருந்த கூரொவ் அவள் அருகே போய், புன்னகையை வலிய வருவித்துக் கொண்டு நடுங்கும் குரலில், "வணக்கம்" என்றான்.

அவள் அவனை நிமிர்ந்து நோக்கினாள். சட்டென அவளது முகம் வெளிறிவிட்டது. கலவரத்துடன், தன் கண்களையே நம்பாதவளாய் மறுபடி ஏறிட்டுப் பார்த்தாள். மூர்ச்சையாகிவிடாதபடி சமாளித்துக் கொள்வதற்காகப் போலும், லார்னெட்டையும் விசிறியையும் ஒரு கையில் இறுகப் பற்றி

நெரித்தாள். இருவரும் மௌனமாயிருந்தார்கள். அவள் வீற்றிருந்தாள் அவனோ, அவளது குழப்பத்தால் மிரண்டவனாக, அருகே உட்காரத் துணிவின்றி நின்று கொண்டிருந்தான். சுருதி கூட்டப் பெற்ற பிடில்கள் புல்லாங் குழல்களுடன் சேர்ந்து இசைத்தன. திடீரென்று அவர்களைத் திகில் பற்றிக் கொண்டது. நாற்புறமிருந்தும் எல்லோரும் தங்களையே நோக்குவது போலப் பிரமையுண்டாயிற்று. முடிவில் அவள் எழுந்து வெளிச் செல்லும் வாயில் பக்கம் நடந்தாள். அவன் பின்பற்றினான். இருவரும் கால் போன போக்கில் நடையில் உலவினார்கள், மாடிப்படி ஏறி இறங்கினார்கள்; சட்ட அதிகாரிகள், பள்ளி ஆசிரியர்கள், அரசாங்க உத்தியோகஸ்தர்கள் ஆகியோருக்குரிய உடுப்புகள் அணிந்த ஜனங்கள் –எல்லோரும் பதக்கங்கள் பூண்டவர்கள் – அவர்கள்முன் தோன்றத் தோன்றி மறைந்தார்கள்; சீமாட்டிகள் பளிச்சிட்டார்கள், மாட்டல்களில் தொங்கிய மென்மயிர்க் கோட்டுக்கள் கண்ணில் பட்டு மறைந்தன; குளிர்ந்த மாறுகாற்று குப்பென வீசியது, புகைத்த சிகரெட்டுத் துணுக்குகளின் நாற்றம் அதில் மிதந்து வந்தது. கூரொவின் இதயம் உக்கிரமாகப் புடைத்துக்கொண்டது.

“அட கடவுளே! எதற்காகவோ இந்த ஜனங்களும் இந்த வாத்தியக் கோஷ்டியும் எல்லாம்.....” எனச் சடைந்து கொண்டான்.

அன்று, யால்தாவிலிருந்து ஆன்னா ஸெர்கேயிவ்னாவை வழியனுப்பிய பின்னர், எல்லாம் முடிந்துவிட்ட தென்றும், அவர்கள் இனி ஒருபோதும் சந்திக்கவே போவதில்லை யென்றும் தனக்குள் சொல்லிக் கொண்டது அதே நிமிடத்தில் திடீரென அவன் நினைவுக்கு வந்தது. இப்போதோ, முடிவு எவ்வளவு தொலைவில் தென்பட்டது!

“மேல் வரிசைக்குப் போகும் வழி” என எழுதப்பட்டிருந்த, இருளடைந்த குறுகிய மாடிப்படியில் அவள் நின்றாள்.

அவளது முகம் இப்பொழுதும் வெளிறியிருந்தது; மனக்குழப்பம் இன்னும் தெளியவில்லை. சிரமத்துடன் மூச்சுவிட்டுக் கொண்டு அவள், “நீங்கள் தான் என்னை எப்படிப் பயமுறுத்தி விட்டீர்கள்! அடேயப்பா. எப்படிப் பயமுறுத்திவிட்டீர்கள்! நான் அரை உயிராகி விட்டேன். எதற்காகத்தான் வந்தீர்கள்? எதற்காக?” என்றாள்.

அவன் தணிந்த குரலில், ‘‘என்னைப் புரிந்துகொள்ளளுங்கள், ஆன்னா. புரிந்து கொள்ளுங்கள்... கெஞ்சிக் கேட்டுக் கொள்கிறேன், புரிந்து கொள்ளுங்கள்...’’ என்று பதற்றத்துடன் மொழிந்தான்.

அவள் அவனை அச்சமும், இறைஞ்சலும், காதலும் ஒருங்கே துலங்க நிமிர்ந்து நோக்கினாள். அவன் வடிவை நினைவில் ஆழப்பதித்துக் கொள்ளும் பொருட்டு நிலையாக உற்றுப் பார்த்தாள்.

அவன் சொன்னதைக் காதில் வாங்கிக் கொள்ளாமலே தன் பேச்சைத் தொடர்ந்து, ‘‘நான் எவ்வளவு துய ருழந்தேன் தெரியுமா? ஓயாமல் உங்கள் நினை வாகவே இருந்தேன். உங்களைப்பற்றிய எண்ணங்களா லேயே உயிர் தரித்திருந்தேன். மறந்துவிட வேண்டும், மறந்து விட வேண்டும் என்று பாடுபட்டேன். எதற்காக, ஐயோ, எதற்காகத்தான் நீங்கள் வந்தீர்கள்?’’ என்றாள்.

மேல் வராந்தாவில் இரண்டு பள்ளிச் சிறுவர்கள் புகை பிடித்தவாறே கீழே பார்த்துக் கொண்டிருந்தார்கள். ஆயினும் கூரொவ் அவர்களை லட்சியம் செய்யாமல் ஆன்னா ஸெர்கேயிவ்னாவை அருகே இழுத்து அணைத்து முகத்திலும், கன்னங்களிலும், கரங்களிலும் மாறிமாறி முத்தமிட்டான்.

அவள் அவனை மெதுவாக விலக்கிவிட்டு, ‘‘என்ன செய்கிறீர்கள், என்ன செய்கிறீர்கள்?’’ என்று கலவரத் துடன் மொழிந்தாள். பின்பு, ‘‘நம் இருவருக்கும் மூளை பிசகிவிட்டது. இன்றைக்கே திரும்பிப் போய் விடுங் கள், இந்தக் கணமே போய் விடுங்கள்..... எல்லாத் தெய் வங்களின் பெயராலும் மன்றாடிக் கேட்டிக்கொ கிறேன்..... யாரோ வருகிறார்கள்!’’ என்றாள்.

எவனோ கீழிருந்து மாடிப்படியேறி வந்து கொண்டிருந்தான்.

ஆன்னா ஸெர்கேயிவ்னா கூரொவ் காதில் மட்டும் படும்படியான தணிந்த குரலில், ‘‘நீங்கள் போய்விடத் தான் வேண்டும்...... கேட்டீர்களா, திமீத்ரிய் திமீத்ரிச்? நான் மாஸ்கோ வந்து உங்களைச் சந்திக்கிறேன். நான் என்றுமே சுகப்படவில்லை, இப்போதும் சுகப்படவில்லை, இனி ஒருபோதும், ஒருபோதுமே சுகப்படப் போவ தில்லை, ஊஹும், ஒரு போதுமில்லை!

என்னை இன்னும் அதிகமாகத் துன்பப்பட வைக்காதீர்கள்! ஆணையிட்டுக் கூறுகிறேன், மாஸ்கோ வந்து உங்களைக் காண்பேன்.. இப்போது பிரிந்து போவோம்! என் இன்பமே, அன்பே, என் செல்வமே, பிரிவு சொல்லிக் கொள்வோம்!'' எனக் கனிந்தாள்.

அவன் கையைக் குலுக்கிவிட்டு, அவனையே திரும்பித் திரும்பிப் பார்த்தவாறு தடதடவென்று படியிறங்கினாள். அவள் உண்மையிலேயே சுகப்படவில்லை என் பதை அவளது விழிகள் காட்டின. கூரொவ் சற்று நேரம் நின்று உற்றுக் கேட்டுவிட்டு, சந்தடியெல்லாம் அடங்கிப் போனதும் தனது மேல்கோட்டைத் தேடி அணிந்து கொண்டு நாடக சாலையிலிருந்து வெளியேறினான்.

4

ஆன்னா ஸெர்கேயிவ்னா மாஸ்கோவுக்கு வந்து அவனைச் சந்திக்கத் தொடங்கினாள். தனது வியாதியைப் பற்றி மாதர்நோய் நிபுணர் ஒருவரைக் கலந்த சிக்கச் செல்வதாகக் கணவனிடம் கூறிவிட்டு, இரண்டு

மூன்று மாதங்களுக்கு ஒரு முறை எஸ். நகரிலிருந்து மாஸ்கோ வந்துவிடுவாள். கணவன் நம்பவும் செய்தான், நம்பாமலுமிருந்தான். மாஸ்கோவில் அவள் ''ஸ்லாவ்யான் ஸ்கிய் பஜார்'' என்னும் ஹோட்டலில் தங்குவாள். உடனேயே ஏவலாளிடம் கூரொவ்வுக்குச் செய்தி சொல்லி அனுப்புவாள். கூரொவ் அவள் இருப்பிடத்துக்கப் போவான். எனவே மாஸ்கோவில் ஒருவருக்குமே இவ்விஷயம் தெரியாது.

பனிக்காலத்தில் ஒருநாள் காலை கூரொவ் அவளைக் காணச் சென்றான் (முந்திய நாள் மாலை ஏவலாள் வந்த போது அவன் வீட்டிலில்லை). புதல்வியின் பள்ளிக்கூடம் வழியில் இருந்த படியால் அவளை அங்கே கொண்டுவிட எண்ணி உடன் அழைத்துச் சென்றான்.

''வெப்பம் மூன்று டிகிரி இருந்த போதிலும் பனி பெய்கிறது. பார்த்தாயா? ஆனால் இந்த வெப்பம் தரையருகே மட்டுந்தான். வாயு மண்டலத்தின் மேல் படிவுகளில் வெப்பநிலை வேறாயிருக்கும்'' என்று கூரொவ் மகளிடம் சொன்னான்.

"அதிருக்கட்டும், அப்பா, பனிக்காலத்தில் இடி இடிப்பதில்லையே ஏன்?" என்று கேட்டாள் பெண்

இதையும் அவன் அவளுக்கு விளக்கினான். இவ்வாறு ஒருபுறம் விவரிக்கையிலேயே மறுபுறம் வேறு விஷயங்களைப் பற்றிச் சிந்தித்துக் கொண்டிருந்தான்: இதோ அவன் காதலியைச் சந்திக்கச் செல்கிறான்; ஆனால் ஒரு பிராணிக்கு இந்த விஷயம் தெரியாது, இனிமேலும் தெரியப் போவதில்லை. அவன் இருவகை வாழ்க்கை வாழ்ந்துவந்தான்: ஒன்று, வேண்டியவர்கள் எல்லோரும் கண்டு அறிந்த வெளிப்படையான வாழ்க்கை, சம்பிரதாய உண்மையும் சம்பிரதாய ஏமாற்றும் நிறைந்தது, அவனுக்கு அறிமுகமானவர்கள், நண்பர்கள் ஆகியோரின் வாழ்க்கையை முற்றிலும் ஒத்தது; இரண்டாவதோ, மறைவில் நிகழ்வது. நிலைமைகளின் விந்தையான, ஒருகால் தற்செயலாக நேர்ந்த சேர்க்கை காரணமாக, எவையெல்லாம் அவனுக்கு முக்கியத்துவ கள்ளவையோ, அக்கறைக்குரியவையோ, இன்றியமை பாகவையோ, எவற்றில் அவன் உளமார்ந்த ஈடுபாடு கொண்டிருந்தானோ, தன்னை ஏமாற்றிக்கொள்ளவில்லையோ, எவை அவனது வாழ்க்கையின் தானிய மணியாக விளங்கினவோ, அவை அனைத்தும் மற்றவர்கள் அறியாதபடி மறைவில் இயங்கின. மாறாக, அவனிடமிருந்த பொய்மையெல்லாம், உண்மையை ஒளிக்கும் பொருட்டு அவன் எதனால் தன்னை மூடிப் போர்த்துக் கொண்டானோ அந்த உமியெல்லாம் உதாரணமாக பாங்கில் அவனது ஊழியம், கிளப்பில் விவாதங்கள், – அவனது "கீழ் இனத்தவர்", ஆண்டு – விழாக்களுக்கு மனைவியுடன் விஜயம் ஆகியவை எல்லாம்–வெளிப்படையாக நிகழ்ந்தன. தன்னையே அளவு கோலாகக் கொண்டு அவன் பிறரையும் மதிப்பிட்டான்; கண்ணெதிரே காண்பதை நம்புவதில்லை. ஒவ்வொருவனது உண்மையான யாவற்றினும் சுவையுள்ள வாழ்க்கையும் இருள் திரை போன்ற இரகசியத் திரை மறைவிலேயே நிகழ்கிறது என. அனுமானித்துக்கொண்டான். ஒவ்வொரு தனி வாழ்க்கையும் மர்மத்தின் அடிப்படையிலேயே இயங்குகிறது; அந்தரங்க ரகசியங்களுக்கு மதிப்பு கொடுக்கப்பட வேண்டும் என்று பண்பட்ட மக்கள் அவ்வளவு தீவிரமாக வற்புறுத்துவது இதனால் தான் போலும் என நினைத்தான்.

மகளைப் பள்ளிக்கூடம் வரை கொண்டுவிட்டபின் கூரொவ் “ஸ்லாவ்யான் ஸ்கிய் பஜார்” சென்றான். வெளிநடையில் மேல்கோட்டைக் கழற்றிவிட்டு, மாடிப் படியேறி, அறைக்கதவை மெல்லத் தட்டினான். ஆனனா ஸெர்கேயிவ்னா, அவனுக்கு மிகப்படித்த பழுப்பு உடையணிந்து, பயண அலுப்பாலும் எதிர்பார்ப்பனா இந்திய நாள் மாலை முதலே. அவன் வரவை எதிர்காத்திருந்ததாலும் களைத்துப் போனாள். அவள்முகம் வெளிறியிருந்தது. புன்னகைக்காமலே அவனைப் பார்த்தாள். அவன் அறைக்குள் வந்ததும் வராததுமாகப் பாய்ந்து அவன் மார்போடு ஒன்றிக்கொண்டாள், ஏதோ வருஷக் கணக்காகச் சந்திக்காதவர்கள் போன்று நீண்ட நேரம் இதழ் பொருத்தி, நீடித்த முத்தமிட்டுக் கொண்டார்கள்.

“அப்புறம், நீ சௌக்கியந்தானே? ஏதேனும் புதினம் உண்டா ?” என விசாரித்தான் கூரொவ்.

“பொறு, இதோ சொல்கிறேன்...... என்னால் முடியவில்லை ...”

அழுகை பீறிட்டுக்கொண்டு வந்த படியால் அவளுக்கு உரையாட இயலவில்லை. மறுபுறம் திரும்பி, கைக்குட்டையால் கண்களைத் துடைத்துக் கொண்டாள்.

“அழுது தீர்க்கட்டும். அதுவரை உட்கார்ந்திருக்கலாம்” என்று எண்ணியவனாய் அவன் சாய்வு நாற்காலியில் அமர்ந்தான்.

அப்புறம் தேநீர் தருவித்தான். அவன் தேநீர் பருகிய போதும் அவள் ஜன்னல் புறம் திரும்பி நின்று கொண்டிருந்தாள்..... உணர்ச்சி வேகம் காரணமாக, தங்கள் வாழ்வு இவ்வளவு துயர் நிறைந்ததாயிருக்கிறதே என்ற ஏக்கம் தாங்க முடியாமல் அழுதாள்; அவர்கள் ஒருவரையொருவர் இரகசியமாக மட்டுமே சந்திக்கிறார்கள், திருடர்கள் போல ஜனங்கள் கண்ணில் படாமல் ஒளிகிறார்கள்! அவர்களுடைய வாழ்க்கை முறிந்து போனது தானே?––இதை நினைந்து தேம் பினாள்.

“வேண்டாம், நிறுத்து!” என்றான் கூரொவ், தங்கள் காதல் விரைவில் முற்றுப்பெறாது, எப்போது முடியும் என்று யாருக்கும் தெரியாது என்பது அவனுக்குத் தெளிவாகப் புலப்பட்டது. நாளாக ஆக ஆன்னா ஸெர்கேயிவ்னா அவன் மீது மையலால் முன்னிலும் வலியக் கட்டுண்டாள், அவனைத் தெய்வமாக வழிபட்டாள்; அப்பேர்ப்பட்டவளிடம் போய், என்றாவது ஒரு நாள்

இதற்கெல்லாம் முடியும் வரத்தான் வேண்டும் என்று சொல்வதில் ஒன்றும் அர்த்தமில்லை. இதை அவள் நம்பவும் மாட்டான்

அவள் அருகே சென்று, கொஞ்சலும் கேலியுமாகத் தேற்றும் நோக்கத்துடன் அவளது தோள்களைப் பற்றிய கூரொவ், நிலைக் கண்ணாடியில் தன் உருவத்தைக் கண்டான்.

அவனது முடி நரையோடத் தொடங்கியிருந்தது. கடந்த சில வருஷங்களில் தான் இவ்வளவு மூத்துத் திரைத்துப் போனது அவனுக்கு விந்தையாகப்பட்டது. அவன் கரங்கள் படிந்திருந்த தோள்களோ, கதகதப்புடன் துடித்தன. இன்னும் இளமைப் பூரிப்பும் எழிலும் வாய்ந்திருந்த இந்த ஜீவன் மீது, விரைவில் தனது வாழ்வு போலவே வாடிவதங்கவிருந்த இந்த ஜீவன் மீது அவனுக்கு இரக்கமுண்டாயிற்று. அவள் அவனை எதற்காக இவ்வளவு காதலிக்கிறாள்? பெண்களின் கண்களுக்கு அவன் இயல்பான உருவத்திலன்றி வேறு உருவத்தில் தோற்றமளித்தான்; அவனிடம் அவர்கள் மையல் கொண்டது அவன் மீதே அல்ல, தங்கள் கற்பனையின் படைப்பான மனிதன் மீது, வாழ்நாள் முழுதும் தாங்கள் ஆர்வத்துடன் தேடிக்கொண்டிருந்த ஒருவன் மது. அப்புறம் தங்கள் தவறைக் கண்டுகொண்ட பின்னரும் அவர்கள் முன்போன்றே அவன் மேல் அன்பு செலுத்தினார்கள். அவர்களில் ஒருத்தியாவது அவனுடன் சுகப்பட்டது கிடையாது. காலம் கடந்தது, ஒருத்தி மாற்றி ஒருத்தியாக அவன் பரிச்சயம் செய்து கொண்டான், அந்தரங்க உறவு பூண்டான், பிரிந்தான், ஆனால் ஒரு தரங் கூடக் காதலிக்கவே இல்லை. வேறு என்ன வேண்டுமானாலும் இருந்தது, காதல் மட்டும் கிடையவே கிடையாது.

இப்போதுதான், தலை நரைத்துப் போன பின்பே,

அவன் முறைப்படி, உளமார, வாழ்க்கையிலேயே முதல் தடவையாகக் காதல் கொண்டான்.

ஆன்னா ஸெர்கேயிவ்னாவும் அவனும் ஒருவரை ஒருவர் நெருங்கிய, அன்பார்ந்த உறவினர் போல கணவனும் மனைவியும் போல, அந்தரங்க நண்பர்கள் போலக் காதலித்தார்கள். விதியே தங்களை ஒருவருக்காக மற்றவர் என ஏற்படுத்தியிருப்பதாக அவர்களுக்குத் தோன்றி யது. அவன் வேறொருத்தியை மணந்ததும் அவள் வேறொருவனுக்கு வாழ்க்கைப்

பட்டதும் எதற்காக என்று அவர்களுக்கு விளங்கவில்லை. வலசை போகும் ஆணும் பெண்ணுமான பறவைகளை யாரோ பிடித்துத் தனித்தனிக் கூண்டுகளில் அடைத்து விட்டது போன்றிருந்தது அவர்கள் நிலைமை. தங்கள் கடந்த வாழ்வில் தாங்கள் நாணுற்ற எல்லா விஷயங்களுக்காகவும் அவர்கள் ஒருவரை யொருவர் மன்னித்துவிட்டார்கள், தற்போதையத் தவறுகளையும் மன்னித்தார்கள்; தங்களது இந்தக் காதல் தங்கள் இருவரையும் மாற்றிவிட்டதாக எண்ணினார்கள்.

முன்பு ஏக்கம் கொண்ட போதெல்லாம் அவன், மனதில் தோன்றிய எல்லாவிதத் தர்க்கங்களாலும் தன்னைத் தேற்றிக்கொள்வது வழக்கம், இப்போதோ, அவன் வரையில் தர்க்கங்கள் ஏதும் பொருளற்றவையாகி விட்டன; ஆழ்ந்த இரக்கம் அவன் உள்ளத்தை நெகிழ்த்தியது. உண்மை யுள்ளவனாக, கனிந்த அன்பு கொண்டவனாக இருக்க விழைந்தான்.

“அழாதே, என் கண்ணே . வேண்டியது அழுதாகி விட்டதே, போதும் ...... வா, பேசுவோம், என்ன செய் வது என்று ஆலோசிப்போம்” என்றான்.

அப்புறம் அவர்கள் நீண்ட நேரம் கலந்தாலோசித்தார்கள். மறைப்பது, ஏமாற்றுவது, வெவ்வேறு நகர்களில் வசிப்பது, நெடுநாட்கள் சந்திக்கா மலிருப்பது. ஆகியவற்றின் தேவையிலிருந்து விடுபடுவது எப்படி, சகிக்க முடியாத இந்த விலங்குகளைத் தகர்த்து எறிவது எப்படி என்று யோசனை செய்தார்கள்.

தலையை இறுகப் பற்றியவாறு, “எப்படி? எப்படி? எப்படி?” என்று தவித்தான் கூரொவ்.

இன்னும் சற்றுச் சிந்திக்க வேண்டியதுதான், பிரச்சினைக்குத் தீர்வு கண்டு விடலாம், அப்புறம் புதிய, வனப்பு வாய்ந்த வாழ்வு தொடங்கலாம் என்று தோன்றியது. அதே சமயம், முடிவு இன்னும் நெடுந் தொலையிலிருக் கிறது என்பதும், மிக மிகச் சிக்கலான, மிகமிகக் கடினமான பகுதி இனிமேல் தான் தொடங்குகிறது என்பதும் இருவருக்கும் தெளிவாய்த் தெரிந்தது.

1889

லேவ் தல்ஸ்தோய்
(1828-1910)

தூலா குபேர்னியாவில் உள்ள யாஸ்னயா பல்யானாவில், தல்ஸ்தோய் பிரபு வம்சத்தினரான பெற்றோரின் பண்ணை வீட்டில் பிறந்தார். கஸான் பல்கலைக் கழகத்தில் கல்வி பெற்றார். 1851ம் ஆண்டு படையில் சேர்ந்து காக்கேஷியா சென்றார். அங்கே மலைவாசிகளுக்கு எதிராகப் போர் நடவடிக்கைகள் நடந்து கொண்டிருந்தன. 1855-1856ல் கிரிமியப் போரின் போது செவஸ்தோப்பல் நகரின் வீரத் தற்காப்பில் பங்காற்றினார்.

சுயசரிதை வடிவில் அமைந்த "குழந்தைப் பருவம்" "பிள்ளைப் பருவம்", "இளமைப் பருவம்" என்ற முப் பகுதி நாவலும் (1851-1856) 'செவஸ்தோப்பல் கதைகள்' (1855-56) என்ற நூலும் லேவ் தல்ஸ்தோயின் முதல் படைப்புக்கள். அவருடைய எழுத்து மேதையின் பேரளவுகளை ருஷ்ய வாசகர்களுக்கு இவை அறிமுகப்படுத்தின. "எனது கதைகளின் நாயகனை நான் உள்ளத்தின் சக்தி அனைத்தினாலும் நேசிக்கிறேன், அவனது முழு அழகும் வெளிப்படுமாறு அவனை வடிவாக்க முயன்றிருக்கிறேன். அவன் எப்போதுமே எழில் வாய்ந்தவனாக இருந்தான், இருக்கிறான், இருப்பான். உண்மைதான் இந்த என் கதாநாயகன்" என்று செவஸ்தோப்பல் சொற் சித்திரங்கள் ஒன்றில் தல்ஸ்தோய் கூறுகிறார். எழுத்தாளருக்கு உரிய தமது இந்தக் கோட்பாட்டை மேற்குறித்த நூல்களில் அவர் முழுமையாகக் கடைப் பிடித்துள்ளார்.

1860க்களிலும் 1870க்களிலும் லேவ் தல்ஸ்தோய் ருஷ்ய நடப்பியல் இலக்கிய மரபின் ஆகச் சிறந்த நூல்களை இயற்றினார். 1812ல் நெப்போலியனுக்கு எதிராக நடந்த தேசபக்த யுத்தத்தில் ருஷ்ய மக்கள்

புரிந்த வீரப்போராட்டத்தை வருணிக்கும் உரைநடைப் பெருங்காப்பியமான "போரும் அமைதியும்", காதல் நவீனம் "ஆன்னா கரேனினா" ஆகியவை இவை.

லேவ் தல்ஸ்தோயின் நடப்பியல் விமர்சன ஆற்றல் "புத்துயிர்ப்பு" (1899) என்னும் நவீனத்தில் தனிப்பட்ட வன்மையுடன் வெளிப்படுகிறது. அரசு, மதம், சமூகம், பொருளாதாரம் ஆகியவற்றின் தம் கால ஒழுங்குகள் எல்லாவற்றையும் இந்த நூலில் ஆசிரியர் ஆவேசத்துடன் தாக்கி விமர்சிக் கிறார்.

குறு நாவல் துறையிலும் ("இவான் இலியீச்சின் மரணம்", "கிரேய்ஸர் சொனாட்டா" முதலியன்) நாடகத் துறையிலும் ("இருளின் ஆட்சி", "உயிருள்ள பணம்" முதலியன) அற்புதக் கலைப் படைப்புக்களைத் தல்ஸ்தோய் உருவாக்கி இருக்கிறார்.

மரண தண்டனைகளையும் ஜார் அதிகாரிகளின் தான் தோன்றித் தனத்தையும் எதிர்த்த லேவ் தல்ஸ்தோயின் அரசியல், சமூகக் கட்டுரைகளும் நூல்களும் பெருந்தொண்டு ஆற்றின.

வி.இ. லெனினுடைய சொற்களின் படி, மேதை வாய்ந்த சொல்லோவியரான "லேவ் தல்ஸ்தோய் தம்முடைய நூல்களில் எத்தனையோ மிகப் பெரிய பிரச்சினைகளை எழுப்பவும் கலையின் பேராற்றலுக்கு உயரவும் வல்லவராய் இருந்தமையால் அவருடைய படைப்புக்கள் உலகப் புனைவு இலக்கியத்தில் முதல் இடங்களில் ஒன்றைப் பெற்று விட்டன."

நடனத்திற்குப் பின்

"அப்படியானால் நீங்கள் சொல்லுகிறீர்கள், நல்லது எது, கெட்டது எது என்று தானாகவே புரிந்து கொள்ள மனிதனால் முடியாது, எல்லாம் சுற்றுச் சார்பைப் பற்றிய விஷயம், மனிதன் சுற்றுச் சார்புக்கே வசப்பட்டவன் என்று. ஆனால் நானோ, எல்லாம் தற்செயலைச் சார்ந்த விஷயம் என்று கருதுகிறேன். என்னைப் பற்றியே சொல்கிறேன், கேளுங்கள் ...."

தனி மனிதனைச் செவ்வைப்படுத்துவதற்கு மக்கள் வாழ்ந்துவரும் நிலைமைகளை மாற்றுவது இன்றியமையாதது என்பது பற்றி எங்களுக்குள் நடந்த உரையாடலின் முடிவில், எல்லோராலும் மதிக்கப்படும் இவான் வஸீல்யெவிச் இவ்வாறு கூறினார். நல்லது எது, கெட்டது எது என்று தானாகவே புரிந்து கொள்வது இயலாது என உண்மையில் யாருமே சொல்லவில்லை தான், ஆயினும் உரையாடலினால் தூண்டிவிடப்படும் தமது சொந்த எண்ணங்களுக்கு விடையளிப்பதும், இந்த எண்ணங்களின் தொடர்பாகத் தம் வாழ்க்கை நிகழ்ச்சி எதையாவது விவரிப்பதும் இவான் வஸீல்யெவிச்சின் வழக்கம். அடிக்கடி தம் கதையில் ஒரேயடியாக ஈடுபட்டுப் போய் அதைச் சொல்லவந்த காரணம் என்ன என்பதையே மறந்து விடுவார். அதிலும் விசேஷமாக அவர் உளமாரவும் உண்மையுடனும் பேசியபடியால்.

இப்போதும் அவர் அவ்வாறே செய்தார்.

"என்னைப் பற்றியே சொல்கிறேன். என் வாழ்க்கை முழுவதும் இன்னொரு வகையில் இன்றி, இந்த வகையில் உருவாகியிருப்பது சுற்றுச்சார்பினால் அல்ல, முற்றிலும் வேறொன்றினால் தான்" என்றார்.

"எதனால்?" என்று கேட்டோம்.

"அது நீண்ட கதை. உங்களுக்குப் புரிய வேண்டுமானால் நிறையச் சொல்ல நேரும்."

“சொல்லுங்களேன.”

இவான் வஸீல்யெவிச் சற்று யோசித்துவிட்டுத் தலையை ஆட்டினார்.

“ஆம், ஒரே இரவில், அல்லது அதிகாலையில் நடந்த நிகழ்ச்சியால் என் வாழ்க்கை முழுவதுமே மாறிவிட்டது” என்றார்.

“ஏன்? என்ன நடந்தது?”

“நடந்தது என்னவென்றால், அப்போது நான் ஆழ்ந்த காதல் கொண்டிருந்தேன். முன்பும் பலதடவை நான் காதலித்தது உண்டு தான், இருந்தாலும் இம்முறை ஒரு போதுமில்லாத அளவு ஆழ்ந்த காதல் கொண்டு விட்டேன். என்றைக்கோ நடந்துபோன சேதி. அவளுடைய பெண்களுக்கு எப்போதோ கலியாணமாகிவிட்டது. அவள் பெயர் ப... ஆம், வாரெனிகா ப....” (இங்கே இவான் வஸீல்யெவிச் அவளுடைய குலப்பெயரைக் கூறினார்.) “ஐம்பது வயதிலே கூட அவள் குறிப்பிடத்தக்க அழகியாகத் திகழ்ந்தாள். இளமையில், பதினெட்டாண்டுப் பருவத்திலோ, உயரமும், ஒடிசலும், ஒயிலும், பெருமிதமும் – ஆம், பெருமிதமும் – இலங்க, மோகனாங்கியாக விளங்கினாள். தலையைச் சற்றே பின்னுக்குச் சாய்த்தவாறு, எப்போதும் உடம்பை நேராகவே வைத்திருப்பாள்–குனியவே இயலாதவள் போல; ஒரே ஒடிசலாக, எலும்புந் தோலுமாகப் போல, இருந்த போதிலும், இந்த வழக்கமும், எழிலும், உயரமும் சேர்ந்து அவளுக்கு ராஜகம்பீரமான தோற்றப் பொலிவை அளித்தன. கனிவும் எப்போதும் மகிழ்ச்சிப் பெருக்கும் கொண்ட மென்முறுவல், கவர்ச்சியும் ஒளியும் சுடரும் விழிகள், இனிமையும் இளமையும் மிளிரும் தன்மை, இவை யெல்லாம் இல்லாவிட்டால், இந்த ராஜகம்பீரம் அவளை அணுகவொட்டாதபடி பிறரை வெருட்டியிருக்கும்.”

“அடேயப்பா, எப்படிப் பிரமாதமாக வருணிக்கிறார் இவான் வஸீல்யெவிச்!”

“அட நான் என்ன தான் பிரமாதமாக வருணித்தாலும், அவள் உண்மையில் இருந்தபடியே நீங்கள் புரிந்து கொள்ளும்படி வருணிப்பது இயலாது. ஆனால் முக்கிய விஷயம் அதுவல்ல. நான் சொல்ல வந்த நிகழ்ச்சிகள் ஆயிரத்து எண்ணூற்று நாற்பது–ஐம்பது ஆண்டுகளில்

நடந்தன. அப்போது நான் பிராந்தியப் பல்கலைக்கழகம் ஒன்றில் மாணவனாயிருந்தேன். நல்லதோ கெட்டதோ, அறியேன், ஆனால் அந்தக் காலத்தில் எங்கள் பல்கலைக்கழகத்தில் எத்தகைய தத்துவ ஆராய்ச்சி வட்டங்களோ, எவ்விதமான சித்தாந்தப் பேச்சுக்களோ கிடையா; நாங்கள் வெறுமே இளைஞாகளாயிருந்தோம்; இளைஞரின் இயல்புக்கேற்ப, படிப்பதும் உல்லாசமாயிருப்பதுமாக வாழ்ந்தோம். நான் மிகுந்த களிப்பும் உற்சாகப் பெருக்கும் கொண்ட இளைஞன். அதோடு பணக்காரன். என்னிடம் துடியான குதிரையிருந்தது. சீமான்கள் வீட்டுப்பெண்களை அழைத்துக் கொண்டு ஸ்லேட்ஜில் சவாரி செய்வேன் (ஸ்கேட் செய்வது அப்போது மோஸ்தருக்கு வரவில்லை; நண்பர் களோடு குடியும் கேளிக்கையுமாகக் களிப்பேன் (அந்தக் காலத்திலே நாங்கள் ஷாம்பெயின் தவிர வேறு ஒன்றும் பருகுவதில்லை; பணமில்லாவிட்டால் ஒன்றுமே குடிக்க மாட்டோம், ஆனால் இப்போது போல வோத்கா குடித்ததே கிடையாது). எல்லாவற்றையும் விட எனக்கு உவப்பானவை விருந்துகளும் நடனங்களுமே. நான் நன்றாக நடனம் செய்வேன், தோற்றத்திலும் அப்படி விகாரமானவன் அல்ல.''

``ஒகோகோ, ரொம்பத்தானே சங்கோசம் பாராட்ட வேண்டாம்'' என்றாள் கேட்டுக் கொண்டிருந்தவர்களில் ஒரு பெண். ``உங்களுடைய 'டாகரோடைப்' போட்டோவைத்தான் நாங்களெல்லோரும் பார்த்திருக்கிறோமே. விகாரமானவர் அல்ல என்று சொன்னால் போதாது. நீங்கள் அழகராயிருந்தீர்கள், ஆமாம்:'' எனக் கூறினாள்.

``அழகனென்றால் அழகன் என்றே வைத்துக்கொள்வோம். ஆனால் முக்கியமான விஷயம் அதுவல்ல. நான் சொல்ல வந்தது என்னவெனில் நான் மிக ஆழ்ந்த காதல் கொண்டிருந்த அந்தச் சமயத்தில், 'ஷ்ரோவ் டைட்' விழாவின் கடைசி நாளன்று குபெர்னியத் தலைமைப் பிரபு அளித்த நடன விருந்தில் கலந்து கொண்டேன். அந்த மனிதர் நல்லியல்புள்ள முதியவர், செல்வந்தர், விருந்துபசாரம் செய்வதில் விருப்பமுள்ளவர். அவரைப் போலவே இனிய சுபாவமுள்ள அவர் மனைவி, செம்பழுப்பு மகமல் கவுனும் வைர முடியணியும் இலங்க அவரருகே நின்று விருந்தினரை வரவேற்றாள். கொழுத்து வெளிறிய அவளது மூப்புற்ற. கழுத்தும் தோள்களும்–பேரரசி எலிஸவெத்தா பெத்ரோவ்னவின் படங்களில் காண்பது போல திறந்திருந்தன நடன விருந்து பிரமாதம்: ஹால் நேர்த்தியாயிருந்தது; இசைப் பிரியரான

ஒரு நிலப்பிரபுவின் பண்ணையடிமைகளாயிருந்த, அக்காலத்தில் புகழ் பெற்ற வாத்தியக்காரர்கள் வந்திருந்தார்கள்; உணவு வகைகள் ஏராளம்; ஷாம்பெயின் கடலாகப் பொங்கிப் பெருகியது. நான் ஷாம்பெயினில் மோகங்கொண்டவனாயினும், மதுவின்றியே காதல் போதை ஏறியிருந்த படியால், குடிக்கவில்லை. ஆனால் கால்கள் தளர்ந்து தொய்யும் வரை நடனமாட மட்டும் செய்தேன். குவாட்ரில். வால்ட்ஸ், போல்க்கா என்று எல்லா வகை நடனங்களும் ஆடினேன், அவற்றிலும் முடிந்தவரையில் வாரெனிகாவுடனேயே ஆடினேன் என்று சொல்லத் தேவையேயில்லை. அவள் வெள்ளை உடையும், ரோஜா நிற இடைக்கச்சும், ஆட்டுக்குட்டித் தோலால் செய்த வெள்ளைக் கையுறைகளும் (இவை அவளது மெல்லிய, கூர்த்த முழங்கை வரை எட்டியும் எட்டாமலுமிருந்தன), வெண்பட்டு ஸ்லிப்பர்களும் அணிந்திருந்தாள். மஸூர்க்கா நடனத்தில் தான் அனீஸிமவ் என்ற பாழாய்ப் போகிற எஞ்சினீயர் ஒருவன் அவளை என்னிடமிருந்து பறித்துக் கொண்டான்–அதன்பின் இன்றளவும் அவனை என்னால் மன்னிக்க முடியவில்லை. அவள் ஆட்ட மண்டபத்தில் அடிவைத்ததுமே அவன் அவளை நடன ஜோடியாக இருக்கும்படி வேண்டிக் கொண்டு விட்டான்; நானோ, முடிதிருத்திக் கொள்வதற்காகவும் கையுறைகளை எடுத்துவருவதற்காகவும் போனவன், காலந்தாழ்த்துவிட்டேன். ஆக மஸூர்க்கா நடனம் அவளுடன ஆடாமல், முன்பு நான் ஓரளவு மோகங் கொண்டிருந்த ஜெர்மானியப் பெண் ஒருத்தியுடன் ஆடினேன். அன்று மாலை அந்தப் பெண்ணிடம் மிக அசட்டையாயிருந்திருப்பேன் என நினைக்கிறேன். நான் அவளோடுவோ, அவளைப் பார்க்கவோ இல்லை. நான் கண்ணாரப் பருகியதெல்லாம், வெள்ளை உடையும் ரோஜா நிற இடைக்கச்சும் அணிந்து, உயரமும் ஒடிசலுமாக இலகிய நங்கையின் வடிவம் ஒளிர்வும் செம்மையும் படர்ந்து, கன்னங்களில் சுழியிட்டிருந்த அவளது வதனம், கனிவும் இனிமையும் பளிச்சிட்ட அவளது கண்கள் இவற்றை மட்டுமே. நான் ஒருவனேயல்ல, எல்லோருமே அவளைக் கண்டு வியந்தார்கள். ஆண்களும், பெண்களுங்கூட, அவள் அவர்களை மங்க அடித்துவிட்ட போதிலும், பார்த்து மகிழ்ந்தார்கள். அவளை வியக்காமலிருக்க முடியவில்லை ஒருவராலும்.

“சட்டப் படி சொல்வதானால் மஸூர்க்கா நடனத்தில் நான் அவளுடைய இணை அல்லதான், ஆயினும் உண்மையில் அநேகமாக நேரம் முழுவதும் நான் அவளுடனேயே ஆடினேன். அவள் கொஞ்சங்கூடத் தயக்க மில்லாமல் ஹாலின் ஒரு கோடியிலிருந்து நேரே என் அருகே ஆடி வருவாள்; நான் அழைப்புக்காகக் காத்திராமல் பாய்ந்து அவளிடம் செல்வேன்; தனது விருப்பத்தை நான் உய்த்துணர்ந்து கொண்டதற்காக அவள் புன்னகையால் எனக்கு நன்றி தெரிவிப்பாள். நடனம் ஆடியவாறே நாங்கள் அவளருகே இட்டுச் செல்லப்பட்டு, அவள் எனது தன்மையை ஊகித்துக் கொள்ளத் தவறி, மற்றொருவன் பக்கம் கரத்தை நீட்டி விடும் போது, மெல்லிய தோள்களைக் குலுக்கி, என்னைத் திரும்பிப் பார்த்து, வருத்தமும் தேறுதலும் தோன்ற முறுவலிப்பாள். மஸூர்க்கா ஆட்டப் பாங்கு சுழன்றாடும் வால்ட்ஸ் நடனமாக மாற்றப்பட்டதும், நான் நெடுநேரம் அவளுடன் வால்ட்ஸ் ஆடுவேன், அவளோ மூச்சு இரைக்க இளநகை அரும்பி, Encore”* என மொழிவாள். அவ்வளவு தான், உடல்கனத்தையே உணராதவனாக நான் மேலும் மேலும் சுழன்றாடிக்கொண்டே போவேன்.”

“உணராமலாவது ஒன்றாவது, நன்றாய்ச் சொன்னீர்களே. அவளை இடையுற அணைத்துக் கொண்டு நடனமாடிய போது, சொந்த உடலை மட்டுமல்ல, அவளுடைய மேனியையுங்கூடத் தான் நன்கு உணர்ந்திருப்பீர்கள்” என்றான் ஒரு விருந்தாளி.

இவான் வஸீல்யெவிச் சட்டெனெ முகம் சிவப்பேற, சீற்றம் பொங்க அநேகமாகக் கத்தினார்:

“ஆமாம், இதுதான் உங்கள், இந்தக் காலத்து வாலிபர்களின், நோக்கு. உடம்பைத் தவிர வேறு எதுவுமே உங்கள் கண்களுக்குப் படுவதில்லை. எங்கள் காலத்திலே இப்படிக் கிடையாது. நான் எவ்வளவுக் கெவ்வளவு ஆழ்ந்த காதல் கொண்டிருந்தேனோ, காதலி எனக்கு அவ்வளவுக்கவ்வளவு உடலற்றவளாகத் தோன்றினாள். இந்தக் காலத்திலே நீங்கள் என்னடா வென்றால், கால்களையும் கணுக்கால்களையும், இன்னும் எதெதையெல்லாமோ பார்வையிடுகிறீர்கள், காதலித்த பெண்ணை

*“Encore” என்ற பிரெஞ்சுச் சொல். ‘இன்னும் என்பது இதன் பொருள்.—பர்.

ஆடையற்றவளாக்குகிறீர்கள்; எனக்கோ, Alphonse Kart* –அருமையான எழுத்தாளர் அவர் சொன்னது போல, என் காதலின் இலக்கு மீது எப்போதும் வெண்கல உடை திகழ்ந்தது. ஆடையைக் களைவதற்குப் பதிலாக நாங்கள் நிர்வாணத்தை மூடி மறைக்கவே முயன்றோம்– நோவாவின் நற்புதல்வன் செய்தது போன்று. ஊம், இதெல்லாம் உங்களுக்கு புரியாது...''

''அட அவன் கிடக்கிறான், விடுங்கள். அப்புறம் என்ன நடந்தது?'' என்று எங்களில் ஒருவன்கேட்டான்.

''ஆயிற்றா. இப்படியாக நான் பெரும்பாலும் அவளுடனேயே நடனமாடினேன், நேரம் கழிவதையே உணராமல். வாத்தியக்காரர்கள் ஒரேயடியாகக் களைத்துப் போய்–நடன நிகழ்ச்சி முடிவில் இப்படி ஏற்படுவது சகஜந்தானே–மஸூர்க்கா ஆட்ட இசையையே விடாமல் இசைத்துக் கொண்டிருந்தார்கள்; அம்மாமாரும் அப்பாமாரும் இரவு போஜனத்தை எதிர்பார்த்துச் சீட்டாட்ட மேஜைகளை விட்டு அகலத் தொடங்கினார்கள்; எடுப்பாட்கள் எதெதையோ கொண்டுவருவதும் வைப்பதுமாக ஓடிச்சாடிக் கொண்டிருந்தார்கள். இரவு மணி மூன்றாவதற்கிருந்தது. இறுதிக் கணங்களைப் பயன்படுத்துவது அவசியமாயிற்று. நான் இன்னொரு முறை அவளை ஆட்டத்திற்கு அழைத்தேன். நாங்கள் நூறாவது தடவையாக ஹாலின் ஒரு கோடியிலிருந்து மறு கோடிக்கு ஆடிச் சென்றோம்.

''இரவு உண்டிக்குப் பின்பு குவாட்ரில் ஆட்டத்தில் நான் தானே உங்கள் ஜோடி?'' என, அவளை இருக்கைக்குக் கொண்டு அமர்த்துகையில் கேட்டேன்.

'''கட்டாயமாக, என்னை வீட்டுக்கு அழைத்துக் கொண்டு போய்விடாவிட்டால்' என்றாள் அவள், புன்முறுவலுடன்.

'''அதற்கு விடமாட்டேன்' என நான் சொன்னேன்,

'' 'என் விசிறியைக் கொடுங்களேன், சற்றே' என்றாள்.

''சாதாரண வெண்ணிறகு விசிறியை அவள் பக்கம் நீட்டியவாறே, 'திருப்பிக் கொடுப்பதற்கு வருத்தமாயிருக்கிறது' என்றேன்.

---

*அல்பான்ஸ் கார் என்ற பிரெஞ்சு எழுத்தாளர். –ப.ர்.

“ ‘அப்படியானால் இந்தாருங்கள், நீங்கள் வருந்தாதிருப்பதற்காக.’ இவ்வாறு கூறி, விசிறியிலிருந்து ஓர் இறகைப் பிய்த்து எனக்குத் தந்தாள்.

“இறகை வாங்கிக் கொண்ட எனக்கு, பேருவகையையும் நன்றியையும் பார்வையினால் மட்டுமே வெளியிட முடிந்தது. நான் மகிழ்வும் மன நிறைவும் மட்டும் கொண்டிருக்கவில்லை, இன்பமுற்றிருந்தேன், பேரானந்தத்தில் திளைத்தேன், நல்லுணர்ச்சி வயப்பட்டிருந்தேன். நான் நானாகவே இல்லை, நிலவுலகைச் சேராத, தீமையே அறியாத, நன்மை மட்டுமே புரியத் திறன் கொண்ட, வேறு ஏதோ ஜீவனாகிவிட்டேன். இறகைக் கையுறைக்குள் மறைத்துக்கொண்டு, அவளை விட்டு அகலமாட்டாதவனாய் அங்கேயே நின்றேன்.

“வெள்ளித் தோள் சின்னங்கள் இலங்க, வீட்டு எஜமானியுடனும் வேறு சில பெண்டிருடனும் கதவருகே நின்று கொண்டிருந்த உயரமும் கம்பீரத் தோற்றமும் வாய்ந்த கர்னல் ஒருவரை வாரெனிகா சுட்டிக் காட்டி, ‘அதோ பாருங்கள், அப்பாவை நடனமாடச் சொல்லுகிறார்கள்’ என்றாள்.

“ ‘வாரெனிகா, இப்படி வாருங்கள் சற்றே’ என்று கூவியழைத்தாள் வைர முடியணியும், பேரரசி எலிஸவெத்தா போன்ற தோள்களுமாக இலகிய வீட்டெஜமானி.

“வாரெனிகா கதவுப் பக்கம் போனாள், நான் அவள்பின் சென்றேன்.

உங்கள் தந்தையாரை உங்களுடன் நடனமாடச் சொல்லுங்களேன் சற்றே, ma chere”* என வாரெனிகாவிடம் கூறிவிட்டு, ‘ஊம், ப்யோத்தர் வ்ளாதிஸ்லாவிச், தயவு செய்து ஆடுங்கள்!’ என்று கர்னலிடம் சொன்னாள் வீட்டெஜமானி.

“வாரெனிகாவின் தகப்பனார் மிகுந்த அழகர். மிடுக்கான தோற்றமும், உயரமும், நிகு நிகுப்பும் கொண்ட முதியவர். செக்கச் சிவந்த முகம், ஜார் முதலாவது நிக்கொலாய் போல முறுக்கிவிடப்பட்ட நரை மீசை, மீசையைத் தொட்டுக் கொண்டிருந்த கிருதா, பொருத்துக்கு மேல் முன்பக்கமாக வாரிவிடப்பட்ட கேசம். புதல்வியினது போலவே கனிவும்

---

* “ma chere” என்ற பிரெஞ்சுச் சொல். ‘என் அன்பே’ என்று பொருள் படுவது.– ப–ர்.

மகிழ்வும் ததும்பும் இளநகை அவர் கண்களிலும் உதடுகள் மீதும் ஒளிர்ந்தது. இராணுவ தோரணையில் முன் துருத்திய, அதிக ஆடம்பரமின்றிப் பதக்கங்களால் அலங்கரிக்கப்பட்ட அகன்ற மார்பும், வலிய தோள்களும், நீண்ட, வடிவான கால்களுமாக அவர் மிக நல்ல உடற்கட்டு வாய்ந்திருந்தார். பழங்கால மாதிரியான, நிக்கொலாய் பாணியைச் சேர்ந்த இராணுவ அதிகாரி அவர்.

“நாங்கள் கதவருகே வந்த சமயம் கர்னல் நடனமாடுவதையே தாம் மறந்துவிட்டதாகக் கூறி ஆட மறுத்தார். ஆயினும் முறுவலித்து, கையை இடப்புறம் கொண்டு போய், உடைவாளை உறையிலிருந்து உருவி, தொண்டு செய்யத் தயாராகக் காத்திருந்த ஓர் இளைஞனிடம் அதைக் கொடுத்துவிட்டு, வலக்கையில் ‘ஸ்வீட்’ கையுறையை மாட்டிக் கொண்டு, ‘எல்லாம் சட்டப் பிரகாரம் இருக்கவேண்டும்’ என்று புன்னகையுடன் சொல்லிவிட்டு, புதல்வியின் கையைப்பற்றியவாறு கால்வாசி திரும்பி, தாள வாய்ப்பை எதிர் பார்த்து நின்றார்.

“மஸூர்க்கா நடன இசை தொடங்கியதுமே அவர் ஒரு காலை விரைவுடன் தரையில் டக்கென வைத்து, மற்றொரு காலை வீசியாட்டி முன் சென்றார். பின்பு அவரது உயரமான கனத்த உருவம் இக்கணம் மெதுவாகவும் ஒயிலுடனும், மறுகணம் ஓசையுடனும் விரைவுடனும் பாதங்களைத் தரை மீதும் ஒன்றோடொன்றும் அடித்தவாறு ஹாலைச் சுற்றிவந்தது. வாரெனிகாவின் எழில் வடிவம், கவனிக்க முடியாதபடி, தக்க தருணத்தில் அடிகளை அகற்றியும் குறுக்கியும் வைத்தவாறு, தனது சின்னஞ்சிறு பட்டுப்பாதங்கள் அவரது பாதங்களுடன் இணையும் வகையில் அவரருகே ஒய்யாரமாக நீந்திச் சென்றது. இந்த ஜோடியின் ஒவ்வோர் அசைவையும் ஹாலில் இருந்தவர்கள் யாவரும் உற்று நோக்கிக் கொண்டிருந்தார்கள். நானோ, வியப்பும் பாராட்டும் மட்டுமின்றி, பேரின்பமும் கனிவும் பெருக்கிட அவர்களையே பார்த்துக் கொண்டிருந்தேன். கர்னலின் பூட்சுகளைக் கண்டு எனக்கு விசேஷ உளநெகிழ்ச்சி உண்டாயிற்று. அவை கன்றுக்குட்டித் தோலால் செய்த நல்ல ஜோடுகள் தாம், ஆனால் குதிகள் வைக்காதவை, மோஸ்தர்படி நுனிப்புறம் கூராயில்லாமல் சப்பையானவை. பட்டாளச் செம்மான் தான் அவற்றைத் தைத்துக் கொடுத்திருக்க வேண்டும் என்பது தெளிவாய்ப் புலப்பட்டது. ‘பெண்ணுக்கு நல்லுடை அணிவித்து அவளை

நாலு இடங்களுக்கு அழைத்துச் செல்ல வேணடும் என்பதற்காகவே இவர் மோஸ்தர்படி அமைந்த ஜோடுகளை வாங்காமல் சாதாரண பூட்சுகளைப் போட டுக்கொள்கிறார்' என எண்ணினேன். அந்தச் சபபை நுனி பூட்சுகள் என் நெஞ்சை ஒரேயடியாக உருக்கிகவட்டன. ஒரு காலத்தில் அவர் நேர்த்தியாக நடனமாடியிருக்க வேண்டும் என்பது துலக்கமாகத் தெரிந்தது. இப்போதோ, உடல் கனத்துப் போய்விட்டது, அவர் ஆட முயன்ற விரைவும் அழகும் வாய்ந்த ஜதிவரிசைகளுக்கெல்லாம் ஏற்றவாறு கால்களில் போதிய லாகலம் இல்லை. இருந்த போதிலம் ஒயிலாக இரண்டு சுற்று வந்தார். பின்பு அவர் கால்களைத் துடியாக அகற்றி, மறுபடி டக்கென ஒன்று சேர்த்து, ஒரு முழங்காலை—சற்று கனமாகவே தான் என்றாலும் தரையில் ஊன்றி அமர, அவள் அவர் முழங்காலுக்கடியில் சிக்கிக் கொண்ட ஆடை நுனியைப் புன்முறுவலுடன் விடுவித்துக் கொண்டு ஒயிலாக அவரைச் சுற்றி வரவே, எல்லோரும் பலத்த கரகோஷம் செய்தார்கள். ஓரளவு சிரமத்துடன் அவர் கால்களை நிமிர்த்தி எழுந்து, மென்மையும் கனிவும் ததும்பப் புதல்வியின் காதுகளைப் பற்றி அவளுடைய நெற்றியில் முத்தமிட்டுவிட்டு. நான் தான் அவளது நடனஜோடி போலும் என்று எண்ணி அவளை என் அருகே அழைத்து வந்தார். அவளது இணை நான் அல்ல என விளக்கினேன்.

‘‘அவரோ, பரிவுடன் முறுவலித்து, வாளை உறையில் செருகியவாறே, ‘அதற்கென்ன, பரவாயில்லை. இப்போது நீங்கள் அவளுடன் சேர்ந்து கொள்ளுங்கள்' என்றார்.

‘‘புட்டியிலிருந்து வெளிப்படும் முதல் துளியைத் தொடர்ந்து பெரிய பெருக்கு குபுகுபுவென்று கொட்டுவது போல, வாரெனிகா மீது எனக்கு உண்டான காதல் என் உள்ளத்தில் மறைந்திருந்த அன்பு செய்யும் திறனை யெல்லாம் கட்டவிழ்த்து விட்டது. அந்தக் கணத்திலே நான் உலகம் முழுவதையும் காதலால் தழுவிக் கொண்டேன். வைர முடியணி பூண்ட வீட்டெஜமானி, அவள் கணவன், அவளது விருந்தாளிகள், அவளுடைய பணியாட்கள், எல்லோர் மீதும், என் மேல் காட்டமாயிருந்த எஞ்சினீயர் அனீஸி மவினிடம் கூட, அன்பு கொண்டேன். சாதாரண பூட்சுகள் அணிந்து, அவளைப் போலவே கனிந்த புன்னகையுடன் இலகிய அவளது தந்தையின் பாலோ, அப்போது எனக்குள் மகிழ்பொங்கும் மெல்லுணர்வு ஊற்றெடுத்தது.

‘‘மஸூர்க்கா நடனம் முடிந்தது. வீட்டுக்காரர்கள் விருந்தினர்களை இரவு உண்டி உண்பதற்கு அழைத்தார்கள். கர்னல், தாம் மறுநாள் அதிகாலையில் எழுந்திருக்க வேண்டியிருப்பதாகக் கூறி, வீட்டுக்காரர் களிடம் மன்னிப்புக் கேட்டுக் கொண்டார். எங்கே அவர் வாரெனிகாவையும் அழைத்துக் கொண்டு போய்விடுவாரோ என்று அஞ்சினேன். ஆனால் அவள் தன் தாயுடன் தங்கிவிட்டாள்.

‘‘உண்ட பின்பு, அவளுடன் ஏற்கனவே பேசிவைத்துக் கொண்டபடி குவாட்ரில் நடனம் ஆடினேன். எல்லையற்ற இன்பத்தில் திளைத்துக் கொண்டிருந்தேனாயினும், எனது இன்பம் நொடிக்கு நொடி அதிகரித்துக் கொண்டே போயிற்று. காதலைப் பற்றி நாங்கள் ஒரு வார்த்தை கூடப் பேசவில்லை. அவள் என்னைக் காதலிக்கிறாளா என்று நான் அவளையோ என்னையோ தானோ கேட்கவில்லை. நான் அவளைக் காதலிக்கிறேன் என்பதே எனக்குப் போதுமானதாயிருந்தது. ஏதாவது எனது இன்பத்தைக் குலைத்து விடக் கூடாதே என்று மட் டுமே அஞ்சினேன்.

‘‘வீட்டுக்கு வந்து, மேல்கோட்டைக் களைந்து விட்டு, உறங்கலாம் என்று எண்ணியவன், அது முற்றலும் இயலாத காரியம் என்பதைக் கண்டேன். அவளது விசிறியிலிருந்து எடுக்கப்பட்ட இறகும், அவள் தாயாரையும் அவளையும் நான் கைலாகு கொடுத்து வண்டி சித்திய பின், விடை பெற்றுக்கொள்ளும் போது

அவள் அளித்த கையுறையும் என் கையில் இருந்தன. அவற்றை நோக்கினேன். அப்போது விழிகளை மூடாமலே அவன் எதிரே கண்டேன்: நடனங்களுக்கிடையே இரண்டு ஆடவரில் ஒருவனைத் தேர்ந்தெடுக்கையில் எனது தன்மையை ஊகித்துக்கொண்டு, ‘**கர்வமோ? ஊம்?**’ என்று இனிய குரலில் மொழிந்தவாறே மகழ்வுடன் என் புறம் கையை நீட்டிய சமயத்திலிருந்த அவளது தோற்றம் ஒரு கணம் தென்படும்; மறுகணம், இரவுச் சாப்பாட்டின் போது ஷாம்பெயின் பருகியபடியே கிளாசும் கையுமாகக் கனிந்த பார்வையுடன் அவள் என்னை நோக்கிய காட்சி தோன்றும். எல்லாவற்றையும் விட எனக்குக் கவர்ச்சி அளித்தது, தனது தந்தையுடன் ஒயிலாக இணைந்தாடியவாறு நடனம் புரிந்து கொண்டே, அவர் மீதும் தன் மீதும் கர்வமும் உவகையும் பெருக் கெடுக்க, வியந்து நோக்கும் பார்வையாளர்

களை அவள் கடைக்கணித்த ஒய்யாரந்தான். என்னையும் அறியாமலே அவர்கள் இருவரும் என் உள்ளத்தில் கனிவும் பரிவும் வாய்ந்த உணர்ச்சியில் ஒன்றாகிவிட் டார்கள்.

“எனது காலஞ்சென்ற சகோதரனும் நானும் அப்போது தனியாக வாழ்ந்து வந்தோம். சகோதரனுக்கு ஜனங்களுடன் பழகுவதில் விருப்பம் கிடையாது. நடனத்துக்கோ அவன் போவதே இல்லை. இப்போது தான் அவன் ‘காண்டிடேட்டு’ பரீட்சைக்குப் படித்துக் கொண்டிருந்தான், மிகமிக ஒழுங்கான வாழ்க்கை நடத்திவந்தான். அவன் உறங்கிக் கொண்டிருந்தான். தலையணையில் புதைந்து, போர்வையால் பாதி மூடப்பட்டிருந்த அவனது தலையைப் பார்த்ததும் எனக்கு அன்பு கனிந்த வருத்தம் உண்டாயிற்று நான் அனுபவிக்கும் இன்பத்தை அவன் அறியவுமில்லை. பகிர்ந்து கொள்ளவு மில்லையே என்ற வருத்தம். எங்களது பண்ணையடிமைப் பணியாள் பித்ரூஷ்க்கா மெழுகுவத்தி விளக்கும் கையுமாக என்னிடம் வந்து உடை மாற்றிக் கொள்வதில் எனக்கு உதவ விரும்பினான். ஆனால் நான் அவனைப்போகச் சொல்லிவிட்டேன். அவனது தூங்கி வழிந்த முகமும் கலைந்த முடியும் என் உள்ளத்தை உருக்கிவிட்டன. ஓசைப்படாமலிருப்பதற்காக நுனிக்காலால் நடந்து என் அறைக்குப் போய்ப் படுக்கைமீது உட்கார்ந்தேன். ஊஹும், மகிழ்ச்சிப் பெருக்கில் எனக்குத் தூக்கம் வருவதாயில்லை. கதகதப்பூட்டப்பட்ட அறைக்குள் எனக்கு ஒரே வெப்பமாயிருந்தது. உடுப்பைக் கழற்றாமலே சத்தமின்றி ஹாலுக்குச் சென்று, மேல்கோட்டைப் போட்டுக்கொண்டு வாயிற்கதவைத் திறந்து, தெருவுக்குப் போய்விட்டேன்.

“நடனம் முடிந்து நான் வெளிவந்த போது அநேகமாக ஐந்து மணி. அதன் பின் வீடு திரும்பி, வீட்டிலே உட்கார்ந்திருந்ததில் இன்னும் இரண்டு மணிநேரம் கழிந்திருந்தது. ஆகவே, நான் தெருவுக்கு வந்தபோது வெளிச்சமாகிவிட்டது. ‘ஷ்ரோவ்டைட்’ விழாக் காலத்துக் கேற்ற பருவநிலை: மூடுபனி அடர்ந்திருந்தது; தெருக்களில் ஈர வெண்பனி உருகிக் கொண்டிருந்தது; எல்லாக் கூரைகளிலிருந்தும் தண்ணீர் சொட்டிக் கொண்டிருந்தது. அந்த நாட்களிலே வாரெனிகாவின் குடும்பத்தார் நகர எல்லைக்கு வெளியே, பெரிய வயலின் ஓரத்திலிருந்த வீட்டில் வசித்து வந்தார்கள். வயலின் ஒரு கோடியில் உலாவு திடலும் மறுகோடியில் பெண்கள் பள்ளியும் இருந்தன. வெறிச்சோடிக் கடந்த எங்கள் சந்தைக் கடந்து நான்

பெரிய தெருவுக்கு வந்தேன். அங்கே கால் நடையாகச் செல்பவர்களும், ஸ்லேட்ஜ்களில் விறகேற்றிக் கொண்டுவரும் வண்டிக்காரர்களும் எதிர்ப்பட்டார்கள். ஸ்லேட்ஜ்களின் அடிச் சட்டங்கள் நடைபாதைவரை வெண்பனியைச் செதுக்கிக்கொண்டு போயின. என் கண்களுக்கு எல்லாமே–வார்னிஷ் அடித்த நுகங்களுக்கு அடியில் ஈரத் தலைகளை லயத்துடன் அசைத்தாட்டிச் சென்ற குதிரைகள் மரவுரிப் பாய்களைத் தோள்கள் மேல் பார்த்து, பிரம்மாண்டமான பூட்சுகள் அணிந்து ஸ்லேட்ஜ்களுக்கு அருகாக நளுக்குப் பனிச் சேற்றில் சளப்சளப் பென்று நடந்து சென்ற வண்டிக்காரர்கள், தெருவின் இரு மருங்கிலும் மூடுபனியில் மிக உயரமாகத் தென்பட்ட வீடுகள் எல்லாமே வெகு இனியவையாகவும், பொருள் பொதிந்தவையாகவும் இருந்தன.

“அவர்கள் வீடு இருந்த வயலை அடைந்ததும், உலாவு திடல்பக்கத்துக் கோடியில் பெரியதும் கரியதுமாக எதையோ கண்டேன், குழலும் டமாரமும் ஒலிக்கக் கேட்டேன். எனது இதயம் இவ்வளவு நேரமும் இசைத்துக் கொண்டு தான் இருந்தது; அவ்வப்போது மஸூர்க்கா நடன இசை என் காதுகளில் ஒலிக்கும். ஆனால் இது ஏதோ வேறு, கொடிய, கெட்ட இசை.

“ ‘என்ன அது?’ என்று எண்ணிய நான் வயல் நடுவே சென்றிருந்த சறுக்கு வண்டித் தடத்தோடு நடந்து, ஒலிகள் வந்த திக்கை நோக்கிப் போனேன். ஒரு நூறடி நடந்ததும் பனி மூட்டத்திற்கிடையே எத்தனையோ மனிதர்களின் கரிய வடிவங்கள் எனக்குத் தென்பட்டன. படைவீரர்களா யிருக்க வேண்டும் ‘ஆமாம், கவாத்து பழகுகிறார்கள்’ என்று நினைத்து, எண்ணெய்க் கறை படிந்த ஏப்ரனும் கோட்டுமாக ஏதோ மூட்டையைச் சுமந்து சென்று கொண்டிருந்த கருமான் ஒருவனுடன் மேலே நடந்து அவர்களை அணுகினேன். கறுப்புக் கோட்டுக்கள் அணிந்த படைவீரர்கள், துப்பாக்கி களைக் கால்களுக்கருகே நாட்டியவாறு இரண்டு வரிசைகளில் எதிரும் புதிருமாக அசையாமல் நின்றார்கள். அவர்களுக்குப் பின்னே நின்ற குழலூது பவனும் டமாரம் அடிக்கும் பையனும் வேதனை தரும் கர்ணகடூரமான மெட்டை மறுபடி மறுபடி ஒலித்துக் கொண்டிருந்தார்கள்.

"'என்ன செய்கிறார்கள் இவர்கள்?' என்று பக்கத்தில் நின்று கொண்டிருந்த கருமானை வினவினேன்.

"இரட்டை வரிசையின் மறு கோடியை உறுத்து நோக்கிய படியே, 'தப்பியோடப் பார்த்த தாத்தார் ஒருவனை இழுத்து வருகிறார்கள்' என்று முறைப்புடன் பதிலளித்தான் கருமான்.

"நானும் அதே திக்கில் பார்வையைச் செலுத்தியவன், இரு வரிசைகளுக்கும் நடுவே, பயங்கரமான ஏதோ ஒன்று என் பக்கமாக வந்து கொண்டிருக்கக் கண்டேன். என்னை நெருங்கிக் கொண்டிருந்தவன், இரு மருங்கிலும் இரண்டு சிப்பாய்கள் பிடித்துக் கொண்டிருந்ததுப் பாக்கியுடன் சேர்த்துக் கட்டப்பட்டு, இடுப்புக்கு மேல் வெற்றுடம் பாயிருந்த ஒரு மனிதன். இராணுவ மேல்கோட்டும் தொப்பியும் அணிந்த உயரமான அதிகாரி அவனருகே வந்து கொண்டிருந்தான். அதிகாரியின் உருவம் எனக்கு அறிமுகமானதாகப்பட்டது. கைதி, இரு புறமிருந்தும் மாறி மாறிப் பொழிந்த அடிகளைப் பட்டுக் கொண்டு, உடம்பெல்லாம் துடிதுடித்து நெளிய, உருகும் வெண்பனியில் பாதங்கள் சளப்பிட, ஒரு கணம் பின்னே சாய்வதும் மறுகணம் முன்னே குனிவதுமாக என் பக்கம் நெருங்கினான். துப்பாக்கியைப் பிடித்திருந்த சிப்பாய்கள் அவன் பின்னே சாயும் போது இழுத்து முன்னுக்குத் தள்ளுவதும் முன் சரியும் போது அவன் விழுந்து விடாதபடிச் சுண்டி இழுப்பதுமாயிருந்தார்கள். உயரமான அதிகாரி பின் தங்கிவிடாமல் உறுதியாக எட்டு வைத்து அவனைத் தொடர்ந்து வந்தான். செக்கச் சிவந்த முகமும், நரை மீசையும் கிருதாவுமாக விளங்கிய அந்த அதிகாரி வாரெனிகாவின் தந்தையே தான்.

"ஒவ்வோர் அடி விழும்போதும் கைதி வேதனையால் சுளித்த முகத்தை அடி வந்த பக்கமாக வியப்புற்றவன் போலத் திருப்பி, வெண் பல்வரிசைகள் தெரியக் காட்டி, ஏதோ ஒரே மாதிரியான வார்த்தைகளைக் திருப்பித் திருப்பிச் சொன்னான். அவன் எனக்கு மிக அருகே நெருங்கிய பின்புதான் அந்தச் சொற்கள் என் செவிக்கு எட்டின. அவன் பேசவில்லை, 'அண்ணன் மாரே, கொஞ்சம் இரக்கங் காட்டுங்கள். அண்ணன் மாரே, கொஞ்சம் இரக்கங் காட்டுங்கள்' என்று தேம்பினான். ஆனால் அண்ணன்மார் இரக்கங் காட்டவில்லை. அவர்கள் எனக்கு நேர் எதிராக வந்ததும், ஒரு

சிப்பாய் தீர் மானத்துடன் முன்னே அடியெடுத்து வைத்து, பிரம்பை ஓங்கி 'உஷ்' ஷென்று இரையும் படி முழு வலிமையுடன் தாத்தாரின் முதுகில் சொடேரென விளாறியதைக் கண்டேன். தாத்தார் முகங் குப்புறச் சரிந்தான், ஆனால் துப்பாக்கியைப் பிடித்திருந்த சிப்பாய்கள் அவனைச் சுண்டி இழுத்து நேராக்கிவிட்டார்கள். பின்பு மறுபக்கத்திலிருந்து அதே போன்ற அடி, பிறகு இப்புறமிருந்து, பின் அப்புறமிருந்து..... கர்னல் ஒரு கணம் தனது பாதங்களைப் பார்ப்பதும், மறு கணம் கைதியை நோக்குவதும், ஆழ்ந்து மூச்சு இழுத்து விடுவதும், கன்னங்களைக் காற்றால் உப்பிக் கொண்டு, குவிந்த உதடுகள் வழியே மெதுவாகக் காற்றை ஊதுவதுமாக, தாத்தாரின் அருகே நடந்து வந்தான். அவர்கள் நான் நின்ற இடத்தைக் கடந்து செல்கையில், படைவீரர் வரிசையின் இடை வழியே கைதியின் முதுகு சட்டென என் பார்வையில் பட்டு மறைந்தது. கம்பி கம்பியாகத் தழும்பிட்டு, சொதசொதத்து, செக்கச் செவேலென்று, இனங்கண்டு கொள்ள முடியாததாயிருந்த அந்தப் பயங்கரம், மனித உடலின் அங்கம் என்று நம்பவே எனக்கு இயலவில்லை.

"'ஐயோ ஆண்டவனே!' என முணு முணுத்தான் என் பக்கத்தில் நின்ற கருமான்.

"அவர்கள் மேலே நடந்தார்கள். இடறிவிழுந்து தள்ளாடித் தவித்துத் துடித்துக் கொண்டிருந்த மனிதன் மீது இரு புறமிருந்தும் அடிகள் முன்போலவே விழுந்த வண்ணமாயிருந்தன, முன்போலவே டமாரம் ஒலித்தது, குழல் இசைத்தது, கர்னலின் வாட்டசாட்டமான, மிடுக்கான உருவம், கைதியின் அருகே முன் போலவே உறுதியாக அடி வைத்து நடந்தது. திடீரெனக் கர்னல் நின்று, ஒரு சிப்பாயை விரைந்து நெருங்கினான்.

"'குறி தவறுகிறதோ? இதோ காட்டுகிறேன் உனக்கு! ஊம்? இனிமேல் தவறுவாயா? தவறு வாயாகுறி? ஊம்?' என்று அவன் இரைந்ததைக் கேட்டேன்.

"அந்தப் பக்கம் நோக்கியவன், 'ஸ்வீட்' கையுறையணிந்த கர்னலின் வலிய கரம் சிறுகூடான, நோஞ்சல் சிப்பாயின் முகத்தைப் புடைக்கக் கண்டேன்—அந்த மனிதன் தாத்தாரின் வழன்று சிவந்த முதுகில் போதிய உரத்துடன் பிரம்பால் அடிக்கவில்லை என்பதற்காக.

"'புதுப் பிரம்புகள் வரட்டும்!' என்று கூவினான் கர்னல். இப்படிச் சொல்லிவிட்டுத் திரும்பியவன் என்னைப் பார்த்துவிட்டான். என்னை அடையாளந்தெரிந்து கொள்ளாதது போலப் பாவனை செய்து, குரூரமும சினமும் பீரிட முகத்தைச் சுளித்து, சட்டெனத் திரும்ப விட்டான். எனக்கு ஒரேயடியாக ஏற்பட்ட வெட்டகத்தில் ஏதோ அவமானகரமான இழிசெயல் புரிந்து விட்டவன் போன்று, எங்கே பார்ப்பது என்று தெரியாமல், தலை கவிழ்ந்து விரைவாக வீட்டைப் பார்க்க நடத்தேன்.

டமாரத்தின் அதிரலும், குழலின் கீச்சொலியும், 'அண்ணன்மாரே, கொஞ்சம் இரக்கங் காட்டுங்கள்' என்ற சொற்களும், கர்னலின் தன்னம்பிக்கை நிறைந்த கோபக் குரல், 'இனிமேல் தவறுவாயா? தவறுவாயா குறி? ஊம்?' என்று இரைவதும் ஒன்று மாற்றி ஒன்றாக வழி நெடுகிலும் என் காதில் கேட்டுக் கொண்டிருந்தன. இவற்றால் எனது நெஞ்சில் உடல் வலி போன்ற, குமட்டலுண்டாக்கும் வேதனை ஏற்படவே, நான் பல தடவை நின்று நின்று போகவேண்டியதாயிற்று. நான் கண்ட காட்சி என்னுள் நிறைத்திருந்த ஆபாசமெல்லாம் இதோ, இதோ வாந்தியாக வெளிவந்துவிடப் போகிறது எனப்பட்டது. எப்படி வீடு சேர்ந்தேனோ, கட்டிலில் படுத்தேனோ, அறியேன். ஆனால் தூக்கம் வர ஆரம்பித்ததுமே எல்லா நிகழ்ச்சிகளும் மீண்டும் தோற்ற மளித்தன, செவியில் ஒலித்தன. நான் துள்ளி யெழுந்தேன்.

"'எனக்குத் தெரியாதது எதுவோ அவருக்குத் தெரிந்திருக்க வேண்டும் என்பது தெளிவு' எனக் கர்னலைப் பற்றி எண்ணமிட்டேன். அவருக்குத் தெரிந்திருப்பது எனக்குத் தெரிந்திருந்தால் நான் கண்டதைப் புரிந்து கொண்டிருப்பேன், அது. எனக்குத் துன்பமளித் திருக்காது' என்று நினைத்தேன். ஆனால் எவ்வளவோ சிந்தித்துப் பார்த்தும், கர்னல் அறிந்திருப்பது என்ன என்பதை என்னால் விளங்கிக்கொள்ள முடியவில்லை. மாலையில் தான் எனக்கு உறக்கம் பிடித்தது அதுவும் ஒரு நண்பன் வீட்டுக்குப் போய் முழு போதையேறும் வரை குடித்த பின்பே,

"நான் கண்டது ஏதோ கெட்ட விஷயம் என்று நான் அப்போது முடிவு செய்ததாக நினைக்கிறீர்களோ? கிடையவே கிடையாது. 'இதெல்லாம் இவ்வளவு நிச்சயத்துடன் செய்யப்பட்டு, அவசியமானதென்று எல்லாராலும்

ஏற்றுக் கொள்ளப்படுகிறது என்றால், எனக்குத் தெரியாத ஏதோ ஒன்று அவர்களுக்குத் தெரிந்திருக்க வேண்டும் என்று ஆகிறது' ––இவ்வாறு எண்ணி, அது என்ன விஷயம் என அறிந்து கொள்ள முயன்றேன். ஆனால் எவ்வளவு தான் முயன்றும் என்னால் இதை அப்போதும் சரி, அப்புறமும் சரி, தெரிந்து கொள்ளவே முடியவில்லை. அதற்கு முன் இராணுவத்தில் சேர்ந்து பணிபுரியத் தீர்மானித்திருந்தேன். ஆனால், இந்த விஷயத்தைத் தெரிந்து கொள்ளாமல் இராணுவத்தில் சேர என்னால் முடியவில்லை. இராணுவத்தில் பணி புரியாதது மட்டுமல்ல, எங்குமே பணி புரியவில்லை. விளைவாக, நீங்கள் காண்பது போலவே, ஒன்றுக்கும் உதவாத வனாகிவிட்டேன்."

"ஓகோகோ, நீங்கள் எப்படி ஒன்றுக்கும் உதவாதவராகி விட்டீர்கள் என்பதை நாங்கள் அறிவோம். நீங்கள் மட்டும் இல்லாவிட்டால் எத்தனையோ பெயர் ஒன்றுக்கும் உதவாதவர்கள் ஆகியிருப்பார்கள் என்று சொல்லுங்கள். அது தான் உண்மை" என்றான் எங்களில் ஒருவன்.

"இது தான் அடிமுட்டாள் பேச்சு" என்று உண்மையான சள்ளையுடன் சொன்னார் இவான் வஸீல்யெவிச்.

"கிடக்கட்டும். காதல் என்ன ஆயிற்று?" என்று கேட்டோம்.

"காதலா? அந்த நாள் முதல் காதல் கொஞ்சங் கொஞ்சமாகத் தேய்ந்து போய்விட்டது. வழக்கமாக செய்வது போல அவள் முகமெல்லாம் புன்னகை ஒளிர, சிந்தனையில் ஆழ்ந்திருக்கும்போது, வயலில் கண்ட கர்னலின் தோற்றம் அக்கணமே எனக்கு நினைவுக்கு வந்து விடும். அவ்வளவுதான், அசட்டுப் பிசட்டென்று சங்கடமாயிருக்கும் எனக்கு, வர எனக்கு, வர வர, அவளைப் பார்ப்பதையே நிறுத்தி விட்டேன். காதல் மங்கி மாய்ந்து போயிற்று. அதுதான் சொல்கிறேன், இந்த மாதிரிச் சம்பவங்கள் நிகழ்கின்றன, இவற்றினாலேயே மனிதனின் வாழ்க்கை மாறி விடுகிறது, நடத்தப்படுகிறது என்று. நீங்கள் என்னடா வென்றால் சுற்றுச் சார்பு என்கிறீர்கள்" இவ்வாறு கூறி முடித்தார் இவான் வஸீல் யெவிச்.

1903

மக்சீம் கோர்க்கி (1868-1936)

சோவியத் இலக்கியத்தைத் தோற்றுவித்தவர், அழியாப் புகழ் பெற்ற எழுத்தாளர். வோல்கா ஆற்றின் கரையில் அமைந்த நீழ்னி நோவ்கரத் என்னும் பெரிய நகரில் பிறந்தார் (தற்போது இந்நகர் அவர் பெயரால் கோர்க்கி என்று அழைக்கப்படுகிறது). சிறு வயதிலேயே தந்தையை இழந்த கோர்க்கி, துணிகளுக்குச் சாயம் தோய்க்கும் தொழில் நடத்தி வந்த தம் பாட்டனாரின் வீட்டில் வளர்ந்தார். சிறிது காலத்தில் பாட்டனார் நொடித்துப் போனார். கோர்க்கி பிள்ளைப் பருவத்திலேயே, பதினோராண்டுப் பிராயத்திலேயே, உழைப்பு வாழ்க்கை தொடங்கினார். ஒன்று மாற்றி ஒன்றாகப் பல வேலைகள் செய்தார். கடைப் “பையனாக” இருந்தார், நீராவிப் படகில் பாத்திரம் தேய்த்தார், தெய்வப் படங்கள் தீட்டும் ஓவியச் சாலையில் வேலை கற்றார். சுமையாளாகவும் ரொட்டி சுடுபவராகவும் உலைக் கூடத் தொழிலாளியாகவும் எழுத்தராகவும் வேலை பார்த்தார்.

இளமையிலேயே அவர் புரட்சி இயக்கத்துடன நெருங்கிய தொடர்பு கொண்டார். விரைவில் மார்க்சியவாதி ஆனார். நடப்பு விஷயங்கள் பற்றிய அவருடைய நையாண்டிக் கட்டுரைகளும் சொற்சித்திரங்களும் கதைகளும் நாளிதழ்களில் வெளியாகத் தொட அவருடைய முதல் நூல்களே ருஷ்யாவிலும் பின்னர் உலகு அனைத்திலும் விரிவாகப் பிரபலமாயின. போல் ஷிவிக் கட்சியுடன் கோர்க்கியின் உறவுகள் நாளுக்க நாள் அதிக உறுதி அடைந்தன. வி.இ. லெனினுடன் ஏற்பட்ட அறிமுகம் கோர்க்கி மீது மிகப் பெருத்த உளப் பதிவை ஏற்படுத்தியது. அவருடைய “தாய்” என்ற நாலை லெனின் உயர்வாக மதித்தார், பின்னரும் அவருடைய படைப்புக்களைப் பரிவுடன் படித்து வந்தார்.

கோர்க்கியின் நவீனங்களும் குறுநாவல்களும் நாடகங்களும் பற்பல மொழிகளில் பெயர்க்கப்பட்டு உலக நாடுகள் அனைத்திலும் பிரபலமாகி யுள்ளன. இவற்றில் முக்கியமானவை "தாய்" என்ற நவீனம், "இத்தாலி பற்றிய கதைகள்", "குழந்தைப் பருவம்", "உழைப்பு வாழ்க்கை", "எனது பல்கலைக் கழகங்க" என்னும் முப்பகுதிச் சுயசரிதை, "அர்த்தமோனவ் குடும்பத்தாரின் விவகாரம்", "கிளீம் சம்கீனின் வாழ்க்கை" என்னும் நாவல்கள் ஆகியவை.

மாபெரும் அக்டோபர்ப் புரட்சிக்குப் பிறகு எழுத்தாளர்களை ஒன்று சேர்ப்பதிலும் இளம் எழுத்தாளர்களைப் பயிற்றுவதிலும் கோர்க்கி சோர்வின்றி உழைத்தார். வெவ்வேறு தேசிய இனங்களைச் சேர்ந்த உரை நடை எழுத்தாளர்களும் கவிஞர்களும் நாடகாசிரியர் களும் அவருடைய அறிவுரைகளையும் உதவியையும் நாடினார்கள். அவர் எப்போதும் பரிவுடனும் கவனத்துடனும் அவர்களுக்கு உதவினார். சோவியத் எழுத்தாளர்களின் முதல் காங்கிரசில் சோர்க்கி எழுத்தாளர் சங்கத் தலைவராகத் தேர்ந்தெடுக்கப்பட்டார்.

1936ம் ஆண்டில் கோர்க்கி காலமானார், மாஸ்கோ செஞ்சதுக்கத்தில் அடக்கம் செய்யப்பட்டார்.

கிழவி இஸெர்கீல்

I

பெஸ்ஸரேபியாவில், அக்கெர்மான் என்னும் நகரத்தின் அருகே யுள்ள கடற்கரையில் இந்தக் கதைகளை நான் கேட்டேன்.

மல்தாவியர்களின் ஒரு குழுவுடன் முந்திரிக் குலை களை நறுக்கிச் சேகரிக்கும் வேலை செய்துவந்தேன் நான். ஒரு நாள் மாலை, வேலை முடிந்ததும் குழுவினர் கடற் கரைக்குப் போய் விட்டார்கள். நானும் கிழவி இஸெர் கீலும் அடர்ந்த முந்திரிக்கொடியின் அடியில் தரை மீது படுத்தபடியே, கடற்புறம் செல்பவர்களின் நிழலுருக்கள் படரும் மங்குலில் ஒன்றிப் போவதை மௌன மாகக் கவனித்துக் கொண்டிருந்தோம்.

பாட்டும் சிரிப்புமாக அவர்கள் நடந்தார்கள். கரு கருவென்று அடர்ந்த மீசைகளும் தோள்வரை தொங்கிய அடர்த்தியான சுருட்டைக் கேசமும் வாய்ந்த வெண்கல நிற ஆடவர்கள், குட்டைச் சட்டைகளும் அகன்ற சராய்களும் அணிந்திருந்தார்கள். குதூகலமும் ஒயிலும் கருநீல விழிகளும் கொண்ட மாதரும் மகளிரும் ஆண்களைப் போலவே வெண்கல நிறத்தில் ஒளிர்ந்தார்கள். அவர்களது கரும்பட்டுக் கூந்தல்கள் அவிழ்ந்து தொங்கின. அவற்றுடன் விளையாடிய கதகதப்பான மென்காற்று, அவற்றில் பின்னியிருந்த அலங்கார நாணயங்களைக் கிலுக்கியது. அகன்ற, ஒருசீரான அலையாக வீசிய காற்று, இருந்தாற்போலிருந்து ஏதோ கண்ணுக்குப் புலப்படாத தடையைத் தாண்டுவதும் இத்ததெழும். காற்றின் அந்தக் கொந்தள பெண்களின் சுரிகுழல் விசித்திரமான பிடரிகள் போலச் சிலிர்த்து எழுந்து அவர்கள் தலைகளைச் சுற்றிப் பறக்கும். இதனால் அம்மகளிர் ஏதோ கதைகளில் வரும் பாத்திரங்கள் போன்று விந்தைத் தோற்றம் அளித்தார்கள். அவர்கள் எங்களை விட்டு விலகி அப்பால்

செல்லச் செல்ல, இரவும் என் கற்பனையும் சேர்ந்து அவர்களை மேலும் மேலும் அழகிகளாகக் காட்டின.

யாரோ பிடில் வாசித்தான்.... ஒரு பெண் தணிந்த மென் குரலில் பாடினாள் ..... நகைப்பு ஒலி காதில் பட்டது ......

கடலின் சுள்ளென்ற நெடியும், அந்திக்கு முன்பு சற்று நேரம் கொட்டிய மழையால் சொத சொதவென்று ஊறியிருந்த தரையிலிருந்து எழுந்த ஈர ஆவிவாடையும் காற்றில் நிறைந்திருந்தன. விந்தை விந்தையான வடிவங்களும் வண்ணங்களும் வாய்ந்த பஞ்சுமேகத் துணுக்குகள், ஓரிடத்தில் புகைச் சுருள்கள் போன்று மென்மையும் சாம்பல் நிறமும் தண் நீலமும் கொண்டும், மற்றோரிடத்தில் பாறைத் துண்டுகள் போலக் கூர்மை யாகவும் மங்கிய கருமை அல்லது பழுப்பு நிறத்துடனும் இப்போதுங்கூட வானில் மிதந்து கொண்டிருந்தன. அவற்றின் இடையிடையே கொஞ்சலாக எட்டிப் பார்த்தன வானத்தின் ஆழ்நீல ஒட்டுக்கள். விண்மீன்களின் தங்க ஜிகினாக்கள் அவற்றிற்கு அணி செய்தன. இந்த ஒலிகளும் மணங்களும், முகில்களும் மாந்தரும் இந்த எல்லா விஷயங்களுமே–அற்புதக்கதை ஒன்றின் தொடக்கம் போல விசித்திர அழகும் ஏக்கமும் பொலிந்து இலகின. எல்லாமே வளர்ச்சி தடைப்பட்டு மடிந்துவிட்டன போன்று தோன்றின. குரல் ஒலிகள் மேலும் மேலும் தொலைவில் சென்று தணிந்து கொண்டே போய், சோகப் பெருமூச்சுகள் ஆகி விட்டன.

கிழவி இஸெர்கீல் மற்றவர்கள் சென்ற திக்கைத் தலையசைப்பால் சுட்டி, ஙநீ ஏன் அவர்களோடு போகவில்லை?” என்று கேட்டாள்.

காலம் அவளை ஒரேயடியாகக் கூனவைத்துவிட்டது. ஒரு காலத்தில் பளிச்சிட்ட கருங்கண்கள் இப்போது ஒளி இழந்து நீர் மல்கி இருந்தன. அவளது வறண்ட குரல் விசித்திரமாக ஒலித்தது; எலும்பு நொறுங்குவது போன்று கறு முறுத்தது.

“எனக்கு இஷ்டமில்லை!” என்று பதிலளித்தேன்.

“ஐயே!.. நீங்கள் இருக்கிறீர்களே, ருஷ்யர்கள், கிழடுகளாகவே பிறந்தவர்கள். ஒரேயடியாகக் கருங்குரும் என்று, அரக்கர்கள் போல..... எங்கள் பெண்கள் பயப்படுகிறார்கள் உன்னிடம்.... இவ்வளவிற்கும் நீ வாலிபன், பலசாலி...”

நிலவு எழுந்தது. மதி வட்டம் மிகப் பெரிதாக, இரத்தச் செம்மை படர்ந்து தகதகத்தது. ஒரு காலத்தில் எத்தனையோ மாந்தர்களின் இறைச்சியை விழுங்கி, உதிரத்தைக் குடித்து, அதன் காரணமாகவே போலும் ஈரிப்பும் செழுமையும் நிறைந்திருந்த இந்த ஸ்தெப்பி வெளியின் உதரத்திலிருந்து உதித்தது போலத தோன்றியது திங்கள். முந்திரி இலைகளின் நாடாப பின்னல் போன்ற நிழல் எங்கள் மீது விழுந்தது. அவற்றால் மூடப்பட்ட நானும் கிழவியும் வலையில் அகப்பட்டவா ஆபாலத் தோற்றமளித்தோம். எங்களுக்கு இடப புறம் ஸ்தெப்பி வெளிமீது மிதந்து சென்றன முகில் நழல்கள். சந்திரனின் நீல நிலவால் ஒளியுறுத்தப்பட்ட மேகங்கள் ஒளி ஊடுருவக் கூடியவையாகவும் அதிகப் பிரகாசமாகவும் காணப்பட்டன.

“அதோ பார்! லாரா வருகிறான்!”

வளைந்த விரல்கள் கொண்ட நடுங்கும் கிழவி சுட்டிக்காட்டிய திக்கில் பார்வையைச் செலுத்தினேன். அங்கே எனக்குத் தென்பட்டன மிதக்கும் நிழல்கள். எத்தனையோ நிழல்கள் தெரிந்தன. ஆனால் அவற்றில் ஒன்று மற்றவற்றை விடக் கருமையாகவும் அடர்த்தியாகவும் இருந்தது; தனது சோதரிகளைக் காட்டிலும் அதிக விரைவாகவும் தாழ்வாகவும் நீந்திச் சென்றது அது. மற்ற மேகங்களை விடத் தரைக்கு அருகாமையிலும் மிகுந்த வேகத்துடனும் மிதந்து சென்ற முகில் கந்தல் ஒன்றின் நிழல் அது.

“அங்கே யாரையும் காணோமே!” என்றேன்.

“கிழவியான என்னைவிட உனக்குப் பார்வை மந்தம். அதோ பார், கரேல் என்று, ஸ்தெப்பி வெளி மீது ஓடுகிறானே!”

நான் மறுபடியும் பார்த்தேன், எனினும் நிழல்களைத் தவிர வேறு எதுவும் எனக்குப் புலப்படவில்லை.

“அது நிழல் அல்லவா? அதை ஏன் லாரா என்கிறாய்?”

“ஏன் என்றால் அது அவன் தான். இப்போது அவன் வெறும் நிழல் ஆகிவிட்டான். காலம் அப்படி ஆக்கி விட்டது அவனை! ஆயிரம் ஆயிரம் வருஷங்களாக அவன் வாழ்ந்து வருகிறான். அவன் உடலையும் உதிரத்தையும் எலும்புகளையும் வெயில் வறட்டிவிட்டது. காற்றோ, அவற்றைப் புழுதி போலப்

பறக்கடித்து விட்டது. ஆணவம் உள்ளவனை ஆண்டவன் என்ன பாடுபடுத்த முடியும் என்பதை இதிலிருந்தே கண்டுகொள்!.."

"இது எப்படி நிகழ்ந்தது. சொல்லேன்!" என்று கிழவியைக் கேட்டுக் கொண்டேன். ஸ்தெப்பி வெளியில் உருவான புகழ்பெற்ற கதை ஒன்று வரப் போகிறது என்பது என் உணர்வில் பட்டுவிட்டது.

அவள் இந்தக் கதையை எனக்குச் சொன்னாள்.

"இது நடந்து எத்தனையோ ஆயிரம் வருஷங்கள் ஆகிவிட்டன. கடலுக்கு அப்பால் நெடுந் தொலைவிலே, சூரியன் எழும் திக்கிலே, பெரிய ஆறு பாயும் தேசம் ஒன்று உண்டு. அங்கே மரங்களின் ஒவ்வோர் இலையும், புல்லின் ஒவ்வொரு தாளும், நெருப்பாய்ப் பொசுக்கும் வெயிலிலிருந்து மனிதன் தன்னை மறைத்துக் கொள்வதற்கு வேண்டிய அளவு நிழல் தரும்.

"அந்த நாட்டின் மண் வளம் அப்பேர்ப் பட்டது! "அங்கே வலிமை மிக்க இனத்தவர் வாழ்ந்தார்கள். அவர்கள் ஆடு மாடுகளை மேய்த்தார்கள், காட்டு விலங்குகளை வேட்டையாடுவதில் சக்தியையும் ஆண்மையையும் செலவிட்டார்கள். வேட்டைக்குப் பிறகு விருந்து உண்டு களித்தார்கள், பாட்டுக்கள் பாடினார்கள், பெண்களோடு விளையாடினார்கள்.

"ஒரு தடவை விருந்தின் போது, கழுகு ஒன்று வானத்திலிருந்து சரேலென்று பாய்ந்து, கருங் குழலும் இரவுபோன்ற மென்மையும் கொண்ட ஒரு கன்னியைத் தூக்கிப் போய் விட்டது. அதன் மீது ஆண்கள் எய்த ஆற்றமாட்டாத அம்புகள், மறுபடி தரையில் விழுந்தன. அப்புறம் ஆடவர்கள் அந்தப் பெண்ணை எங்கும் தேடினார்கள். ஆனால் அவளைக் கண்டு பிடிக்க முடிய வில்லை. பிறகு அவளைப்பற்றி மறந்துவிட்டார்கள், உலகில் எல்லாவற்றையும் பற்றி மறந்து விடுவது போல"

கிழவி பெருமூச்சு விட்டு மௌனமாயிருந்தாள். அவளது நெஞ்சில் நினைவுகளாக உயிர்த்தெழுந்த மறந்த யுகங்கள் எல்லாம் முணுமுணுத்து முறைபடு போல ஒலித்தது கிழவியின் கரகரத்த குரல். கடல், தனது கரையில் ஒருவேளை படைக்கப்பட்ட கதைகளில் ஒன்றின் தொடக்கத்தை மெல்லென எதிரொலித்தது.

“இருபது ஆண்டுகளுக்குப் பின் அந்தப் தளர்ந்து சுருங்கிய மேனியுடன் திரும்பிவந்தால் இருபது ஆண்டுகளுக்கு முன் அவள் திகழ்ந்தது போலவே வனப்பும் வலிவும் இலகிய ஒரு வாலிபன் அவளோடு வந்தான். எங்கே போயிருந்தாய் என்று கேட்டதற்கு அவள், கழுகு தன்னை மலைமேல் தூக்கிச் சென்றதாகவும், அங்கே மனைவியோடு வாழ்வது போலத் தன்னுடன் வாழ்ந்ததாகவும் சொன்னாள். உடனிருந்தவன் தான் அவனுடைய மகனாம். தகப்பன் உயிரோடு இல்லையாம். உடல் தளரத் தொடங்கியதுமே கழுகு கடைசித் தடவையாக வானத்தில் வெகு உயரே பறந்து போய், சிறகுகளை மடித்துக் கொண்டு, மலையின் கூர்மையான குத்துப்பாறைகள் மேல் பொத்தென்று விழுந்து உயிரை மாய்த்துக் கொண்டதாம்......

“எல்லோரும் கழுகின் மகனை வியப்போடு பார்த்தார்கள். தங்களை விட அவன் எவ்விதத்திலும் உயர்ந்த வனில்லை என்பதைக் கண்டார்கள். அவன் கண்கள் மட்டுந்தான் புள்ளரசனின் விழிகளைப் போலவே கடூரமும் கர்வமும் கொண்டிருந்தன. அவனிடம் பேச்சுக் கொடுத்தார்கள். அவனோ, இஷ்டப்பட்ட போது பதில் சொன்னான், இல்லாவிட்டால் பேசாதிருந்தான். இன முதியவர்கள் வந்ததும் அவன் தனக்குச் சமமானவர்களுடன் பேசுவது போல அவர்களுடன் உரையாடினான். இதை அவர்கள் அவமதிப்பாகக் கருதினார்கள். தீட்டிக் கூராக்கப்படாத, இறகு செருகாத அம்பு என்று அவனை அவர்கள் கடிந்து கொண்டார்கள். அவனைப் போன்ற ஆயிரக் கணக்கானவர்களும் அவனிலும் இரு மடங்கு வயதில் மூத்த ஆயிரமாயிரம் பெயரும் தங்களை வணங்கி, தங்களுக்குக் கீழ்ப்படிவதாகக் கூறினார்கள். அவனோ, துணிவுடன் அவர்களை முறைத்துப் பார்த்து, தனக்கு ஈடானவர்கள் எவருமே இல்லை என்றும், மற்ற வர்கள் எல்லோரும் அவர்களுக்குப் பணிந்தாலும் தான் பணிய விரும்பவில்லை என்றும் பதில் சொன்னான். அடே பொயப்பா!... அப்போது அவர்களுக்கு ஒரேயடியாகக் கோபம் வந்துவிட்டது.

“ ‘நமக்கிடையே இவனுக்கு இடம் இல்லை! எங்கு வேண்டுமோ போய்க் கொள்ளட்டும்!’ என்று ஆத்திரம் பொங்கக் கூறினார்கள்.

“அவன் கடகடவென்று நகைத்து, தனக்கு விருப்பமான திக்கில் – தன் மீது பதித்த பார்வையை அகற்றாமல் நோக்கிக் கொண்டிருந்த அழகிய பெண் ஒருத்தியிடம் போனான். போய் அவளைத் தழுவிக்கொண்டான். அவளோ, அவனைக் கடிந்துகொண்ட முதியவர்களில் ஒருவனுடைய மகள். அவன் மிக அழகன் ஆன போதிலும், தகப்பனாரிடம் பயம் காரணமாக அவள் அவனை நெட்டித் தள்ளிவிட்டாள். அவனை நெட்டித் தள்ளிவிட்டு, அப்பால் நகர்ந்தாள். அவனோ அவளை அறைந்தான். அவள் தரையில் விழுந்தாள். அவன் அவள் மார்பின் மேல் கால்வைத்து நின்று கொண்டான். அவளுடைய வாய் வழியாக இரத்தம் ஆகாயத்தை நோக்கிப் பீச்சியடித்தது. பெண்ணுக்கு மூச்சு முட்டியது. அவள் பாம்பு நெளிவது போலத் துடித்தாள், பின்பு இறந்து போனாள்.

“இதைப் பார்த்தவர்கள் எல்லோருக்கும் அச்சத்தினால் உடல் மரத்துப் போயிற்று. அவர்கள் முன்னிலையில் ஒரு பெண் இம்மாதிரிக் கொல்லப்பட்டது இது தான் முதல் தடவை. வெகுநேரம் அவர்கள் பேச்சின்ற நின்று, திறந்த கண்களும் இரத்தக்கறைபடிந்த வாயுமாக கிடந்த பெண்ணையும், தங்களெல்லோரையும் செருக்குடன் எதிர்த்து அவளருகே நின்ற இளைஞனையும் மாறி மாறிப் பார்த்தார்கள். தண்டனை கோரித்தலை வணங்கவில்லை அவன். திகைப்பிலிருந்து விடுபட்டதும் அவர்கள் அவனைப் பிடித்துக் கட்டிப்போட்டு, அப்படியே விட்டுவிட்டார்கள். அவனை உடனேயே கொன்றுவிடுவது மிக எளிய தண்டனையாகும், அதனால் தங்களுக்குத் திருப்தி ஏற்படாது என்று அவர்களுக்குப் பட்டது.”

இரவு அடர்ந்து கறுத்தது. விந்தையான மெல்லொலிகள் அதில் நிறைந்தன. வயலெலிகள் போன்ற மார் மோட்கள் ஸ்தெப்பி வெளியில் ஏக்கத்துடன் சீழ்க்கை அடித்தன. முந்திரி இலைகளில் வெட்டுக் கிளிகளின் கண்ணாடிக் கிறீச்சொலி கேட்டது. இலைகள் பெருமூச்சுவிட்டு இரகசியம் பேசின. முன்பு இரத்தச் சிவப்பாக இருந்த முழுமதி, தரைக்கு மேலே எழுந்ததும் வெளிறியது. மேலே போகப் போக அதிக வெளிறடைந்த திங்கள் ஸ்தெப்பி வெளி எங்கும் நீலம் படிந்த ஒளிர்வைப் பொழிந்தது....

“ஆயிற்றா. அவனுக்கு உரிய தண்டனை எது என்று யோசிப்பதற்காக எல்லோரும் கூடினார்கள்.... குதிரைகளைக் கொண்டு அவன் உடலை இரு

கூராகக் கிழித்து விடலாம் என்று சிலர் சொன்னார்கள். ஆனால் அவன் செய்த குற்றத்துக்கு இது போதாது என்று பட்டது. எல்லோருமாக அவன் மேல் அம்பு எய்வது என்று நினைத்தார்கள். ஆனால் இந்த யோசனையும் நிராகரிக்கப் பட்டுவிட்டது. அவனை எரிக்கலாம் என்று சிலர் கூறினார்கள். ஆனால் நெருப்பிலிருந்து எழும் புகை அவன்படும் துன்பம் கண்ணுக்குத் தெரியாதபடி மறைத்து விடும் ஆகையால் இதுவும் கைவிடப்பட்டது. இப்படி எத்தனையோ யோசனைகள் முன்வைக்கப்பட்ட போதிலும் ஒன்றாவது எல்லோருக்கும் பிடித்ததாக இல்லை. அவர்கள் இப்படி விவாதித்துக் கொண்டிருக்கையில் இளைஞனுடைய தாய் அவர்களுக்கு முன்னே முழந்தாள் படியிட்டு, மௌனமாயிருந்தாள். கருணை காட்டும்படி அவர்களை இறைஞ்சுவதற்கு வேண்டிய கண்ணீரோ சொற்களோ அவளிடம் இல்லை. அவர்கள் வெகு நேரம் விவாதித்தார்கள். பின்பு ஒரு மூதறிஞன் நீண்ட சிந்தனைக்குப் பிறகு, 'எதற்காக இப்படிச் செய்தான் என்று இவனையே கேட்போமே!' என்றான்.

"அவனிடம் கேட்டார்கள்.

"'என்னைக் கட்டவிழ்த்து விடுங்கள். கட்டுக்கள் இருக்கும் வரையில் நான் பேச மாட்டேன்!' என்று அவன் சொல்லிவிட்டான்.

"கட்டுக்கள் அவிழ்க்கப்பட்டதும் அவன், 'உங்களுக்கு என்ன வேண்டும்?' என்று, ஏதோ அடிமைகளிடம் கேட்பது போன்ற தோரணையில் வினா வினான் .....

"'முன்னமே சொல்லிவிட்டோமே'..... என்றான் மூதறிஞன்.

"'எனது நடத்தைக்கு நான் உங்களுக்கு விளக்கம் கூறத் தேவை என்ன?'

"'நாங்கள் புரிந்துகொள்வதற்காகத்தான். கேள், கர்வம் பிடித்தவனே! நீயோ சாகத்தான் போகிறாய்.... நீ செய்ததை நாங்கள் புரிந்து கொள்ளும்படி விளக்கு. நாங்கள் வாழ்ந்திருப்போம். ஆகவே இப்போது நாங்கள் அறிவதைக் காட்டிலும் அதிகமாக அறிந்து கொள்வது எங்களுக்கு நல்லது...'

“‘சரி, சொல்கிறேன் – நடந்தது எனக்கே சரியாக விளங்காவிட்டாலும். அவள் என்னை நெட்டித் தள்ளினதனால் தான் நான் அவளைக் கொன்றேன் போலிருக்கிறது...... எனக்கோ , அவள் தேவையாயிருந்தாள்.

“‘ஆனால் அவள் உனக்குச் சொந்தமானவள் அல்லவே!’ என்றார்கள் மூதறிஞர்கள்.

“ ‘நீங்கள் உங்களுக்குச் சொந்தமானவற்றை மட்டுந்தான் உபயோகிக்கிறீர்களா? ஒவ்வொரு தனுக்கும் பேச்சு, கைகள், கால்கள் ஆகியவை மாத திரமே சொந்தம் என்பதை நான் காண்கிறேன் ...... ஆனால் அவனோ ஆடு மாடுகள், பெண்கள், நிலம்,

இன்னும் எத்தனையோ பொருள்கள் முதலியவற்றைச் சொந்தமாகக் கொள்கிறான்....’

“மனிதன் எடுத்துக்கொள்ளும் ஒவ்வொன்றுக்கும் அவன் தன்னைத்தானே, அறிவினாலும் பலத்தினாலும், சில வேளைகளில் உயிராலுமே கூட விலை செலுத்துகிறான் என்று இதற்குச் சமாதானம் கூறினார்கள் பெரியவர்கள். தான் தன்னை முழுமையாக வைத்துக்கொள்ள விரும்புவதாக அவன் பதில் சொன்னான்.

“வெகுநேரம் அவனோடு வார்த்தையாடினார்கள். உலகிலே தான் தான் முதல் என்று அவன் எண்ணுவதையும், தன்னைத் தவிர வேறு எதையும் பொருட்படுத்தவில்லை என்பதையும் கடைசியில் கண்டு கொண்டார்கள். அவன் எத்தகைய தனிமைக்குத் தன்னை ஆளாக்கிக் கொண்டிருக்கிறான் என்பதை அறிந்து அவர்கள் எல்லோருக்கும் பயங்கரமாக இருந்தது. அவனுக்கு இனத்தாரோ, தாயோ, ஆடு மாடுகளோ, மனைவியோ இல்லை. இவற்றில் எதுவும் வேண்டுமென்று அவன் விரும்பவுமில்லை.

“இதைப் புரிந்து கொண்டதும் அவனுக்கு என்ன தண்டனை விதிக்கலாம் என்று அவர்கள் மறுபடி யோசனை செய்யலானார்கள். ஆனால் இம்முறை அவர்கள் வெகுநேரம் விவாதிக்கவில்லை. அது வரை மௌனமாயிருந்த மூதறிஞன் இப்போது பேசினான்.

“ ‘பொறுங்கள்! தக்க தண்டனை இருக்கிறது. ஆயிரம் ஆண்டுகள் யோசித்தாலும் இம்மாதிரித் தண்டனையை நீங்கள் நினைத்துப் பார்த்திருக்க முடியாது! இவனுக்கு உரிய தண்டனை இவனிடமே இருக்கிறது! விட்டு விடுங்கள் இவனை. சுதந்திரமாக நடமாடட்டும். ‘அதுதான் இவனுக்குத் தண்டனை!’ என்றான்.

“அப்போது ஓர் அற்புதம் நிகழ்ந்தது. வானில் மேகம் இல்லாவிடினும் இடி அதிர்ச்சி உண்டாயிற்று. தெய்விகச் சக்திகள் மூதறிஞனின் சொற்களை இவ்வாறு ஆமோதித்தன. எல்லோரும் வணங்கிவிட்டுக் கலைந்து சென்றார்கள். விலக்கப்பட்டவன் என்று பொருள்படும் லாரா என்னும் பெயர் சூட்டப்பட்டு விட்டுவிடப்பட்ட வாலிபனோ, தன்னை விட்டுச் செல்பவர்களை நோக்கி உரக்க நகைத்தான். தன்னந்தனியனாய், தனது தகப்பனைப் போலவே கட்டற்றவனாய் இருந்து கொண்டு நகைத்தான். ஆனால் அவன் தந்தை மனிதனல்ல... இவனோ மானிடன். ஆயினும் பறவை போலச் சுயேச்சையாக வாழலானான். இனத்தாரின் குடியிருப்புக்குள் வந்து ஆடு மாடுகளையும் பெண்களையும் விரும்பியவை எல்லாவற்றையும் அபகரித்துச் சென்றான். ஜனங்கள் அவன் மேல் அம்புகளை எய்தனர். ஆனால், பெருந்தண்டனை என்ற புலப்படாக் கவசத்தினால் காக்கப்பட்டிருந்த அவனது உடலைக் கணைகளால் துளைக்க முடிய வில்லை. தண்டனைப்படி அவனால் சாகமுடியாது. அவன் லாகவமுள்ளவன், கொள்ளை வெறி கொண்டவன், பலசாலி, கொடியவன். மனிதர்களை அவன் நேருக்கு நேர் சந்திப்பது கிடையாது. தூரத்திலிருந்து தான் மக்கள் அவனைக் கண்டார்கள். இப்படியாக அவன் நெடுங்காலம், எத்தனையோ பத்தாண்டுகள் இனத்தாரின் குடியிருப்புக்களைச் சுற்றித் திரிந்து கொண்டிருந்தான். ஒரு நாள் அவன் மக்களுக்கு வெகு அருகே நெருங்கினான் ஜனங்கள் அவன் மீது பாய்ந்தார்கள். அவனோ இடததை விட்டு நகரவுமில்லை, தன்னைத் தற்காத்துக் கொள்வதற்கான அறிகுறி எதையும் காட்டவுமில்லை. போது ஒரு மனிதன் விஷயத்தை ஊகித்துக் கொண்டான்.

“ ‘இவனைத் தொடாதீர்கள். இவன் சாகப் பார்க்கிறான்!’ என்று உரக்கக் கத்தினான்.

“ஆகவே எல்லோரும் நின்று விட்டார்கள். தங்களுக்குத் தீமை செய்தவனின் விதியை எளிதாக்க, அவனைக் கொல்ல, அவர்கள் விரும்பவில்லை. நின்று, அவனை எள்ளி நகையாடினார்கள். அவன் இந்தக் கேலிப் பேச்சைக் கேட்டுக்கொண்டு, நடு நடுங்கியவாறு நின்று, தனது மார்பைக் கைகளால் இறுகப் பற்றி அங்கே எதையோ தேடினான். திடீரென்று அவன் ஒரு கல்லை எடுத்துக் கொண்டு ஜனங்கள் மேல் பாய்ந்தான். அவர்களோ, அவனிடம் அடிபடாமல் தப்பித்துக் கொண்டார்களே தவிர, அவனைத் தாக்கவே இல்லை. முடிவில் அவன் களைத்துப்போய், புகலற்ற தீனக் கூச்சலுடன் தரையில் விழுந்தான். அப்போது அவர்கள் விலகி நின்று அவனைப் பார்த்தார்கள். அவன் எழுந்தான், போராட்டத்தின் போது எவனோ தவறவிட்டிருந்த கத்தியை எடுத்தான், அதைத் தன் மார்பில் பாய்ச்சிக் கொண்டான். ஆனால் கத்தியின் அலகு கல்லில் தாக்குண்டது போல முறிந்துவிட்டது. அவன் மறுபடி விழுந்து நீண்ட நேரம் தலையைத் தரையில் மோதிக் கொண்டிருந்தான். ஆனால் தரை அவனது மோதலுக்கு விலகிக் கொடுத்தது. அதில் பிளவுகள் உண்டாயின.

“ ‘இவனால் சாக முடியாது!’ என்று மகிழ்ச்சி பொங்கக் கூறினார்கள் ஜனங்கள்.

“அவர்கள் அவனை விட்டுவிட்டு அப்பால் போய் விட்டார்கள். அண்ணாந்து பார்த்தவாறு விழுந்து கிடந்த அவன், வானில் வெகு உயரே கரும்புள்ளிகள் போலப் பறந்து கொண்டிருந்த விறல் மிக்க கழுகுகளைக் கண்டான். உலக மக்கள் எல்லோருக்கும் நஞ்சூட்டப் போதுமானது போல அவ்வளவு கொடுந்துயர் அவன் கண்களில் காணப்பட்டது. அப்போது முதல் அவன் தனியனாய், கட்டற்றவனாய், இறப்பை எதிர் பார்த்துக் கொண்டிருக் கிறான். சுற்றி அலைந்த வண்ணமாயிருக்கிறான். எங்கும் திரிந்து கொண்டிருக்கிறான்..... பார்த்தாயா! இப்போதே அவன் வெறும் நிழல் ஆகிவிட்டான். என்றென்றும் இப்படியே இருந்து வருவான். மனிதர்களுடைய பாஷையோ அவர்களது செயல்களோ, எதுவுமே அவனுக்குப் புரிவதில்லை. எப்போதும் எதையோ தேடி அலைகிறான், திரிகிறான்..... அவனுக்கு வாழ்வு இல்லை. சாவும் அவனுக்கு அருள் புரியமாட்டேன் என்கிறது. மக்களுக்கிடையே அவனுக்கு இடமில்லை .... செருக்குக்கு மனிதன் அடைந்த தண்டனை இப்படிப்பட்டது!”

கிழவி பெருமூச்செறிந்து பேச்சை நிறுத்தினாள். அவளது தலை மார்பில் படிந்து, சில தடவை விசித்திரமாக ஆடியது.

நான் அவளை நோக்கினேன். அவளுக்கு உறக்கம் வந்துவிட்டது என்று எனக்குப் பட்டது. எதனாலோ அவள் மேல் எனக்கு விந்தையான இரக்கம் உண்டாயிற்று. கதை முடிவில் அவள் பெருமிதம் வாய்ந்த, அச்சுறுத்தும் தோரணையைக் கடைப்பிடித்தாளாயினும் அவளுடைய குரலில் பயபக்தியுள்ள அடிமைத்தனம் தொனித்தது.

கடற்கரையில் இருந்தவர்கள் பாடினார்கள், விசித்திரமாகப் பாடினார்கள். முதலில் பெண்ணின் தணிந்த மென்குரல் ஒலித்தது. அது இரண்டு மூன்று ஸ்வரங்களைப் பாடியதும் இன்னொரு குரல் ஆரம்பத்திலருந்து பாட்டை மறுபடி பாடியது. அதே சமயம் முதல் குரல தொடாந்து இசைத்தது..... அப்புறம் மூன்றாவது, நான்காவது, ஐந்தாவது குரல்கள் ஒன்றன் பின் ஒன்றாகத் தொடக்கத்திலிருந்து அதே பாட்டை ஆரம்பித்தன. திடீரெனப் பல ஆண் குரல்கள் அந்தப் பாட்டையே முதலிலிருந்து சேர்ந்து பாடின.

ஒவ்வொரு பெண் குரலும் முற்றிலும் தனித்தனியே ஒலித்தது. அவை எல்லாம் பலநிற மலையோடைகள் போலப் புலப்பட்டன. அவை எங்கோ உயரத்திலிருக் சரிவு வழியே தத்திப் பாய்ந்து, அவற்றை நோக்கி மேலே மேலே நீந்திவந்த ஆழ்ந்த ஆண் குரல்களின் அலையுடன் கலகல வொலியுடன் கலந்து ஒன்றாகி, அதிலிருந்து வேறாகப் பிரிந்து, அதை அமிழ்த்தி எழுந்து, பின்பு ஒன்றன் பின் ஒன்றாக, தூய, வலிய தொனியுடன் மேல் ஸ்தாயிக்கு ஆரோகணித்தன.

குரல்களின் காரணமாக, அலையோசை காதில் படவில்லை ......

2

இஸெர்கீல் தலையை நிமிர்த்தி, பற்களற்ற ஈறுகள் தெரியும்படிப் புன்னகை செய்து, “இந்த மாதிரிப் பாடுவதை வேறு எங்காவது கேட்டிருக்கிறாயா?” என்று வினவினாள்.

“இல்லை. ஒருபோதுமே கேட்டது கிடையாது...”

“நீ கேட்கப் போவதுமில்லை. பாடுவதில் எங்களுக்கு ஒரே மோகம். அழகர்கள் தான் நன்றாகப் பாட முடியும், வாழ்வில் பற்று உள்ள அழகர்கள். நாங்கள் வாழ்வில் பற்று உள்ளவர்கள். நீயே பாரேன். அங்கே பாடுகிறவர்கள் நாள் முழுதும் வேலை செய்து களைத்துப் போகவில்லையா? பொழுது புலர்ந்தது முதல் சாயும் வரை உழைத்தார்கள். ஆனபோதிலும் சந்திரன் உதித்ததுமே பாடத் தொடங்கி விட்டார்கள்! வாழத் தெரியாதவர்கள் படுத்து உறங்கியிருப்பார்கள். வாழ்வில் இன்பம் காண்பவர்களோ, பாடுகிறார்கள்.”

“ஆனால் உடல் நலம்...” என்று நான் ஆரம்பித்தேன்.

“வாழ்வதற்கு வேண்டிய ஆரோக்கியம் எப்போதுந் தான் இருக்கும். உடல் நலமாம்! உன்னிடம் பணம் இருந்தால் செலவழிக்க மாட்டாயா என்ன? உடல் நலமும் தங்கம் தானே? நான் இளவட்டமாக இருந்த போது என்ன செய்தேன் தெரியுமா? உதயம் முதல் அஸ்தமனம் வரை, நடுவில் அநேகமாக எழுந்திருக்காமல் கம்பளம் நெய்து கொண்டிருப்பேன். சூரிய கிரணம் போல உயிர்த்துடிப்புடன் இருந்த நான், நாள்பூராவும் கல் மாதிரி அசையாமல் உட்கார்ந்திருக்க வேண்டியதாயிற்று. எலும்பெல்லாம் நோவெடுக்கும் வரையில் உட்கார்ந்திருப்பேன். ஆனாலும் இரவு ஆனதுமே எனது காதலனிடம் பாய்ந்து போவேன், கொஞ்சிக் குலாவுவதற்காக. காதல் நீடித்த வரையில், அதாவது மூன்று மாதங்கள், நான் இப்படியே செய்து வந்தேன். இந்தக் காலத்தில் எல்லா இரவுகளையும் அவனுடனேயே கழித்தேன். எவ்வளவு காலம் வரை வாழ்ந்திருக்கிறேன் பார்––இத்தனைக்கும் இரத்தம் போதுமானதாய் இருந்திருக்கிறதே! அதிலும் நான் எவ்வளவு காதலித்தேன்! எத்தனை முத்தங்கள் வாங்கிக் கொண்டேன், கொடுத் தேன்!...”

நான் அவளுடைய முகத்தைக் கூர்ந்து நோக்கினேன். அவளது கரு விழிகள் மங்கலாகவே இருந்தன. நனவுகள் அவற்றைப் பளிச்சிடப் புரியவில்லை. அவளுடைய வறண்டு வெடித்த உதடுகள், நரை ரோமங்கள் வளர்ந்திருந்த கூர் மோவாய், ஆந்தை அலகு போல் வளந்து சுருக்கம் விழுந்த மூக்கு ஆகியவற்றின் மது ஔவசியது. கன்னங்களுக்குப் பதிலாகக் கருண்ட குழிகள் தாம் இருந்தன. அவற்றில் ஒன்றில் சாம்பநிற மயிர்க் குச்சம், அவள் தலையைச் சுற்றிக் கட்டியிருந்த சிவப்புக் கந்தல் துணிக்கு வெளியே துருத்திக் கொண்டிருந்தது. அவளது முகம், கழுத்து,

கைகள், எல்லாவற்றிலும் தோல் மீது வலைவலையாகச் சுருக்கம் விழுந்திருந்தது. கிழவி இஸெர்கீலின் ஒவ்வோர் அங்க அசைவின் போதும், அந்த வறண்ட தோல் எல்லாம் வெடித்து அடல் அடலாகப் பெயர்ந்து விழுந்துவிடும் என்றும், மங்கிய கருவிழிகள் கொண்ட வெற்று எலும்புக்கூடு மட்டுமே என் எதிரே மிஞ்சியிருக்கும் என்றும் நான் எதிர்பார்த்தேன்.

அவள் தனது கரகரத்த குரலில் மீண்டும் பேசத் தொடங்கினாள்:

“பால்மீ என்னும் இடத்துக்கு அருகே, பிர்லாத் ஆற்றின் கரையில் நான் என் தாயாரோடு வசித்து வந்தேன். எங்கள் பண்ணைக்கு அவன் வந்த போது எனக்குப் பதினைந்து வயது. உயரமும் லாகவமும், கரு மீசையும் குதூகலமுமாக இருந்தான் அவன். படகிலே உட்கார்ந்த படியே, ‘ஏய்! உங்களிடம் சாராயமும்... தின்பதற்கு ஏதாவதும் இருக்கின்றனவா?’ என்று கணீரென்ற குரலில் அவன் கேட்டது ஜன்னல் வழியாக எங்கள் காதில் விழுந்தது. நான் ஜன்னலுக்கு வெளியே, ஆஷ்மரக் கிளைகளின் ஊடாகப் பார்வையைச் செலுத்தினேன். நிலவு ஒளியில் ஆறு ஒரே நீலமாகப் பளிச்சிட்டது. அவன், வெள்ளைச் சட்டையும் முனைகள் இருபுறமும் தொங்கும்படி இடுப்பைச் சுற்றிக் கட்டிய அகன்ற கச்சையுமாக, படகில் ஒரு காலும் கரையில் ஒரு காலும் ஊன்றி நின்றவாறு, ஒய்யாரமாக அசைந்தாடிய படியே ஏதோ பாடிக் கொண்டிருந்தான். என்னைக் கண்டதும், ‘ஆகா, எப்பேர்ப்பட்ட அழகி இங்கே இருக்கிறாள்!.. எனக்கு இது தெரியாமல் போயிற்றே!’ —என்றான் என்னைத் தவிர மற்ற எல்லா அழகிகளையும் அறிந்தவன் போல! நான் அவனுக்குச் சாராயமும் வெந்த பன்றி இறைச்சியும் கொடுத்தேன்..... நான்கு நாட்களுக்கெல்லாம் என்னையே முழுவதும் அவனுக்குக் கொடுத்து விட்டேன்..... நாங்கள் இருவரும் இரவெல்லாம் படகில் சுற்றுவோம். அவன் வந்து மார்மோட்போல மெதுவாகச் சீழ்க்கை அடிப்பான். நான் மீன் போலத் துள்ளி ஜன்னல் வழியாக வெளியே குதிப்பேன். அப்புறம் இரு வரும் படகில் புறப்பட்டு விடுவோம்..... அவன் ப்ரூத் என்ற ஆற்றுப் பகுதியைச் சேர்ந்த செம்படவன். பின்னால் என் தாயார் எல்லா விஷயத்தையும் தெரிந்து கொண்டு என்னை அடித்தபோது, தன்னுடன் தப்ரூஜாவுக்கும் அதற்கும் அப்பால் டான்யூப் ஆற்றின் கிளை நதிக்கும் வந்துவிடும்படி என்னை இணங்கச் செய்ய முயன்றான். ஆனால் அதற்குள் எனக்கு அவன் மேல் இருந்த ஆசை போய்விட்டது——எப்போது

பார்த்தாலும் பாடுவதும் முத்தமிடுவதுந்தவிர மேற்கொண்டு ஒன்றுமே செய்யவில்லை அவன்! எனக்கு இது சலித்துப் போயிற்று. அந்தக் சமயத்தில் குத்ஸூலியர்கள் அந்த வட்டாரங்களில் கூட்டமாக வருவதுண்டு. அங்கே அவர்களுக்குக் காதலிகள் இருந்தார்கள் ... இந்தப் பெண்கள் பாடு ஒரே கொண்டாட்டந்தான். ஒரு காதலி காத்திருப்பாள், தனது கார்ப்பேத்தியக் காதலன் வரவை எதிர் நோக்கி அவன் சிறையிலிருக்கிறானோ அல்லது உந்தனும் அடிதடியில் எங்காவது கொல்லப்பட்டு விட்டானோ என்று தெரியாமல். திடீரென்று அவன் தனியாகவோ, இரண்டு மூன்று நண்பர்களுடனோ ஆகாயத்திலிருந்து குதித்தவன் போல வந்து சேருவான். காதலிக்கு விலைமிக்க பரிசுகள் கொண்டு வருவான் – அனுக்குத்தான் எல்லாம் அனாயாசமாகக் கிடைத்தனவே! அவளுடைய வீட்டில் விருந்தாடுவான், நண்பர்கள் முன்னிலையில் அவளைப் புகழ்வான். இதனால் அவளுக்கு இன்பமாயிருக்கும். என்னுடைய தோழி ஒருத்திக்கு குத்ஸூலியக் காதலன் இருந்தான். குத்ஸூலியர்களை எனக்குக் காட்டும்படி நான் அவளைக் கேட்டுக்கொண்டேன்..... அவள் பெயர் என்னவா? எனக்கு மறந்து போய்விட்டது..... எல்லாமே மறக்க ஆரம்பித்து விட்டன இப்போது. இதெல்லாம் நடந்து வெகுகாலம் ஆகிவிட்டது அல்லவா, அத்தனையும் மறந்து போவது சகஜந்தானே! இந்தப் பெண் என்னை ஒரு வாலிபனுக்கு அறிமுகப்படுத்தினாள். அழகன் ..... செம்பட்டையன், மீசை, சுருட்டை முடி, எல்லாமே செம்பட்டை! நெருப்பு எரிவது போன்ற தலை. எப்போதும் ஒரே ஏக்கமாய் இருப்பான். சில வேளைகளில் கொஞ்சிக் குலாவுவான், மற்ற வேளைகளிலோ, காட்டு விலங்கு போலக் கர்ஜிப்பான், சண்டை யிடுவான். ஒரு தரம் அவன் என் முகத்தில் அறைந்தான்... நான் பூனை போல அவன் மேல் பாய்ந்து அவன் கன்னத்தை வெடுக்கென்று கடித்துவிட்டேன்... அதன் பிறகு அவன் கன்னத்தில் குழிவு ஏற்பட்டு விட்டது... அதில் நான் முத்தமிடும் போது அவனுக்கு உவப்பாய் இருக்கும்.....”

“செம்படவன் என்னவானான்?” என்று கேட்டேன்.

“செம்படவனா? அவன் வந்து..... குத்ஸூலியர்களின் கூட்டத்தில் சேர்ந்து கொண்டான். ஆரம்பத்தில் என்னைத் தன்னுடன் வரும்படிக் கெஞ்சினான், வராவிட்டால் ஆற்றில் தள்ளிவிடுவதாகப் பயமுறுத்தினான்.

ஆனால் கொஞ்ச காலத்துக்கு அப்புறம் அப்படிச் சொல்வதை விட்டுவிட்டான். கூட்டத்தோடு சேர்ந்து, வேறொரு பெண்ணைப் பிடித்துக் கொண்டான்... இரண்டு பேரையுமே ஒரே சமயத்தில் தூக்கிலிட்டு விட்டார்கள்–– செம்படவனையும் குத்ஸூலியனையும். அவர்களைத் தூக்குப் போடுவதைப் பார்ப்பதற்காக நான் போனேன். இது நடந்தது தப்ரூஜாவில். செம்படவன் ஒரேயடியாக வெளிறிப்போய், அழுது கொண்டே தூக்கு மேடைக்குப் போனான். குத்ஸூலியனோ, சுங்கான் புகைத்துக் கொண்டிருந்தான். சுங்கான் புகைத்துக் கொண்டு, கைகளைப் பைக்குள் நுழைத்தபடி நடந்தான். அவனுடைய ஒரு பக்க மீசை தோள்மேல் கிடந்தது, மற்றப் பக்க மீசை மார்புக்கு மேல் தொங்கிற்று. என்னைப் பார்த்ததும் அவன் சுங்கானை வாயிலிருந்து எடுத்து, 'விடை கொடு!' என்று கூவினான்.... ஒரு வருஷம் பூராவும் நான் அவனுக் காகத் துக்கம் காத்தேன். ஹ்ம்!.. அவர்கள் கர்ப்பாத்தியாவில் தங்கள் ஊர்களுக்குத் திரும்ப நினைத்த சமயத்தில் இது நிகழ்ந்தது. ஒரு ருமேனியனின் வீட்டில் அவர்களுக்குப் பிரிவு உபசார விருந்து நடந்தது. அங்கே அவர்கள் பிடிபட்டார்கள். இரண்டு பேர் மாத்திரமே கைது செய்யப்பட்டார்கள். சிலர் கொல்லப்பட்டார்கள், மற்றவர்கள் ஓடிவிட்டார்கள்..... அப்புறம் ருமேனியனுக்குச் சரியான பாடம் கற்பித்தார்கள்..... அவனுடைய வீட்டையும் மாவுமில்லையும் தானிய வயல்களையும் களஞ்சியத்தையும் சுட்டுப் பொசுக்கி விட்டார்கள். அதன் பிறகு அவன் ஓட்டாண்டி ஆகிவிட்டான்."

"இதைச் செய்தது யார், நீயா?" என்று கேட்டு வைத்தேன்.

"குத்ஸூலியர்களுக்கு எத்தனையோ நண்பர்கள் இருந்தார்கள். நான் மட்டுமே அல்ல.... அவர்களுக்கு எல்லாரையும்விட நல்ல நண்பராக இருந்தவர் இறந்தவர்களின் ஆன்ம சாந்திக்காகப் பிரார்த்தனை செய்தார்..."

கடற்கரையில் பாடுவது இப்போது நின்றுவிட்டது. கிழவியின் குரலுடன் சேர்ந்து ஒலித்தது கடல் அலைகளின் ஓசை மட்டுமே. சிந்தனை நிறைந்த, ஓய்வற்ற அவ்வோசை, ஓய்வற்ற வாழ்வு பற்றிய இக்கதைக்கு அருமையான பக்கவாத்தியமாக அமைந்தது. இரவின் மென்மை வரவர அதிகரித்தது. நிலவின் நீல ஒளி மேலும் மேலும் மிகுந்துகொண்டு போயிற்று.

கண்ணுக்குப் புலப்படாத இரவு வாழ் உயிர்களின் சாட்டம் நிறைந்த வாழ்வின் சந்தடி கொஞ்சங் கொஞ்சமாகத் தணிந்து அடங்கியது. காற்றின் வேகம் அதிகரித்து விட்டபடியால் மேலும் மேலும் வங்கி எழுந்த அலையோசை இந்த அரவங்களை அமுக்கி விட்டது.

“ஒரு துருக்கியனையும் நான் காதலித்தேன். ஸ்குடாரி என்னும் இடத்தில் அவனுடைய அந்தப் புரத்தில் இருந்தேன். ஒரு வாரம் பூராவும் அங்கே வசித்தேன். மோசமில்லை... ஆனால் எனக்கு அலுப்பு தட்டி விட்டது... ஒரே பெண்கள், பெண்கள் தான் ..... எட்டு பேர் இருந்தார்கள் அவனுடைய அந்தப்புரத்திலே.... தின்பதும் தூங்குவதும் மட்டி வம்பு அளப்பதுந்தான் நாள் முழுவதும் அவர்கள் செய்த வேலை... இல்லாவிட்டால் சச்சரவிடுவதும் பெட்டைக் கோழிகள் போலக் கொக்கரிப்பதும்..... அந்தத் துருக்கியனுக்கு வாலிபம் கடந்து விட்டது. அவன் தலைமயிர் அநேகமாக நரைத்திருந்தது. பிரமாத மிடுக்குள்ளவன், பணக்காரன். அதிகார தோரணையுடன் பேசுவான்.... அவன் கண்கள் கருமையானவை... நேராகப் பார்க்கும்.... இதயத்துக்கு உள்ளே ஊடுருவி நோக்கும். தொழுகை படிப்பதில் அவனுக்கு ரொம்பப் பிரியம். நான் அவனைச் சந்தித்தது புகாரெஸ்டில்..... சந்தையில் ஏதோ பேரரசன் போல நடந்தான். அபாரப் பெருமிதம் ததும்ப, கன கம்பீரமாகப் பார்த்தான். நான் அவனை நோக்கிப் புன்னகை செய்தேன். அன்று மாலையே என்னை நடுத்தெருவில் பிடித்து அவனிடம் கொண்டு போனார்கள் அவன் ஆட்கள். அவன் சந்தனமும் பேரீச்சையும் வியாபாரம் செய்யும் வர்த்தகன், ஏதோ வாங்குவதற்காக புகாரெஸ்டுக்கு வந்திருந் தான். ‘என்னோடு வருகிறாயா?’ என்று கேட்டான். ‘தாராளமாக வருகிறேன்!’ ‘நல்லது!’ ஆக நான் அவனோடு போனேன். பெரிய சீமான், இந்தத் துருக்கியன். அவனுக்கு ஒரு மகன் இருந்தான். கரு முடியும் ஒரே லாகவமான மேனியும் கொண்ட சிறுவன்.... பதினாறு வயதிருக்கும். அவனோடுதான் நான் துருக்கியனிடமிருந்து ஓடினேன்...... பல்கேரியாவுக்கு, லோம்பலான்கா என்னும் இடத்துக்கு ஓடினேன். அங்கே ஒரு பல்கேரியப் பெண் தனது மணமகன் விஷயமாகவோ, கணவன் விஷயமாகவோ என் மார்பில் கத்தியால் குத்திவிட்டாள்.

“கன்னிமடம் ஒன்றில் ரொம்ப காலம் நோயாய்க்கிடந்தேன். போலந்துப் பெண் ஒருத்தி எனக்குச் சைத்தியோபசாரம் செய்தாள் ......

அவளுடைய சகோதரன் அவளைப் பார்க்க வருவான். ஆர்ஸெர்- பலான்காவுக்குப் பக்கத்திலிருந்த கிறிஸ்தவ மடம் ஒன்றில் பாதிரி அவன் ...... என் முன்னே புழு நெளிவது போல நெளிவான் ...... உடம்பு நேரானதும் நான் அவனோடு போய் விட்டேன், அவன் தேசமான போலந்துக்கு."

"இரு, இரு! துருக்கியப் பையன் என்ன ஆனான்?"

"பையனா? இறந்துபோனான். வீட்டு நினைவில் ஏக்கங்கொண்டோ, காதல் காரணமாகவோ, தெரியாது...... புதிதாக நட்ட செடி கடும் வெயிலில் கருகிப் போகுமே, அந்த மாதிரி வாடிப்போனான் ..... சருகாகக் காய்ந்து போயவிட்டான்..... பனிக்கட்டி போல ஒரேயடியாக வெளிறி, நீலம் பாரித்த உடலுடன் அவன் படுத்திருக்கும் கோலம் இப்போதும் என் நினைவில் இருக்கிறது. அந்த வேளையிலுங்கூடக் காதல் அவன் உள்ளத்தில் தழல் வீசிக் கொண்டிருந்தது... குனிந்து தன்னை முத்தமிடும் படி ஓயாமல் கெஞ்சிய வண்ணமாயிருந்தான். நான் அவனைக் காதலித்தேன், ஏராளமாக முத்தங்களைச் சொரிந்தேன், நினைவிருக்கிறது...... அப்புறம் அவன் நிலைமை இன்னும் மோசமாகிவிட்டது. அவன் அநேகமாக அசையவே இல்லை. படுக்கையில் கிடந்தபடியே, என்னையும் அருகில் படுத்துத் தனக்குக் கதகதப்பு உண்டாக்கும்படி பரிதாபகரமாகக் கெஞ்சினான், பிச்சைக்காரன் யாசகம் கேட்பது போல. நான் அவன் பக்கத்தில் படுத்துக்கொண்டேன். படுத்தேனோ இல்லையோ, அவன் உடம்பு நெருப்பாய்க் கொதிக்க ஆரம்பித்து விட்டது. ஒரு தடவை நான் கண் விழித்தவள், அவன் குளிர்ந்து போயிருப்பதைக் கண்டேன்...... சவமாகி விட்டான் அவன்.... அவனுக்காகப் புலம்பி அழுதேன். யார் சொல்ல முடியும்? அவனைக் கொன்றது ஒருவேளை நானே தானோ என்னவோ. அப்போதே நான் வயதில் அவனுக்கு இரு மடங்கு மூத்தவள். எனக்கு வலிவும் ரொம்ப அதிகம், ஜீவ ஓட்டமும் மிகுதி... அவனோ? பச்சைப் பிள்ளை!"

அவள் பெருமூச்செறிந்தாள். அதோடு மூன்று தடவை சிலுவைக் குறி இட்டுக்கொண்டு (அவள் இவ் வாறு செய்ததை நான் அப்போது தான் முதல் தடவையாகக் கண்டேன்) வறண்ட உதடுகளால் ஏதோ முணு முணுத்தாள்.

"அப்படியானால் நீ போலந்துக்குப் போனாயாக்கும்..." என்று கதையை விட்ட இடத்திலிருந்து எடுத்துக் கொடுத்தேன்.

“ஆமாம்..... அந்தச் சிறுகூடான போலந்துக்காரனோடு. அவன் கேவலமானவன், இழி பிறவி. பெண் உறவு வேண்டியிருக்கும் போது பூனை மாதிரி ஒரே கொஞ்சலும் குழைவுமாக என்னிடம் வந்து தேன் சொட்டச் சொட்டப் பேசுவான். நான் அவனுக்குத் தேவைப்படாத போதோ, சவுக்கடி போலச் சொற்களால் விளாறுவான். ஒரு முறை நாங்கள் ஆற்றோரமாக நடந்து கொண்டிருக்கையில் அவன் என்னைப் புண்படுத்தும்படி அகந்தையுடன் பேசினான். அவ்வளவு தான்!.. எனக்கு மண்டிக் கொண்டு வந்துவிட்டது ஆத்திரம் கொதிப்பு ஏறிய கீலெண்ணெய் போலப் பொங்கி எழுந்தேன்! குழந்தையைத் தூக்குவது மாதிரி (அவன் சின்ன ஆள் தானே) அவனைக் கைகளால் பிடித்துத் தூக்கி, அவன் விலாக்களை இறுக்கினேன் பாரு, அவன் முகமெல்லாம் நீலம் பாரித்துவிட்டது. அவனை ஒரு சுழற்று சுழற்றி ஆற்றுக்குள் கடாசிவிட்டேன். அவன் வீறிட்டான். அவன் அலறுவது வேடிக்கையாயிருந்தது. கரை மேலிருந்த படியே அவனைக் குனிந்து பார்த்தேன். அவன் நீரில் தத்தளித்துக் கொண்டிருந்தான். நான் போய் விட்டேன். அப்புறம் அவனை நான் பார்க்கவே இல்லை. இந்த விஷயத்தில் நான் அதிர்ஷ்டசாலி. ஒரு தரம் காதலித்தவனைப் பிற்பாடு நான் சந்தித்ததே கிடையாது. இத்தகைய சந்திப்புகள் நல்லவையே அல்ல—செத்தவர்களைக் காண்பது போலத் தான்.”

கிழவி பேசுவதை நிறுத்திவிட்டுப் பெருமூச்செறிந்தாள். அவள் சொற்கள் மூலம் உயிரூட்டிய மனிதர்களை நான் கற்பனை செய்து பார்த்தேன். எரிநெருப்புப் போன்ற செம்முடியும் மீசையுமாக அமைதியுடன் சுங் கான் புகைத்தவாறு தூக்கு மேடைக்குச் சென்ற குத்ஸூலியன். ஒருவேளை அவனுக்கு வறண்ட நீல விழிகள் போலும். எல்லாவற்றையும் அவை கூர்ந்தும் உறுததும் நோக்கியிருக்கும். அவன் பக்கத்திலே ப்ரூத் பகுதி வாசியான கருமீசைச் செம்படவன், சாக விருப்பம் இன்றி அழுது கொண்டிருக்கிறான். அணுகிவரும் சாவின் ஏக்கம் படிந்து அவன் முகம் வெளிறியிருக்கிறது. குதூகலம் ததும்பும் விழிகள் ஒளியிழந்துவிட்டன. கண்ணீரால் நனைந்த அவனது மீசை, விகாரமாகக் கோணும் வாயின் இரு ஓரங்களிலும் சோகம் தோன்றத் தொங்குகிறது. அதோ வயது முதிர்ந்த, மிடுக்கு நிறைந்த துருக்கியன். அவன் விதியில் நம்பிக்கை உள்ளவனாகவும் யதேச்சாதிகாரியாகவும் இருப்பான். அவன் அருகே அவன் மகன், கிழக்குப்

பிரதேசத்தைச் சேர்ந்த வெளிறிய. மென்மையான மலர், முத்தங்களினால் நஞ்சேறி வாடியது. அப்புறம் அகந்தை பிடித்த போலந்துக் காரன், சரசமும் கொடூரமும், செஞ்சொற் பேச்சும் கடுமொழியும் ஒருங்கே வாய்ந்தவன்..... இவர்கள் எல்லோருமே இப்போது மங்கிய நிழல்கள் தாம். எவளை அவர்கள் தழுவி முத்தமிட்டார்களோ அவள் என் அருகே உட்கார்ந்திருக்கிறாள்– உயிரோடு, ஆனால் காலத்தினால் வாடிவதங்கி, உடலின்றி, உதிர மின்றி, ஆசைகள் அற்ற உள்ளத்துடன், ஜீவ ஒளி அற்ற விழிகளுடன்– தானும் அநேகமாக நிழல் போன்று.

அவள் தன் கதையைத் தொடர்ந்தாள்:

“போலந்தில் என் பாடு கஷ்டமாயிருந்தது. அங்குள்ளவர்கள் இருதயமற்றவர்கள், பொய்யர்கள். அவர்களுடைய பாம்புச் சீறல் பாஷை எனக்குத் தெரியாது. எப்போதும் சீறல் தான் .... என்னதான் சீறுவார்களோ? ஆண்டவன் அவர்களுக்கு இந்தப் பாம்பு பாஷையைக் கொடுத்தது அவர்கள் பொய்யர்கள் ஆனபடியால் தான். எங்கே போகிறோம் என்பது தெரியாமல் அந்த தேசத்தில் சுற்றி அலைந்தேன். ருஷ்யர்களாகிய உங்களுக்கு எதிராகக் கலகம் செய்ய அவர்கள் ஆயத்தம் செய்து கொண்டிருப்பதைக் கண்டேன். போஹ்னியா நகரம் வரை போனேன். ஒரு யூதன் என்னை விலைக்கு வாங்கிக் கொண்டான்–தனக்காக அல்ல, என் உடலை வைத்துச் சம்பாதிப்பதற்காக. நான் அதற்கு ஒப்பினேன். பிழைப்பதற்கு ஏதாவது செய்ய வேண்டுமே. எனக்கோ எதுவும் செய்யத் தெரியாது. ஆகவே உடலை விற்க ஒருப்பட்டேன். ஆனால் ஒன்று மட்டும் நினைத்துக் கொண்டேன்: பிர்லாத் ஆற்றின் கரையில் உள்ள சொந்தப் பண்ணைக்குத் திரும்புவதற்குத் தேவையான பணம் சேர்ந்ததும் இந்தத் தளைகளை அறுத்துக் கொள்வேன் அவை எவ்வளவு வலிவாயிருந்தாலும் சரியே என்று. இவ்வாறு அங்கே வாழ்ந்து வந்தேன். பணக்காரச் சீமான்கள் என் வீட்டுக்கு வந்து விருந்தாடுவார்கள். இதற்கு அவர்கள் கொள்ளைப் பணம் செலவிட வேண்டியிருந்தது. என் பொருட்டு அவர்கள் ஒருவருக்கொருவர் சச்சரவிட்டு ஒருவரையொருவர் அழித்துக்கொண்டார்கள். ஒருவன் என்னை அடைவதற்கு நெடுநாள் முயன்றான். முடிவில் என்ன செய்தான் தெரியுமோ? ஒரு நாள் அவன் என்னிடம் வந்தான். வேலையாள் ஒரு மூட்டையைச் சுமந்துகொண்டு அவனோடு வந்தான். சீமான் மூட்டையை எடுத்து அவிழ்த்து என் தலைமேல்

கொட்டினான். தங்க நாணயங்கள் என் தலையில் பட்டுச் சிதறின. அவை தரையில் விழுந்த போது ஏற்பட்ட கணீரொலி என் காதுகளுக்கு இதமாயிருந்தது. ஆயினும் நான் அந்தச் சீமானை வெளியே விரட்டிவிட்டேன். ஒரேயடியாகக் கொழுத்து, ஈரித்த முகமும் பெரிய திண்டுத் தலையணை போல ஊதிய சால்வயிறும் கொண்டவன் அவன். திருப்தியாக இரை யெடுத்த பன்றி போலிருந்தான். எனக்குக் கனகாபிஷேகம் செய்வதற்காகத் தனது நிலம் எல்லாவற்றையும், வீடுகளையும், குதிரை களயும் விற்று விட்டதாக அவன் சொன்ன போதிலும் நான் அவனைத் துரத்திவிட்டேன். அந்தச் சமயத்தில் நான் தகுதி வாய்ந்த சீமான் ஒருவன் மீது காதல் கொண்டிருந்தேன். அவன் முகமெல்லாம் வெட்டுக் காது தழும்புகள். கிரேக்கர்களின் தரப்பில் துருக்கியருக்கு எதிராக சண்டை போட்டுவிட்டுச் சமீபத்தில் தான் திரும்பியிருந்தான். துருக்கியரின் வாள்களால் ஏற்பட்டிருந்த காயங்கள் அவன் முகம் முழுவதிலும் குறுக்கும் நெடுக்குமாகத் தழும்பிட்டிருந்தன. அவனல்லவா மனிதன்!... அவனோ போலந்துக்காரன் தானே, கிரேக்கர்கள் எக்கேடு கெட்டால் அவனுக்கு என்ன? ஆனாலும் அவன் கிரேக்கர்களின் பகைவர்களோடு சண்டை போடக் கிளம்பிவிட்டான். சண்டையில் அவன் முகம் வெட்டுப்பட்டுக் கிழிந்து போயிற்று, ஒரு கண் துண்டாகத் தெறித்து விழுந்துவிட்டது, இடது கை விரல்களில் இரண்டு துணிக்கப்பட்டு விட்டன.... அவனோ போலந்துக்காரன் தானே, கிரேக்கர்கள் எக்கேடு கெட்டால் அவனுக்கு என்ன? விஷயம் இதுதான்: துணிகரச் செயல்களில் அவனுக்கு மோகம். துணிகரச் செயல்களில் மோகமுள்ளவனுக்கு அவற்றைப் புரியவும் முடியும், புரிவதற்குச் சந்தர்ப்பமும் எப்போதும் கிடைத்து விடும். வாழ்க்கையில் துணிகரச் செயல்கள் புரிவதற்கு எப்போதும் இடமுண்டு, தெரிகிறதா? அதற்கு வாய்ப்பு பெறாதவர்கள் ஒன்றா சோம்பேறிகள், இல்லாவிட்டால் கோழைகள், அல்லது வாழ்க்கை என்ன என்பதைப் புரிந்து கொள்ளாதவர்கள். ஏனென்றால் ஜனங்கள் மட்டும் வாழ்க்கையைப் புரிந்து கொண்டு விட்டால், தனக்குப் பின் தனது நிழலை அதில் விட்டுச் செல்வதற்கு ஒவ்வொருவனும் விரும்புவான். அப்போது வாழ்க்கை மக்களை இருந்த சுவடு தெரியாதபடி விழுங்கிவிடாது...... ஆகா, விழுப்புண்களால் தழும்பேறிய அந்த மனிதன் அருமையானவன்! ஏதேனும் வீரச் செயல் புரிவதற்காக உலகின் மறு கோடிக்குப் போவதற்குக்கூட அவன்

தயாராயிருந்தான். கிளர்ச்சியின் போது உங்களவர்கள் அவனைக் கொன்றுவிட்டார்கள் என்று நினைக்கிறேன். மகயார்களைத் தாக்குவதற்கு நீங்கள் எதற்குத்தான் போனீர்களோ? சரி, சரி, ஒன்றும் பேசாதே!.."

என்னைப் பேசாதிருக்கும்படி கட்டளையிட்டுவிட்டுக் கிழவி இஸெர்கில் தானும் மௌனமாகச் சிந்தனையில் ஆழ்ந்தாள். சற்று நேரத்தில் மீண்டும் கதையைத் தொடர்ந்தாள்:

"எனக்கு ஒரு மகயாரையும் தெரியும். ஒரு நாள் அவன் என் வீட்டை விட்டுப் போனான் அப்போது பனிக்காலம். அப்புறம் வசந்த காலம் வந்து வெண்பனி உருகத் தொடங்கிய பின்பு தான் துப்பாக்கிக் குண்டு பாய்ந்த தலையுடன் அவன் உடல் வயலில் கண்டெடுக்கப்பட்டது. அப்படியாக்கும் சேதி! காதலினால் சாகிறவர்கள் பிளேகினால் மடிபவர்களை விட எண்ணிக்கையில் குறைவில்லை. தெரிகிறதா? கணக்கிட்டுப் பார்த்தால் எண்ணிக்கை குறைவாகவே இருக்காது...... என்ன சொல்லிக் கொண்டிருந்தேன்?ம்ம், போலந்தைப் பற்றி...... ஆமாம், என்னுடைய கடைசி ஆட்டத்தை அங்கேதான் ஆடினேன். ஒரு கனவானைச் சந்தித்தேன்..... அழகன் என்று சொன்னால் போதாது. கொள்ளை அழகன். நானோ, அப்போதே கிழவியாகிவிட்டேன். ஆமாம், கிழவி! எனக்கு நாற்பது வயது ஆகிவிட்டதோ? அட, ஆகிவிட்டது என்றே வைத்துக் கொள்வோமே... அவனோ ஒரே கர்வம் பிடித்தவன். போதாக் குறைக்குப் பெண்கள் அவனைத் தலைக்கு மேல் தூக்கி வைத்துக் கொண்டு கெடுத்து வேறு வைத்திருந்தார்கள். அவனை வசப்படுத்துவதற்கு நான் அரும்பாடு பட வேண்டி மருந்தது. ஆமாம். அவன் என்னை ஏதோ போகிற போக்கில் தனக்கு இணங்கச் செய்யப் பார்த்தான். நான் இணங்கவில்லை. ஒருபோதுமே நான் எவனுக்கும் அடிமையாய் இருந்தது கிடையாது. யூதன் கணக்கை அதற்கு முன்பே தீர்த்துவிட்டேன். ஏராளமாகப் பணத்தை அள்ளிக் கொடுத்தேன் அவனுக்கு... கிராக்கோவ் நகருக்கு வந்து வசித்துக் கொண்டிருந்தேன். குதிரைகள், பணம், வேலையாட்கள் எல்லாம் எனக்கு உண் அப்போது..... இந்த கருவக்கார ராட்சதன் என்னிடம் வந்து நான் தானாக அவனுக்கு வசமாகி விட வேண்டும் என்று பார்த்தான். இதிலே எங்களுக்குள் மனஸ்தாபம் உண்டாகிவிட்டது ...... இந்தச் சச்சரவால் நான் அழகழிந்து கூடப் போய்விட்டேன்–நினைவிருக்கிறது.

இது ரொம்பக் காலத்துக்கு நீடித்தது.... கடைசியில் நான் தான் ஜெயித்தேன். அவன் முழந்தாள் படியிட்டு என்னைக் கெஞ்சினான் .... ஆனால் என்னை வசப்படுத்திக் கொண்டதுமே கைவிட்டு விட்டான். அப்போதுதான் நான் உணர்ந்துகொண்டேன், கிழவி ஆகிவிட்டேன் என்று ...... ஐயோ, எனக்கு எவ்வளவு கைப்பாய் இருந்தது! வேம்பாய்க் கசந்தது!... நான் அந்தச் சைத்தான் மேல் மையல் கொண்டிருந்தேன்.... அவனோ, என்னைக் கண்ட போதெல்லாம் கிண்டல் செய்தான்... கீழ் மகன்! மற்றவர்களிடமும் என்னைக் கேலி செய்தான். எனக்கும் அது தெரியும். எனக்குக் காட்டமாயிருந்தது, ஆமாம்! ஆனாலும் அவன் பக்கத்திலிருந்தான், நான் இன்னும் அவனைக் காதலித்து வந்தேன். உங்களோடு ருஷ்யர்களோடு சண்டை போடுவதற்கு அவன் போய்விட்டதும் நான் அவனுக்காக ஏங்கிப்போனேன். ஏக்கத்தை மறக்க முயன்று பார்த்தேன், முடியவில்லை... அவனைத் தேடிக் கொண்டு புறப்படத் தீர்மானித்தேன். அவன் வார்ஸாவுக்கு அருகே, காட்டில் இருந்தான்.

“அங்கே போன பிறகு தான் தெரியவந்தது, ருஷ்யர்கள் அவர்களை முறியடித்து விட்டார்கள் என்று..... அவன் சிறை பிடிக்கப்பட்டு, பக்கத்தில் ஏதோகிராமத்தில் வைக்கப்பட்டிருப்பதாகவும் அறிந்து கொண்டேன்..

“ ‘அப்படியானால் நான் அவனை இனி ஒருபோதுமே காணப் போவதில்லையாக்கும்’ என்று நினைத்துக் கொண்டேன். அவனைப் பார்ப்பதற்கோ ஒரேயடியாகத் துடித்தேன். ஆகவே அவனைச் சந்திக்க முயற்சி செய்யலானேன்.... பிச்சைக்காரி வேஷம் போட்டுக் கொண்டு, நொண்டி மாதிரி நடித்தவண்ணம் முகத்தைத் துணியால் மூடி மறைத்தபடி அவனிருந்த கிராமத்துக்குப் போனேன். அங்கே கஸாக்கியர்களும் சிப்பாய்களும் மொய்த்துக் கிடந்தார்கள்.... அங்கே போவது எனக்கு அரும்பாடாய் இருந்தது! போலந்துக்காரர்கள் சிறை வைக்கப்பட்டிருக்கும் இடத்தைத் தெரிந்து கொண்டேன். அந்த இடத்திற்குப் போவது லேசல்ல என்பதைக் கண்டேன். போக வேண்டியதோ எனக்கு அவசியமாயிருந்தது. ஆகவே ஓரிரவில் காய்கறித் தோட்டத் தில் உழவு சாலோடு ஊர்ந்து சென்று அந்த இடத்தை நெருங்கினேன். திடீரென்று ஒரு காவலாள் வழியில் நிற்பதைக் கண்டேன்..... போலந்துக்காரர்கள் பாடுவதும் உரக்கப் பேசுவதும் என் காதில் விழுந்தன. அவர்கள் பாடியது ஏதோ பாட்டு..... கர்த்தரின்

தாயைப் பற்றி..... என் கண்ணாளன் அர்க்காதேக்கின் குரலும் கேட்டது. ஒரு காலத்தில் ஆண்கள் என் முன்னே தரையில் ஊர்ந்தார்கள் என்பது நினைவுக்கு வந்தது. இப் போதோ, ஆண் மகன் ஒருவனுக்காக நான் பாம்பு போல மண்ணில் நெளிகிறேன், ஒரு வேளை சாவை நோக்கியே ஊர்ந்து செல்கிறேனோ என்னவோ, என்று நினைக்கும் போதே எனக்குக் கசப்பாயிருந்தது. காவலாள அரவங்கேட்டு முன்னே சாய்ந்தான். என்ன செய்வது நான்? தரையிலிருந்து எழுந்து அவனை நெருங்கினேன். என்னிடம் கத்தியோ, வேறு ஏதேனுமோ கிடையாது, கைகளுண்டு, நாக்கு உண்டு, அவ்வளவு தான். குத்து கொண்டுவராமல் போனோமே என்று வருந்தினேன். 'பொறு' என்று மெள்ளச் சொன்னேன்... காவல்காரச் சிப்பாயோ துப்பாக்கிச் சனியனை என் தொண்டைக் குழிக்கு நேநே நீட்டினான். 'குத்தாதே, பொறு! உனக்கு நெஞ்சு இருந்தால் நான் சொல்லுவதைக்கேள்! உனக்குக் கொடுப்பதற்கு என்னிடம் ஒன்றுமில்லை. ஆனால் உன்னைக் கெஞ்சிக் கேட்டுக் கொள்ளுகிறேன்...' என்று கிசுகிசுத்தேன். அவன் துப்பாக்கியைத் தரையில் ஊன்றிக்கொண்டு, 'போ அப்பாலே.. பொம்பிளை! ஊம், போ! என்ன வேணும் உனக்கு?' என்று தணிந்த குரலில் சொன்னான். என் மகன் இங்கே சிறை வைக்கப் பட்டிருப்பதாகக் கூறினேன்...... 'புரிகிறதா, ஜவான்? மகன்! உனக்குந்தான் தாயார் இருக்கிறாள், இல்லையா? அப்படியானால் என்னைப் பார் – எனக்கும் உன் போலவே ஒரு மகன், அதோ, அங்கே இருக்கிறான்! அவனை ஒரு தரம் பார்க்க எனக்கு அனுமதிகொடு, ஒருகால் அவன் சீக்கிரம் இறந்து போகலாம்..... இல்லை, நாளையே நீ கொல்லப்படலாம்...... உன் தாயார் உனக்காகக் கண்ணீர் விட மாட்டாளா? அம்மாவைப் பார்க்காமல் சாவது உனக்குக் கஷ்டமாய் இராதா? என் மகனுக்கும் அதே போலக் கஷ்டமாய் இருக்கும். தன் மீதும் அவன் மீதும் தாயான என் மீதும் இரக்கங்காட்டு!...' என்றேன்.

"அட கடவுளே, எவ்வளவு நேரம் அவனைக் கெஞ்சிக் கூத்தாடினேன் தெரியுமா? மழை பெய்து எங்களை நனைத்தது. காற்று சீறியது, முழங்கியது. முன்னும் பின்னுமாகத் தள்ளியது. நான் அந்தக் கல்நெஞ்சுச் சிப்பாய்க்கு முன்னே சாய்ந்தாடியவாறே நின்றேன்...... அவனோ 'முடியாது!' என்று திரும்பத் திரும்பச் சொல்லிக் கொண்டிருந்தான். அவனுடைய வறண்ட

குரலை ஒவ்வொரு தரமும் கேட்கும் போதும் என் அர்க்கா தேக்கைக் காண வேண்டும் என்ற ஆசை என் உள்ளத்தில் முன்னிலும் உக்கிரமாக மூண்டெரிந்தது..... நான் பேசிக்கொண்டே சிப்பாயை ஏற இறங்க நோட்டமிட்டேன். அவன் குட்டையன், ஒடிசல், ஓயாமல் இருமிக் கொண்டிருந்தான். நான் அவன் முன்னே தரையில் விழுந்து, அவன் முழங்கால்களைப் பற்றிக் கொண்டு, என்னை அனுமதிக்கும் படி ஆவேசமாக மன்றாடியபடியே சடக்கெனக் காலை வாரிவிட்டு அவனை விழத் தட்டிவிட்டேன். அவன் சேற்றில் விழுந்தான். நான் 'உடனேயே அவனை மூஞ்சி குப்புறப் புரட்டி, அவன் தலையை நீர்க் குட்டத்துக்குள் புதைய அழுத் தினேன் அவன் கூச்சலிட முடியாதபடி. அவன் சத்தமே போடவில்லை. என்னை முதுகிலிருந்து அப்பால் தள்ளுவதற்கு முடிந்தவரை பாடுபட்டான். நானோ இரண்டு கைகளாலும் அவன் தலையைச் சேற்றுக் குழம்பலுக்குள் மேலும் மேலும் ஆழ அமுக்கினேன். அவனுக்கு மூச்சு முட்டிப் போயிற்று ...... அப்புறம் நான் போலந்துக்காரர்கள் வைக்கப்பட்டிருந்த களஞ்சிய வீட்டுக்கு ஓடினேன். சுவரிலிருந்த பிளவு வழியாக 'அர்க்காதேக்!' என்று கிசுகிசுத்தேன். கூர்ங்காது படைத்தவர்கள் இந்தப் போலந்துக்காரர்கள். என் குரல் செவியில் படவே பாட்டை நிறுத்திவிட்டார்கள்! அவனுடைய கண்கள் என் விழிகளுக்கு நேர் எதிரே தெரிந்தன. 'அங்கிருந்து வெளிவர உன்னால் முடியுமா?' என்று கேட்டேன். 'முடியும், தரை வழியாக!' என்றான். 'அப்படியானால் வெளியே வா!' ஆக நாலு பெயரும் களஞ்சிய வீட்டி லிருந்து ஊர்ந்து வெளிவந்தார்கள். என் அர்க்காதேக்கும் இன்னும் மூவரும். 'காவலாளர்கள் எங்கே?' என்று கேட்டான் அர்க்காதேக். 'அதோ கிடக்கிறான்!...' நாங்கள் சந்தடியில்லாமல் தரையோடு தரையாகக் குனிந்து மெள்ள நடந்தோம். அடை மழை கொட்டியது, காற்று இரைச்சலுடன் வீசிற்று. கிராமத்திலிருந்து வெளியேற ஒரு காட்டுக்குள் புகுந்து வெகு நேரம் மௌனமாக நடந்தோம். இந்த மாதிரி வேகமாக நடந்தோம். அர்க்காதேக் என் கையைப் பிடித்துக் கொண்டான். அவன் கரம் கொதித்தது, நடுங்கிற்று. ஆகா... அவன் பேசாமல் நடந்த வரை, அவனோடு போவது எனக்கு ஒரே இன்பமாக இருந்தது. வேட்கை மிகுந்த என் வாழ்வின் கடைசிக் கணங்கள் கடைசியான இன்பக் கணங்கள் அவை. அப்புறம் நாங்கள் புல்வெளியை அடைந்து, நின்றோம். எனக்கு நன்றி கூறினார்கள் அவர்கள் நால்வரும். அடேயப்பா! எவ்வளவு நேரம், எவ்வளவு நிறைய ஏதேதோ சொன்னார்கள்!

அவர்கள் பேச்சைக் கேட்டபடியே நான் என் சீமானையே வைத்த கண் வாங்காமல் பார்த்துக் கொண்டிருந்தேன் – அவன் என்னை என்ன செய்யப் போகிறான் என்று. அப்போது அவன் என்னைத் தழுவிக்கொண்டு கனமிடுக்குடன் சொன்னான் ..... என்ன சொன்னான் என்பது இப்போது நினைவில்லை, ஆனால் அவன் கூறிய தன் அர்த்தம் என்ன வென்றால், தன்னை விடுவித்ததற்கு நன்றி பாராட்டும் பொருட்டு என்மேல் அன்பாயிருப்பான் என்பதே ...... என் எதிரே முழந்தாள் படியிட்டு, புன்னகை செய்து, 'என் ராணி!' என்றான். புளுகுணி நாய்!.. எனக்கு வந்த ஆத்திரத்தில் விட்டேன் ஓர் உதை! மூஞ்சியில் அறைந்து மிருப்பேன், ஆனால் அதற்குள் அவன் தள்ளாடித் துள்ளி எழுந்துவிட்டான். முகமெல்லாம் வெளிற, குரூரமாய் விழித்துக்கொண்டு என் எதிரே நின்றான் .... மற்ற மூன்று பேரும் முகத்தைச் சுளித்தபடி நின்றார்கள். ஒருவரும் பேசவில்லை. நான் அவர்களைப் பார்த்தேன்... எனக்கு உண்டானதெல்லாம் இப்போதும் நினைவிருக்கிறது ஒரே சலிப்பும் சோம்பலுந்தான்.... 'போங்கள்!' என்றேன். நீ திரும்பிப் போய் நாங்கள் சென்ற வழியைக் காட்டிக் கொடுப்பாயோ?' என்று கேட்டார்கள் அந்த நாய்கள். எம்மாதிரி இழி பிறவிகள் பார்த்தாயா? இருந்தாலும் அவர்கள் போய்த் தொலைந்தார்கள். நானும் என் வழியே நடந்தேன்... அடுத்த நாள் உங்களவர்கள் என்னைப் பிடித்துக் கொண்டு போனார்கள், ஆனால் சீக்கிரம் விட்டுவிட்டார்கள். அப்போது தான் உணர்ந்தேன், நாமும் ஒரு கூடு கட்டிக்கொள்ள வேளை வந்து விட்டது. குயில் வாழ்க்கை வாழ்ந்ததெல்லாம் போதும் என்று! உடல் கனத்துவிட்டது, சிறகுகள் வலுக் குறைந்து விட்டன, இறகுகளில் பளபளப்பு இல்லை... வேளை வந்து விட்டது, வந்துவிட்டது! ஆகவே காலீஷியா போய் அங்கிருந்து தப்ரூஜா வந்து சேர்ந்தேன். அது முதல், இந்த முப்பது வருஷமாக இங்கே தான் வாழ்ந்து வருகிறேன். எனக்குப் புருஷன் இருந்தான்–மல்தாவியாக் காரன். ஒரு வருஷத்துக்கு முன்பு இறந்து போனான். நான் இப்படி வாழ்ந்து வருகிறேன்! தனிக்கட்டையாக... இல்லை, தனிக்கட்டையாக அல்ல, அதோ, அவர்களோடு.''

இவ்வாறு சொல்லிக் கடற்புறம் கையை வீசியாட்டினாள் கிழவி. கடற்கரையில் அமைதி குடி கொண்டிருந்தது. இடையிடையே சுருக்கமான, ஏமாற்று நிறைந்த ஒலி பிறக்கும், உடனே மடிந்துவிடும்.

''அவர்களுக்கு என் மேலே பிரியம். விதம் விதமாக எத்தனையோ கதைகள் சொல்லுவேன். அவர்களுக்கு இவை வேண்டும். இன்னும் சிறிசுகள் தானே... இவர்களோடு இருப்பதில் எனக்கும் மகிழ்ச்சி. இவர்களைப் பார்க்கும் போதெல்லாம் நினைத்துக் கொள்கிறேன்: நானுந்தான் ஒரு காலத்தில் இவர்களைப் போல் இருந்தேன்.. ஆனால் அப்போது, என் காலத்தில், ஜனங்களிடம் வலிவும் ஊக்கமும் மிகுதியாக இருந்தன. அதனாலதான் வாழ்க்கை அதிக இன்பமாகவும் இப்போதை விட மேலானதாகவும் இருந்தது... ஆமாம்!' என்று .''

இவ்வாறு கூறிவிட்டு அவள் பேசாதிருந்தாள். அவள் அருகே உட்கார்ந்திருந்த எனக்கு ஏக்கமாயிருந்தது. அவள் தலையை ஆட்டியபடி தூங்கி வழிந்தவாறு ஏதோ முணுமுணுத்தாள்..... ஒரு வேளை பிரார்த்தனை செய்தாள் போலும்.

கடலிலிருந்து எழுந்தது முகில்—கறுத்துத் திரண்டு, மலைத் தொடரின் சிகரங்கள் போலக் கூர்த்த விளிம்பு கள் கொண்டது. ஸ்தெப்பி வெளி மீது பரந்தது அது. அதன் உச்சியிலிருந்து மேகத் துணுக்குகள் பிரிந்து முன்னே பாய்ந்து சென்று, நட்சத்திரங்களை ஒன்றன் பின் ஒன்றாக அணைத்துவிட்டன. கடல் இரைந்தது. நாங்கள் இருந்த இடத்துக்குச் சற்று தூரத்தில், முந்திரிப் பந்தர்களில் முத்தமிடுவதும், கிசுகிசுப்பதும், பெருமூச்சு விடுவதும் கேட்டன. தொலைவில் ஸ்தெப்பி வெளியில் நாய் ஊளையிட்டது.... காற்றில் கமழ்ந்த விந்தையான நெடி நரம்புகளுக்கு எரிச்சலூட்டி, நாசித் துவாரங்களில் அரிப்பு உண்டாக்கியது. வானில் மிதந்து சென்ற மேகங்களின் அடர்ந்த நிழல் கூட்டங்கள் தரையில் படிந்து ஊர்ந்தன, மறைந்தன, பின்னும் வெளிப்பட்டன ...... சந்திரனுக்குப் பதில் மங்கிய கோமேதகக் கறை மட்டுமே தென்பட்டது. அதையும் அவ்வப்போது மறைத்தது சாம்பல் நிற மேகக் கந்தை. ஸ்தெப்பியின் தொலை வெளி தனக்குள் எதையோ ஒளிப்பது போலக் கறேலென்று அச்சந்தரும் தோற்ற மளித்தது. சின்னஞ்சிறு நீலத் தழல்கள் அதில் பளிச்சிட்டன. ஒரு சமயம் ஓரிடத்திலும் மற்றொரு சமயம் வேறு இடத்திலும் அந்த ஒளிகள் கணப்போது தோன்றித் தோன்றி மறைந்தது, ஸ்தெப்பியில் ஒருவருக்கொருவர் தூரந் தூரமாகச் சிதறியிருந்த சில மனிதர்கள் அதில் எதையோ தேடுவதற்காக நெருப்புக்குச்சிகளைக் கிழிப்பது போலவும் காற்று அவற்றை உடனுக்குடன் அணைத்து விடுவது

போலவும் இருந்தது அவை மிக விந்தையான நீலத் தீ நாக்குகள், மர்மத் தோற்றம் கொண்டவை.

“நெருப்புப் பொறிகள் தெரிகின்றனவா?” என்று இஸெர்கீல் என்னைக் கேட்டாள்.

“அதோ தெரின்றனவே, நீலமாக, அவையா?” என ஸ்தெப்பியில் சுட்டியவாறு கேட்டேன்.

“நீலமாகவா? ஆமாம். அவை தாம்.... அப்படியானால் இன்னும் பறக்கின்றனவா? ஊம், ஊம்..... எனக்கு அவை இப்போதெல்லாம் கண்ணில் படுவதில்லை. எத்தனையோ விஷயங்களை இப்பொழுது என்னால் பார்க்க முடிவதில்லை.”

“இந்தப் பொறிகள் எங்கிருந்து வருகின்றன?” என்று கிழவியிடம் வினவினேன்.

இந்தத் தீப்பொறிகள் தோன்றியதைப் பற்றி முன்பே ஏதோ கேள்விப் பட்டிருந்தேன். ஆயினும் கிழவி, இஸெர்கீல் அவை சம்பந்தமாக என்ன சொல் கிறாள் என்று கேட்க விரும்பினேன்.

அவள் சொல்லலானாள்:

“இந்தப் பொறிகள் தான்கோவின் எரியும் இதயத்திலிருந்து கிளம்புகின்றன. முன் ஒரு காலத்தில் ஓர் இதயம் இருந்தது. ஒரு சமயம் அது குப்பென்று மூண்டு எரிந்தது ...... அதிலிருந்து கிளம்பியவையே இந்தப் பொறிகள். அந்தக் கதையை உனக்குச் சொல்லுகிறேன்.... இதுவும் பழைய கதைதான்.... பழையது, எல்லாம் பழயவை! பழங்காலத்தில் எத்தனை விஷயங்கள் நிகழ்ந்தன பார்!... இப்போதெல்லாம் இந்த மாதிரி ஒன்றுமே செயல்களோ, மனிதர்களோ, கதைகளை எதுவுமே கிடையாது..... ஏன்?.. சொல்லேன் கேட்போம்! சொல்ல முடியாது உன்னால்.... என்ன தெரியும் உனக்கு? வாலிபர்களான நீங்கள் எல்லோருமே என்னத்தைக் கண்டீர்கள்? ஹெஹ் ஹெஹ்ஹே !.. பழங்காலத்தைக் கூர்ந்து கவனித்தீர்களானால் எல்லாப் புதிர்களுக்கும் விடை கிடைத்து விடும்..... நீங்கள் கவனிப்பதில்லை, அதனால்தான் வாழத் தெரியாதவர்களாயிருக்கிறீர்கள்...... நான் வாழ்க்கையைப் பார்க்கவில்லையா என்ன? பார்வை மந்தமாகிவிட்ட

போதிலும் நான் எல்லாவற்றையுந்தான் கவனிக்கிறேன்! ஜனங்கள் வாழவில்லை, பிழைப்புக்காகப் பாடுபடுகிறார்கள், இந்தப் பாட்டிற்கே வாழ்வை அர்ப்பணித்து விடுகிறார்கள். தங்கள் நலங்களை எல்லாம் தாங்களே சூறையாடி, தங்கள் பொழுதை எல்லாம் வீணடித்த பிறகு விதியை நொந்துகொள்ளத் தொடங்குகிறார்கள். விதியாவது விதி! இதற்கும் அதற்கும் என்ன சம்பந்தம்? ஒவ்வொருவனும் தனக்குத் தானே விதி! இந்தக் காலத்திலே நான் எத்தனையோ வகையானவர்களைப் பார்க்கிறேன், வலிமை உள்ளவர்களைத் தான் காணமுடிவதில்லை. எங்கே அவர்கள்?... அழகர்களும் வரவரக் குறைந்து கொண்டு போகிறார்கள்."

வலிமையும் அழகும் உள்ள ஆண்களும் பெண்களும் எங்கே மறைந்துவிட்டார்கள் என்பதைப் பற்றி எண்ணமிடலானாள் கிழவி. சிந்தனையில் ஆழ்ந்தவாறே இருண்ட ஸ்தெப்பி வெளியில் கண்ணோட்டினாள், அதிலே விடையைத் தேடுபவள் போல.

நான் அவளது கதையை எதிர் பார்த்தவண்ணம் மௌனமாயிருந்தேன். ஏதாவது கேட்டால் எங்கே மறுபடியும் வேறு விஷயத்துக்குத் தாவிவிடுவாளோ என்று எனக்குப் பயம்.

கடைசியில் ஒருவிதமாக அவள் கதையைத் தொடங்கினாள்.

3

"முன் ஒரு காலத்தில் ஓர் இனத்தவர் வாழ்ந்து வந்தார்கள். அவர்களுடைய குடியிருப்புக்கு மூன்று புறத்திலும் கடக்க முடியாத அடர்ந்த காடு சூழ்ந்திருந்தது. நாலாவது திக்கில் ஸ்தெப்பி வெளி இருந்தது. அவர்கள் களிப்பும் குதூகலமுமானவர்கள், பலசாலிகள், துணிவுள்ளவர்கள். ஒரு நாள் அவர்களுக்குக் கெட்டகாலம் வந்து விட்டது. பகை இனத்தவர் எங்கிருந்தோ வந்து அவர்களைக் காட்டுக்குள் வெகுதூரம் விரட்டி விட்டார்கள். அங்கு ஒரே இருட்டும் சதுப்பு நிலமுமாக இருந்தது, ஏனென்றால் மரங்கள் நெடுங்காலத்தவை, அவற்றின் கிளைகள் நெருக்கமாகப் பின்னிப் பிணைந்திருந்தபடியால் வானம் புலப்படாதவாறு மறைத்தன. அவைகளின் அடர்ந்து தழைத்த இலைகளைக் கடந்து சூரிய கிரணங்கள் தரையில் பட முடியவில்லை. எப்போதாவது வெயில் தரையில் பட்டாலும் சதுப்பு நிலத்திலிருந்து கொடிய நாற்றம் கிளம்பியது. மக்கள் அதனால்

மடிந்தார்கள். அப்போது இனத்துப் பெண்டிரும் குழந்தைகளும் அழுது புலம்பினார்கள், ஆண்கள் சிந்தனையில் ஆழ்ந்து துயரமடைந்தார்கள். காட்டை விட்டு வெரியேற வேண்டியது அவசியமாயிருந்தது. அதற்கு இரண்டு வழிகள் தான் இருந்தன: ஒன்று திரும்பிப் போகலாம், ஆனால் அங்கே வலிமை மிக்க கொடிய பகைவர்கள் இருந்தார்கள்; இரண்டாவது, முன்னே போகலாம், ஆனால் அங்கே ராட்சத மரங்கள் விசாலமான கிளைகளால் ஒன்றையொன்று தழுவிப் பிணைந்தவாறு சதுப்பு நிலத்தில் முடிச்சு வேர்களை ஆழ ஊன்றி உறுதியாய் நின்றன. இந்தக் கல் மரம்கள் பகல் போதின் மங்கிய கருக்கலில் மௌனமாக அசையாமல் நின்றன. இரவு நேரத்தில் மக்கள் நெருப்பு மூட்டியதுமோ, அவை இன்னும் நெருக்கமாக அவர்களைச் சூழ்ந்து குமைந்தன. இரவும் பகலும், எப்போதும், இந்த மக்களைச் சுற்றியிருந்தது காரிருள் வளையம், அவர்களை நசுக்க முயல்வது போல. அவர்களோ, விசாலமான ஸ்தெப்பி வெளியில் வாழ்ந்து பழகியவர்கள். மரங்களின் உச்சிமீது காற்று வீசும் போதோ, இன்னும் பயங்கரமாக இருக்கும். அப்போது காடு முழுவதும் அவர்களது மரண கீதம் போன்ற இம்மெனும் ஒலியால் நிறைந்து விடும். இந்த மக்கள் வலியவர்கள். தங்களைத் தோற்கடித்தவர்களுக்கு எதிராகப் போரிட இவர்களால் முடியும். ஆனால் அவர்கள் சண்டையில் உயிர் துறப்பதற்குத் துணியவில்லை. ஏனெனில் வழிவழி வந்த மரபுகளை அவர்கள் பாதுகாக்க வேண்டியிருந்தது. அவர்கள் கொல்லப்பட்டால் அவர்களது மரபுகளும் மாய்ந்து விடும். ஆகவே அவர்கள் காட்டின் இரைச்சலுக்கும் சதுப்பு நிலத்தின் நாற்றத்துக்கும் நடுவே உட்கார்ந்து நீண்ட இரவு முழுவதும் கவலை நிறைந்த எண்ணங் களில் ஆழ்ந்திருந்தார்கள். அவர்கள் உட்கார்ந்திருக்கையில் கணப்பு நெருப்பினால் ஏற்பட்ட நிழல்கள் அவர்களைச் சுற்றிலும் ஓசையின்றித் தத்திக் குதிக்கும். அவ்வாறு குதித்தாடுபவை நிழல்கள் அல்ல, காட்டையும் சதுப்பு நிலத்தையும் சேர்ந்த தீய ஆவிகள் தங்கள் வெற்றியைக் கொண்டாடுகின்றன என்று தோன்றும்.... ஆக, இந்த மக்கள் உட்கார்ந்து சிந்தித்தார்கள். ஆனால் துன்ப எண்ணங்கள் மனிதர்களின் உடல்களையும் உள்ளங்களையும் நலிவிப்பது போல, கடும் உழைப்போ, பெண்களோ, வேறு எதுவுமோ நலிவிக்க முடியாது. ஓயாச் சிந்தனையால் நலிந்து போனார்கள் இம்மக்கள்...... அவர்களிடையே அச்சம் பிறந்தது. அவர்களது திண்ணிய

கரங்களைப் பிணைத்தது. நாற்றத்தினால் இறந்தவர்களுடைய உடல்களின் அருகிலும், பிழைத்திருந்தவர்களின் தலைவிதியை எண்ணியும் அழுது அரற்றிய மாதர் பயங்கரத்தை விளைத்தார்கள். கோழைத்தனம் நிறைந்த சொற்கள், ஆரம்பத்தில் மெதுவாகவும் பயத்துடனும், பின்பு வர வர மேலும் உரக்கவும் காட்டிலே கேட்கலாயின ... பகைவர்களிடம் சென்று தங்கள் விடுதலையை அவர்களுக்கு வழங்கிவிட மக்கள் ஆயத்தமாகி விட்டார்கள். இறப்பை எண்ணி எல்லோருமே திகில் கொண்டனர். அடிமை வாழ்வைப் பற்றியோ, ஒருவராவது அஞ்சவில்லை..... அந்தச் சமயத்திலே தான்கோ முன்வந்து தன்னந்தனியே அவர்கள் அனைவரையும் காப்பாற்றினான்."

தான் கோவின் எரியும் இதயம் பற்றிய கதையைக் கிழவி அடிக்கடி சொல்லியிருப்பாள் என்பது தெளிவாகப் புலப்பட்டது. ஏனென்றால் அவள் வழக்கமான ராகம்போடும் பாணியில் கதை சொல்லிக்கொண்டு போனாள். சதுப்பு நிலத்தின் நச்சு நெடியால் மடிந்து வந்த துர்ப்பாக்கியசாலிகளான விரட்டப்பட்ட மக்கள் அகப்பட்டுக் கொண்டிருந்த காட்டின் ஓசையை அவளது கரகரப்பான புகைச்சல் குரல் என் கற்பனையில் ஒலிக்கச் செய்தது......

" இளமையும் அழகும் உள்ளவன் தான்கோ. அழகர்கள் எப்போதுமே துணிவு மிகுந்தவர்கள். ஆக, தான்கோ அவர்களிடம், தன் தோழர்களிடம், சொன்னான்:

"'சிந்தனையால் மட்டும் பாறையை வழியிலிருந்து அப்புறப்படுத்த முடியாது. ஒன்றும் செய்யாதவர்கள் ஒன்றையும் சாதிக்க இயலாது. சிந்தனையிலும் கவலைப்படுவதிலும் எதற்காக நாம் சக்தியை வீணாக்குகிறோம்? எழுங்கள்! காட்டினுள் வழி செய்து கொண்டு முன்னேறுவோம். காட்டிற்கு முடிவு இருக்கத்தானே வேண்டும்! உலகில் எதற்கும் முடிவு உண்டல்லவா? போவோம்! ஊம், கிளம்புங்கள்!' "

"அவர்கள் அவனை நிமிர்ந்து பார்த்தார்கள். பெருவலிவும் உயிர்த் தழலும் அவன் விழிகளில் சுடர்வதைக் கண்டு அவன் தங்கள் யாவரிலும் சிறந்தவன் என்று தெரிந்து கொண்டார்கள்.

" 'எங்களை நடத்திச் செல்!' " என்றார்கள்.

"அவன் அவர்களை நடத்திச் சென்றான்..."

கிழவி பேசுவதை நிறுத்திவிட்டு ஸ்தெப்பியை நோக்கினாள். அங்கே இருள் வரவர அடர்ந்து கொண்டு போயிற்று. வெகு தொலைவில் தான்கோவின் எரியும் இதயத்திலிருந்து கிளம்பிய பொறிகள் கணப்போது மலர்ந்து உதிரும் நீலப் பூக்கள் போன்று விட்டு விட்டு ஒளிர்ந்தன.

‘‘தான்கோ அவர்களை நடத்திச் சென்றான். எல்லோரும் ஒன்றாக அவனைப் பின் தொடர்ந்தார்கள், அவனை நம்பினார்கள். கஷ்டமாயிருந்தது வழி! ஒரே இருட்டு. ஒவ்வோர் அடியிலும் சதுப்பு நிலம் தனது பேராசை பிடித்த சேற்று வாயைத் திறந்து மக்களை விழுங்கியது. மரங்கள் திண்ணிய சுவர் போன்று அவர்களது வழியைத் தடுத்தன. அவற்றின் கிளைகள் ஒன்றோடொன்று பின்னிப் பிணைந்து இருந்தன, வேர்கள் எல்லாப் பக்கங் களிலும் பாம்புகள் போல நீண்டு சென்றிருந்தன. ஒவ்வோர் அடி முன்னேறுவதற்கும் இந்த மக்கள் குருதியும் வியர்வையும் பெருமளவு செலுத்த வேண்டியிருந்தது. நெடுநேரம் நடந்தார்கள்... காடு மேலும் மேலும் அடர்த்தியாயிற்று, அவர்களது வலிமையோ குறைந்து கொண்டு போயிற்று! அவர்கள் தான் கோவைக் குறை கூறலானார்கள் அவன் இளைஞன், அனுபவமற்றவன், எங்கேயோ இட்டுச் செல்கிறான் என்று. அவனோ, ஊக்கமும் உளத்தெளிவும் துலங்க முன்னே நடந்தான்.

‘‘ஒரு நாள் காட்டுக்கு மேலே புயல் வீசியது. மரங்கள் கசமுசவென்று பயங்கரமாகச் சிலுசிலுத்தன. காடு எங்கும் செறிந்து மண்டியது காரிருள். உலகு தோன்றிய நாள் முதல் உண்டான இரவுகள் எல்லாம் ஒன்று திரண்டு அங்கே குழுமிவிட்டன போலிருந்தது. இராட்சத மரங்களுக்கு இடையே, இடியின் கொடு முழக்கத்துக்கு நடுவே நடந்தார்கள் சிறுமனிதர்கள். அவர்கள் நடக்கையில் அரக்க மரங்கள் சீற்றத்துடன் கடகடத்தன, சீழ்க்கை அடித்தன; மரங்களின் உச்சிகள் மீது வெட்டி வெட்டியடித்த மின்னல்கள், வறண்ட நீல ஒளியால் காட்டைப் பளிச்சிடச் செய்வதும், அதே விரைவுடன் மறைந்துவிடுவதுமாக மக்களை வெருட்டின. வறண்ட மின் வெட்டுக்களால் ஒளிபெற்ற மரங்கள் உயிருள்ளவை போன்றும், தங்களது இருட் சிறையிலிருந்து மக்கள் தப்பிவிடாத படி தடுக்க, அவர்களை வழி மறிக்க, தங்கள் கரடு தட்டிய நீண்ட கரங்களை விரித்து, அவர்களைச் சுற்றிலும் வலைப்பின்னல் போலக் கோத்துப் பிணைத்துக் கொண்டிருப்பவை போன்றும் காட்சியளித்தன. கிளைகளின் இருளிலிருந்து அச்சந்தருவதும், கருண்டதும், வறண்டதுமான

ஏதோ ஒன்று அவர்களை உறுத்து நோக்கியது. கடினமான வழி. அதில் நடந்து களைத்துத் தளர்ந்த மக்கள் உளம் சோர்ந்தார்கள். தங்கள் பலவீனத்தை ஒப்புக்கொள்ள அவர்களுக்கு வெட்கமாய் இருந்த படியால் தங்களுக்கு முன்னே நடந்த தான்கோ மேல் தங்கள் ஆத்திரத்தையும் சீற்றத்தையும் பொழியலானார்கள். அவன் தங்கள் நடத்திச் செல்லத் திறமை அற்றவன் என்று குறை கூறினார்கள். எப்படியிருக்கிறது சேதி? ஊம்?

''நடப்பதை நிறுத்திவிட்டு, காட்டின் அவல இரைச் சலுக்கிடையே, நடுங்கும் இருளின் நடுவே, அலுப்பும் சினமும் மேலெழ நின்று, தான்கோவை நிந்திக்கலானார்கள்.

'' 'நீ எங்களுக்கு அழிவும் கேடும் விளைப்பவன்! எங்களை நடத்தி வந்து சோர்வடையச் செய்து விட்டாய். இதற்குத் தண்டனையாக உன் உயிரை வாங்கப் போகிறோம்' என்றார்கள்.

''தான்கோ அவர்களை நேரிட நோக்கி, 'நடத்திச் செல்! என்று சொன்னீர்கள், நான் நடத்திவந்தேன். நடத்திச் செல்ல எனக்குத் துணிவு இருந்தது, அதனால் தான் நடத்திவந்தேன்! நீங்களோ? உங்கள் தரப்பில் நீங்கள் என்ன செய்தீர்கள்? நீங்கள் வெறுமே நடந்தீர்களே தவிர, நீண்ட வழி நடைக்கு வேண்டிய பலத்தைத் திரட்டிக் கொள்ளவில்லை. நடக்க மாத்திரமே செய் தீர்கள், அதுவும் ஆட்டு மந்தை போல!' என்று கர்ஜித்தான்.

''ஆனால் அவனது சொற்கள் அவர்களது ஆத்திரத்தை இன்னும் தூண்டி விட்டன.

'' 'உன்னைக் கொல்வோம்! கொன்று விடுவோம்!' என்று ஆர்ப்பரித்தார்கள்.

''காடு சீழ்க்கையும் சீறலுமாக அவர்களது கூச்சலை எதிரொலித்தது. மின்னல்கள் இருளைத்தார் தாராகக் கிழித்தன. எவர்களுக்காக உழைத்தானோ அவர்களை நோட்டமிட்ட தான்கோ, அவர்கள் காட்டு விலங்குகள் போல் தோற்றமளிப்பதைக் கண்ணுற்றான். அவனைச் சூழ்ந்து மொய்த்தார்கள் அவர்கள். ஒருவர் முகத்திலாவது அருள் இல்லை. அவர்களிடம் இரக்கத்தை எதிர்பார்க்கவே முடியாது என்பதைக் கண்டான்' தான்கோ. அப்போது அவன் உள்ளத்தில் மண்டி எழுந்தது சீற்றம்.

இருந்தாலும் இந்த மனிதர்கள் மேல் உண்டான இரக்கத்தால் அதை அடக்கிக் கொண்டான். இந்த மக்களை அவன் நேசித்தான். தான் இல்லாவிட்டால் அவர்கள் மடிந்து ஒழிவார்கள் என்று எண்ணினான். ஆகவே, அவர்களைக் காப்பாற்றும் விருப்பம், அவர்களைச் சுலபமான வழியில் நடத்திச் செல்லும் ஆசை அவன் நெஞ்சில் தழலாய் மூண்டெரிந்தது. இந்த வன்தழலின் ஒளி அவன் விழிகளில் சுடர்ந்தது...... இதைக் கண்ட அவர்கள், அவன் ஆத்திரம் அடைந்திருப்பதாகவும் அதனால் தான் அவன் கண்கள் அவ்வளவு பிரகாசமாக அனல் வீசுவதாகவும் எண்ணி, அவன் தங்களைத் தாக்குவான் என்று எதிர்பார்த்து ஓநாய்கள் போல எச்சரிக்கையுடன் கூட்டமாக அவனைச் சூழ்ந்து நெருங்கினார்கள் அப்போது தான் அவனைப் பிடித்துக் கொல்வது எளிதாயிருக்கும் என்ற எண்ணத்தில். தான்கோ அவர்களுடைய நினைப்பைப் புரிந்து கொண்டான். அந்த நினைப்பு அவனுக்கு வருத்தம் ஊட்டியது. அதனால் அவன் இதயம் முன்னிலும் அதிக ஒளியுடன் மூண்டெரிந்தது.

“காடு சோக கீதத்தைத் தொடர்ந்து இசைத்தது, இடி முழங்கி அதிர்ந்தது, மழை கொட்டியது.....

“ ‘இந்த மக்களுக்காக நான் என்ன செய்வது?” என்று இடி முழக்கத்தை விஞ்சும் குரலில் கர்ஜித்தான் தான்கோ.

“திடீரென்று அவன் கைகளால் தனது நெஞ்சைக் கிழித்து, அதற்குள்ளிருந்து இதயத்தைப் பிய்த்து எடுத்துத் தலைக்கு மேலே உயர்த்தினான்.

“அது சூரியன் போல, அதையும் விட அதிகமாக, ஒளி வீசிற்று. மாந்தர்கள் மீது உண்டான பேரன்பு என்னும் இந்தத் தீப்பந்தத்தால் பிரகாசமடைந்த காடு அனத்தும் நிசப்தமாகி விட்டது. ஒளியைக் கண்டு ஓட்டமெடுத்த இருள், காட்டினுள் நெடுந்தொலைவில் நடு நடுங்கி, சதுப்பு நிலத்தின் நாற்றக் குழம்பலில் விழுந்தது. வியப்பினால் கல்லாய்ச் சமைந்துவிட்டார்கள் மக்கள்.

“தான்கோ, ‘போகலாம் வாருங்கள்!’ என்று கூறி.

தனது எரியும் இதயத்தைத் தூக்கிப் பிடித்தவாறு, வழியில் வெளிச்சம் காட்டிக்கொண்டு முன்னே பாய்ந்து சென்றான்.

‘‘மந்திரத்தால் கட்டுண்டவர்கள் போல அவர்கள் அவன் பின்னே நடந்தார்கள். அப்போது காடு முன் போலவே ஆரவாரம் செய்தது. மரங்களின் உச்சிகள் வியப்புடன் அசைந்தாடின. ஆனால் ஓடும் மக்களின் அடியோசை, கானகத்தின் அரவத்தை அடக்கிவிட்டது. எரியும் இதயத்தின் அற்புதக் காட்சியால் கவரப்பட்டு அனைவரும் விரைவாகவும் துணிவுடனும் ஓடினார்கள். இப்போதும் பலர் மடிந்தார்கள், ஆனால் முணுமுணுப்போ கண்ணீரோ இன்றி மடிந்தார்கள். தான்கோ இடைவிடாது முன்னே சென்ற வண்ணமாயிருந்தான். அவன் இதயம் எரிந்த வண்ணமாயிருந்தது!

‘‘திடீரென்று கானகம் அவர்களுக்கு முன்னே விலகி வழிவிட்டது. வழிவிட்டு விட்டு, அடர்வும் மௌனமுமாகப் பின் தங்கி விட்டது. தான்கோவும் மற்றவர்களும் வெயிலொளியும் மழையால் கழுவப்பட்ட தூய காற்றும் நிறைந்த இன்பக் கடலில் திடீரென மூழ்கித் திளைத்தார்கள். அவர்களுக்குப் பின்னே காட்டுக்கு மேலே புயல் வீசியது. ஆனால் இங்கேயோ பளிச்சென்று வெயில் அடித்தது, ஸ்தெப்பி வெளி உயிர்த்தது, புற்கள் மேல் மழைத்துளிகள் வைர டால் அடித்தன, ஆறு தங்கப் பாளம் போல மின்னியது.... மாலை ஆகி விட்டது. மறையும் ஞாயிற்றின் கதிர்களைப் பிரதிபலித்த ஆறு, தாகோவின் பிளந்த மார்பிலிருந்து கொதிக்கும் அருவியாய்ப் பொழிந்த குருதிபோன்று செக்கச் செவேலெனக் காட்சியளித்தது.

‘‘தனக்கு முன்னே பரந்து கிடந்த ஸ்தெப்பி வெளி மீது கண்ணோட்டினான் கர்வமும் துணிவும் திகழும் தான்கோ. சுதந்திர பூமியை மகிழ்வுடன் நோக்கி, கர்வம் பொங்க வாய்விட்டுச் சிரித்தான். பின்பு தரையில் விழுந்து இறந்து போனான்.

‘‘உவகை மீதூர, நம்பிக்கை ஊற்றெடுக்க நின்ற மக்கள் அவன் இறந்ததைக் கவனிக்கவில்லை, தான்கோவின் உடலின் அருகே அவனுடைய துணிவு மிக்க இதயம் இன்னும் எரிந்து கொண்டிருப்பதையும் பார்க்கவில்லை. எச்சரிப்புள்ள ஒருவன் மட்டுமே இதைக் கவனித்தான். எதனாலோ அரண்டுபோய் அவன் கர்வம் ததும்பும் அவ்விதயத்தை மிதித்தான்.... அது

பட படவெனப் பொறிகளைச் சிதறிவிட்டு அணைந்து போயிற்று......

“புயலுக்கு முன்னால் ஸ்தெப்பி வெளியில் காணப்படுகின்றனவே, நீலப் பொறிகள், அவை அதிலிருந்துதான் கிளம்புகின்றன!”

இப்போது, கிழவி தனது அழகிய கதையைச் சொல்லி முடித்ததும், மக்களின் பொருட்டுத் தனது இதயத்தை எரித்துவிட்டு, அவர்களிடம் கைம்மாறு எதுவும் கோராமல் உயிர் வழங்கிய வீரன் தான் கோவின் மனோ திடத்தினால் ஸ்தெப்பி வெளியும் வியப்படைந்து விட்டது போலப் பெரு மௌனத்தில் ஆழ்ந்தது. கிழவி தூங்கி வழிந்தாள். இவளது மனத்தில் இன்னும் எத்தனை கதைகளும் நினைவுகளும் எஞ்சியிருக்கும் என்று அவன் நோக்கியவாறு நான் எண்ணமிட்டேன். தான்கோவின் மாண்பு மிக்க எரியும் இதயத்தைப் பற்றியும், எழிலும் விறுவிறுப்பும் கொண்ட இத்தகைய கதைகளைப் படைத்த மனிதனது கற்பனையைப் பற்றியும் சிந்தித்தேன்.

இஸெர்கீல் அயர்ந்து உறங்கிவிட்டாள் வீசிய காற்று, அவளது கசங்கிய கிழிசல் உடையை அகற்றி, சப்பிய மார்பகம் வெளித் தெரிய வைத்தது. நான் அவளுடைய முதிய உடலைப் போர்த்து மூடிவிட்டு, அவளருகே படுத்துக்கொண்டேன். ஸ்தெப்பி இருளடர்ந்து நிசப்தமாயிருந்தது. வானத்தில் மேகங்கள் முன்போன்றே மெதுவாக, சலிப்பூட்டும் வகையில் ஊர்ந்த வண்ணமாயிருந்தன.... வெறுமையும் துயரமும் பொங்க, கடல் ஓலமிட்டது.

1895

அலெக்சேய் தல்ஸ்தோய்
(1883–1945)

வோல்கா ஆற்றின் கரையில் உள்ள நிக்கலா யெவ்ஸ்க் என்னும் சிறு நகரில் நிலச் சொந்தக்காரக் குடும்பத்தில் பிறந்தார். விஞ்ஞான உயர்நிலைப் பள்ளியிலும் பிறகு பீட்டர்ஸ்பர்க் தொழில் நுணுக்கக் கல்லூரியிலும் பயின்றார்.

அக்டோபர்ப் புரட்சிக்கு முன்பு எழுதிய "வோல்கா ஆற்றுப் பிரதேசம்", "பழைய லிண்டன் மரங்களின் அடியில்" என்ற நூல்களிலும் "நொண்டிப் பிரபு", "விசித்திரப் பேர்வழிகள்" என்னும் நவீனங்களிலும், சீரழிந்து, முதலாளித்துவ மனப்பான்மை கொண்ட வஞ்சகர்களுக்கு எதிரே கூசி ஒதுங்கிப் பின் வாங்கும் பிரபு வம்சத்தினரை அலெக்சேய் தல்ஸ்தோய் சித்தரித்தார்.

முதல் உலக யுத்தத்தின் போது முனைமுக நிருபராக இருந்தார். 1917ல் முடியாட்சி கவிழ்க்கப்பட்ட பிறகு வரலாற்றுக் கருப்பொருள்களின் கருத்து செலுத்தத் தொடங்கி ருஷ்யா மாறுதலின் திசையில் இறுதியாகத் திருப்பிய பேரரசன் முதல் பீட்டரின் செயல்களை நீண்ட காலம் ஆர்வத்துடன் ஆராய்ந்தார். பீட்டர் பற்றிய நாவலை எழுதுவதில் அலெக்சேய் தல்ஸ்தோய் தம் ஆயுளின் கடைசி நாட்கள் வரை ஈடுபட்டிருந்தார்.

அலெக்சேய் தல்ஸ்தோய் அக்டோபர்ப் புரட்சியை எடுத்த எடுப்பில் புரிந்து கொள்ளவோ ஏற்கவோ இல்லை. ஆனால் அதன் மேன்மையையும் நியாயத்தையும் புரிந்து கொண்டதும் புதிய உண்மையையும் அது விடாப் பிடியாக முயன்று நிலை பெறுவதையும் சித்திரிப்பதில் தமது திறமையை ஈடுபடுத்தினார். அவருடைய பெரிய முப்பகுதி நவீனமான "அக்கினிப் பரீட்சை"யின் பாத்திரங்களில், முந்திய பொய் மருட்சிகளிலிருந்து

படிப்படியாக விடுபட்டு நேர் வழியில் அடிவைக்கும் அறிவாளிகள் இருக்கிறார்கள், எவர்களுடன் அவர்கள் தொடர்பைத் துணித்துக் கொள்கிறார்களோ, எவர்களிடமிருந்து தூர விலகுகிறார்களோ அவர்களும் இருக்கிறார்கள், சோஷலிசத்தின் உண்மையைப் புரிந்துகொள்ள அவர்களுக்குச் செயலாலும் எடுத்துக்காட்டாலும் உதவுகிற கம்யூனிஸ்டுகள், தொழிலாளர்கள், புரட்சிகர விவசாயிகள் ஆகியோரும் இருக்கிறார்கள்.

அலெக்சேய் தல்ஸ்தோய் சோவியத் நாட்டு மக்களின் பேரன்பைப் பெற்றவர். ஒளி வீசுவதும், கோர்க்கியின் சொற்களில் "மகிழ் பொங்குவதுமான" அவருடைய இயற்கைத் திறமை, குழந்தைக் கதைகள் முதல் விஞ்ஞானக் கற்பனை நவீனங்கள் வரை ("அயேலித்தா", "காரின் அழிவுக் கதிர்") பல்வேறு இலக்கியத் துறைகளில் மலர்ந்துள்ளது.

"சோவியத் கால ருஷ்ய இலக்கியத்தின் முன்னணி எழுத்தாளர்களில் யாவரிலும் ஒளிமிக்க தனித்தன்மையும் பிரமிப்பூட்டும் இயற்கைத் திறமையும் பெற்றிருந்தார் தல்ஸ்தோய், எந்த விஷயத்திலும் எவரையும் அவர் பின்பற்றவில்லை" என்று எழுதினார் கன்ஸ்தன்தீன் ஃபேதின்.

விரியன் பாம்பு

1

சீட்டி மேலங்கி அணிந்து, தலை வாரிக்கொள்ளாமல், ஏங்கிய முகத்துடன் ஒல்கா விச்சிஸ்லாவவ்னா வந்ததும் பொதுச் சமையல் அறையில் எல்லோரும் பேச்சை நிறுத்தி விட்டார்கள். சொந்தக்காரர்களால் அக்கறையுடன் துப்புரவு செய்யப்பட்டு மண்ணெண்ணெயும் இரகசிய வன்மமும் நிறைக்கப்பட்டிருந்த ஸ்டவ்கள் மட்டுமே சீறிக் கொண்டிருந்தன. ஒல்கா விச்சிஸ்லாவவ்னாவிடமிருந்து வந்தது ஒரு வகையான ஆபத்து.

"துப்பாக்கியைச் சுடுவதற்குத் தயாராகப் பிடித்திருக்கும் சில சிடு மூஞ்சிகள் உண்டு.... அவர்களிடமிருந்து ஒதுங்கிப் பிழை, தம்பீ....." என்று அவளைப் பற்றிக் கூறினார் கூட்டுக் குடித்தனக்காரர்களில் ஒருவர்.

ஒல்கா விச்சிஸ்லாவவ்னா பூந்துவாலையை இடையில் சுற்றிக் கொண்டு, குவளையும் பல் விளக்கும் புருஷுமாகக் கழுவு தொட்டி அருகே போய், கத்தரித்த கருமயிர்த் தலையில் குழாய் நீரைக் கொட்டிக் கொண்டு குளித்தாள். பொதுச் சமையல் அறையில் பெண்கள் மட்டும் இருந்த போது அவள் மேலங்கியை இடுப்பு வரை கழற்றி விட்டுத் தோள்களையும் பழுப்புக் காம்புகள் கொண்ட, சிறுமியினுடையவை போன்ற முதிரா

மார்பகங்களையும் தேய்த்து அலம்பிக் கொண்டாள். மணையின்மேல் நின்று வனப்பு வாய்ந்த வலிய கால்களைக் கழுவிக் கொண்டாள். அவளுடைய தொடையின் குறுக்காக நீண்ட வெட்டுத் தழும்பும் முதுகில் தோல்பட்டைக்கு மேலே ரோஜா நிறத்தில் பளிச்சிட்ட குழிவும்– துப்பாக்கிக் குண்டு துளைத்து வெளியேறிய தடம் – வலது கையில் தோளின் அருகே பச்சை குத்திய சிறு நீல வரைவும் அப்போது தெரிந்தன. அவளுடைய வடிவமைந்த மேனி பொன் சாயல் உள்ள பழுப்பு நிறமாக இருந்தது.

ஜரியாதியே வட்டாரத்தில் இருந்த பெரிய வீட்டின் பல பகுதிகளில் ஒன்றில் குடியிருந்த மாதர்களால் இந்த எல்லா விவரங்களும் நன்றாக ஆராயப்பட்டிருந்தன. ஒல்கா விச்சி ஸ்லாவவ்னாவை அடியோடு வெறுத்த தையல்காரி மரீயா அபனாசியெவ்னா அவளைப் "பழி காரி" என்று குறித்தாள். ரோஸா அப்ராமவ்னா பெஸிக் கோவிச் வேலை இல்லாதவள்– அவளுடைய கணவன் சைபீரியத் துந்திர வெளியில் வசித்து வந்தான். ஓல்கா விச்சி ஸ்லாவவ்னாவைக் கண்டால் இவள் நிலை கொள்ளாமல் தவித்தாள். மூன்றாவது மாது ஸோனியா வரென்த்சோவா. இவளை எல்லோரும் லியாலெச்கா என்று அழைத்தார்கள். கண்ணுக்கு இனிய இந்த மங்கை புகையிலை விற்பனை நிலையத்தில் வேலை செய்து வந்தாள். ஓல்காவிச்சிஸ்லாவவ்னாவின் காலடி ஓசையைக் கேட்டதும் எரியும் ஸ்டவ்வை அப்படியே போட்டு விட்டுச் சமையல் அறையிலிருந்து வெளியேறி விட்டாள் இவள்.... நல்ல வேளையாக மரீயா அபனாசி யெவ்னாவும் ரோஸா அப்ராமவ்னாவும் அவளிடம் பரிவு கொண்டிருந்தார்கள். இல்லாவிட்டால் லியாலெச்கர் அனேகமாக நாள்தோறும் கரிந்த பொங்கலைச் சாப்பிட வேண்டி இருக்கும்.

உடம்பு கழுவிக் கொண்ட பின் ஓல்கா விச்சிஸ்லா வவ்னா "காட்டுத்தனமான" கரிய விழிகளால் மாதர்களை உற்றுப் பார்த்து விட்டு நடையின் கோடியில் இருந்த தனது அறைக்குப் போனாள். அவளிடம் ஸ்டவ் இல்லை. நாள்தோறும் காலையில் அவள் எப்படிச் சாப்பிட்டாள் என்பது கூட்டுக் குடியினருக்கு விளங்காத மர்மமாக இருந்தது. முன்பு படை அதிகாரியாக இருந்தது இப்போது தொல் பொருள் வாங்கவும் விற்கவும் உதவும் தரகராக வேலை செய்து வந்த கூட்டுக் குடித்தனக்காரர் விளதீமிர் ல்வோவிச் பனிஸோவ்ஸ்கி அழுத்தமாகக் கூறியபடி, ஓல்கா விச்சிஸ்லாவவ்னா ஒவ்வொரு நாள் காலையிலும் அறுபது டிகிரி கடுமையான பிராந்தி குடித்தாளாம். எல்லாம் நடக்கக் கூடியது தான். சரியாகச் சொன்னால், ஸ்டவ் அவளிடம் இருந்தது. ஆனால் மனித வெறுப்பு காரணமாக அவள் அதைத் தன் அறையில் பயன்படுத்தி வந்தாள், ஏனென்றால் குடியிருப்புத் தோழர் குழு நிர்வாக ஆணையின்படி இது தடை செய்யப்படவில்லை. இந்தத் தீவிபத்துக்கு எதிரான ஒழுங்கீனம்" இன்னொரு தரம் நடந்தால் ஓல்கா விச்சிஸ்லாவவ்னா மேல் வழக்கு தொடுப்பதாகவும் அவளை

வெளியேற்றி விடுவதாகவும் மிரட்டிய வீட்டு மேற்பார்வையாளர் ஜூரவ்ளியோவ் கொல்லப்படாமல் மயிரிழை தப்பினார்: எரிந்து கொண்டிருந்த ஸ்டவ்வை அவள் அவர்மேல் எறிந்தாள், அதோடு, பிறந்தது முதல் வீதியில் குடிகாரர்களிடம் கூட அவர் கேட்டிராத ஆபாச வசவுகளை அவர்மேல் பொழிந்தாள். நல்ல வேளையாக அவர் விலகிக் கொண்டதால் பிழைத்தார். ஸ்டவ்தான் வீணாயிற்று.

ஒன்பதரை மணிக்கு ஓல்கா விச்சிஸ்லாவவ்னா வெளியே போனாள். வெண்ணெய் தடவிய ரொட்டித் துண்டை ஏதேனும் சப்புச் சவற்றுடன் வழியில் வாங்கி தின்று அலுவலகத்தில் தேநீர் பருகினாள் போலும். நிச்சயமற்ற நேரத்தில் அவள் வீடு திரும்பினாள். ஆண்கள் அவளிடம் வந்ததே கிடையாது.

சாவித் துளை வழியே அவளுடைய அறையை நோட்டமிட்டதால் ஆவல் தணியவில்லை. சுவர்கள் வெற்றாயிருந்தன. நிழற்படங்களோ சித்திரக் கார்டுகளோ இல்லை. ஒரு சிறு ரிவால்வர் மட்டுந்தான் படுக்கைக்கு மேல் மாட்டி இருந்தது. தட்டு முட்டுச் சாமான்கள் ஐந்து உருப்படி: இரண்டு நாற்காலிகள், அலமாரி, இரும்புக் கட்டில், சன்னல் ஓரமாக மேசை. சில நாட் களில் அறை ஒழுங்குபடுத்தப்பட்டிருந்தது. முகம் பார்க்கும் கண்ணாடியும் சீப்பும் இரண்டு மூன்று சீசாக்களும் வண்ணப் பூச்சு உரிந்த அலமாரியின் மேல் வரிசையாக வைக்கப்பட்டிருந்தன. புத்தகங்கள் மேசை மேல் அடுக்கப்பட்டிருந்தன. காலிப் பாலாடைப் புட்டியில் ஏதேனும் மலர் கூடக் காணப்பட்டது. வேறு சில நாட்களிலோ, எல்லாம் தாறுமாறாக இரைந்து கிடந்தன. கட்டிலில் படுத்திருந்தவள் அலை பாய்ந்து புரண்டு துடித்ததற்கான அடையாளங்கள் தென்பட்டன. சிக ரெட்டுத் துணுக்குகள் தரை எங்கும் சிதறிக் கிடந்தன. கழுவுகலம் அறையின் நடுவே இருந்தது. ரோஸா அப் ராமவ்னா ஈன சுரத்தில் முனகினாள்:

“படைப் பணி தீர்ந்த சிப்பாய் இவள். பெண் பிள்ளையா இவள்?”

மருந்து வர்த்தக அலுவலகத்தில் வேலை செய்த மணமாகாத குடித்தனக்காரர் பியோத்தர் செமியோனவிச் மோர்ஷ் நிலைத்த பழக்க வழக்கங்கள் கொண்டவர். ஓல்கா விச்சிஸ்லாவவ்னாவைப் புகை போட்டு வெளியேற்றும்படி வழுக்கை மண்டை பளிச்சிட, இஹிஹி என்று

இளித்தவாறு அவர் யோசனை சொன்னார். சாவித் துளையில் காகிதக் குழல் வழியே ஒரு பத்து கிராம் ஐடோபாரத்தை அறைக்குள் ஊத வேண்டும் என்பது அவருடைய யோசனை. "ஐடோபாரத்தால் நஞ்சு ஊட்டப்பட்ட காற்றை எந்த உயிர்ப் பிராணியாலும் தாங்க முடியாது" என்றார் அவர். ஆனால் எல்லோரும் அஞ்சியதால் இந்தத் திட்டம் நிறைவேற்றப் படவில்லை.

ஏதேனும் ஒரு வகையில் ஒல்கா விச்சிஸ்லாவவ்னா அன்றாட வம்பளப்புக்கு ஏற்ற விஷயமாக இருந்தாள். குடித்தனக்காரர்களின் உள்ளங்களில் அற்ப வெறி உணர்ச்சிகள் பொங்கிக் கொண்டிருந்தன. அவள் மட்டும் இல்லாவிட்டால் வீட்டுப் பகுதியில் ஒருவேளை ஒரே சலிப்பு குடி கொண்டிருக்கும். ஆனாலும் அவளுடைய வாழ்க்கையின் ஆழத்தில் பார்வை செலுத்த ஆவல் நிறைந்த ஒரு விழியால் கூட முடியவில்லை. மிகச் சாதுவான ஸோனியா வரென் த்சோவா, அதாவது லியா லெச்கா அவளைக் கண்டு ஓயாமல் குலை பதைத்தது கூட இரகசியமாகவே இருந்தது.

லியாலெச்காவைக் குடித்தனக்காரர்கள் கேள்வி மேல் கேள்வி கேட்டுத் துளைத்தார்கள். அவளோ, கூந்தல் சுருள்களைக் குலுக்கினாள், ஒரு மாதிரிக் குழப்பினாள், அற்ப விவரங்களில் தடுமாறினாள். மூக்கு மட்டும் சரியாய் இருந்தால் லியாலெச்கா எப்போதோ திரைப்பட நட்சத்திரமாகச் சுடர் வீசி இருப்பாள். பாரீசில் உங்கள் மூக்கைக் கொண்டு மிட்டாய் செய்வார்களே..... பாரீசுக்குப் போக முடியுமா? ஆகா, என் ஆண்டவனே!.." என்று அவளிடம் சொன்னாள் ரோஸா அப்ரா மவ்னா. அதைக் கேட்டு லியாலெச்கா வெறுமே சிரித்துக் கொண்டாள். அவளுடைய கன்னங்கள் சிவந்தன் இள நீல விழிகள் பேராசைக் கனவால் விரிந்தன... "இந்தப் பெண் மோசமில்லை, ஆனால் முட்டாள்..." என்று பியோத்தர் செமியோனவிச் மோர்ஷ் அவளைப் பற்றிக் கருத்து வெளியிட்டார். அது உண்மை அல்ல! தன்னை முட்டாளாகக் காட்டிக் கொண்டதில்தான் லியாலெச்காவின் வலிமை மறைந்திருந்தது. பத்தொன்பது வயதில் அவள் தனக்கு ஏற்ற வாழ்க்கைமுறையைப் பிசகின்றிக் கண்டு கொண்டது அவளுக்குள் மறைந்திருந்த நடைமுறை அறிவைக் காட்டியது. வேலையால் மட்டுமீறிக் களைத்துப்போன வயது முதிர்ந்த ஆடவர்களுக்கும் பொறுப்பு வாய்ந்த பதவியாளர்களுக்கும் நிர்வாக அதிகாரிகளுக்கும் அவளை மிகவும் பிடித்தது. உள்ளத்தின் மறந்து விடப்பட்ட ஆழங்களிலிருந்து இனிய

புன்னகையைத் தோற்றுவித்தாள் அவள். அவளை மடியில் வைத்துக் கொண்டு சீராட்டியவாறு நகரின் தடதடப்பையும் நாற்றத்தையும் அலுவலகப் புள்ளி விவரங்களையும் காகிதங்களின் சரசரப்பையும் மறந்து விட விருப்பம் உண்டாயிற்று. கைக்குட்டையால் மூக்கைத் துடைத்துக் கொண்டு அவள் தட்டெழுத்துப் பொறிக்கு முன்னே நேராக அமர்ந்ததும் புகையிலை விற்பனை நிலையத்தின் கருங்கும்மென்ற அறைகளில் அழுக்கேறிய சுவர்க் காகிதங்கள் மீது இளவேனில் மலர்ந்தது. இதெல்லாம் அவளுக்கு நன்றாகத் தெரிந் திருந்தது. அவள் தீங்கற்றவள். ஒல்கா விச்சி ஸ்லாவவ்னா அவளை வெறுத்தாள் என்றால், மெய்யாகவே அதில் ஏதோ மர்மம் புதைந்திருந்தது .....

....

ஞாயிற்றுக் கிழமை காலை எட்டரை மணிக்கு நடைக்கோடியில் கதவு வழக்கம் போலக் கிறீச்சிட்டது. லியா லெச்கா தட்டை நழுவ விட்டு, வாய்க்குள்ளாக முனகி, சமையல் அறையிலிருந்து வெளியே ஓடினாள். தன் அறைக் கதவைச் சாத்திப் பூட்டிவிட்டு அவள் விம்மி அழுதது கேட்டது. சமையல் அறைக்குள் வந்தாள் ஒல்கா விச்சிஸ்லாவவ்னா. இறுக மூடிய அவளுடைய வாயின் ஓரத்தில் இரண்டு சுருக்கங்கள் விழுந்திருந்தன. உயர்ந்த புருவங்கள் நெரிந்திருந்தன. ஜிப்சியுடையது போன்ற மெலிந்த முகம் நோயுற்றது போலத் தோற்றம் அளித்தது. குளவியின் இடையை ஒத்த நுண்ணிடையைச் சுற்றி வலிந்து இறுக்கப்பட்டிருந்தது துவாலை. இமைகளை உயர்த்தாமலே குழாயைத் திறந்து நீர் குட்டமாய்த் தரையில் பெருகும்படிச் சிதறியவாறு அவள் உடம்பு கழுவிக் கொண்டாள்.... "யார் துடைப்பார்களாம்? அவள் மூஞ்சியை இதில் நுழைத்துத் துடைக்க வைக்க வேண்டும்" என்று சொல்ல விரும்பிய மரீயா அபனாசியெவ்னா பேசாதிருந்தாள்.

ஈரத் தலையைத் துவட்டிக் கொண்டு ஒல்கா விச் சிஸ்லாவவ்னா சமையல் அறை மீதும் மாதர்கள் மீதும் பின் வாயில் வழியே அப்போது உள்ளே வந்த குட்டை மனிதர் பியோத்தர் செமியோனவிச் மோர்ஷ் மீதும் கொடூரமான பார்வையைச் செலுத்தினாள். இந்த மனிதர் கோதுமை ரொட்டித் துண்டும் பால் புட்டியும் கைகளில் வைத்திருந்தார். ஓயாமல்

நடுங்கிக் கொண்டிருந்த அவலம் பிடித்த நாய்க்குட்டி ஒன்றும் அவர் கைகளில் இருந்தது. அவருடைய வறண்ட உதடுகளில் நச்சுப் புன்னகை தவழ்ந்தது. வளைந்த மூக்கும் பறவை போன்ற தோற்றமும் நரையோடிய தாடியும் பெரிய மஞ்சள் பற்களும் கொண்டிருந்த அவர் எதற்கும் அசை யாத அனுபவ முதிர்ச்சியின் வடிவமாக, “சரி, சரி, வர வரக் கண்டறிவோம்...” என்ற அசட்டைப் போக்கைக் காட்டினார். கெட்ட செய்திகள் கொண்டு வருவதை அவர் விரும்பினார். காலைக் காரியங்களுக்காக அவர் அணியும் அழுக்கான சராய் அவருடைய கவட்டைக் கால்களை மூடித் தொங்கிக் கொண்டிருந்தது.

பின்பு ஒல்கா விச்சிஸ்லாவவ்னா தொண்டையால் விந்தையான ஓர் ஒலியைச் செய்தாள். அலறலா, துன்பச் சிரிப்பின் வெடிப்பா என்று சொல்ல முடியாத அந்த ஒலியில் அவளுக்குள் செம்மச் செம்ம நிறைந்திருந்தவை எல்லாம் வெளியே வந்து விட்டன போல் இருந்தது.

“இது என்னவோ, சைத்தானுக்கே வெளிச்சம்” என்று தணிந்த குரலில் சொல்லி, துவாலையைத் தோள் மேல் வீசிப் போட்டுக் கொண்டு அவள் போய் விட்டாள். பியோத்தர் செமியோனவிச்சின் வரைதோல் போன்ற முகத்தில் திருப்தியைக் காட்டும் புன்னகை தென்பட்டது.

“நம் வீட்டு மேற்பார்வையாளருக்குத் துப்புரவைப் பற்றிய அக்கறை குடி வெறியில் திடீரென்று தோன்றி இருக்கிறது” என்று நாயைத் தரையில் இறக்கியபின் சொன்னார் அவர். “படிக்கட்டின் கீழே நின்று கொண்டு, என்னுடைய நாய்தான் படிக்கட்டை அசிங்கம் செய் திருப்பதாகச் சொல்லுகிறார். ‘இது அதன் மலம் தான். உங்கள் நாய் படிக்கட்டில் இந்தக் காரியங்களை மேற் கொண்டு செய்தால் நீதி மன்ற நடவடிக்கைகள் எடுப் பேன்’ என்கிறார். ‘நீங்கள் சொல்லுவது சரி அல்ல, ஜூரவ்ளியோவ், இது அதன் மலம் அல்ல....’ என்று நான் சொன்னேன். அவர் படிக்கட்டைப் பெருக்குவதற்கும் நான் வேலைக்குப் போவதற்கும் பதிலாக இப்படி விவாதித்துக் கொண்டிருந்தோம் நாங்கள். இது தான் ருஷ்ய நடப்பு.”

அந்த நேரத்தில், “ஐயோ, இது என்னவோ சைத்தானுக்கே வெளிச்சம்!” என்ற குரல் நடைக் கோடியில் மீண்டும் கேட்டது, கதவு படாரென்று சாத்தப்பட்டது. சமையல் அறையில் இருந்த பெண்டிர் ஒருவரை

ஒருவர் பார்த்துக் கொண்டார்கள். பியோத்தர் செமியோனவிச் தேநீர் பருகவும் வீட்டுச் சராயைக் கழற்றி விட்டு ஞாயிற்றுக் கிழமைக்கு உரிய சராயை மாட்டிக் கொள்ளவும் போனார். சமையல் அறைக் கடிகாரம் ஒன்பது மணியைக் காட்டியது.

....

இரவு ஒன்பது மணிக்கு மிலீஷியா நிலையத்துக்குள் பாய்ந்து வந்தாள் ஒரு மாது. ஹெல்மெட் வடிவான பழுப்புத் தொப்பி அவள் கண்கள் வரை இழுத்து விடப் பட்டிருந்தது. மேல்கோட்டின் உயர்ந்த கழுத்துப் பட்டை கழுத்தையும் மோவாயையும் மூடி இருந்தது. பார்வைக்குப் புலப்பட்ட முகத்தின் பகுதி வெள்ளைப் பவுடர் பூசியது போலக் காணப்பட்டது. உற்று நோக்கிய நிலைய அதிகாரி அது பவுடர் அல்ல, வெளிறல் என் பதைக் கண்டார் – அவளுடைய முகத்தில் இரத்தம் ஒரு துளி கூட இல்லை. மைக்கறை படிந்த மேசை விளிம்பில் மார்பை அழுத்திக் கொண்டு அந்த மாது நெஞ்சைப் பிளக்கும் புகலின்மை தொனிக்கத் தணிந்த குரலில் சொன்னாள்:

"ப்ஸ்கோவ்ஸ்கி சந்துக்குப் போங்கள்..... அங்கே நான் செய்தது.... என்ன என்று எனக்கே தெரியவில்லை ...... நான் இப்போது சாக வேண்டும்..."

அவளுடைய நீலம் பாரித்த முட்டியில் சிறு ரிவால்வர் – வெலதோக் – இருந்ததை அதிகாரி அப்போது தான் கவனித்தார். அவர் மேசையைத் தாண்டி, மாதின் மணிக்கட்டைப் பற்றி, ஆபத்தான விளையாட்டுக கருவியைப் பிடுங்கிக் கொண்டார்.

"ஆயுதம் வைத்துக் கொள்ள உங்களுக்கு அனுமதி இருக்கிறதா?" என்று எதற்காகவோ கத்தினார். தொப்பி இடைஞ்சலாய் இருந்ததால் அவள் தலையைப் பின்னே சாய்த்து அர்த்தம் இல்லாமல் அவரைத் தொடர்ந்து நோக்கினாள்.

"உங்கள் பெயர், குலப் பெயர், முகவரி?" என்று அமைதியாக வினவினார் அதிகாரி.

"ஓல்கா விச்சிஸ்லாவவ்னா ஸோதவா.."

பத்து ஆண்டுகளுக்கு முன்னால் கஸான் நகரில், புரலோம்னயா வட்டாரத்தில், பழைய ருஷ்யக் கிறிஸ்தவ மதப் பிரிவைச் சேர்ந்த இரண்டாந்தர வர்த்தகர் விச்சிஸ்லாவ் இல்லரியோனவிச் ஸோதவின் வீடு பட்டப் பகலில் தீப்பற்றி எரிந்தது. நெருப்பணைக்கும் படையினர் வீட்டின் கீழ்ப் பகுதியில் மின்சாரக் கம்பிகளால் கட்டுண்ட இரண்டு பிணங்களைக் கண்டார்கள். ஸோதவ், அவருடைய மனைவி இருவரதும் பிணங்கள் அவை. மாடியில் அவர்களுடைய மகள் ஓல்கா விச்சிஸ் லாவவ்னாவின் உணர்விழந்த உடல் கிடந்தது. இவள் பதினேழு வயதுக் கன்னி, உயர்நிலைப் பள்ளி மாணவி. அவளுடைய இரவுச் சட்டை தார்தாராகக் கிழிந்திருந்தது, கைகளும் கழுத்தும் நகங்களால் பறண்டிக் கிழிக்கப்பட்டிருந்தன. உக்கிரமான போராட்டம் நடந்ததைச் சுற்று முற்றும் இருந்த அடையாளங்கள் காட்டின. ஆனால் கொள்ளைக்காரர்களால் அவளைச் சமாளிக்க முடியவில்லை போலும், அல்லது ஓடிப் போகும் அவசரத்தில் அருகே வாரில் கட்டியிருந்த படிக்கல்லால் அவள் மண்டையில் அடித்ததுடன் விட்டு விட்டார்கள் போலும்.

வீட்டைக் காப்பாற்ற முடியவில்லை. ஸோதவின் உடைமைகள் எல்லாம் வெந்து சாம்பலாகி விட்டன. ஓல்கா விச்சிஸ்லாவவ்னா மருத்துவ மனைக்கு எடுத்துச் செல்லப்பட்டாள். அவளுடைய தோளைச் சரிப்படுத்தவும் மண்டைத் தோலைத் தைக்கவும் வேண்டி இருந்தது. அவள் சில நாட்கள் உணர்வு இல்லாமல் கிடந்தாள். கட்டை மாற்றிய போது ஏற்பட்ட வலிதான் அவள் முதலில் அனுபவித்த உணர்வு. நல்லியல்பு ஒளிரும் கண்ணாடி அணிந்த இராணுவ மருத்துவர் கட்டிலில் உட்கார்ந்திருக்கக் கண்டாள். அவளுடைய அழகினால் கவரப்பட்ட மருத்துவர் அசையாதிருக்கும்படி உஷ்ஷென்று எச்சரித்தார். அவள் அவர் பக்கம் கையை நீட்டினாள்:

"டாக்டர், எப்பேர்ப்பட்ட மிருகங்கள்!" என்று கண்ணீர் பெருக்கினாள்.

சில நாட்களுக்குப் பின் அவள் அவரிடம் சொன்னாள்:

"இரண்டு பேரை அறியேன். கம்பளி மேல் கோட்டுக்கள் அணிந்த யாரோ ஆட்கள் .... மூன்றாமவனை அறிவேன். அவனோடு நடனம் ஆடி இருக்கிறேன் ..... வால்கா, உயர்நிலைப் பள்ளி மாணவன்.... அப்பாவையும்

அம்மாவையும் அவர்கள் எப்படிக் கொன்றார்கள் என்பதைக் கேட்டேன் ...... எலும்புகள் நெறுநெறுத்தன... டாக்டர், இது எதற்காக நடந்தது? எப்பேர்ப் பட்ட விலங்குகள்!''

''ஷ்ஷ், ஷ்ஷ்'' என்று அச்சத்துடன் சீறினார் மருத்துவர். கண்ணாடிக்குள் அவருடைய விழிகள் ஈரமாய் இருந்தன.

ஒல்காவைப் பார்க்க மருத்துவமனைக்கு ஒருவரும் வரவில்லை. அப்பேர்ப்பட்ட காலம் அல்ல அது. யாருக்கும் அதற்கு நேரம் இல்லை. ருஷ்யாவைக் கிழித்துக் கொண்டிருந்தது உள்நாட்டுப் போர். நிலையான வாழ்விடம் தகர்ந்து சிதறிக் கொண்டிருந்தது. வழிய போக்கர்களின் பார்வை திரும்பிய திசையில் எல்லாம் காணப்பட்ட புரட்சி எதிரி வெண்படையினரின் விளம்பரங்களான ஆணைகளின் சொற்கள் வெறியுள்ள வன்மத்தை கக்கின. பொறுக்க முடியாத பரிதாபத்தினாலும் (தந்தையின் ''வேண்டாம்!'' என்ற பயங்கரக் கூச்சலும் வாழ்க்கையில் ஒருபோதும் அப்படிக் கத்தாத தாயின் விலங்குக் கத்தலும் இன்னமும் காதுகளில் கேட்டுக் கொண்டிருந்தன), இனி எப்படி வாழ்வது என்ற அச்சத்தாலும், மருத்துவ மனைச் சாளரங்களுக்கு வெளியே இரவுகளில் இடி முழக்கம் செய்வதும் கூச்சலிடுவதும் துப்பாக்கிகளால் சுடுவதுமான இந்த அறியா நிகழ்ச்சிக்கு முன் புகலின்மையாலும் நாள் முழுதும் அழுது கொண்டிருப்பது தவிர ஓல்காவால் வேறு ஒன்றும் செய்ய முடியவில்லை.

தனக்கு ஆயுள் முழுவதற்கும் அளிக்கப்பட்டிருந்த கண்ணீர் அனைத்தையும் இந்த நாட்களில் ஒல்கா பெருக்கித் தீர்த்திருக்க வேண்டும். அவளுடைய கவலையற்ற, சிந்தனையற்ற இளமை இடையில் முறிந்து விட்டது. ஆறிய காயம் போல உள்ளம் தழும்புகளால் மூடப்பட்டது. ஏக்கமும் ஆவேசமும் நிறைந்த எவ்வளவு ஆற்றல் தனக்குள் மறைந்திருக்கிறது என்று அவள் இன்னும் அறியவில்லை.

ஒரு நாள் மருத்துவமனை நடையில் அவளருகே பெஞ்சில் உட்கார்ந்தான் ஒருவன். அவனுடைய கையில் கட்டுப் போட்டிருந்தது. மருத்துவமனை மேலங்கியும் உட்கால் சட்டையும் தளர் மிதியடிகளும் அணிந்திருந்த போதிலும் இரும்பு அடுப்பிலிருந்து வெப்பம் பரவுவது போல மகிழ்ச்சி பொங்கும் உடல் நலம் அவனிட மிருந்து பரவியது. ''யாப்ளச்கோ''

(ஆப்பிள் பழம்) என்ற பாட்டின் மெட்டை அவன் வாய்க்குள்ளாகச் சீழ்க்கை அடித்து வெறும் குதிகால்களால் தாளம் போட்டான். அவனுடைய சாம்பல் நிறக் கழுகுக் கண்கள் அழகிய கன்னியின் பக்கம் பல தடவைகள் பார்வை செலுத்தின. பழுப்பேறிய அகன்ற முகமும் ஒருபோதும் மழிக்கப்படாத தாடி வளர்ந்த தாடையும் அசட்டையையும் சோம்பலையும் கூடக் காட்டின. கழுகுக் கண்களில் மட்டுமே கடுமையும் கொடூரமும் சுடர்ந்தன.

“மேக நோய்ப் பிரிவிலிருந்தா?” என்று அவன் அலட்சியமாகக் கேட்டான்.

ஓல்காவுக்கு விளங்கவில்லை. பின்போ அருவருப்பால் சீறினாள்:

“கொள்ளைக்காரர்கள் என்னைக் கொல்லப் பார்த்தார்கள், அவர்களால் முடியவில்லை, அதனால் தான் நான் இங்கே இருக்கிறேன்.” அவள் அப்பால் நகர்ந்தாள். அவளுக்கு மூச்சு வாங்கிற்று, மூக்கு விடைத்தது.

“அட என் அப்பனே! இப்படி ஒரு நிகழ்ச்சியா! பழைய வன்மம் ஏதாவது இருந்திருக்க வேண்டும். அல்லது ஒருவேளை, கொள்ளைக்காரர்களோ? ஊம்?”

ஓல்கா அவனை உறுத்துப் பார்த்தாள். ஏதோ சர்வ சாதாரணமான நிகழ்ச்சியைப் பற்றி, சலிப்பைப் போக்கிக் கொள்வதற்காகப் போல இவனால் எப்படிக் கேட்க முடிந்தது.....

“எங்களைப் பற்றி நீங்கள் கேள்விப்படவில்லையா என்ன? புரலோம்னயா வட்டாரத்தைச் சேர்ந்த ஸோதவ் குடும்பத்தாரைப் பற்றி?”

“அதுவா? நினைவு இருக்கிறது.... நீங்கள் வீரப் பெண்தான். கயவர்களுக்குப் பணியவில்லை...... (அவன் நெற்றியைச் சுருக்கிக் கொண்டான்.) இந்த ஆட்களை நெருப்பில் பொசுக்க வேண்டும், கொதிகலத்தில் வேக வைக்க வேண்டும், அப்போதுதான் ஒருவேளை ஏதேனும் சாதிக்க நம்மால் முடியும்... இந்த இழி பிறவிகள் ஏராளமாக வெளியே வந்து விட்டன– நாங்கள் என்ன செய்வது என்று தெரியாமல் திகைக்கிறோம். விபத்து (அவனுடைய கடுமை நிறைந்த விழிகள் ஓல்காவை நோக்கின.) நீங்கள் புரட்சியை இப்படித்தான் புரிந்து கொள்கிறீர்கள், இந்தக்

கொடுஞ் செயலின் மூலமாக... இது வருத்தத்தக்கது. நீங்கள் பழைய மதப் பிரிவைச் சேர்ந்தவர்கள் அல்லவா? கடவுளை நம்புகிறீர்கள் அல்லவா? பரவாயில்லை, இதைச் சமாளிக்கலாம். (அவன் சோபாக் கை மீது முட்டியால் இடித்தான்.) இதையாக்கும் நம்ப வேண்டும் – போராட்டத்தை.''

ஸோதவ் குடும்பத்தாரின் சீரழிவை அடிப்படையாகக் கொண்டு கோபம் பொங்கும் நியாயமான சொற்களில் அவனுக்குப் பதில் சொல்ல விரும்பினாள் ஓல்கா. ஆனால் கேலியுடன் எதிர்பார்த்த அவனுடைய பார்வைக்கு முன்னால் எல்லா எண்ணங்களும் எழுந்து நாக்கை எட்டுவதற்கு முன்பே விழுந்து விட்டன.

அவன் சொன்னான்:

``அதுதானே.... ஆனால் நீ சரியான சாதிப் புரவி! நல்ல ருஷ்ய இரத்தம், ஜிப்சிக் குருதி சேர்ந்தது... இல்லாவிட்டால் எல்லாரையும் போல வாழ்ந்திருப்பாய்வாழ்க்கையை சன்னலில் அலங்காரச் செடியின் பின்னிருந்து பார்த்திருப்பாய்.... சலிப்பு.''

``இது– இப்போதுள்ள வாழ்க்கை மட்டும் குதூகலமானதோ?''

``குதூகலமானது இல்லையா என்ன? கணக்கிடும் மணிச் சட்டத்தை எப்போதும் கிலுக்கிக் கொண்டிருக்கக் கூடாது, எப்போதாவது காலை வீசி நடக்க வேண்டும்...''

ஓல்காவுக்கு மறுபடி எரிச்சல் உண்டாயிற்று, ஆனால் இம்முறையும் அவள் ஒன்றும் சொல்லவில்லை. தோள்களை மட்டும் குலுக்கினாள். அவன் நிரம்பத் தன்னம்பிக்கையோடு பேசினான்... அவள் வெறுமே முணு முணுத்தாள்:

``நகரம் முழுவதையும் சீரழித்து விட்டீர்கள், எங்கள் ருஷ்யா அனைத்தையும் சீர் குலைக்கிறீர்கள், வெட்கம் கெட்டவர்களா...''

``ருஷ்யா ஒரு பிரமாதமா... குதிரை ஏறி உலகம் பூராவையும் சுற்றி வர நாங்கள் திட்டம் இட்டிருக்கிறோம்...... குதிரைகள் தளைகளை அறுத்து விடுபட்டுவிட்டன. இனி மாகடல் கரையில் வேண்டுமானால் நிற்போம், அது வரை கட்டாயம் முன்னேறுவோம்..... விருப்பம் உண்டோ இல்லையோ, நீயும் எங்களோடு வா.''

அவள் பக்கம் குனிந்து அவன் பற்களைக் காட்டினான். காட்டுத் தனமான குதூகலத்துடன் பளிச்சிட்டன அவை. ஓல்காவுக்குத் தலை சுற்றியது. இந்தச் சொற்களை அவள் எப்போதோ கேட்டது போலிருந்தது. வெண் பற்களின் இந்த ஒளியை அவள் நினைவு கூர்ந்தாள். அவளுடைய இரத்தத்தின் இருளிலிருந்து நினைவு எழுந்தது போலும். தலைமுறைகளின் தொன்மைக் குரல்கள் ஆரவாரித்தன போலும் : ''குதிரை மேல் ஏறு, சுற்றி உலாவு, மனமே!...'' தலை மறுபடி கிறுகிறுத்தது. கட்டுப் போட்ட கையுடன் உட்கார்ந்திருந்தான் அவன்... நெஞ்சுக்கு இதமாக இருந்தது, ஆனால் கலவரமும் உண்டாயிற்று, ஏனெனில் இந்தச் சாம்பல் விழியன் எதனாலோ நெருங்கியவன் ஆகிவிட்டான்... அவள் முகத்தைச் சுளித்து பெஞ்சின் ஓரத்துக்கு நகர்ந்தாள். அவனோ, மறுபடி சீழ்க்கை அடித்துக் குதிகாலால் தாளம் போடத் தொடங்கினான்...

....

சுருக்கமான உரையாடல்–சலிப்பைப் போக்கி கொள்வதற்காக மருத்துவமனை நடையில் நாடந்தது. அந்த ஆள் சற்றுச் சீழ்க்கை அடித்து விட்டு போய் விட்டான்.ஓல்கா அவனுடைய பெயரைக் கூடத் தெரிந்து கொள்ளவில்லை. அடுத்த நாள் அவள் அதே பெஞ்சில் மீண்டும் உட்கார்ந்து புழுக்கம் நிறைந்த நடையின் மறுகோடி வரை பார்வை செலுத்தினாள். இந்த மனிதனுடைய தன்னம்பிக்கையைக் குலைக்கக் கூடிய, நெஞ்சில் பதியும் படியான, மிக அறிவார்ந்த சொற்களைக் கூற வேண்டும் என்று கவனமாக முயன்று எண்ணங்களை ஒழுங்குபடுத்திக் கொண்டாள். அவனோ, வரவே காணேம் அவனுடைய இடத்தில் வேறு யார் யாரோ கவைக் கோல்களை ஊன்றிக் கிந்தி நடந்தார்கள். முந்திய நாள் சந்திப்பால் தான் பெரிதும் கிளர்ச்சி அடைந்து விட்டதை அப்போது தான் அவள் உணர்ந்தாள்.

இதன் பிறகு அவள் இன்னும் ஒரே நிமிடம் தான் எதிர்பார்த்திருப்பாள். நாம் இப்படிக் காத்துக் கொண்டிருக்கிறோம், இந்த மனிதனுக்கோ இது ஒரு பொருட்டாகவே இல்லை பார் என்ற மனத்தாங்கல் காரணமாகக் கண்ணீர் பொங்கி வந்தது. அவள் போய்க் கட்டிலில் படுத்து அவனைப் பற்றி மனதில் தோன்றக் கூடிய எல்லா வகைகளிலும் மிக அநியாயமான எண்ணங்களை எண்ணத் தொடங்கினாள். ஆனால் அவன் அவளுக்குக் கிளர்ச்சி ஊட்டியது எதனால்?

மனத்தாங்கலைக் காட்டிலும் கடுமையாக வதைத்தது ஆவல். அவன் எப்படிப்பட்டவன் என்று இன்னொரு தரம் மேலோட்டமாகவாவது பார்த்தால் நல்லது. அப்படி அவனிடம் எதுவும் இல்லை..... இந்த மாதிரி மடையர்கள் கோடானு கோடி ..... போல்ஷிவிக்காம், போல்ஷிவிக்..... வழிப்பறி கொள்ளைக்காரன்.... அப்புறம் அவன் கண்கள் தாம், கண்கள் தாம் எவ்வளவு துடுக்கானவை... அதே சமயம் மங்கைப் பெருமிதமும் அவளைத் துன்புறுத்தியது: இப்படிப்பட்ட ஆளைப் பற்றி நாள் முழுதும் சிந்திப்பதா! இந்த மாதிரி மனிதனுக்காக இப்படித் தவிப்பதா!....

இரவில் மருத்துவமனை முழுவதும் உறக்கம் கலைந்து எழுந்தது. மருத்துவர்களும் மருத்துவப் பணியாட்களும் மூட்டைகளை இழுத்துக் கொண்டு ஓடினார்கள். அரண்டு போன நோயாளிகள் கட்டில்களில் உட்கார்ந்தார்கள். வெளியே சக்கரங்கள் கடகடத்தன. வெறியுள்ள வசவுகளும் திட்டுக்களும் அதிர்ந்து முழங்கின. போர்க் கைதிகளாய் இருந்து புரட்சி எதிர்ப்பு வெண்படையினரோடு சேர்ந்து கொண்ட செக் துருப்புக்கள் கஸான் நகருக்கு வந்து விட்டன. செம்படையினர் நகரிலிருந்து வெளியேறி விட்டார்கள். வெளியே போக முடிந்தவர்கள் எல்லோரும் ஆஸ்பத்திரியிலிருந்து போய் விட்டார்கள். ஓல்கா இங்கேயே இருந்தாள். அவளை ஒருவரும் நினைவு கூரவில்லை.

வெளி நாட்டினருக்கு இயல்பான முறையில் துப்புரவான உடைகள் அணிந்த அகன்ற மார்பினரான செக்குகள் மருத்துவமனை நடையில் துப்பாக்கிக் குந்தாக்கள் தடதடக்க அதிகாலையில் வந்தார்கள். யாரையோ கரகரவென்று இழுத்தார்கள். மருத்துவமனைத் துணைத்தலைவரின் நெஞ்சைப் பிளக்கும் குரல் அலறியது: "நான் கீழ்ப் பணியாளன். நான் போல்ஷிவிக் அல்ல.... விடுங்கள், என்னை எங்கே இழுக்கிறீர்கள்?..." பக்கவாத நோயாளிகள் இருவர் முகப்பு வெளிப் பக்கம் இருந்த சன்னலுக்கு ஊர்ந்து சென்று கிசுகிசுத்த குரலில் தகவல் கொடுத்தார்கள் : "அப்பாவியைத் தூக்குப் போடச் சவுக்கைக்கு இழுத்துப் போயிருக்கிறார்கள்....."

ஓல்கா உடை அணிந்து கொண்டாள். மருத்துவமனையின் சாம்பல் நிற ஆடையை உடுத்து, வெள்ளைத் தலைக் குட்டையால் தலையில் இருந்த கட்டை மறைத்தாள். நகரில் ஆலய மணிகளின் மகிழ்ச்சி ஒலி கணகணத்தது.

பொழுது விடிந்தது. நகருக்குள் வந்த படைப்பிரிவுகளின் இராணுவ இசை ஒரு சமயம் உரக்கவும் மறு சமயம் தணிந்தும் கேட்டது. தொலைவில் சென்ற பிரங்கி வெடிகளின் முழக்கம் வோல்கா ஆற்றின் மறுகரையில் அதிர்ந்தது.

ஓல்கா வார்டிலிருந்து வெளியே போனாள். நடையின் திருப்பத்தில் பாராக்காரர்கள் அவளை நிறுத்தினார்கள். குட்டைக் காலர்களான இரண்டு மீசைக்காரச் செக்குகள் திரும்பி விடும்படிச் சீறல்களுடன் அவளுக்குக் கட்டளை இட்டார்கள். "நான் கைதி அல்ல, நான் ருஷ்யப் பெண்" என்று கண்கள் பளிச்சிடக் கத்தினாள் ஓல்கா. அவர்கள் வாய் விட்டுச் சிரித்துக் கைகளை நீட்டி அவளுடைய கன்னங்களையும் மோவாயையும் கிள்ளினார்கள்... நீட்டிய இரண்டு துப்பாக்கிக் குத்தீட்டிகளை மார்பினால் மோத முடியுமா அவளால்? மூக்கை விடைத்துக் கொண்டு திரும்பிக் கட்டிலில் உட்கார்ந்தாள். நடுக்கத்தால் அவளுடைய பற்கள் கடகடவென்று அடித்துக் கொண்டன.

காலையில் நோயாளிகளுக்குத் தேநீர் கிடைக்கவில்லை. அவர்கள் முணுமுணுக்கத் தொடங்கினார்கள். உறுப்புக்கள் துணிக்கப்பட்ட ஐந்து செம்படையினரை மதியத்தில் செக் துருப்பினர் இழுத்துப் போனார்கள். அந்த அப்பாவிகள் சவுக்கைக்குக் கொண்டுபோகப்பட்டதாகப் பக்கவாத நோயாளிகள் தகவல் தந்தார்கள். இதன் பின் வார்டுக்குள் வந்தான் ஒரு ருஷ்யப் படை அதிகாரி. அவனது தோள்வார் உயரே இழுத்து இறுக் கப்பட்டிருந்தது. குதிரையேற்றச் சராய் தொடைகளுக்கு மேலே வௌவால் இறக்கைகள் போல அகலமாய் இருந்தது. நோயாளிகள் போர்வைகளால் உடம்புகளை மூடிக் கொண்டார்கள். அவன் கட்டில்களைப் பார்வையிட்டான். அவனுடைய இடுங்கிய கண்கள் ஓல்கா மீது நிலைத்தன. "ஸோதவா?" என்று வினவினான். "என் பின்னே வாருங்கள்..." சராய் இறக்கைகளில் பறப்பவன் போல நடந்தான். அவனது குதிமுட்களின் கிணுகிணுப்பு வெற்றான நடையை நிறைத்தது.

வெளி முகப்பு வழியே போக வேண்டி இருந்தது.

பூத்தையல் போட்ட ருஷ்யச் சட்டை அணிந்த ஒரு சுருட்டைத் தலை இளைஞன் அந்த வேளையில் அவள் இட்டுச் செல்லப்பட்ட வாயிலிலிருந்து வெளிவந்தான். தொப்பியை மாட்டிக் கொள்கையில் அவன் மேலோட்டமாக

அவளைப் பார்த்து விட்டு வெளி வாயிலுக்கு விரைந்தான்... ஒல்கா தள்ளாடினாள்.... அவளுக்குத் தோன்றியது.... இல்லை, இது இருக்க முடியாது...

அவள் எதிர்பார்ப்பு அறைக்குள் போய் மேசை அருகே அமர்ந்தாள். மோசமான கண்ணாடியில் தெரியும் பிம்பம் போலக் கோணிய நீண்ட முகம் உள்ள ஒரு படையினன் அவளுக்கு எதிரே இருந்தான். அவனுடைய விழிகளும் ஒன்றுக்கொன்று மாறாய் இருந்தன.

"நகரத்தில் மரியாதைக்கு உரிய மனிதரின் மகளாக, அறிவாளிப் பெண்ணாக இருந்து கொண்டு இந்தக் கீழ்மக்களோடு சேர உங்களுக்கு வெட்கமாய் இல்லையா?" என்று, மெய்யெழுத்துக்களை இகழ்ச்சியுடன் அழுத்தியவாறு கண்டிக்கும் குரலில் அவன் கேட்டது அவள் காதில் பட்டது.

அவன் என்ன சொல்லுகிறான் என்று புரிந்து கொள்ள அவள் முயன்றாள். விடாப்பிடியான ஓர் எண்ணம் சிந்தனையை ஒரு முகப்படுத்த அவளுக்கு இடைஞ்சலாய் இருந்தது. அவள் பெருமூச்செறிந்து கைகளை முழங்கால்கள் மேல் அழுத்தியவாறு தனது துன்பக் கதையை ஒரு விவரம் விடாமல் சொல்லித் தீர்த்தாள். அதிகாரி முழங்கை மேல் சாய்ந்து கொண்டு மெதுவாகப் புகை பிடித்தான். அவள் கதையை முடித்தாள். அவன் காகிதத்தைத் திருப்பினான். பென்சிலால் எழுதிய குறிப்பு அதன் அடியில் கிடந்தது.

"நமது தகவல்கள் முழுவதும் பொருந்தவில்லையே" என்று சிந்தனையுடன் நெற்றியைச் சுருக்கியவாறு கூறினான் அவன். "போல்ஷிவிக்குகளின் வட்டார நிறுவனத்துடன் உங்கள் தொடர்பு பற்றி உங்களிடம் கேட்டுத் தெரிந்து கொள்ள விரும்புகிறேன். என்ன?" அவனுடைய வாய் ஓரம் உயர்ந்தது, புருவங்கள் கோணின.

துப்புரவாக மழித்த அவனது முகத்தின் கோரமான இசைவின்மையைக் கண்டு ஒல்காவுக்கு அச்சம் உண்டாயிற்று.

"அட நீங்கள்.... எனக்குப் புரியவில்லை ..... உங்களுக்கு மூளை பிசகிவிட்டது ...."

“உங்களுக்கு என்னதான் விந்தையாகப் பட்டாலும், துரதிர்ஷ்ட வசமாக எங்களிடம் மறுக்க முடியாத விவரங்கள் இருக்கின்றன.” (அவன் சிகரெட்டை நீட்டிய கையில் பிடித்து, அசைந்தாடியவாறு புகைத் தாரையை விட்டுக் கொண்டிருந்தான். இந்த மனிதனைவிட வரவேற்பறைப் பாங்கு உள்ளவனைக் கற்பனை செய்யவே முடியாதிருந்தது.) “உங்கள் உளமார்ந்த உண்மை உங்களுடைய குற்றத்தைக் குறைக்கும்...” (புகை வளையம்.) “முடிவுவரை நேர்மையை கடைப் பிடியுங்களேன், அம்மா..... இதே கையோடு சொல்லிவிடுகிறேன்: உங்கள் நண்பர்களான செம்படையினர் வீரமரணம் அடைந்தார்கள்.” (அவனுடைய ஒரு விழி சவுக்கையின் வாயில் பார்வைக்குத் தெரித்த சன்னலின் திசையில் நோக்கியது.) “அப்படியானால், நீங்கள் தொடர்ந்து மௌனம் சாதிக்கப் போகிறீர்களா? அதற்கென்ன.....”

நாற்காலிக் கைகளைப் பிடித்துக் கொண்டு அவன் செக் படையினர் பக்கம் திரும்பினான்.

“தயை செய்து..”

செக் படையினர் பாய்ந்து வந்து ஓல்காவை நாற்காலியிலிருந்து தூக்கி நிறுத்தி, திருப்தியுடன் மீசைகளை ஆட்டியவாறு அவளுடைய விலாக்களிலும் மார்பிலும் தடவித் தொட்டுப் பார்த்தார்கள், ஆடையின் அடியில் பைகளைத் தேடினார்கள். அதிகாரி எழுந்து மாறு கண்களை அகல விரித்துப் பார்த்துக் கொண்டிருந்தான். ஓல்காவுக்கு மூச்சு திணறியது. குருதி குப்பென்று ஏறவே அவளுடைய கன்னங்கள் கன்றிச் சிவந்தன. அவள் திமிறினாள், வீரிட்டாள்....

“சிறைக்கு!” என்று உத்தரவிட்டான் அதிகாரி.

....

முதலில் பொது அறையிலும் பின்பு தனிக் கொட்டடியிலுமாக இரண்டு மாதங்கள் ஓல்கா சிறையில் இருந்தாள். பலகையால் மூடிய சவுக்கை வாயில் பற்றிய நச்சரிக்கும் எண்ணத்தினால் முதல் நாட்களில் அவளுக்கு அனேகமாக மூளை பிசகத் தெரிந்தது. அவளால் உறங்க முடியவில்லை: கனவில் அவள் குரல்வளை கயிற்றுச் சுருக் கால் நெரிபடுவது போலிருந்தது.

அவளை யாரும் விசாரிக்கவில்லை, அழைக்கவில்லை. எல்லோரும் அவளை மறந்து விட்டார்கள் போல் இருந்தது. கொஞ்சம் கொஞ்சமாக அவள் சிந்தனை செய்யலானாள் திடீரென்று ஒரு புத்தகம் அவளுக்கு முன் திறந்தது போன்ற உணர்ச்சி உண்டாயிற்று. எல்லாம் தெளிவாக விளங்கிற்று. பூத்தையல் சட்டை அணிந்த அந்தச் சுருட்டைத் தலையன் மெய்யாகவே கொலைகாரன் வால்கா தான். அவள் நினைத்தது தப்பு அல்ல.... அவள் தன்னைப் பற்றி உளவு சொல்லிவிடுவாள் என்று பயந்து அவன் முந்திக் கொண்டு அவள்மேல் பழி சாட்டியிருந்தான். பென்சில் குறிப்பு அவனுடைய குற்றச்சாட்டு தான்.......

தனிக் கொட்டடியில் ஒல்கா கூண்டுப் புலி போல எவ்வளவு வேண்டுமானாலும் சுற்றிச் சுற்றி வர முடிந்தது. சிறைத் தலைமை அதிகாரியை, விசாரணை அதிகாரியை, அல்லது வழக்குரைஞரைப் பார்க்க அனுமதிக்கும் படி அவள் (கதவின் பார்வைத் துளை வழியாக) வற்புறுத்தி வேண்டிக் கொண்டதற்குக் கடு கடுத்த சிறைக் காவலாளிகள் மறுபுறம் திரும்பிக் கொள்ள மட்டுமே செய்தார்கள். அளவு கடந்த ஆத்திரம் உண்டான போதிலும் அவள் இன்னும் நியாயத்தின் மீது நம்பிக்கை வைத்திருந்தாள். அதிசயக் கற்பனை நிறைந்த திட்டங்கள் போட்டாள். காகிதமும் பென்சிலும் எப்படியாவது முயன்று பெற்று, கடவுள் போன்று நீதிமான் ஆன உயர் அதிகாரி எவருக்கேனும் எல்லா உண்மையையும் எழுதி அனுப்பலாம் என்று எண்ணினாள்.

முரட்டுத்தனமான அரை குறைக் குரல்களும் திறக் கப்பட்ட கதவின் தடதடப்பும் ஒரு நாள் அவளுடைய உறக்கத்தைக் கலைத்தன. பக்கத்துக் கொட்டடிக்குள் யாரோ வந்தார்கள். கண்ணாடி அணிந்த ஒருவர் அங்கே அடைபட்டிருந்தார். இரவுகளில் நெஞ்சைப் பிளப்பது போல அவர் இருமுவார் என்பது ஒன்றைத்தான் அவரைப் பற்றி அவள் அறிந்திருந்தாள். துள்ளி எழுந்து உற்றுக் கேட்டாள் அவள். பொறுமையற்ற, அவசரமான குரல்கள் சுவற்றின் மறுபுறம் கூச்சல்களாக மாறின. காட்டுக் கூப்பாடு போட்டு விட்டு அடங்கின அவை. யாருக்கோ வலி உண்டாக்கப்பட்டது போலவும், பல் வைத்தியரின் மருத்துவத்தின் போது பொறுத்துக் கொள்வது போன்று அந்த நபர் தாங்கிக் கொண்டது போலவும் ஒரு முனகல் நிசப்தத்தில் கேட்டது.

ஒல்கா பைத்தியக்காரி போலக் கண்களைப் பரக்க விழித்து இருளில் நோக்கியவாறு சன்னலுக்கு அடியில் மூலையோடு ஒண்டிக் கொண்டாள். சித்திரவதைகளைப் பற்றி (பொது அறையில் இருந்த போது) கேட்டிருந்த கதைகள் அவளுக்கு நினைவு வந்தன... கண்ணாடி அணிந்த மண் நிற முகம் குப்புறக் கவிழ்ந்திருப்பதையும், தொங்கு சதையுள்ள கன்னங்கள் துன்பம் காரணமாகத் துடிப்பதையும் நேரில் காண்பது போல் இருந்தது அவளுக்கு..... அவருடைய மணிக்கட்டுகளும் கணுக்கால்களும் கம்பிகளால் கட்டப்பட்டு, கம்பிகள் எலும்புகளை எட்டும் வரை முறுக்கப்பட்டன..... "இதோ பேசுவாய், பேசத் தொடங்குவாய்" என்ற சொற்கள் அவள் காதில் பட்டன போல் இருந்தன ...... மனிதனை அல்ல, தரை விரிப்பை அடித்துத் தூசியைப் போக்குவது போன்ற அடிகள் படும் சத்தம் கேட்டது..... அவர் பேசாமல் இருந்தார்.... அடி, மீண்டும் அடி... திடீரென்று எதுவோ கதறத் தொடங்கியது.... "ஆகா! பேச ஆரம்பிக்கிறாயா!.." இப்போது கதறல் அல்ல, வேதனை காரணமாக எழுந்த ஊளை சிறை முழுவதையும் நிறைத்தது.... அந்தப் பயங்கரமான தரை விரிப்பிலிருந்து கிளம்பிய புழுதி ஒல்காவைப் போர்த்தது போல் இருந்தது. குமட் டல் நெஞ்சுக்குப் போயிற்று, கால்கள் துவண்டன. கல் தரை அசைந்தாடியது அவளுடைய பின் மண்டை அதில் மோதியது......

நியாயம் பற்றிய அவளுடைய தயக்கமுள்ள எதிர்பார்ப்பு அனைத்தையும் மனிதன் மனிதனைச் சித்திரவதை செய்த இந்த இரவு இருளால் மூடிவிட்டது. ஆனால் ஒல்கா விச்சிஸ்லாவவ்னாவின் ஆவேசம் பொங்கிய உள்ளத்தால் பேச்சு இல்லாமல், செயல் இல்லாமல் அடங்கிக் கிடக்க முடியவில்லை. அறிவு அனேகமாகக் குழம்பி விட்ட கரி நாட்களுக்குப் பின் அறையில் மூலைக்கு மூலை நடந்தவாறு அவள் மீட்புக்கு வழியைக் கண்டு கொண்டாள்: வெறுப்பு, பழிக்குப் பழி.வெறுப்பு, பழிக்குப் பழி! ஓ, இங்கிருந்து வெளியேறுவது தான் இப்போது தேவை!

....

தலையை நிமிர்த்து, குறுகிய சிறு சன்னலை அவள் நோக்கினாள். புழுதி படிந்த அதன் கண்ணாடிகள் மெல்லெனக் கிணுங்கின. காய்ந்து போன சிலந்திகள் வலையில் ஊசலாடின. இடிகள் போன்று எங்கோ

அதிர்ந்து முழங்கின பீரங்கிகள். (ஐந்தாவது செஞ்சேனை கஸான் நகரை நோக்கி முன்னேறிக் கொண்டிருந்தது.) காவலாளி மதியச் சாப்பாடு கொண்டு வந்தவன் வளைந்து சன்னலைச் சிறக்கணித்து நோக்கி விட்டு, ''உங்களுக்காகப் பணியாரம் கொண்டு வந்திருக்கிறேன், சீமாட்டி.... ஏதாவது வேண்டுமானால் வெறுமே தட்டுங்கள்.... நாங்கள் எப்போதுமே அரசியல் கைதிகளுக்கு ஆதரவு....'' என்றான்.

நாள் முழுதும் கண்ணாடிகள் கிணுகிணுத்துக் கொண்டிருந்தன. கதவுகளுக்கு வெளியே காவலாட்கள் பெருமூச்செறிந்து கொண்டிருந்தார்கள். ஓல்கா முழங்கால்களைக் கட்டிக் கொண்டு கட்டிலில் அமர்ந்திருந்தாள். சாப்பாட்டை அவள் தொடக்கூட இல்லை. முழங்கால்களில் அவள் நெஞ்சு படபடத்தது. வெளியே பீரங்கிகள் இடி முழக்கம் செய்து கொண்டிருந்தன. மாலைக் கருக்கலில் காவலாள் மறுபடி நுனிக்கால்களால் நடந்து வந்து, ''நாங்கள் கீழ்ப் பணியாளர்கள். நாங்கள் எப்போதும் மக்கள் தரப்பில்....'' என்று கிசுகிசுத்தான்.

கிட்டத்தட்ட நள்ளிரவில் சிறைச்சாலை நடைகளில் நடமாட்டம் தொடங்கியது. கதவுகள் திறந்து மூடப்பட்டன. பயங்கரக் கூச்சல்கள் கேட்டன. சில இராணுவ அதிகாரிகளும் இராணுவச் சார்பற்ற அலுவலர்களும் ஆயுதங்களைக் காட்டிப் பயமுறுத்தி ஒரு முப்பது கைதிகளைக் கூட்டமாகக் கீழே ஓட்டிச் சென்றார்கள். ஓல்காவை அவர்கள் கொட்டடியிலிருந்து வெளியே இழுத்து, ஓட்டமாகப் படிக்கட்டில் தள்ளிச் சென்றார்கள். அவள் பூனையைப் போல நெளிந்து, இழுத்தவர்களின் கைகளைக் கடித்தாள். சதுரமான வெளி முகப்பில் காற்று வீசிக் கொண்டிருந்த வானத்தை நிமிட நேரத் துக்கு அவள் கண்டாள். இலையுதிர் காலக் குளிர் அவள் நெஞ்சில் நிறைந்தது. பிறகு தாழ்வான கதவு, கற்படிகள், ஆட்கள் நிறைந்த நிலவறையின் பூஞ்சணம் பூத்த ஈரம். கை மின் விளக்குகளின் வெளிச்சக் கூம்புகள் செங்கல் சுவர் மேலும் வெளிறிய முகங்கள் மேலும் பரக்க விழித்த கண்கள் மேலும் சுற்றிவந்தன ... வெறி நிறைந்த ஆபாச வசவுகள்...... ரிவால்வர் குண்டுகள் வெடித்தன. நிலவறையின் வளை முகடுகள் தகர்ந்து சிதறிவிட்டது போலத் தோன்றியது ..... ஓல்கா எங்கோ இருளில் பாய்ந்தாள்.... மின் விளக்கின் ஒளியில் வால் காவின் முகம் ஒரு கணம் தோன்றி மறைந்தது..... அவளுடைய தோளில்

சூடாக ஒன்று தாக்கி, நெருப்புத் துரப்பணத்தால் நெஞ்சில் துளையிட்டு முதுகுக்கு வெளியே பாய்ந்தது .... அவள் தள்ளாடி, குடைக் காளான் மணம் வீசிய பூஞ்சணத்தில் முகம் குப்புற விழுந்தாள் ....

....

செஞ்சேனை கஸான் நகரைப் பிடித்துக் கொண்டது. செக் படையினர் ஆற்றுப் பெருக்கை ஒட்டி நீராவிய படகுகளில் போய் விட்டார்கள். புரட்சிக்கு எதிரான ருஷ்யக் கூட்டணிகள் கலைந்து சிதறித் தலைக்கு ஒரு பக்கமாகப் போய்விட்டன. நகரவாசிகளில் பாதிப்பேர் சிவப்பு பயங்கரத்தைப் பற்றிய அச்சத்தால் கண் காணாத இடங்களுக்குத் தப்பி ஓடி விட்டார்கள். இலை யுதிர்கால மழையால் பெருக்கெடுத்திருந்த வோல்கா ஆற்றின் இரண்டு கரைகளிலும் சிறு மூட்டையும் கம்புமாக வாரக் கணக்கில் அலைந்து கொண்டிருந்தார்கள் காட்டு மிராண்டிகள் போன்ற அகதிகள். ஒருபோதும் கேட்டிராத வறுமையை அனுபவித்தார்கள் அவர்கள். வால்காவும் கஸான் நகரிலிருந்து போய் விட்டான்

தர்க்கப் பொருத்தமான சிந்தனைப் போக்குக்கு மாறாக ஒல்கா விச்சிஸ்லாவவ்னா உயிரோடு இருந்தாள். குண்டடி பட்டு இறந்தவர்களின் பிணங்கள் சிறையின் நிலவறையிலிருந்து வெளியே கொண்டு வரப்பட்டு, கடுப்புடன் தூறிக் கொண்டிருந்த வானத்தின் கீழ் முகப்பு வெளியில் வரிசையாகக் கிடத்தப்பட்டபோது, பதனிடாத ஆட்டுத்தோல் கோட்டு அணிந்த குதிரைப் படையினன் ஒருவன் ஒல்காவின் பக்கத்தில் குந்தி அவளுடைய தலையைத் திருப்பினான்.

“இந்தப் பெண் மூச்சு விடுகிறாள்” என்றான் அவன்.

“ஓடிப் போய் மருத்துவரை அழைத்து வர வேண்டும், தம்பிமாரே!...”

கழுகுக் கண்கள் கொண்ட அதே பல்லன் தான் இவன். மங்கையைச் சிறைமருத்துவக் கூடத்துக்கு அவனே எடுத்துச் சென்றான், கைப்பற்றப்பட்ட நகரின் களேபரத்தில் “பழைய ஆட்சிக் கால மருத்துவப் பேராசிரியரைக் கட்டாயமாகத்” தேடிக் கண்டுபிடிக்கக் கிளம்பினான், ஒரு மருத்துவப் பேராசிரியரின் வீட்டுக்குள் வலியப் புகுந்து, பயமுறுத்தலால் அவரைக் கதிகலங்க அடித்து, அதே சூட்டோடு அவரைக் கைது செய்து மோட்டார்

சைக்கிளில் சிறை மருத்துவக் கூடம் கொண்டு சேர்த்தான், உணர்விழந்து, முகத்தில் இரத்தத்தின் சாயையே இல்லாமல் வெளிறிக் கிடந்த ஒல்காவை அவருக்குக் காட்டி, "இவள் உயிர் பிழைக்க வேண்டும்" என்று கூறினான்.

அவள் உயிர் பிழைத்து விட்டாள். கட்டுக்கள் போட்டுக் கற்பூரத் தைலம் தடவியதும் நீலம் பாரித்த இமைகள் திறந்தன. தன் மீது குனிந்திருந்தவனின் கழுகுக் கண்களை அவள் அடையாளம் தெரிந்து கொண்டாள் போலும். "இன்னும் கிட்டத்தில்" என்று வாய்க்குள்ளாக முனகினாள். அவன் அவளை நெருங்கி நீண்ட நேரம் காத்திருந்த பின், எதற்காகவோ தெரியவில்லை, "என்னை முத்தமிடுங்கள்" என்று கூறினாள்.... கட்டிலின் பக்கத்தில் ஆட்கள் இருந்தார்கள், அது போர்க் காலம். கழுகுக் கண்ணன் அலை பாய்ந்தான், சுற்று முற்றும் கண்ணோட்டினான், "அட சைத்தான், இது சங்கடம்" என்றான், தயங்கினான், அவளுடைய தலையணையை மட்டும் சரி செய்தான்.

....

குதிரைப் படை வீரனின் குலப் பெயர் யெமெல் யானவ், தோழர் யெமெல்யானவ். பெயரையும் தகப்பனார் பெயரையும் அவள் கேட்டாள். அவை முறையே திமீத்ரி வசீலியெவிச். இதைத் தெரிந்து கொண்டதும் ஒல்கா கண்களை மூடிக் கொண்டு உதடுகளை அசைத்து "திமீத்ரி வசீலியெவிச்" என்று திருப்பிச் சொன்னாள்.

அவனுடைய ரெஜிமெண்டு கஸானில் அமைக்கப்பட்டுக் கொண்டிருந்தது. யெமெல்யானவ் நாள்தோறும் ஒல்காவைப் பார்க்க வந்தான். "உங்களிடம் ஒன்று சொல்லி விட வேண்டும்" என்று அவளை உற்சாகப்படுத்துவதற்காக மறுபடி மறுபடி கூறினான். "உங்களுக்கு ஆயுசு கெட்டி, ஒல்கா விச்சிஸ்லாவவ்னா, விரியன் பாம்புக்குப் போல... உடம்பு சரியானதும் உங்களை ஸ்குவாட்ரனில் சேர்த்துக் கொள்கிறேன், என் ஆர்டர்லியாக..." ஒவ்வொரு நாளும் அவன் அவளிடம் இதைக் கூறினான். அவனுக்கு இதைச் சொல்லவோ அவளுக்கு இதைக் கேட்கவோ அலுக்கவில்லை. பற்கள் பளிச்சிட அவன் சிரித்தான். அவளுடைய பலவீனமான உதடுகளில் மெல்லிய புன்னகை தவழ்ந்தது. "உங்கள் முடியைக் கத்தரிப்போம், நீள் சோடுகள் இலேசானவையாகத் தருகிறேன்.

கொல்லப்பட்ட ஒரு மாணவனுடைய நீள் சோடுகள் என்னிடம் சேமிப்பில் இருக்கின்றன. தொடக்கத்தில் நீங்கள் விழுந்து விடாமல் இருப்பதற்காகக் குதிரையோடு சேர்த்துக் கட்டுவோம்...''

....

ஓல்கா விச்சிஸ்லாவவ்னா விரியன் பாம்பு போலவே கெட்டியான ஆயுள் பெற்றிருந்தாள். நிகழ்ந்தவை எல்லாவற்றுக்கும் பின்னர் அவளிடம் கண்கள் மட்டுமே எஞ்சி இருந்ததாகத் தோன்றியது. ஆனால் அவை உறக்கம் அற்ற ஆர்வமும் பொறுமை அற்ற இன்ப வேட்கையும் வெளிப்பட ஒளி வீசின. முந்திய வாழ்க்கை தொலைதூரக் கரையில் தங்கி விட்டது. தகப்பனாரின் கண்டிப்புள்ள, வசதியான வீடு; உயர் நிலைப்பள்ளி, உணர்ச்சிக் கனிவுள்ள தோழிகள், வீதிகளில் வெண்பனி, வெளியிலிருந்து வந்த நடிகர்கள் பால் கன்னிக் கவர்ச்சி, வழக்கப்படி ருஷ்ய மொழி ஆசிரியரின் பருத்த அழகர் வரன் த்சோவின் வழிபாடு; உயர்நிலைப் பள்ளியில் ''ஹெர்சன் வட்டம்'', அதன் உறுப்பினர்களான தோழர்களிடம் உவகை பொங்கும் கவர்ச்சி; மொழி பெயர்ப்பு நவீனங்களைப் படித்தல்; நார்வே ஜியன் எழுத் தாளர் ஹாம்ஸனின் (வாழ்க்கையில் இல்லாத) வட புலத்துக் கதாநாயகிகளுக்காக இனிய ஏக்கம், மார்கரிட்டின் நவீனங்களால் கலவரம் நிறைந்த ஆவல்... இவை எல்லாம் மெய்யாகவே இருந்தனவா? கிறிஸ்துமஸ் திருநாட்களுக்குப் புது உடை, மெபிஸ்டபீல் (சாத் தான்) வேடம் புனைந்த மாணவன் மேல் புனிதக் காதல், பஞ்சு அடைத்த ஸர்ஜ் துணியாலான அவனுடைய கொம்புகள்..... முப்பது டிகிரிக் கடுங்குளிரில் உறைந்த மலர்களின் மணம்.... துயர நிசப்தம், நாற்பது நாள் நோன்பின் போது ஆலய மணியோசை, வரவரக் குறைந்து, வர்த்தக வீதிகளில் பழுப்பு நிறம் அடைந்து கொண்டு போகும் வெண்பணி.... வசந்த காலக் கலவரம், இரவுகளில் காய்ச்சல்... வேர்ஹ்னி உஸ்லோன் என்னும் இடத்தில் நகர்ப்புற பங்களா, தேவதாரு மரங்கள், புல்வெளி, எல்லையற்ற வெள்ளங்களாகப் பெருகி ஒளி வீசும் வோல்கா ஆறு, தொடுவானத்தில் குமையும் மேகங்கள்... இவை எல்லாம் ஒருவேளை கனவில், கண்ணீரால் நனைந்த மருத்துவ மனைத் தலையணையின் வெப்பத்தில் மட்டுமே இப்போது நினைவுக்கு வந்தன....

இவை கனவுகளாக அவளுக்குத் தோன்றின. வெறிபிடித்த சதைப் பிண்டமாக, வாரில் கட்டியிருந்த ஐந்து ராத்தல் படிக்கல்லுடன் இந்தக் கனவுகளில் வலியப் புகுந்தான் வால்கா. பிரீக்கின் போக்கிரித் தனத்துக்காக உயர்நிலைப் பள்ளியிலிருந்து விலக்கப்பட்டான், விருப்பத் தொண்டனாகப் படையில் சேர்த்து போர் முனைக்குப் போனான், குதிரைப் படைச் சீருடையும் படையினனுக்குரிய வீரப் பதக்கமுமாகப் பிலுக்கிக் கொண்டு கஸான் நகருக்குத் திரும்பி வந்தான். அவனுடைய தகப்பன் போலீஸ் அதிகாரி பிரீக்கின் ("போலீஸ்காரர்கள் ஆண்டவனின் கோயிலுக்குப் பிரயாசை இல்லாமல் போக வேண்டும்" என்ற பெயர் பெற்ற உத்தரவைப் பிறப்பித்த அதே ஆசாமி) தன் மகன் வால்காவை அவன் கட்டாயமாகக் கொல்லப்படக் கூடிய மிக மிக முன்னணி இடங்களுக்கு அனுப்பும்படி வேண்டிக் கொண்டு பிரதேசப் படைத்தலைவருக்கு மனுச் செய்து கொண்டானாம். இந்த அயோக்கியனை உயிரோடு பார்ப்பதை விடப் பிணமாகப் பார்ப்பது பெற்றவனின் இதயத்துக்கு அதிக மகிழ்ச்சி அளிக்கும் என்று எழுதினானாம்...

வால்கா எப்போதும் பசியால் துடித்தான். இன்பங்களை அனுபவிக்கப் பேராசை கொண்டிருந்தான் சைத்தான் போலத் துணிவு உள்ளவனாய் இருந்தான். யுத்தம் அவனுக்கு வாழ்க்கைத் தோரணையைக் கற்பித் தது. இரத்தம் புளித்த வாடை அடிக்கிறது என்று அவன் தெரிந்து கொண்டான். புரட்சிதான் அவன் கைகளைக் கட்டவிழ்த்து விட்டது.

அவனுடைய ஐந்து ராத்தல் படிக்கல் ஓல்காவின் கனவுகள் என்னும் பல்வண்ணப் பனிப் பாளத்தைச் சுக்கல்களாக உடைத்து நொறுக்கி விட்டது. பனிப் பாளம் அச்சமூட்டும் அளவுக்கு மெல்லியதாக இருந்தது. அவளோ இன்ப வாழ்வை மணம், காதல், குடும்பம், நிலையான, மகிழ்ச்சியுள்ள வீடு முதலியவற்றை – அதன் மேல் நிறுவ ஆசை கொண்டிருந்தாள் .... பனிப் பாளத்தின் அடியில் மறைந்திருந்தது அகாதம்.... பாளம் நொறுங்கியதும் பண்பின்மையும் வெறியும் கொண்ட வாழ்க்கை கலங்கல் அலைகளால் அவளை மூழ்கடித்து விட்டது.

ஓல்கா இதை இப்படித்தான் புரிந்து கொண்டாள். வெறியுள்ள போராட்டம் (இரண்டு தரம் கொல்ல முயன்றார்கள், ஆனாலும் அவள்

பிழைத்து விட்டாள். இப்போது அவள் எதற்கும் அஞ்சவில்லை.), உள்ளத்தின் அடியாழத்திலிருந்து கிளம்பும் வெறுப்பு, இன்றையப் பாட்டைக் கழிப்பதற்கு ஒரு ரொட்டித் துண்டு, இன்னும் அனுபவித்து அறியாத காதல் பற்றிய கவலை இது தான் வாழ்க்கை ..... யெமெல்யானவ் கட்டிலின் அருகே உட்கார்ந்திருந்தான், அவள் தலையணையை முதுகுக்கு அடியில் செருகிக் கொண்டு குளிர்ந்த விரல்களால் போர்வை விளிம்பை அழுத்தியவாறு பேதைமை நிறைந்த நம்பிக்கையுடன் அவனை விழி பொருந்த நோக்கிக் கூறினாள்:

“நான் இந்த மாதிரிக் கற்பனை செய்து கொண்டிருந்தேன் : கணவன்– நேர்த்தியான பொன் முடியன், நான் ரோஜா நிற ஜாக்கெட்டு அணிந்திருப்பேன். உட்கார்ந்திருப்போம். நிக்கல் முலாம் பூசிய காப்பிப் பாத்திரத்தில் இருவருடைய பிரதிபிம்பங்களும் தெரியும். அவ்வளவுதான், வேறு ஒன்றும் இல்லை!... என் கற்பனையில் இது தான் இன்பமாக இருந்தது.... இந்தப் பெண்ணைக் கரிக்கிறேன்..... இன்பத்தை எதிர்பார்த்துக் காத்திருந்தாள், சோம்பேறி, மட மட்டி, ஜாக்கெட்டு அணிந்து, காப்பிப் பாத்திரத்தை வைத்துக் கொண்டு!.. எப்பேர்ப்பட்ட இழி பிறவி!..”

யெமெல்யானவ் முட்டிகளைத் தொடைகளில் ஊன்றிக் கொண்டு அவளுடைய கதைகளைக் கேட்டுச் சிரித்தான். ஒல்கா தன்னை அறியாமலே முழுமையாக அவனுக்குள் ஒன்றிவிட முயன்று வந்தாள்... மருத்துவ மனைக் கட்டிலின் படுக்கையிலிருந்து உடம்பைக் கிளப்பி விட வேண்டும் என்ற ஒரு விருப்பம் தான் இப்போது அவளுக்கு இருந்தது. தலை மயிரை அவள் கத்தரித்துக் கொண்டு விட்டாள். குதிரைப் படையினர் அணியும் குட்டை மென்மயிர்த்தோல் அரைக் கோட்டு, சிவப்புப் ஆக்கரை தைத்த நீலச் சராய், முன்பே வாக்களித்திருந்த பகட்டான ஆட்டுத்தோல் நீள்சோடுகள் ஆகியவற்றை யெமெல்யானவ் அவளுக்குக் கொடுத்தான்.

நவம்பர் மாதம் ஒல்கா மருத்துவ மனையிலிருந்து வெளியேறினாள். நகரில் உறவினர்களோ நண்பர்களோ இல்லை. வாடைக் காற்றால் அடித்து வரப்பட்ட மேகங்கள் வெறிச்சோடிய வீதிகளுக்கும் பலகைகள் வைத்து அடைத்த கடைகளுக்கும் மேலே மிதந்து மழையையும் வெண்பனியையும் பொழிந்தன. உறைவிடத்தைத் தேடுவதற்காக யெமெல்யானவ் சந்து

சந்தாகச் சேற்றில் ஊக்கத்துடன் சுற்றி அலைந்தான். அவனுக்கு ஓர் அடி பின்னே மெதுவாக நடந்தாள் ஓல்கா. நனைந்து கனத்த மென்மயிர்த் தோல் அரைக் கோட்டும் கொல்லப் பட்ட மாணவனின் நீள்சோடுகளும் அணிந்திருந்தாள். அவளுடைய முழங்கால்கள் நடுங்கின. ஆனால், செத்தாலும் சரி, யெமெல்யானவை விட்டு ஓர் அடி கூடப் பின் தங்க அவள் விரும்பவில்லை. புரட்சி எதிரி வெண்படையினரால் சித்திரவதை செய்யப்பட்ட தோழர் ஸோதவாவுக்கு உறைவிடம் அளிப்பதற்கான ஆணைப் பத்திரத்தை நிர்வாகக் கமிட்டியில் அவன் பெற்றிருந்தான், அசாதாரணமான ஏதேனும் இருப்பிடத்தைத் தேடிக் கொண்டிருந்தான். கடைசியில் ஸ்தாரபகா தவ் குடும்பத்தாரின் பிரமாண்டமான பங்களாவில் குடிபுக முடிவு செய்தான். தூண்களும் முகம் பார்க்கும் கண்ணாடிகள் பதித்த சன்னல்களும் உள்ள அந்த பங்களாவைச் சொந்தக்காரர்கள் விட்டுவிட்டுப் போயிருந்தார்கள். ஓவியங்கள் தீட்டிய விட்டங்கள் உள்ள அறைகளில் மேசை நாற்காலி களுக்குத் தங்க முலாம் பூசப்பட்டிருந்தது, இந்தப் பூச்சு உரிந்திருந்தது. ஆட்கள் வசிக்காத வீட்டின் உடைந்த சன்னல்கள் வழியே காற்று எல்லா அறைகளிலும் வீசிக் கொண்டிருந்தது. சரவிளக்குகளில் படி கங்கள் முறையிடுபவை போன்று கிணுகிணுத்துக் கொண்டிருந்தன. இலையுதிர்ந்த லிண்டன் மரங்கள் சோர்வுடன் இரைந்து கொண்டிருந்தன, யெமெல்யானவ் இரட்டைக் கதவுகளை உதைத்துத் திறந்தான்.

“பாரேன், பிளாச்சுத் தரையிலேயே எல்லாவற்றையும் குவித்திருக்கிறார்கள், சைத்தான்கள், எதிர்ப்பைக் காட்டுவதற்காக....”

விருந்தறையில் சுவர் நீளத்துக்கு அமைந்திருந்த ஆர்கன் வாத்தியத்தை உடைத்து அதன் மரப்பகுதிகளை, சோபாக்கள் இருந்த மூலை அறைக்கு எடுத்துப் போய் கணப்பைத் தகதகவென்று எரிய விட்டான்.

“இதிலேயே தேநீரும் தயாரித்துக் கொள்ளலாம். கதகதப்பாகவும் வெளிச்சமாகவும் இருக்கிறது இங்கே. வாழத் தெரிந்தவர்கள் இந்த பூர்ஷ்வாக்கள்.....”

தகரத் தேநீர்க் கெட்டிலும் வேக வைப்பதற்குக் கோட்டுக் கிழங்கு வற்றலும் தானியங்களும் கொழுப்பும் உருளைக்கிழங்கும் ஓர் இரண்டு வாரங்களுக்குப் போதுமான எல்லாப் பண்டங்களும் வாங்கி வந்தான்.

ஒல்கா இருண்ட வெற்று வீட்டில் தனியாக இருந்தாள். அங்கே புகைக் குழாய்கள் பயங்கரமாக ஊளையிட்டன. ஸ்தாரபகாதவ் வர்த்தகக் குடும்பத்தாரின் ஆவிகள் இலையுதிர்கால மழையில் கூரை மேல் உட்கார்ந்து கொண்டு ஏக்கம் தாங்காமல் விம்மி அழுவது போலிருந் தது அந்த ஊளை.

ஒல்காவுக்குச் சிந்தனை செய்ய வேண்டிய அளவு நேரம் இருந்தது. நாற்காலியில் அமர்ந்து, தேநீர்க் கெட்டிலில் கொதி வரத் தொடங்கி இருந்த நெருப்பைப் பார்த்தவாறு யெமெல்யானவைப் பற்றி எண்ணமிட்டாள். இன்று வருவானா? வந்தால் நல்லது. அவள் உருளைக் கிழங்கு வெந்திருக்கிறாள். எதிரொலிக்கும் பிளாச்சுத் தரையில் அவனுடைய காலடிகளைத் தொலை விலிருந்தே அவள் கேட்டாள். குதூகலம் பொங்க, பயங்கர விழிகளுடன் அவன் வந்ததும் அவளுக்கு உயிர் வந்தது. ரிவால்வரையும் இரண்டு எறி குண்டுகளையும் சுழற்றி, ஈர மேல் கோட்டைக் களைந்து விட்டு, எல்லாம் சரியாய் இருக்கிறதா, ஏதாவது வேண்டுமா என்று விசாரித்தான்.

“மார்புச் சளியும் இருமலும் போய்விட வேண்டும், கோழையில் இரத்தம் இருக்கப்படாது, அது தான் முக்கியம்... புத்தாண்டுக்குள் முழுதும் குணம் அடைந்து விடுவீர்கள்.”

தேநீர் பருகி சிகரெட்டு புகைத்தவாறு அவன் படை விவகாரங்களை விவரித்தான். குதிரைப் படைச் சண்டைகளை ஓவியப் பாங்குடன் வருணித்தான். சில வேளைகளில் அவனுக்கு மட்டுமீறி ஆத்திரம் பொங்கிற்று. அப்போது அவனுடைய கழுகுக் கண்களைப் பார்க்கப் பயமாயிருந்தது.

அறை நடுவே கால்களை அகல வைத்து நின்று உடைவாளை உறையிலிருந்து உருவிக் கொண்டு அவன் சொன்னான் : ஏகாதிபத்திய யுத்தம் குறித்த இடங்களில், அகழ்கள் தோண்டிக் கொண்டு நடத்தப்பட்டது, ஏனென்றால் அதில் ஆவேசப் பெருக்கு இருக்கவில்லை. படையினர் ஏக்கத்தால் மடிந்தார்கள், புரட்சியோ, குதிரைப் படையை உருவாக்கியது.... புரிகிறதா உங்களுக்கு? குதிரை இயற்கைச் சக்தி ... குதிரைப் படைத்தாக்கு புரட்சியின் ஆவேசப் பெருக்கு ..... உதாரணமாக, என்னிடம் கையில் வாள் மட்டுந்தான், ஆனால் நான் காலாட்படை அணியைப் பிளந்து கொண்டு போகிறேன், இயந்திரத் துப்பாக்கித் தொகுதி மேல் பாய்கிறேன்...

என்னுடைய இந்தத் தோற்றத்தைக் கண்டு கலங்காதிருப்பது பகைவனுக்கு முடியுமா? முடியாது..... அவன் கிலி கொண்டு ஓடுகிறான், நான் அவனை வெட்டிச் சாய்க்கிறேன்–எனக்குச் சிறகுகள் முளைத்து விட்டன போல் இருக்கிறது.... குதிரைப் படைகளின் சண்டை என்றால் என்ன, தெரியுமா? துப்பாக்கி சுடாமல் குதிரைப் படை அணிகள் அலை மேல் அலையாக எதிர் எதிரே வருகின்றன. இரைச்சல்... குடித்து வெறி கொண்டவர்கள் போல் இருக்கிறோம் நாங்கள்..... இருதரப்புப் படைகளும் மோதிக் கொண்டு விட்டன.... சண்டை தொடங்குகிறது... ஒரு நிமிடம், அட அதிகமாய்ப் போனால் இரண்டு நிமிடம்... இந்த பயங்கரத்தைத் தாங்க இதயத்தால் முடியாது... பகைவனின் மயிர் சிலிர்த்து நிற்கிறது.... அவன் குதிரைகளைத் திருப்புகிறான் ...... இனி வெட்டு, விரட்டு, அவ்வளவுதான் ...... சிறைப்படுபவர்கள் கிடையாது....."

அவனுடைய கண்கள் எஃகு போலப் பளிச்சிட்டன. எஃகு வாள் காற்றில் சீழ்க்கை அடித்தது....... கூரிய முழங்கைகளை முழங்கால்கள் மேல் ஊன்றி, இறுக்கிய முட்டிகளில் மோவாயை அழுத்திக் கொண்டு, கிளர்ச்சியால் சில்லிட்ட முதுகுடன் ஒல்கா அவனைப் பார்த்துக் கொண்டிருந்தாள்.... சீழ்க்கை அடிக்கும் வாள் முனை அவளுடைய இதயத்தை வகிர்ந்து விட்டாலும் அவள் மகிழ்ச்சி ஆரவாரம் செய்திருப்பாள் என்று தோன்றி யது. இந்த மனிதனை அவள் அவ்வளவு காதலித்தாள்......

அவன் அவளை எதற்காகக் காப்பாற்றினான்? அவள் மேல் இரக்கம் மட்டுந்தானா அவனுக்கு இருந்தது? தெருவில் கண்டு எடுத்த நாய்க்குட்டி மேல் இரக்கப்படுவது போல அனாதையான அவள் மேல் பரிதாபம் கொண்டானோ? சில வேளைகளில் அவனுடைய கடைக் கண்பார்வை அவள் விழிகளில் பட்டது போல் இருக்கும். விரைந்த, சோதரப் பாங்கு அற்ற உணர்வால் மங்கிய பார்வை..... அவளுடைய கன்னங்கள் வெப்பத் தால் காந்தும். முகத்தை எந்தப் பக்கம் திருப்புவது என்று தெரியாது. பதை பதைக்கும் நெஞ்சு அடியற்ற பள்ளத்தில் விழுந்து விடும். ஆனால் அவள் நினைத்தது தவறு என்று பின்பு தெரிய வரும்: அவன் மாஸ்கோ நாளிதழ் ஒன்றைப் பையிலிருந்து எடுத்து நெருப்புக்கு முன் அமர்ந்து நடப்பு விஷயங்கள் பற்றிய கிண்டல் கட்டுரையை உரக்கப் படிப்பான். அதில் உலக

முதலாளி வர்க்கத்துக்குக் கடுமையான சொற்களில் சாட்டையடி கொடுக்கப்பட்டிருக்கும்... "குண்டுகளால் அல்ல, எளிய சொற்களாலேயே தொலைத்து விடுவோம்..... ஆகா, எவ்வளவு நன்றாக எழுதி இருக்கிறார்கள், சபாஷ்!" என்று மகிழ்ச்சியுடன் கால்களைத் தொப்பென்று அடித்து ஆர்ப்பரிப்பான்.

குளிர் காலம் வந்தது. ஒல்காவின் உடம்பு சரியாகி விட்டது. ஒரு நாள் யெமெல்யானவ் காலையில் பொழுது புலர்வதற்கு முன்பே வந்து உடை அணியச் சொல்லி அணி நடை மைதானத்துக்கு அவளை அழைத்துச் சென்றான். குதிரைப் படை வீரன் எப்படி அமர வேண்டும், குதிரையை எப்படிச் செலுத்த வேண்டும் என்பது பற்றிய முதல் விதிகளை அவளுக்குக் கற்பித்தான். அதிகாலையில் மென்மையான வெண்பனி பெய்தது. ஓல்கா குதிரையை வெண்ணிற அணி நடை மைதானத்தில் செலுத்தினாள். அதன் குளம்புகளின் மணல் தடங்கள் மைதானத்தில் பதிந்தன. "வேலி மேல் தொற்றிக் கொண்ட நாய் போல உட்கார்ந்திருக்கிறாயே, நீ நாச மற்றுப் போக! கால்களைச் சரியாக வைத்துக் கொள், சரிந்து விடாதே!" என்று கத்தினான் யெமெல் யானவ். அவளுக்கு வேடிக்கையாக இருந்தது. காற்று செவிகளில் மகிழ்ச்சியுடன் சீழ்க்கை அடித்தது, நெஞ்சிற்குக் களி வெறியூட்டியது. இமை மயிர்களில் இளகின வெண் பனிச் சிதர்கள்.

3

பலவீனமான பெண்ணுக்குள் எஃகு ஆற்றல்கள் மறைந்திருந்தன. இந்த ஆற்றல் எங்கிருந்து வந்தது என்று புரியவில்லை. அணிநடை மைதானத்தில் குதிரைப் படை அணியிலும் காலாட்படை அணியிலும் ஒரு மாதம் பயிற்சி செய்த பின் அவள் விரைப்பாக நிமிர்ந்து விட்டாள். குளிர் காற்று அவளுடைய முகத்துக்குச் செம்மை ஏற்றி விட்டது. "அசப்பிலே பார்க்கும் போது ஊதினால் பறந்து போவாள் போல் இருக்கிறது. உண்மையிலோ, சரியான குட்டிப் பேய்....." என்றான் யெமெல்யானவ், அதோடு மோகினிப் பிசாசு போல அழகாகவும் இருந்தாள் அவள். மெல்லிய, நெடிய மேனியும் அடர்ந்த கருங் குழலுமாக, இடை வாரினால் இறுக்கிய சிறு மென்மயிர்த்தோல் கோட்டு அணிந்து, குதி முட்கள் கிணுகிணுக்க அவள் சிகரெட்டுப் புகை சூழ்ந்த பாரக்கில் நடந்த போது இளம் குதிரைப்

படையினர் பரவசத்துடன் நோக்கினார்கள், அனுபவம் முதிர்ந்த வீரர்கள் சிந்தனையில் ஆழ்ந்தார்கள்.

அவளுடைய மெலிந்த கைகள் குதிரையை லாகவமாகவும் துடியாகவும் செலுத்தப் பழகி விட்டன, பூர்ஷ்வா நடனங்களுக்கும் பட்டு ஸ்கர்ட்டுகளுக்கும் மட்டுமே ஏற்றவையாகத் தோன்றிய கால்கள் வளர்ச்சியும் வலிவும் பெற்றுவிட்டன. சவாரிக் குதிரையைச் செலுத்தப் பயன்படும் முழங்கால்கள் முதல் கணுக்கால்கள் வரையுள்ள பகுதி யெமெல்யானவுக்குச் சிறப்பாகப் பிடித்திருந்தது. அவ்வளவு துடியாக, குதிரையை இடுக்கி போன்று பிடித்தவாறு சேணத்தில் அமர்ந்திருந்தாள். குதிரை ஆடுபோல அவளுக்கு அடங்கி நடந்தது. வாள் வீசவும் அவள் கற்றுக் கொண்டாள், கோபுர வடிவிலும் கழிகளின் வடிவிலும் அமைந்த பயிற்சிச் சாதனங்களைத் திறமையுடன் துண்டாக்கினாள். ஆனால், அசலான வாள் வீச்சு அவளுக்கு வாய்க்கவில்லை. வாள் வீச்சில் வலிமை எல்லாம் தோளில் இருக்க வேண்டும். அவளுடையவையோ கன்னித் தோள்கள்.

அரசியல் அறிவிலும் அவள் மட்டமாயில்லை. "பூர்ஷ்வாத்தனத்தின் மிச்சம்" அவளிடம் இருக்குமோ என்று யெமெல்யானவ் பயந்தான்— அந்தக் காலம் கடுமையானதாக இருந்தது. "தோழர் ஸோதவா, தொழிலாளர்- விவசாயிகளின் செஞ்சேனை பின்பற்றும் குறிக்கோள் யாது?.." ஓல்கா துள்ளி எழுந்து வாய்குழறாமல் பதில் சொன்னாள் : "உலகின் எல்லா உழைப்பாளி மக்களுடையவும் இன்பத்துக்காக இரத்த வெறி கொண்ட முதலாளித்துவத்துடனும் நிலப்பிரபுக்களுடனும் பாதிரிகளுடனும் போராட்டம்"... யெமெல்யானவ் தலைவனாயிருந்த ஸ்குவாட்ரனில் படையினளாக ஓல்கா சேர்த்துக் கொள்ளப்பட்டாள். பிப்ரவரி மாதத்தில் அவர்களுடைய ரெஜிமெண்டு சரக்கு ரயில் வண்டி யில் ஏற்றப்பட்டுப் புரட்சி எதிரி ஜெனரல் தினீக்கினது படைகளுக்கு எதிராகப் போர் முனை சேர்க்கப்பட்டது.

படைகள் இறக்கப்பட்ட ரயில் நிலையத்தில் சேறும் சாணமும் கலந்த வெண்பனி மேல் குதிரையைக் கடிவாளமிட்டுப் பிடித்தவாறு நின்றாள் ஓல்கா. காற்றில் அடித்துச் செல்லப்பட்ட மேகங்கள் சூழ்ந்து தணல்

செம்மையும் நீலமுமாகத் தகதகத்த வசந்தகால அஸ்தமனத்தை நோக்கி, தொலைவில் வெடித்த பீரங்கிகளின் அதிர் முழக்கங்களைக் கேட்டபோது, அண்மைக் கடந்த காலம் அனைத்தும் மறக்க முடியாத மனத்தாங்கலும் பழி வாங்கத்தூண்டும் வெறுப்பும் நிறைந்ததாக அவளுக்குள் எழுந்தது. "புகை பிடிப்பதை நிறுத் துக!... குதிரைகள் மேல் ஏறுக!." என்று முழங்கிற்று யெமெல்யானவின் குரல். அனாயாசமான அங்க அசைவுகளுடன் ஓல்கா சேணத்தில் அமர்ந்தாள். உடைவாள் அவளுடைய தொடையில் அடித்தது..... அவளுடைய சட்டையைக் கிழிக்கவும் ஐந்து ராத்தல் படிக்கல்லால் அச்சுறுத்தவும் முழங்கையைப் பிடித்து நிலவறைக்கு இழுத்துச் செல்லவும் இப்போது ஒருவரும் துணிய மாட்டார்கள்! "கெச்சை நடையில் முன் செல்க!.." சேணம் கிறீச்சிட்டது, ஈரக் காற்று சீழ்க்கை அடித்தது. கண்கள் கருஞ்சிவப்பான மங்குலைப் பார்த்தன. "குதிரைகள் தளைகளை அறுத்து விடுபட்டு விட்டன. இனி மாகடல் கரையில் வேண்டுமானால் நிற்போம், அது வரை கட்டாயம் முன்னேறுவோம்" என்ற அன்புக்குரிய நண்பனின் சொற்கள் சொக்க வைக்கும் பாட்டு போல நினைவில் ஒலித்தன..... இவ்வாறு தொடங்கியது அவளுடைய படைப்பணி வாழ்க்கை.

....

ஸ்குவாட்ரனில் எல்லோரும் ஓல்காவை யெமெல்யானவின் மனைவி என்று அழைத்தார்கள். ஆனால் அவள் அவனுக்கு மனைவியாக இல்லை. ஓல்கா கன்னி கழியாதவள் என்று தெரிய வந்தால் ஒருவரும் நம்பி இருக்க மாட்டார்கள், சிரித்துச் சிரித்து எல்லோருக்கும் வயிறு அறுந்து போயிருக்கும். ஆனால் அவளும் சரி, யெமெல்யானவும் சரி, இதை மறைத்தார்கள். மனைவியாகக் கருதப்படுவது புரியக் கூடியதாகவும் எளிதாகவும் இருந் தது. ஒருவரும் அவளைச் சீண்டவில்லை. யெமெல்யான வின் முட்டி வலியது என்பதை எல்லோரும் அறிந்திருந்தார்கள். பல தடவைகள் அவன் இதை நிரூபித்துக் காட்ட வேண்டி வந்தது. அப்புறம் ஓல்கா எல்லோருக்கும் தம்பியாக இருந்தாள்.

ஆர்டர்லி வேலை காரணமாக ஓல்கா ஸ்குவாட்ரன் சுமாண்டரின் அருகிலேயே எப்போதும் இருந்தாள். போர்ப் பயணங்களில் ஒரே வீட்டில் இரவைக் கழித்தாள். அடிக்கடி இருவரும் ஒரே கட்டிலில் படுத்தார்கள்,

அவன் ஒரு புறமும் அவள் எதிர்ப்புறமுமாகத் தலை வைத்து, தன் தன் மேல் கோட்டைப் போட்டுக் கொண்டு உறங்கினார்கள். பகலில் ஒரு ஐம்பது கிலோ மீட்டர் தூரம் களைப்பூட்டும் பயணம் செய்த பின் ஓல்கா குதிரையை ஒழுங்குப்படுத்தி, பாத்திரத்திலிருந்து உணவை அவசர அவசரமாகச் சாப்பிட்டுவிட்டு நீள் சோடுகளைக் கழற்றுவாள், உள் சட்டையின் கழுத்துப் பட்டையைத் திறந்து விடுவாள், பெஞ்சு மேலோ அடுப்புப் பரண்மேலோ கட்டில் விளிம்பிலோ படுத்ததும் படுக்காததுமாக உறங்கிப் போவாள்...... யெமெல் யானவ் படுத்ததையோ எழுந்ததையோ அவள் கேட்கவில்லை. விலங்கு போன்று அவன் கொஞ்சந்தான் உறங்கினான். இரவுச் சந்தடிகளை ஒரு காதினால் உற்றுக் கேட்டுக் கொண்டிருந்தான் போலும்.

யெமெல்யானவ் அவளிடம் கடுமையாக நடந்து கொண்டான். படையினருக்கு இடையே அவளுக்கு எந்த விதத்திலும் அவன் தனிச் சலுகை காட்டவில்லை. உண்மையில் மற்றவர்களை விட அடிக்கடி அவளைக் கடிந்து கொண்டான். அவனுடைய கழுகுக் கண்களின் வலிமையை இப்போது தான் அவள் புரிந்து கொண்டாள். அது போராட்டப் பார்வை. பரிவும் பரிகாசப் பேச்சும் போர்ப் பயணங்களின் போது தேவையற்ற உடல் கொழுப்பு போலவே அவனிடமிருந்து அகன்று விட்டன. குதிரைகள் ஒழுங்காக இருக்கின்றனவா, படையினர் உறங்குகிறார்களா, எல்லைக் காவலர்களும் பாராக்காரர்களும் தங்கள் இடங்களில் விழிப்புடன் இருக்கிறார்களா என்று இரவில் சுற்றிப் பார்த்த பிறகு யெமெல்யானவ் களைப்புடன், கடும், வியர்வை நாற்றம் வீச வீட்டுக்குள் வந்து பெஞ்சில் உட்கார்த்து, ஊதிப் போன நீள்சோடுகளை அரும்பாடு பட்டுக் கழற்றினான். அடிக்கடி சோட்டின் மேல் பகுதி ஒரு காலில் பாதி இழுத்த நிலையில் இருக்கச் சோர்ந்து போய் அப்படியே உட்கார்ந்திருந்தான். கட்டில் அருகேபோய் ஓல்காவின் முகத்தைக் கண நேரம் பார்த்துக் கொண்டிருந்தான்.. காற்றில் அடிபட்டுப் பழுப்பேறி, உறக்கத்தில் சிவேரென்றிருந்த அந்த முகத்தில் பெண்மையும் குழந்தைத் தன்மையும் ஒருங்கே மிளிர்ந்தன. யெமெல்யானவின் கண்கள் ஈரமாயின, கனிந்த புன்னகை உதடுகளில் தவழ்ந்தது. ஆனாலும் அவள் தவறு செய்திருந்தால் அவன் இரக்கம் காட்டி இருக்க மாட்டான்.

....

ஓல்கா டிவிஷனுக்குச் செய்தி உறை எடுத்துச் சென்று கொண்டிருந்தாள். காஞ்சிரைகளின் காரணமாக ஸ்தெப்பி வெளி சில இடங்களில் பசுமையாகவும் வேறு இடங்களில் சாம்பல் வெள்ளி நிறமாகவும் இருந்தது. மேகங்கள் அற்ற மே மாத ஆகாயம் வானம் பாடிகளின் குரல்களில் பாடிக் கொண்டிருந்தது. குதிரைக்குக் குஷி கிளம்பி விட்டது. அது மென்மையான செச்சை நடையில் ஆட்டப் புரவி போலத் துள்ளி நடந்தது. மஞ்சள் நிற வயலெலிகள் பாதையின் குறுக்கே ஓடின. போர் நடக்கிறது, பகைவன் நெருக்குகிறான், ஒரு புறமாகக் கடந்து செல்கிறான், காலாட்படை டிவிஷன்கள் பகைவனுடன் போரிடாமல் ரயில் பெட்டிகளை உடைக்கின்றன, பின்புலத்துக்குப் போகின்றன, நகரங்களில் பஞ்சமும் கிராமங்களில் கலகங்களும் தாண்டவமாடுகின்றன என்பதை எல்லாம் இந்த மாதிரிக் காலையில் மறந்துவிட முடியும். வசந்தமோ முன் பொலவே நிலத்தை வண்ணங்களால் அழகு படுத்திக் கனவுகளால் உள்ளத்தைக் கிளர்ச்சி கொள்ளச் செய்தது. மோசமான தீனி காரணமாக உடல் முழுதும் வியர்த்து வடிந்த குதிரை கூடச் சற்றுச் செருமி, ஊதா விழிகளால் கடைக் கணித்து, கொஞ்சி விளையாடும் அவலைக் காட்டியது – கழிசடை.

பாதி கோரைப் புல் மண்டிய ஒரு குளத்தை ஒட்டினாற் போலச் சென்றது பாதை. பல மடிப்புக்கள் உள்ள வெண்சுதைச் செங்குத்துப் பாறை ஒன்று அதில் பிரதி பாத்தது. குதிரை நடையை நிறுத்தி நீரின் பக்கம் இழுத்தது. ஒல்கா சட்டென்று குதிரையின் கடிவாளத்தைக் கழற்றினாள். அது முழங்கால் அளவு நீரில் இறங்கிப் பருகத் தலைப்பட்டது. ஆனால் நீரை உறிஞ்சியதுமே வெண் புள்ளியிட்ட மூஞ்சியை நிமிர்த்தி உடம்பெல்லாம் நடுங்க, கலவரத்துடன் உரக்கக் கனைத்தது. ஓல்கா உடனே கடிவாளத்தை மாட்டிச் சேணத்தில் துள்ளி அமர்ந்தாள். சுற்று முற்றும் கண்ணோட்டி விட்டு முதுகில் மாட்டிய சிறு துப்பாக்கியின் பிடியை இழுத்துக் கொண்டாள். வில்லோப் புதர்களில் இரண்டு தலைகள் ஆழ்ந்தன. இரண்டு குதிரை வீரர்கள் கரைக்கு மேல் பாய்ந்து வந்தார்கள். நின்றார்கள். வேவுகாரர்கள். ஆனால் யாரைச் சேர்ந்தவர்கள்? நம்மையா, புரட்சி எதிர்ப்பு வெண்படை களையா?

ஒருவனுடைய குதிரை கால்களிலிருந்து ஈக்களை விரட்டுவதற்காகத் தலையை வளைத்தது. சவாரிக்காரன் கடிவாளத்தின் பக்கம் சாய்ந்தான்.

அப்போது தங்கப் பட்டை அவன் தோளில் மின்னியது..... ஓல்கா வாள் உறையால் குதிரையை அடித்து முடுக்கியவாறு முன்னே குனிந்தாள். குதிரை பாய்ந்தது. காஞ்சிரைப் புதர்களும் உலர்ந்த தரைகளும் எதிரேயிருந்து பறந்து வந்தன ... முந்துவதற்காக விரைந்த குதிரைகளின் குளம் பொலி பின்னே கேட்டது ...... துப்பாக்கிக் குண்டு வெடித்தது...... ஓல்கா ஒரு புறம் சாய்ந்தாள். சவாரிக்காரர் களில் ஒருவன் அவளுடைய வழியை மறிப்பதற்காக வலப்புறமாக வந்தான். தோன் பிரதேசத்தைச் சேர்ந்த அவனது செம்பழுப்புக் குதிரை ருஷ்ய வேட்டைநாய் போலத் தாவிப் பாய்ந்தது.... பின்புறமிருந்து மறுபடி குண்டு வெடித்தது.... ஓல்கா முதுகிலிருந்து சிறு துப் பாக்கியை எடுத்துக் கொண்டாள், கடிவாள வாரைக் குதிரை மேல் போட்டாள். தோன் பிரதேசக் குதிரை மேல் இருந்தவன் ஒரு ஐம்பது தாவடி தூரத்தில் வந்து கொண்டிருந்தான். வாளை ஆட்டியவாறு, ‘‘நில்! நில்!’’ என்று பயங்கரமாகக் கத்தினான்.... அவன் வால்கா பிரீக்கின். ஓல்கா அவனை அடையாளம் கண்டு கொண்டாள். கால்களால் அடித்துக் குதிரையை அவனுக்கு எதிராக விரட்டிக் கொண்டு போய், துப்பாக்கியை உயர்த்தினாள். அவளுடைய துப்பாக்கிக் குண்டு அனல் வீசும் வெறுப்புடன் வெடித்துப் பளிச்சிட்டது.... தோன் பிரதேசக் குதிரை தலையை அசைத்துப் பின்னங்கால்களில் நின்றது, மறுகணமே தடாலென்று விழுந்து சவாரிக் காரனை நசுக்கியது...... ”வால்கா! வால்கா!” என்று காட்டுத்தனமாகக் களிபொங்க ஆர்ப்பரித்தாள் ஓல்கா. அந்தக் கணத்தில் இரண்டாவது சவாரிக்காரன் பின் புறமிருந்து அவள் பக்கம் பாய்ந்தான்... அவனுடைய நீண்ட மீசைகளையும் திகைப்பினால் பிதுங்கிய பெரிய விழிகளையும் மட்டுமே அவள் கண்டாள். ”பெண் பிள்ளை!’ என்று கூவி அவன் வீசிய வாள் தொய்ந்து ஓல்காவின் துப்பாக்கிக் குந்தாவில் மெல்லெனப் பட்டுக் கணகணத்தது. குதிரை அவனை முன்னே கொண்டு போயிற்று. ஓல்காவின் கைகளில் இப்போது துப்பாக்கி இல்லை அவள் அதை எறிந்திருக்கவோ நழுவ விட்டிருக்கவோ வேண்டும் (பின்பு இந்த நிகழ்ச்சியை விவரித்த போது, இந்த விஷயத்தை அவளால் நினைவு படுத்திக் கொள்ள முடியவில்லை). பிடுங்கிய வாளின் குமட்டச் செய்யும்படிப் பிசுபிசுப்பான அலகை அவள் உணர்ந்தாள். இறுகிய குரல்வளை வீரிட்டது. குதிரை விரட்டிக் கொண்டு பாய்ந்தது. முன் குதிரையை எட்டி விட்டது. ஓல்கா வாளால் ஓங்கி

அடித்தாள். மீசைக் காரன் இரண்டு கைகளாலும் பின் மண்டையைப் பற்றிக் கொண்டு குதிரைப் பிடரி மேல் சாய்ந்தான்.

குதிரை பெருமூச்சு விட்டவாறு காஞ்சிரை அடர்ந்த ஸ்தெப்பியில் ஒல்காவைக் கொண்டு சென்றது. வாளின் பிடியைத் தான் இன்னமும் இறுகப் பிடித்திருந்ததை அவள் கண்டாள். வாளை உறையில் வைப்பது கடினமாய் இருந்தது. சிரமத்துடன் வைத்தாள். பின்பு குதிரையை நிறுத்தினாள். வெண்சுதைக் குன்றும் குளமும் இடப் புறம் வெகுதூரம் பின் தங்கிவிட்டன. ஸ்தெப்பி வெறுமையாக இருந்தது. ஒருவரும் விரட்டிக் கொண்டு வரவில்லை. துப்பாக்கிச் சூடுகளும் நின்று விட்டன. வானம்பாடிகள் ஒளி வீசிய நீலவானத்தில் இசைத்தன. அவளுடைய குழந்தைப் பருவத்தில் போன்றே நன்றாக, இனிமையாகப் பாடின. ஒல்கா மார்பின் மேல் சட்டையைப் பிடித்துக் கொண்டாள், விரல்களால் குரல்வளையை அழுத்தி அழுகையை அடக்கிக் கொள்ள அச்சத்துடன் முயன்றாள். ஆனால் ஒன்றும் பலிக்கவில்லை: கண்ணீர் பொங்கி வந்தது. சேணத்தில் அமர்ந்தபடி அவள் குமுறிக் குமுறி அழுதாள்.

பின்பு, டிவிஷன் தலைமையகம் செல்லும் வழியில் அவள் ஒரு தரம் ஒரு முட்டியாலும் மறுதரம் மறு முட்டியாலும் கண்களைக் கோபத்துடன் நீண்ட நேரம் துடைத்துக் கொண்டிருந்தாள்.

இந்தக் கதையைச் சொல்லும்படி ஸ்குவாட்ரன் காரர்கள் ஒல்காவை நூறுதரம் கட்டாயப்படுத்தினார்கள். படையினர் கெக்கலித்தார்கள், தலைகளைச் சுற்றினார்கள், விழுந்து விழுந்து சிரித்தார்கள்.

"ஐயோ, என்னால் முடியாது, ஐயோ, தம்பிமாரே, சரியான கேலிக் கூத்து! இரண்டு ஆண்பிள்ளைகளை ஒரு பெண்பிள்ளை கல்லறைக்கு அனுப்பி விட்டாள்!..."

"இரு, நீ சொல்லு கதையை: அதாவது, அந்த ஆள் பின்னாலிருந்து உன் மேல் பாய்ந்தவன், "பெண் பிள்ளை!" என்று திடீரெனக் கத்தினானாக்கும்!"

"அவனுடைய மீசை பெரியதோ?"

"விழிகளைப் பிதுக்கினான், பிரமித்துப் போனான்."

“அவனுக்குக் கை வரவில்லையாக்கும்?”

“அட, இதைச் சொல்லவும் வேண்டுமா?”

“நீ அவனை அக்கணமே மடாரென்று பின் மண்டையில் போட்டாயாக்கும் ஒரு போடு ... ஐயோ, தம்பிமாரே, என்னால் தாங்க முடியாது... பெருந்தகைமை காட்டியது அவன் உயிருக்கே கேடாய் முடிந்தது.”

“நல்லது, அப்புறம் நீ என்ன செய்தாய்?”

“அப்புறமாவது, என்னவாவது?” என்று பதில் சொன்னாள் ஓல்கா. “வழக்கம்போலத்தான். வாள் அலகைத் துடைத்தேன், செய்தி உறையை டிவிஷனுக்குக் கொண்டு போனேன்.”

....

போர்ப்பயண வாழ்க்கையில் முக்கியமான ஓர் அசவு கரியம் இருந்தது. ஓல்காவால் கூச்சத்தைப் போக்கிக் கொள்ள முடியவில்லை. வெக்கை நாளில் ஸ்குவாட்ரன் ஆற்றையோ குளத்தையோ அடைந்தபோது அவ ளுக்குச் சிறப்பாக வருத்தம் உண்டாயிற்று. படையினர் செணங்களைக் கழற்றி விட்டுக் குதிரைகள் மேல் அம்மணமாக அமர்ந்து சிரிப்பும் கொம்மாளமுமாக நீரை வாரி இறைத்தவாறு குளித்துக் களித்தார்கள். ஒல்காவோ செடி அல்லது நாணல் புதரின் மறைவில் எங்கேனும் ஒதுக்கமான இடத்தைத் தேட வேண்டி இருந்தது.

“அசட்டுப் பெண்ணே, கால்களில் கட்டிக் கொள்ளும் துணியைக் சுற்றிக் கொண்டு எங்களோடு சேர்ந்து குளியேன்” என்று அவளுக்குக் கூக்குரலிட்டார்கள்.

படையினர் துப்புரவும் நேர்த்தியும் கடைப்பிடிக்க வேண்டும் என்று யெமெல்யானவ் கண்டிப்பாக வலியுறுத்தினான். “குதிரை வீரனின் பிட்டத்தில் கொப்புளம் கிளம்பினால் அவன் படையை விட்டுப் போய் விட வேண்டும். அவன் படைக்கு ஏற்றவன் அல்ல” என்று கூறினான். “குதிரை வீரன் முக்கியமாகக் கவனிக்க வேண்டியது பிட்டத்தை. நிலைமை இடங்கொடுத்தால் கோடையிலும் பனிக் காலத்திலும் கிணற்றடியில் குளி. கால் மணி நேரம் உடற் பயிற்சி செய்.”

கிணற்றடியில் குளிப்பதும் ஒல்காவுக்குக் கடினமாய் இருந்தது. அவள் மற்றவர்களுக்கு முன்னால் எழுந்து, மேகப் படிவுகளையும் பனி மூட்டத்தையும் செவ்வொளியால் கிழித்துக் கொண்டு அப்போது தான் பொழுது புலரத் தொடங்கியிருக்கும் வேளையில் சில்லிட்ட பனித் துளிகள் மேல் ஓட வேண்டி இருந்தது. ஒரு நாள் முறையிடுவது போன்று கிறீச்சிட்ட ஏற்றத்தால் பனிக்கட்டியாய்க் குளிர்ந்து வாடையடித்த நீரை ஒரு வாளி இறைத்து, கிணற்று விளிம்பில் வாளியை வைத்து விட்டு, ஈரத்தால் உடல் விரைக்க அவள் உடைகளைந்தாள். அப்போது. அவள் முதுகை எதுவோ ஓசையின்றித் தொட்டது போலிருந்தது.

அவள் திரும்பினாள். யெமெல்யானவ் வாசற்படியில் நின்று அவளை விந்தையாக உறுத்துப் பார்த்துக் கொண்டிருந்தான். அப்போது அவள் கிணற்றின் மறுபக்கம் போய்க் குந்தினாள். அவளுடைய இமையா விழிகள் மட் டுமே அந்த நிலையில் பார்வைக்குப் புலப்பட்டன. அது தோழர்களில் எவனாய் இருந்தாலும் சரி, “என்னடா நீ, பேய் மகனே, ஒரேயடியாக முறைக்கிறாய், திரும்பிக் கொள்!” என்று கூச்சலிட்டிருப்பாள். ஆனால் இப்போது வெட்கத்தாலும் கிளர்ச்சியாலும் அவளுடைய தொண்டை வறண்டு போயிற்று. யெமெல்யானவ் தோள்களைக் குலுக்கி விட்டு வாய்க்குள்ளாகச் சிரித்துக் கொண்டு போய் விட்டான்.

இது அற்ப விஷயம், ஆனாலும் அன்று முதல் எல்லாம் மாறிவிட்டன. மிக மிக எளிய நடவடிக்கைகள் கூடத் திடீரென மிகச் சிக்கல் ஆகிவிட்டன. ஸ்குவாட்ரன் தீக்கிரையான பண்ணைகளில் இராத் தங்கியது. அடிக்கடி நேர்வது போல உறங்குவதற்கு ஒரு கட்டில் தான் இருந்தது. அன்று இரவு ஒல்கா ஒரு ஓரத்தில், குதிரை வாடையடித்த குதிரைத் துணிமேல் படுத்துக் கொண்டாள். முழு பலத்துடனும் இமைகளை மூடிக் கொண்ட போதிலும் வெகு நேரம் வரை அவளால் உறங்க முடியவில்லை. ஆயினும் யெமெல்யானவ் வந்தது அவளுக்குக் கேட்கவில்லை. சேவல்கள் அவளை எழுப்பிய போது அவன் கதவருகே தரையில் படுத்திருந்தது தெரிந்தது..... எளிமை மறைந்து விட்டது ..... உரையாடல்களின் போது யெமெல்யானவ் முகத்தை உர்ரென்று வைத்துக் கொண்டான், ஒரு புறம் பார்த்தான். அவன் முகத்திலும் தன் முகத்திலும் ஒரே மாதிரியான, இறுக்கம் நிறைந்த பசப்பு முகமூடியை அவள்

உணர்ந்தாள். ஆயினும் இந்தக் காலத்தில் அவள் இன்ப போதை கொண்டவள் போல இருந்தாள்.

ஓல்கா உண்மையான போரில் அது வரை பங்கு கொள்ளவில்லை. டிவிஷனோடு அவளுடைய ரெஜிமெண்டு வடக்கே தொடர்ந்து பின்வாங்கிக் கொண்டிருந்தது. மறு கைகலப்புக்களின் போது அவள் எப்போதும் ஸ்கு வாட்ரன் கமாண்டரின் பக்கத்தில் இருந்தாள். ஆனால் இடிரென்று போர் முனையின் ஒரு பகுதியில் பெரிய கெடு நிகழ்ச்சி நடந்து விட்டது. படையினர் அதைப் பற்றிக் கலவரத்துடன் கிசகிசுவென்று பேசத் தொடங்கினார்கள் எதிரி அணிவரிசையின் ஊடாகச் சென்று பின்புலப் பகுதிகளைக் கடந்து பகைச் சேனையின் கடைசிப் படை பணி வரிசையை மீண்டும் பிளந்து கொண்டு வெளியெறும்படி ரெஜிமெண்டுக்கு உத்தரவு இடப்பட்டது. “பின்புலத் தாக்கு” என்ற சொல்லை ஓல்கா முதன் முதலாகக் கேட்டாள். தாமதமின்றி நடவடிக்கை தொடங்கியது. யெமெல்யானவின் ஸ்குவாட்ரன் முதலில் சென்றது. இரவுத் தறுவாயில் குதிரைகளின் கடி வாளங்களைக் கழற்றாமலும் நெருப்பு மூட்டாமலும் காட்டில் தங்கினார்கள். வெதுவெதுப்பான மழை இலைகளில் இரைந்தது. நீட்டிய கை கண்ணுக்குத் தெரிய வில்லை. ஓல்கா வெட்டு மரத்தின் மேல் உட்கார்ந்திருந்தாள். அப்போது அன்புக் கரம் அவள் தோளில்பட்டது. அவள் ஊகித்து அறிந்து, பெருமூச்சு விட்டுத் தலையைச் சாய்த்துக் கொண்டாள். யெமெல்யானவ் குனிந்து வினவினான்:

“உனக்குப் பயமாய் இல்லையே? ஊம், ஊம், கவனமாய் இரு..... என் பக்கத்தை விட்டு விலகாதே .....”

பின்பு தணிந்த குரலில் உத்தரவு பிறந்தது. படையினர் ஓசையின்றிக் குதிரைகள் மேல் அமர்ந்தார்கள். ஓல்கா அனுமானமாகக் குதிரையைத் திருப்பி அங்கவடியால் யெமெல்யானவைத் தொட்டாள். வெகு நேரம் மெதுநடையாகச் சென்றார்கள். குளம்புகளுக்கு அடியே சேறு சளப்பிட்டது, குடைக் காளான்களின் மணம் எங்கிருந்தோ வந்தது. பின்பு பார்வை செல்ல முடியாத இருளில் மங்கலான இடைவெளிகள் தென்படலாயின– காடு அடர்த்தி குறைந்தது. வலப்புறம் மிக அருகே நெருப்பு ஊசிகள் இங்குமங்கும் பாய்ந்தன, குண்டுகளின் வெடியோசை இருண்ட காட்டில் அதிர்ந்து முழங்கியது. “வாட்களை உருவிக் கொண்டு முன்னேறுக, முன்னேறுக!..”

என்று நீட்டி முழக்கி ஆணையிட்டான் யெமெல்யானவ். ஈர மிலாறுகள் முகங்களில் அடித்தன, குதிரைகள் ஒன்றை ஒன்று நெருக்கின, செறுமின, முழங்கால்கள் அடிமரங்களில் மோதின. கீழ் நோக்கிச் சென்ற காட்டோரத் திறப்பு சாம்பல் நிறப்புகை மூட்டமாகக் கண்களுக்கு முன் திடீரென விரிந்தது. குதிரை வீரர்களின் நிழலுருக்கள் அதில் விரைந்தன. கரை முடிந்துவிட்டது. ஒல்கா குதிமுட்களைக் குதிரையின் விலாக்களில் குத்தினாள். குதிரை பிட்டத்தை உயர்த்தி ஆற்றில் பாய்ந்த து ......

ரெஜிமெண்டு பகைவரின் பின்புலத்தில் புகுந்து விட்டது. வானில் தாழ மிதந்தன கரு முகில்கள். குதிரைப் படையினர் இருளில் விரைந்தார்கள். ஐந்நூறு குதிரைகளின் குளம்புகள் ஸ்தெப்பி வெளியில் ஒலி செய்தன. பாய்ச்சலின் போதே இடை நிறுத்த எக்காளங்கள் முழங்கின. குதிரைகளிலிருந்து இறங்கும் படி ஆணை பிறந்தது. ஸ்குவாட்ரன் காரர்களுக்குத் தோளணிகளும் தொப்பிச் சின்னங்களும் வழங்கப் பட்டன. யெமெல்யானவ் படையினரை வட்டமாகத் இரட்டினான்.

"உரு மறைப்பிற்காக இப்போது நாம் லெப்டினண்டு ஜெனரல் விராங்கல் பிரபுவின் வட காக்கேஷியச் சேனையைச் சேர்ந்த ரெஜிமெண்டு ஆவோம். நினைவில் பதித்துக் கொண்டீர்களா, கோழிக் குஞ்சுகளா?" (படையினர் கனைத்தார்கள்.) "யார் சிரிப்பது அங்கே? பல்லில் போடுவேன். பேசாதிருங்கள். நான் இப்போது உங்களுக்குத் தோழர் கமாண்டர்' அல்ல. 'மேன்மை தங்கிய திருவாளர் காப்டன்.'" (அவன் நெருப்புக் குச்சியைக் கிழித்தான். ஒரு இடைவெளி கொண்ட தங்கத் தோளணி அவன் தோளில் பளிச்சிட்டது.) "நீங்கள் இப்போது 'தோழர்கள்' அல்ல, "கீழ்ப் பதவியினர், விரைப்பாக நிற்கவும் தொப்பியைத் தொட்டு சல்யூட் அடிக்கவும் 'நீங்கள்' போட்டு மரியாதையாகப் பேசவும் வேண்டும். 'பேச்சை நிறுத்துக! அட்டென்–ஷன்!' புரிந்ததா?" (ஸ்குவாட்ரன்காரர்கள் எல்லோரும் இடியிடி என்று சிரித்தார்கள், விரைப்பாக நின்று சல்யூட் அடித்து 'மேன்மை தங்கிய திருவாளர் காப்டன்' என்பதோடு பல கேலிச் சொற்களைச் சேர்த்துக் கிண்டல் செய்தார்கள்.) "தோளணிகளைத் தைத்துக் கொள்ளுங்கள், சிவப்பு நட்சத்திரத்தைப் பையில் மறைத்துக் கொண்டு தொப்பிச் சின்னத்தைப் பொருத்திக் கொள்ளுங்கள்....."

உரு மறைத்துக் கொண்ட ரெஜிமெண்டு விராங் கெல் படைகளின் பின்புலத்தில் மூன்று நாட்கள் சுற்றி வந்தது. அது சென்ற இடங்களில் எல்லாம் கரும்புகைப் படலங்கள் கிளம்பின, ரயில் நிலையங்களும் ரயில் வண்டிகளும் இராணுவக் கிட்டங்கிகளும் எரிந்தன, நீர் இறைவை நிலையங்களும் வெடிமருந்துக் கிடங்குகளும் தகர்ந்து சிதறின. நாலாம் நாள் குதிரைகள் மட்டு மீறிக் களைத்துப் போயின, தடுமாறத் தொடங் கின. ஆகையால் ஒதுக்குப் புறமாய் இருந்த ஒரு கிராமத்தில் பகல் வேளையில் தங்க முடிவு செய்யப்பட்டது. ஓல்கா குதிரையை ஒழுங்குபடுத்தி விட்டு, தீனிப் புல் பற்றைகளைத் தாண்டிப் போகாமலே விழுந்து உறங்கி விட்டாள். பெண்களின் உரத்த சிரிப்பொலி அவளுடைய தூக்கத்தைக் கலைத்தது. கறுப்பு ஸ்கர்ட்டைக் கெண்டைக் கால்களுக்கு மேல் தூக்கிச் செருகிக் கொண்டிருந்த தளதளப்பான ஒரு இள மாது ஓல்காவைக் காட்டி, "எவ்வளவு அழகான ஆள்." என்று யாரிடமோ சொல்லிக் கொண்டிருந்தாள். துவைத்த கால் துணிகளை அவள் வெளி முகப்புக் கொடியில் காயப் போட்டாள்.

ஓல்கா வீட்டுக்குள் போன போது யெமெல்யானவ் சாப்பாட்டு மேசை அருகே அமர்ந்திருந்தான். நன்றாக உறங்கி ஓய்வு கொண்டு குதூகலமாகக் காணப்பட்டான். நல்ல படுக்கையில் படுத்துத் தூங்கியதற்கு அடையாளமாக அவனுடைய தலைமயிரில் தூவி ஒட்டிக் கொண்டிருந்தது. கால்கள் வெறுமையாக இருந்தன. எனவே வெளியில் உலர்ந்து கொண்டிருந்தவை அவனுடைய கால் துணிகள் தாம்.

"உட்கார், இதோ சாப்பாடு கொண்டு வருவார்கள். வோத்கா குடிக்கிறாயா?" என்று அவன் ஓல்கா விடம் கேட்டான்.

அதே தளதளப்பான இளமாது கமகமத்த ஆவியிலிருந்து சிவந்த கன்னத்தைத் திருப்பியவாறு பாத்திரத்தில் காரட்டு சூப் எடுத்து வந்தாள். யெமெல்யானவின் மூக்குக்கு அடியில் பாத்திரத்தை ஓசையுடன் வைத்தாள், திரண்ட தோளைக் குலுக்கினாள் :

"நாங்கள் உங்களை எதிர்பார்த்துக் கொண்டிருந்தது போல இருக்கிறது. காரட்டு சூப்பிரமாதம்..." அவளுடைய குரல் மென்மையும் இனிமையும் உள்ளதாய் இருந்தது. அவள் துடியானவள், வெட்கம் கெட்டவள்.... "உங்கள் கால் துணிகளைத் துவைத்து விட்டேன். இதோ ஒரு

நொடியில் உலர்ந்து விடும்...'' இவ்வாறு சொல்லி வேசிக் கண்களால் யெமெல்யானவைக் கனிவுடன் வருடினாள்.

அவன் சாப்பிட்டுக் கொண்டே ஆமோதிக்கும் பாவனையில் தொண்டையைக் கனைத்துக் கொண்டான், அவனுடைய தோற்றம் முழுவதிலும் மென்மை ததும்

ஒல்கா கரண்டியை வைத்தாள். கொடிய நச்சுப் பாம்பு அவளுடைய இதயத்தைத் தீண்டிவிட்டது. முகம் பேயறைந்தது போல் ஆகி விட்டது. விழிகளைத் தாழ்த்திக் கொண்டாள் இளமாது வாயிலுக்கு வெளியே போனதும் ஒல்கா அவளை எட்டிப் பிடித்து, கயைப் பற்றி, மூச்சு திணறக் கிசுகிசுத்தாள்:

“உனக்கு என்ன, சாக ஆசையா?''

இளமாது பெருமூச்செறிந்து திமிறிக் கையை விடுவித்துக் கொண்டு ஓடி விட்டாள்.

யெமெல்யானவ் ஒல்காவைப் பல முறை வியப்புடன் பார்த்தான்: இவளுக்கு என்ன வந்து விட்டது?

குதிரை மேல் அமர்ந்த போது அவளுடைய வெறி கொண்டு கறுத்த கண்களையும் விடைத்த மூக்கையும் சவுக்கைக்குப் பின்னிருந்து எலி போல அச்சத்துடன் எட்டிப் பார்த்துக் கொண்டிருந்த நாட்டுப்புற இளமாதையும் கண்டு விஷயத்தைப் புரிந்து கொண்டு நெடு நாட்களுக்கு முன்பு போல வெண் பற்கள் எல்லாம் தெரியும்படிக் கடகடவென்று சிரித்தான். வெளியே போகையில் முழங்காலால் ஒல்காவின் முழங்காலைத் தொட்டு எதிர்பாராத கனிவுடன் சொன்னான்: “அட அசட்டுப் பெண்ணே...'' பொங்கி வந்த கண்ணீரை அவள் பாடுபட்டு அடக்கிக் கொண்டாள்.

புரட்சி எதிரிக் கஸாக்கிய டிவிஷன் ஒன்று உரு மறைத்த செம்படை ரெஜிமெண்டைப் பின் தொடர்வதாக ஐந்தாம் நாள் தெரியவந்தது. ரெஜிமெண்டு களைத்துச் சோர்ந்த குதிரைகளை விரட்டிக் கொண்டு முழு வேகத்துடன் அப்பால் போயிற்று. இரவு வந்ததும் பகைவரின் பின்னணியுடன் சண்டை மூண்டது. ரெஜி மெண்டின் கொடி முதல் ஸ்குவாட்ரனிடம் கொடுக்கப்பட்டது. படையினர் நிற்காமல் சென்று விளக்குகள் இன்றி

இருண்டு கிடந்த ஒரு கிராமத்தில் புகுந்தார்கள். வாள் பிடிகளால் சன்னல் பலகைகளைத் தட்டினார்கள். நாய்கள் ஊளையிட்டன. சுற்று முற்றும் எல்லாம் உயிரற்றவை போலத் தோன்றின. ஆலய மணிக்கூண்டில் மட்டும் மணி உரக்க ஒலித்து அடங்கியது.

படையினர் இரண்டு ஆட்களை இழுத்து வந்தார்கள். வைக்கோலில் மறைந்திருந்தார்களாம். காட்டேரிகள் போலப் பறட்டைத் தலைகளுடன் இருந்தார்கள். குதிரை வீரர்கள் மீது கண்ணோட்டி, மீண்டும் மீண்டும் சொன்னார்கள்:

“தம்பிமாரே, அப்பன்களே, கொல்லாதீர்கள்...” “உங்கள் கிராமம் வெண்படையினர் பக்கமா அல்லது சோவியத் ஆட்சியின் பக்கமா?” என்று சேணத்திலிருந்து குனிந்து கத்தினான் யெமெல்யானவ்.

“தம்பிமாரே, அப்பன்களே, எங்களுக்கே தெரியாது... எங்களிடம் இருந்தவை எல்லாம் பறிபோய் விட்டன, கொள்ளையடிக்கப்பட்டு விட்டன, எல்லாம் அழிக்கப்பட்டு விட்டன ....”

இருந்தாலும் அவர்களைத் தூண்டித் துளைத்துக் கெட்டதில் பின்வரும் தகவல்கள் கிடைத்தன: கிராமத்தில் தற்போது யாரும் இல்லை, ஆனால் விராங்கெலின் கஸாக்கியப் படை உண்மையாகவே எதிர்பார்க்கப் படுகிறது. ஆற்றின் அக்கரையில், இருப்புப் பாதைப் பாலத்தின் மறு புறத்தில் போல் ஷிவிக்குகள் அகழ்களில் இருக்கிறார்கள். இதை அறிந்த ரெஜிமெண்டு வீரர்கள் தோளணிகளைக் கழற்றி, சிவப்பு நட்சத்திரங்களைக் குத்திக் கொண்டு பாலத்தின் வழியே தங்கள் தரப்புக்குச் சென்றார்கள். வெண்படையினர் போர்முனை நெடுகிலும் வெறித் தாக்கு நடத்துவதாகவும், உயிரே போனாலும் இந்தப் பாலத்தைக் காக்கும்படி உத்தரவு வந்திருப்பதாகவும் அங்கே தெரியவந்தது. ஆனால் போரிடுவதற்குச் சாதனங்கள் எவையும் இல்லை. இயந்திரத் துப்பாக்கிகளின் குண்டுச்சரங்கள் அவற்றுக்குப் பொருந்தவில்லை. காப்பகழ்களில் பேன்கள். ரொட்டி இல்லை. வெந்த தானியங்களைத் தின்று செம்படையினர் ஒரே படியாக ஊதிப் போயிருந்தார்கள். இருட்டியதும் தப்பி ஓடினார்கள். பிரசாரகர் இருந்தார் ஆனால் வயிற்றுப் போக்கினால் இறந்து விட்டார்.

ரெஜிமெண்டுக் கமாண்டர் படைத் தலைமைத் தளகர்த்தருடன் நேரான தொலைபேசித் தொடர்பு கொண்டார்: செஞ்சேனை முற்றுகை யிலிருந் து வெளியேறும் வரையில் பாலத்தைக் கடைசித் துளி இரத்தம் வரை சிந்திப் பாதுகாக்க வேண்டும் என்று மெய்யாகவே முடிவு செய்யப்பட்டிருந்தது.

....

“உயிரோடு இங்கிருந்து போகமாட்டோம்” என்றான் யெமெல்யானவ்.

இரண்டு உணவுப் பாத்திரங்களில் ஆற்று நீரை மொண்டு ஒன்றை ஓல்காவிடம் கொடுத்து விட்டு அவள் அருகே குந்தி மறு கரையின் தெளிவற்ற வரையுரு மீது பார்வை செலுத்தினான். மங்கிய மஞ்சள் நட்சத்திரம் ஆற்றுக்கு மேலே ஒளிர்ந்தது. விராங்கெல் படைப் பீரங்கிகள் பகல் முழுவதும் இடைவிடாத குண்டு வீச்சால் போல்ஷிவிக்குகளின் காப்பகழ்களைத் தகர்த்துக் கொண்டிருந்தன. பாலத்தைத் தாக்கி முன்னேறி ஆற்றின் கரையிலிருந்து வெண்படையினரை விரட்டி விட்டுக் கிராமத்தைக் கைப்பற்றும் படி மாலையில் உத்தரவு கிடைத்தது.

ஆற்றில் விண்மீனின் கலங்கிய, அசைவற்ற தடத்தை ஓல்கா நோக்கினாள். அதில் ஏக்கம் ததும்பியது.

“நல்லது, போவோம் ஓல்கா, ஒரு மணி நேரம் உறங்க வேண்டும்” என்றான் யெமெல்யானவ். அவளை அவன் இயற்பெயரால் அழைத்தது அது தான் முதல் தடவை.

செம்படையினரின் உருவங்கள் தண்ணீர் நிறைத்த உணவுப் பாத்திரங்களுடன் செடிகளின் பின்னிருந்து செங்குத்துக் கரை மேல் பதுங்கிப் பதுங்கி ஊர்ந்து ஏறின. பகல் முழுவதும் ஆற்றை நெருங்க முடியாதிருந்தது. ஒருவரும் ஒரு துளி நீர் கூடப் பருகவில்லை. பயங்கர உத்தரவு பற்றி எல்லோருக்கும் ஏற்கெனவே தெரிந்திருந்தது. பலருக்கு இதுவே கடைசி இரவாகத் தோன்றியது.

“என்னை முத்தமிடு” என்று ஆழ்ந்த ஏக்கத்துடன் சொன்னாள் ஓல்கா.

அவன் பாத்திரத்தை ஜாக்கிரதையாக வைத்து விட்டு, அவளுடைய தோளைப் பற்றி அருகே இழுத்துத் அழுவிலன், அவளுடைய தொப்பி விழுந்து விட்டது, விழிகள் மூடிக்கொண்டன. அவன் அவளுடைய கண்களிலும் வாயிலும் கன்னங்களிலும் மாறி மாறி முத்தமிட்டான்.

“உன்னை மனைவி ஆக்கிக் கொண்டிருப்பேன், ஓல்கா, பலை இப்போது கூடாது, உனக்கே புரியும்...”

செம்படையினரின் இரவுத் தாக்குதல்கள் முறிபடிக்கப்பட்டு விட்டன. வெண்படையினர் பாலத்தின் வாக்கைக் கம்பியால் சிடுக்காக்கி அதை அரண் செய்து கொண்டு, பாலத்தின் நெடுக்காக இயந்திரத் துப்பாக்கி களால் சுட்டார்கள். புகைந்து கொண்டிருந்த ஆற்றுக்கும் ஈரப் புல்தரைக்கும் மேலே புலர்ந்தது சாம்பல் நிறக் காலை. இரண்டு கரைகளிலும் தரை நிமிடந்தோறும் தகர்ந்து சிதறியது. கருஞ்செடிகள் வளர்ந்தது போலிருந்தது அந்தக் காட்சி. காற்று ஊளையிட்டது, அலறியது. சிதறு குண்டுகள் அடர்த்தியான மேகங்கள் போல வெடித்துச் சிதறின. பீரங்கி வெடிகளின் தட நடப்பால் ஆட்களின் மதி மருண்டது. நெடுகப் பரவிய புதையுண்ட உடல்கள் பாலத்தின் அருகே ஏராளமாகக் இடந்தன. எல்லாம் வீணாயின. இயந்திரத் துப்பாக்கிக் குண்டுகளுக்கு முன்னே போக ஆட்களால் மேற்கொண்டு முடியவில்லை.

அப்போது எட்டுக் கம்யூனிஸ்டுகள் இருப்புப் பாதை மேட்டின் பின்னே ரெஜிமெண்டுக் கொடியைப் பிடித்தவாறு குதிரைகளில் சென்றார்கள். கிழிந்து குண்டடிபட்டிருந்த கொடி புலரொளியில் இரத்த நிறம் உள்ள தாகத் தோற்றம் அளித்தது. இரண்டு ஸ்குவாட்ரன்கள் குதிரைகள் மேல் அமர்ந்து தயாராயின. ரெஜி மெண்டுக் கமாண்டர், “உயிர் வழங்க வேண்டும், தோழர்களே” என்று சொல்லி, மெது நடையாகக் குதிரையை ஓட்டிக் கொண்டு கொடி பிடித்துச் சென்றார். எட்டாமவனாக இருந்தான் யெமெல்யானவ். அவர்கள் வாட்களை உருவிக் கொண்டு குதிமுட்களால் குதிரைகளை முடுக்கி நாற்கால் பாய்ச்சலில் விரட்டிய வாறு மேட்டின் பின்னிருந்து வெளியேறி, பாலத்தின் தட தடத்த பலகைகள் மீது விரைந்தார்கள்.

ஓல்கா பார்த்தாள்: அதோ ஒருவனுடைய குதிரை பாலத்தின் அழிமேல் விழுந்தது. குதிரையும் சவாரிக் காரனும் இருபத்தைந்து மீட்டர் உயரத்திலிருந்து ஆற்றில் பாய்ந்தார்கள். எழுவர் பாலத்தின் நடு வரை போய்ச் சேர்ந்தார்கள். இன்னும் ஒருவன் தூக்கக் கலக்கத்தில் போலச் சேணத்திலிருந்து சரிந்தான். முன்னணியினர் கம்பி அருகே போய் வாட்களால் அதை வெட்டித் துணித்தார்கள். கொடியைப் பிடித்திருந்த நெடிய வீரன் தள்ளாடினான், கொடி சாய்ந்தது. யெமெல்யானவ் அதைப் பிடித்துக் கொண்டான். அதே கணத்தில் அவனுடைய குதிரை அடிபட்டு விழுந்து விட்டது.

குண்டுகள் நெருப்பு மழை பொழிந்தன. தலையைக் கிறுகிறுக்க வைக்கும் உயரத்தில் பிளவுகள் உள்ள பலகைகள் மேல் குதிரை மீது பாய்ந்து சென்றாள் ஓல்கா. அவள் பின்னே பாலத்தின் இரும்புச் சட்டங்கள் கண கணத்து அதிர்ந்தன, நூற்றைம்பது குரல்கள் ஆர்ப்பரித்தன. யெமெல்யானவ் கால்களை அகலப் பரப்பி, கொடிக் கம்பை முன்னே உயர்த்திப் பிடித்தவாறு நின்று கொண்டிருந்தான். அவன் முகத்தில் சாவு நிழலாடியது. திறந்த வாயிலிருந்து குருதி பெருகியது. அருகாகப் பாய்ந்து சென்ற ஓல்கா அவன் கையிலிருந்து கொடியை எடுத்துக் கொண்டாள். அவன் பாலத்தின் அழி வரை தள்ளாடி நடந்து உட்கார்ந்தான். அருகாக விரைந்தன ஸ்குவாட்ரன்கள்– குதிரைப் பிடரிகள், வளைந்த முதுகுகள், பளிச்சிடும் வாட்கள்.

எல்லாம் மறுதரப்புக்கு ஊடுருவிச் சென்று விட்டன். பகைவர்கள் ஓட்டம் எடுத்தார்கள், பீரங்கிகள் ஓய்ந்து போயின. தும்பு தும்பாகக் கிழிந்த கொடி குதிரை வீரர்களின் பேரலைக்கு மேலே வெகு நேரம் வரை திடலில் வீசிக் கொண்டிருந்து விட்டு, கிராம வெண் விலாலாப் புதர்களின் பின்னே மறைந்தது. இப்போது அதை ஏந்திச் சென்ற பரந்த முகத்தினனான செம்படை வீரன் வெறுங்கால்களால் குதிரையை உதைத்து, கொடிக்கம்பை வீசி ஆட்டியவாறு, "வீழ்த்து, வீழ்த்து, நொறுக்கு அவர்களை!".. என்று முழங்கினான்.

படைத் தோழர்கள் ஓல்காவைத் திடலில் கண்டெடுத்தார்கள். விழுந்ததால் அவள் உணர்வு இழந் இருந்தாள். அவளுடைய தொடையில் படுகாயம் பட்டிருந்தது. ஸ்குவாட்ரன் தோழர்கள் அவளுக்காக மிகவும்

வருந்தினார்கள். யெமெல்யானவ் கொல்லப்பட்டதை அவளுக்கு எப்படிச் சொல்லுவது என்று அவர்களுக்குத் தெரியவில்லை. ஒல்காவுக்கு வீரச் செயலுக்காகப் பரிசு வழங்கும்படிக் கோரி ரெஜிமெண்டுக் கமாண்டரிடம் பிரதிநிதிக் குழுவை அனுப்பினார்கள். என்ன பரிசு கொடுப்பது என்று நெடுநேரம் ஆலோசனை செய்தார்கள். சிகரெட்டுப் பெட்டியா— அவள் புகைபிடிப்பதில்லை. கடிகாரமா— அதைக் கட்டிக் கொள்வது பெண்களுக்கு ஏற்றது அல்ல. ஒரு குதிரை வீரனுடைய சாமான் பையில் சொக்கத் தங்கத்தில் செய்த, அம்பும் இதயமும் வடிவான புரூச் இருந்தது. அதைப் பரிசாக அளிக்கலாம் என்று ரெஜிமெண்டுக் கமாண்டர் மறுக்காமல் ஒப்புக் கொண்டார். ஆனால் அது பற்றிய உத்தரவில் ஒரு நிபந்தனை விதித்தார்: "ஸோதவாவுக்கு வீரச் செயலுக்குரிய பரிசாகத் தங்க புரூச்– அம்பு மட்டும் – அளிக்க. இதயத்தை, அது பூர்ஷ்வாச் சின்னம் என்ற காரணத்தால், அகற்றி விடுக..."

4

காற்றோட்டமும் களி வெறியும் உள்ள வானத்தில் விரைந்து பறந்து கொண்டிருந்த பறவை திடீரென அடிபட்ட சிறகுடன் உருண்டையாகத் தரையில் விழுந்தது போல, ஒல்காவின் வாழ்க்கை, அவளுடைய ஆர்வம் பொங்கிய, மாசற்ற காதல் அனைத்தும், இடையில் முறிந்து உடைந்து சிதறி விட்டது. அவளுக்குத் தேவையற்ற துன்பம் நிறைந்த, தெளிவில்லாத நாட்கள் நீண்டு கொண்டு போயின. நெடுங்காலம் அவள் மருத்துவ மனைகளில் கிடந்தாள், பூஞ்சணம் பூத்த சரக்கு ரயில் பெட்டிகளில் பாதுகாப்பான இடங்களுக்கு எடுத்துச் செல்லப்பட்டாள், மேல்கோட்டுகளைப் போர்த்துக் கொண்டு குளிரில் விரைத்தாள், பட்டினியால் வதைபட்டாள். மனிதர்கள் அறிமுகம் அற்றவர்களாக, கொடியவர்களாக இருந்தார்கள். எல்லோருக்கும் அவள் மருத்துவமனைப் பட்டியலில் உள்ள இத்தனாவது எண்ணாகவே இருந்தாள். உலகம் முழுவதிலும் நெருங்கியவர் ஒருவரும் இல்லை. வாழ்வது அருவருப்பாகவும் துயர் நிறைந்ததாகவும் இருந்தது. ஆனாலும் சாவு அவளைக் கொண்டு போகவில்லை.

காயங்கள் ஆறி மருத்துவ மனையிலிருந்து வெளியேறியபோது அவளுடைய தலை மொட்டை அடிக்கப்பட்டிருந்தது. அவள் ஒரே எலும்பும்

தோலுமாக இருந்ததால் மேல்கோட்டும் நீள்சோடுகளும் எலும்புக் கூட்டில் மாட்டியவை போலத் தொளதொள என்று இருந்தன. அவள் ரயில் நிலையத்துக்குப் போனாள். அங்கே ஹால்களின் தரையில் வாழ்ந்து மரித்துக் கொண்டிருந் கார்கள் மனிதர்களை ஒவ்வாத யாரோ மனிதர்கள். அவள் எங்கே போவது? உலகம் முழுவதும் காட்டுத்திடல் போல் இருந்தது. நகருக்குத் திரும்பிப் படைக்கு ஆள் திரட்டும் நிலையத்தில் படைத் தலைவரிடம் சென்று தன் படைப்பணி ஆவணங்களையும் பரிசாகக் கிடைத்த அம்பு புருச்சையும் காட்டினாள். விரைவில் படையணிகளுடன் சைபீரியாவுக்கு அனுப்பப்பட்டாள்– போரிடும் பொருட்டு.

ரயில் வண்டிச் சக்கரங்களின் கடகடப்பு, மங்கிய நீலப் புகை உமிழ்ந்த கணப்புக்களின் இரும்புச் சூடு, ஆயிரம் ஆயிரம் கிலோ மீட்டர் தொலைவுகள், பயணத்தைப் போலவே நீண்ட பாட்டுக்கள், பாசறைகளின் நாற்றமும் அழுக்கடைந்த வெண்பனியும், இராணுவப் போஸ்டர்கள், சைத்தானுக்கே வெளிச்சம் எவை எவையோ விளம்பரங்கள், அறிக்கைகள் குளிர்காற் றில் சரசரக்கும் காகிதக் கிழிசல்கள்–ஆகியவற்றின் உரக்கக் கூச்சலிடும் எழுத்துக்கள், மரக்கட்டைச் சுவர்களுக்கு நடுவே, புகைக் கரி ஏறிய விளக்குக்களின் அரை இருளில் ஏக்கம் ததும்பும் பொதுக் கூட்டங்கள், மீண்டும் வெண்பனி, தேவதாரு மரங்கள், நெகிடி நெருப்புக்களின் புகை, போரின் இரும்புச் சாட்டைகளுடைய பழக்கமான ஓசை, கடுங்குளிர், எரிந்த கிராமங்கள், வெண்பனியில் இரத்தக் கறைகள், புயலால் சிதறப்பட்ட விறகுகள் போன்ற ஆயிரமாயிரம் பிணங்கள்..... இவை எல்லாம் அவளுடைய நினைவுகளில் குழம்பிக் கலந்து முடிவற்ற விபத்துக்களின் ஒரே நீண்ட சுருள் ஆகி இருந்தன.

ஓல்கா மெலிந்து கறுத்திருந்தாள். மோட்டார் ஸ்பிரிட்டைக் கூடக் குடிக்க வல்லவளாய் இருந்தாள், மட்டப் புகையிலைச் சிகரெட்டு புகைத்தாள், தேவைப்பட்ட போது மற்றவர்களுக்குக் குறையாமல் திட்டி நொறுக்கினாள். அவளைப் பெண்ணாக மதித்தவர்கள் குறைவு. ஒரே எலும்பும் தோலுமாக இருந்ததோடு, விரியன் பாம்பு போல நஞ்சைக் கக்கினாள். “குபான்” (“உதடன்”) என்ற வீடு வாசல் இல்லாத படைவீரன் ஒருவன் ஒரு நாள் இரவில் பாசறையில் அவளை நெருங்கி, சரசமாட அழைத்தான். அவளோ, திடீரென்று மண்டிய எரிச்சலில் கைத்துப்பாக்கிப் பிடியால் அவனுடைய

மூக்கந்தண்டில் ஓங்கி ஒருபோடு போட்டாள். விளைவாகத் தம்பியை மருத்துவ மனைக்குக் கொண்டு போக வேண்டியதாயிற்று. “விரியன் பாம்பைப்” பற்றி நினைக்கும் விருப்பத்தைக் கூட இந்த நிகழ்ச்சி போக்கி விட்டது .....

நிகழ்ச்சிப் போக்கு வசந்தத்தில் அவளை விளாதி வஸ்தோக் கொண்டு சேர்த்தது. நீலமும் கருமையும் உயிர்த்துடிப்பும் உள்ள மாகடலை வாழ்க்கையில் முதல் தடவையாக அவள் கண்டாள். நீண்ட நுரைப் பிடரிகள் ஓடிக் கரைக்கு வந்தன. அலைகள் தொடுவானத்திலேயே எழுந்து கரைக்கு ஓடி வந்து தரையில் அடித்தன, தூவானப் படலமாகப் பறந்தன. ஓல்கா கப்பலில் போக விரும்பினாள் .... குழந்தைப் பருவத்தில் எவற்றைப் பற்றிக் கனவு கண்டு வந்தாளோ அந்தக் காட்சிகள் நினைவில் உயிர்த்து எழுந்தன: முன் கண்டிராத மரங்கள் அடர்ந்த கடற்கரைகள், மலைச் சிகரங்கள், எல்லை இன்றிப் பரந்த மேகங்களிலிருந்து வரும் சூரிய இரணங்கள், கப்பலின் அமைதியான பாதை.... பூர் முனையின் அருகாகக் கப்பலில் போவது, ஜாம்பிஸி ஆற்றின் அருகே பாறை மேல் துயரப்பட்டவாறு அமர்ந் இருப்பது... ஆனால் இவை எல்லாம் வீண் கனவுகளாய் முடிந்தன. அவளைக் கப்பலில் ஏற்றிக் கொள்ள ஒருவரும் தயாராய் இல்லை. துறை முகத்தின் இரகசிய உணவு விடுதியில், அவளை விபசாரி என்று கருதிய முதிய மீகா மன் ஒருவன் மட்டும் அவளது கெட்டழிந்த இளமைக் காகக் குடி வெறியில் கண்ணீர் விட்டு வருந்தியவாறு அவளுடைய கையில் நங்கூரத்தைப் பச்சை குத்தினான். “நினைவு வைத்துக்கொள், மீட்புக்கான நம்பிக்கை இது...” என்றான்.

பின்பு யுத்தம் முடிந்தது. ஓல்கா பச்சைப் பிளஷ் திரைத் துணியில் தைத்த ஸ்கர்ட்டு ஒன்றைச் சந்தையில் வாங்கி அணிந்து கொண்டு வெவ்வேறு அலுவலகங்களில் பணியாற்றலானாள். நிர்வாகக் கமிட்டியில் நட்டெழுத்தியாகவும் காட்டு மேற்பார்வைத் தலைமை பாத்தில் செயலராகவும் மாடிக்கு மாடி எழுது மேசையோடு கூடவே வரும் எழுத்துப் பணியினளாகவும் அவள் வேலை பார்த்தாள்.

ஓர் இடத்தில் நீண்டகாலம் அவள் தங்கவில்லை. ஒரு நகரிலிருந்து மறுநகருக்கு– ருஷ்யாவுக்கு அதிகக் கிட்டத்தில் – மாறிய வண்ணமாய்

இருந்தாள். யெமெல்யானவ் எந்த ஆற்றில் உணவுப் பாத்திரத்தில் நீர் மொண்டு அவளோடு கடைசித் தடவை உட்கார்ந்திருந்தானோ அந்தக் கரைக்கு, அந்தப் பாலத்தின் வழியேபோனால் நன்றாய் இருக்கும்... அந்தப் புதரையும் இருவரும் உட்கார்ந்திருந்த தடம் பதிந்த இடத்தையும் கண்டு பிடிக்க முடிந்தால் நன்றாய் இருக்கும் என்று அவள் எண்ணினாள்....

கடந்த கால நிகழ்ச்சிகள் மறக்கவில்லை. தனியளாக, கண்டிப்புடன் வாழ்ந்து வந்தாள். ஆனால் படைப்பணிக் காலத்தின் கொடூரம் அவளிடமிருந்து கொஞ்சங் கொஞ்சமாக அகன்றது. ஓல்கா விச்சி ஸ்லாவவ்னா மீண்டும் பெண் ஆகத் தொடங்கினாள்....

5

இருபத்திரண்டாம் வயதில் ஓல்கா மூன்றாவது வாழ்க்கையைத் தொடங்க வேண்டி இருந்தது. நாட்டில் அப்போது நிகழ்ந்து கொண்டிருந்த வற்றை உழைப்பு நுகத்தில் போர்க் குதிரைகளைப் பூட்டுவதற்கான முயற்சியாக அவள் கற்பனை செய்து கொண்டாள். ஆட்டி அலைக்கப்பட்ட நாடு இன்னமும் ஒரேயடியாகச் சிலுப்பிக் கொண்டிருந்தது. இன்னும் இரத்தச் சிவப்பாய் இருந்த அதன் கண்கள் எதை அழிப்பது என்று தேடிக் கொண்டிருந்தன. ஆனாலும், செப்பனிடும் படியும் அரை குறைக் கட்டுமானங்களைக் கட்டி முடிக்கும்படியும் புதியவற்றை நிறுவும்படியும் அறைகூவி அழைத்த அரசு ஆணைப் பத்திரங்கள் முந்திய நாளிலிருந்து பிரிக்கும் வேலி போல அதற்குள் எங்கும் கவனத்தை ஈர்க்கத் தொடங்கி இருந்தன.

ஓல்கா இதைப் பற்றிப் படித்தும் கேட்டும் வந்தாள். இந்த வேலை போரைக் காட்டிலும் கடினமானது என்று அவளுக்குத் தோன்றியது. அவள் வசித்த நகரங்கள் வெறி பொங்கிய கடுஞ் சீற்றத்துடன் அழிக்கப் பட்டிருந்தன. எல்லாமே உருச் சிதைந்து சரிந்தன. தீ விபத்தால் கரிந்த இடங்கள் காஞ்சொறிப் புதர்கள் போல மண்டின. மனிதன் வெறும் பாயின் அடியில் வசித்தான். மனிதன் சாப்பிட்டு உறங்கினான், ஆனால் உறக்கத்தில் யுத்தக் காட்சிகளை இன்னமும் கனவில் கண்டான். குளியறைகளில் பயன்படும் மிலாற்றுத் துடைப்பங்களும் மூதாதையர் காலத்தவையே போன்ற மட்பாண்டங்களும் தயாரிப்பதில் படைப்பு ஆற்றல் வெளிப்பட்டது.

மீட்டமைக்கும் படியும் படைக்கும்படியும் அரசாணைப் பத்திரங்கள் அறைகூவி அழைத்தன. யாருடைய கைகளால் சொந்தக் கைகளால் தான்— – வேட்டைப் பறவையின் உகிர்கள் போன்று இன்னமும் வளைந்திருக்கும் இதே கரங்களால் தான் ..... மாலை நேரங்களில் நகரத்தைச் சுற்றி வருவது ஒல்காவுக்குப் பிடித்தது. சீற்றத்தாலும் அச்சத்தாலும் வெறுப்பாலும் ஏற்பட்ட சுருக்கங்கள் இன்னும் நேராகாத மனிதர்களின் முகங்களைமற்றவர்களை நம்பாத ஏங்கிய முகங்களை – உற்றுப் பார்த்தாள். இந்த வாய் வலிப்பையும் யுத்தத்தில் அரிக்கப்பட்ட பற்களின் இடத்தில் இருந்த இந்த உடைசல் களையும் ஓட்டைகளையும் அவள் நன்றாக அறிந்திருந்தான் யுத்தத்தையோ, சிறுவன் முதல் கிழவன் வரை எல்லோரும் அனுபவித்திருந்தார்கள்...... இப்போது சாக்குத் துணிகளாலும் பூர்ஷுவாத் திரைச் சீலைகளாலும் தைத்த புளித்த நாற்றம் வீசும் உடைகளையும் பிய்ந்த மரவுரிச் சோடுகளையும் மாட்டிக் கொண்டு, பம்பையும் பறட்டையுமாய், எந்த நிமிடத்திலும் வாய்விட்டு அழவோ கொலை செய்யவோ தயாராய், அழுக்கடைந்த நகரத்தில் சுற்றி அலைந்து கொண்டிருந்தார்

அரசாணைத் துண்டுப் பிரசுரங்கள் படைப்பு, படைப்பு, படைப்பு என்று கோரின... ஆம், வெடிப்பஞ்சால் பாலத்தைத் தகர்ப்பது, குதிரைப் படை அணிவகுப்பில் போய் பீரங்கிப் பணியினரை வெட்டித்தள்ளுவது, சிதறு குண்டால் தொழிற்சாலைக் கட்டிடச் சாளரங்களைப் பெயர்த்து எறிவது முதலியவற்றைவிடப் படைப்பது அதிகக் கடினமானது..... சரிந்த வேலி ஒன்றின் பக்கத்தில் பல வண்ணச் சுவரொட்டிக்கு எதிரே நின்றாள் ஒல்கா. எவனோ சுண்ணாம்புக் காரைக் கட்டியால் அதன் மேல் சிலுவைக் குறி இட்டு ஆபாசச் சொற்களைக் கிறுக்கி இருந்தான். ஒல்காவோ, இல்லாத முகங்களையும் வீசிப் பறக்கும் கொடிகளையும் நூறு மாடி வீடுகளையும் குழாய்களையும் “இயந்திரத் தொழில் பெருக்கம்” என்னும் நர்த்தனமாடும் எழுத்துக்களை நோக்கி மேலெழும் புகையையும் தெளிவாகக் கண்டாள்.... எளிதில் உளப் பதிவுகளுக்கு உள்ளாகும் கன்னிமைப் பண்பு கொண்டிருந்தாள் அவள். பகட்டான சுவரொட்டி அருகே நின்று கனவு கண்டாள். இந்தப் புதிய போராட்டத்தின் மாண்பு அவளைக் கிளர்ச்சி கொள்ளச் செய்தது.

மாலை இருண்டது. காரீய மேகங்களின் அடி வழியே ஊடுருவி வந்த அதன் வண்ணங்களது கடைசி வெறி ஆவென்று வாய்களைப் பிளந்து

கொண்டிருந்த வெற்று வீடுகளில் கண்ணாடிச் சில்லுகளுக்கு ஒளி ஊட்டிற்று. எப்போதாவது ஒரு வழிப் போக்கன் சூரிய காந்தி விதையைக் கொறித்தவாறு நொடி விழுந்த வீதிச் சேற்றில் தோல்களைத் துப்பிக் கொண்டு மெதுவாக நடந்தான். துருப்பிடித்த தகடுகளும் பற்களை இளித்துக் கொண்டிருந்த பூனையின் பிணமும் அதில் கிடந்தன. சூரிய காந்தி விதைகள், சூரியகாந்தி விதைகள் ..... மனிதனுடைய ஒழிவு நேரம் தாடை அசைவால் நிறைந்திருந்தது, மூளை கருக்கலில் உறங்கி வழிந்தது. சூரியகாந்தி விதைகள் மனிதனைக் கற்கால வாழ்க்கை முறைக்குத் திருப்பிக் கொண்டு போயின. ஓல்கா முட்டிகளை இறுக் கினாள். நிசப்தத்தையும் சூரியகாந்தி விதைகளையும் குளியறை மிலாற்றுத் துடைப்பங்களையும் வெட்ட வெளியான அத்துவானங்களையும் அவளால் சகிக்க முடியவில்லை ......

வேலை நிமித்தம் மா ஸ்கோ செல்ல அவளுக்கு அனுமதி கிடைத்தது. பச்சை நிறப் பிளஷ் திரைத் துணி ஸ்காட்டு அணிந்து, உறுதியும் தன்னலத் தியாக உணர்வும் நிறைந்தவளாக அவள் மாஸ்கோ போய் சேர்ந்தாள்.

....

அன்றாட வாழ்க்கைப் பற்றாக் குறைகளை ஓல்கா அமைதியாகப் பொறுத்துக் கொண்டாள். இன்னும் மோசமான இடர்கள் அவளுக்கு ஏற்பட்டிருந்தன. மாஸ்கோவில் கழித்த முதல் வாரங்களில் கிடைத்த இடங்களில் தங்கினாள். பின்பு ஜரியாதியே வட்டாரத்தில் கூட்டுக் குடித்தன வீடு ஒன்றில் ஓர் அறை அவளுக்குக் பெடைத்தது. விவரக் குறிப்புப் பத்திரங்களை நிரப்பி, கணக்கற்ற மனுக்களைக் கொடுத்த பின்னர், தன் ஆவணங் கடை எல்லாம் ஏற்கப்படுவதில் உள்ள பெருஞ் சிக்கலாலும் தேனடைகள் போல ரீங்காரம் இட்டுக் கொண் மருந்த பல மாடிகள் உள்ள அலுவலகங்களின் இரைச் சலாலும் அவள் திடீரென அமைதி அடைந்து, இரும் பற்ற உலோகங்களுக்கான கூட்டு நிறுவனத்தின் மேற்பார்வைப் பிரிவில் வேலையில் சேர்ந்தாள். கோபுர மணிக் கூண்டின் ஆயிரம் சக்கரங்கள் கொண்ட பொறி அமைப்பில் பறந்து வந்து விட்ட குருவியினது போன்று இருந்தது அவளுடைய உணர்ச்சி. அவள் காலை மடக்கிக் கொண்டாள். நிமிட நேரங்கூடத் தாமதம் செய்யாமல் பணி மனைக்கு

வந்தாள். கூர்ந்து கவனித்தவள், நாணம் அடைந்தாள், ஏனெனில் ஆவணங்களை நகல் எடுப்பதன் மூலம்தான் விளைவித்த நன்மையின் அளவை மூளையின் எந்த விதமான பிரயாசையாலும் தீர்மானிக்க அவளால் முடியவில்லை. அவளுடைய லாகவமும் அசட்டுத் துணிச்சலும் விரியன் பாம்பை யொத்த சீற்றமும் இங்கே சற்றும் பயன்படவில்லை. டைபாய்டு சுர ஜன்னியின் போது காதுகளில் கேட்கும் சம்மட்டி அடிகள் போல இங்கே அண்டர்வுட் தட்டெழுத்துப் பொறிகள் கடகடத்தன, காகிதங்கள் சரசரத்தன, எஜமான தோரணையுள்ள குரல்கள் தொலைபேசிக் குழாய்களில் முணு முணுத்தன. போர்க்களத்தில் இருந்ததோ முற்றிலும் மாறான வேலை: தெளிவானது, துலக்கமானது, குண்டு மாரிக்கு இடையே நடப்பது, தென்படும் குறிக்கோள் உள்ளது ......

நாளடைவில் அவள் பழகி விட்டாள், படிந்து போனாள் என்று சொல்லவே வேண்டாம். நாட்கள் ஓடின. வேலை நாட்கள், ஒரே மாதிரியானவை, அமைதி உள்ளவை. இந்த அலுவலக அயர்ச்சியில் முழுதும் ஆழ்ந்து விடாதிருக்கும் பொருட்டு அவள் பொது வேலைகளில் ஈடுபடலானாள். பொழுது போக்குக் கழகப்பணியில் குதிரைப்படையின் ஒழுங்குக் கட்டுப்பாட்டையும் சொற்களையும் அவள் புகுத்தினாள். மட்டு மீறிய கடுமை காட்டாதவாறு அவளை அடக்கி வைப்பது அவசியம் ஆயிற்று.

அவள் முதல் குட்டுப் பட்டது பிரிவின் உதவித் தலைவரிடம். தலைவருடைய அறைக்குப் போவதற்கான கத வின் மறு பக்கம் ஓல்காவின் விலாப் புறத்தில் உட்கார்ந்திருந்தார் அவர். மட்டப் புகையிலை சிகரெட்டு புகைப்பதை ஒட்டி நடந்தது இது. உதவித் தலைவர் சொன்னார்:

“உங்களைக் கண்டு எனக்கு வியப்பு உண்டாகிறது, தோழர் ஸோதவா. மொத்தத்தில் எவ்வளவோ கவர்ச்சி யுள்ள பெண், ஆனால் மட்டப் புகையிலை நாற்றத்தைக் கட்டிடம் முழுவதிலும் பரப்புகிறீர்களே.... உங்களிடம் பெண்மை இல்லையா என்ன... உயர்ந்த ரக ‘யாவா’ சிகரெட்டுகள் குடிக்கக் கூடாதோ?”

இந்த அற்ப விமர்சனம் தக்க தருணத்தில் செய்யப்பட்டது போலும். ஓல்காவுக்குக் கசப்பாய் இருந்தது, பின்பு கண்ணீர் வரும் அளவுக்கு வேதனை உண்டாயிற்று. பணிமனையிலிருந்து வெளியே போகையில்

படிக்கட்டு மேடையில் நிலைக் கண்ணாடிக்கு முன்னே நின்று, பல ஆண்டுகளுக்குப் பிறகு முதல் தரம் பெண் என்ற முறை யில் தன்னைப் பார்த்துக் கொண்டாள். “சைத்தானே அறிவான் இந்த வயற்காட்டுப் பொம்மை என்ன என்று” என முணுமுணுத்தாள். நைந்த பிளஷ் ஸ்கர்ட்டு முன் புறம் சற்று தூக்கி இருந்தது. பின்புறமோ, பூட்சுக் குதிகளில் மாட்டி இழை இழையாகப் பிய்ந்து தொங்கிக் கொண்டிருந்தது. ஆண்களின் பூட்சுகள், சீட்டிச் சட்டை ... இது எப்படி நேர்ந்தது?

கவர்ச்சியுள்ள ஸ்கர்ட்டுகளும் ரோஜா நிற முழுக் காலுறைகளும் அணிந்த இரண்டு தட்டெழுத்திப் பெண்கள் அருகாக ஓடிச் சென்றவர்கள், நிலைக் கண்ணாடிக்கு முன் வெறித்த பார்வையுடன் நின்ற ஓல்கா வைத் திரும்பிப் பார்த்தார்கள். படிக்கட்டு மேடைக்குக் இழே அவர்கள் பக்கென்று சிரித்தார்கள். “.... குதிரைகள் மிரளும்...” என்ற சொற்களை மட்டுமே புரிந்து கொள்ள முடிந்தது. ஓல் காவின் அழகிய ஜிப்சி முகம் குப்பெனச் சிவந்தது ...... இந்தத் தட்டெழுத்திகளில் ஒருத்தி ஜரியாதியே வட்டாரத்தில் அதே கூட்டுக் குடித்தன வீட்டில் வசித்து வந்தாள். அவளுடைய பெயர் ஸோனியா வரென் த்சோவா.

....

சில நாட்களுக்குப் பிறகு, ஜரியாதியே வட்டாரக் கூட்டுக் குடித்தன வீட்டில் வசித்த மாதர்கள் ஓல்காவின் விந்தையான நடத்தையால் திகைத்துப் போனார்கள். காலையில் உடம்பு கழுவிக் கொள்ளப் பொதுச் சமையல் அறைக்கு வந்த ஓல்கா, பொங்கல் சமைத்துக் கொண்டிருந்த ஸோனியா வரென்த்சோவாவை விரியன் பாம்பு போலப் பளிச்சிடும் கண்களால் உறுத்துப் பார்த்தாள். பின்பு அவள் அருகே போய், அவளுடைய முழுக் காலுறைகளைக் காட்டி, “இவைகளை எங்கே வாங்கினீர்கள்?” என்று கேட்டாள். ஸோனியாவின் ஸ்கர்ட்டை உயர்த்தி, உள்ளாடையைக் காட்டி, “இதை எங்கே வாங்கினீர்கள்?” என்று வாளால் வெட்டுவது போன்று வன்மத்துடன் வினவினாள்.

இயல்பில் மென்மையுள்ளவளான ஸோனியா அவளுடைய கடுமையான திடீர் அசைவுகளால் பயந்து போனாள். அவளுக்குக் கை கொடுத்தாள் ரோஸா அப்ராமவ்னா. இந்த உடைகளைக் குஸ்னியெத்ஸ்கிமோஸ்த்

என்னும் இடத்தில் வாங்கலாம் என்றும், இப்போது எல்லோரும் "ஷெமீஸ்" உடைகளும் மேனி நிறக் காலுறைகளும் அணிகிறார்கள் என்றும் இனிய குரலில் கூறி, இது போன்ற வேறு பல விஷயங்களையும் விவரமாகத் தெரிவித்தாள்.....

அவள் சொல்லியதைக் கேட்கையில் ஒல்கா தலையை ஆட்டி, "நல்லது, அப்படியா..... புரிந்தது...." என்று திரும்பத் திரும்பக் கூறினாள். பின்பு ஸோனியாவின் மிக மென்மையான பொன்நிற முடிச் சுருளைக் குதிரையின் பிடரி மயிரைப் பிடிப்பது போல வெடுக்கென்று பற்றினாள்.

"இதை எப்படி வாரிக் கொள்வது?"

"கத்தரித்துக் கொள்ள வேண்டும், கண்ணே"

என்று பாடினாள் ரோஸா அப்ராமவ்னா. "பின் பக்கம் குட்டையாகவும் முன் பக்கம் காதுக்கு மேல் வகிடு எடுத்தும்...."

சமையல் அறைக்கு வந்த பியோத்தர் செமியோன விச் மோர்ஷ் இந்தப் பேச்சை உற்றுக் கேட்டு விட்டு, எப்போதும் போல ஆத்ம திருப்தியுடன் வழுக்கை மண்டை பளிச்சிடக் குத்தலாகச் சொன்னார்:

"போர்க்காலக் கம்யூனிசத்திலிருந்து மாறுதலை நிரம்ப நேரம் தாழ்த்துச் செய்கிறீர்கள் நீங்கள்..."

அவள் சட்டென்று அவர் பக்கம் திரும்பி (அவளுடைய பற்கள் நெறு நெறுத்ததாக அவர் பின்பு கூறினார்), குரலை உயர்த்தாமல் கணீரென்று சொன்னாள்:

"கடைகெட்ட அற்பப் பதரே! நீ மட்டும் போர்க்களத்தில் என் கையில் அகப்பட்டிருந்தால் ...."

அரைக் கை வைத்த கறுப்புப் பட்டு கவுனும் மேனி நிற முழுக் காலுறைகளும் மெருகேற்றிய காலணிகளும் அணிந்து ஒல்கா வேலைக்கு வந்த போது இரும் பற்ற உலோகங்களுக்கான கூட்டு நிறுவன அலுவலகத்தில் எல்லோரும் முதல் நிமிடத்தில் குழப்பம் அடைந்தார்கள். அவளுடைய தவிட்டு நிறக் கூந்தல் கத்தரிக்கப்பட்டு, கரும் பழுப்பு மென்மயிர் போலப் பளபளத்தது. அவள் மேசை எதிரே அமர்ந்து தலையைக்

காகிதத்தின் அருகே தாழ்த்திக் கொண்டாள். அவளுடைய காதுகள் சிவந்திருந்தன.

வெறி கொண்டது போல் ஓயாமல் கணகணத்த தொலைபேசி அருகே உட்கார்ந்திருந்த வெகுளி இளைஞரான உதவித்தலைவர் விழிகள் பிதுங்கி விடும் போல வியப்புடன் நோக்கினார்.

"மந்திரமா, மாயமா? இந்த அற்புதம் எப்படி நிகழ்ந்தது?" என்றார்.

மெய்யாகவே ஓல்கா அற்புத வனப்புடன் திகழ்ந்தாள். திருத்தமாக அமைந்த மெமுகம், கன்னங்களில் பழுப்புத் தூவி, இரவு போன்ற கண்கள், நீண்ட இமை மயிர் ..... கைகளை மைக்கறை போகக் கழுவித் துடைத்திருந்தாள். சுருங்கச் சொன்னால், முழுமாற்றம். அலுவலகத் தலைவர் கூட இடையில் தம் அறையிலிருந்து வெளியே வந்து காரீய விழிகளால் ஓல்காவை ஊடுருவிப் பார்த்தார்.

"துடியான பெண்!" என்று பின்னர் அவளைப் பற்றிக் கருத்து தெரிவித்தார்.

மற்ற அறைகளிலிருந்தும் ஆட்கள் அவளைப் பார்க்க வந்தார்கள். ஓல்காவின் வியப்பூட்டும் உருமாற்றம் பற்றியே எங்கும் பேச்சாக இருந்தது.

முதல் கூச்சம் போன பின்பு, ஒரு காலத்தில் உயர் நிலைப்பள்ளிச் சீருடையையும் பின்னர் குதிரைப் படைத் தலைக் காப்பையும் இறுக இறுக்கிய மென்மயிர்த்தோல் அரைக் கோட்டையும் குதிமுட்களையும் அணிந்தது போலவே இந்தப் புதிய வேஷத்தையும் எளிதாகவும் கட்டின்றியும் மேற்கொண்டாள் ஓல்கா. ஆடவர்கள் மட்டு மீறி முறைத்துப் பார்த்தால் அவர்கள் அருகாகச் செல்கையில் இமைகளைத் தாழ்த்திக் கொண்டாள்— உள்ளத்துக்குத் திரையிடுபவள் போல.

....

மூன்றாம் நாள், மாலை ஐந்து மணிக்கு ஓல்கா மையொற்றுத் தாளை ஒரு துண்டு கிழித்து உமிழ் நீரால் ஈரமாக்கி முழங்கைக் கறையைத் துடைத்துக் கொண்டிருந்த போது இளைஞரான அலுவலக உதவித் தலைவர் இவான் பியோதரவிச் பெதோத்தி அவளிடம் வந்து "மிக மிக முக்கியமான விஷயம் பற்றி அவளுடன் பேச வேண்டும்" என்று சொன்னார்.

ஒல்கா அழகிய புருவ வரைகளைச் சற்றே உயர்த்தி, தொப்பியை அணிந்து கொண்டாள். இருவரும் வெளியே போனார்கள்.

“என் அறைக்குப் போவதே மேல். இதோ திருப்பத்தில் தான் இருக்கிறது” என்று சொன்னார் பெதோத்தி.

ஒல்கா தோள்களைச் சிறிது குலுக்கினாள். போனார்கள், வெப்பக் காற்று புழுதியை வாரி வந்தது. நான்காம் மாடியில் ஏறினார்கள். ஒல்கா முதலில் அறைக்குள் போய் நாற்காலியில் அமர்ந்தாள்.

“ஊம்? என்னிடம் என்ன பேச விரும்பினீர்கள்?” என்று கேட்டாள்.

அவர் தோல் பையைக் கட்டில் மேல் வீசினார், தலை மயிரைக் கலைத்துக் கொண்டார், மூடிக் கிடந்த அறையின் காற்றைக் கைவீச்சால் அலைக்கத் தலைப்பட்டார்.

“தோழர் ஸோதவா, நாம் எப்போதும் சுற்றி வளைக்காமல் நேரே விஷயத்துக்கு வந்து விடுகிறோம்...... அடியான பாங்கில் ...... பால் கவர்ச்சி நடப்பு உண்மை, இயற்கைத் தேவை ..... உணர்ச்சிப் பெருக்குக்களை எல்லாம் தூக்கி எறிய எப்போதோ வேளை வந்து விட்டது...... ஆற்ற, அவ்வளவு தான் ...... முன்னேற்பாடாக நான் விஷயத்தை விளக்கி விட்டேன் ..... நீங்கள் புரிந்து கொண்டீர்கள்....”

ஒல்காவின் கைகளைத் தோள்களுக்கு அடியே பற்றி அவளை நாற்காலியிலிருந்து தன் மார்புப் பக்கம் இழுத்தார். மார்புக்கு உள்ளேயோ, விளங்காத அகாதத்தின் விளிம்பில் இருப்பது போல வெறியுடன் படபடத்துக் கொண்டிருந்தது விஞ்ஞானப் பாங்கற்ற அவருடைய இதயம். ஒல்காவின் எதிர்ப்பை அக்கணமே அவர் உணர்ந்தார். அவளை நாற்காலியிலிருந்து இழுப்பது அவ்வளவு எளிதாய் இல்லை. அவள் மெல்லியவள், விகுவுள்ளவள். அவள் கலங்கவில்லை. அவருடைய இரண்டு கைகளையும் மணிக்கட்டின் பக்கத்தில் பற்றி அழுத்தி முறுக்கினாள். அவர் உரக்க முனகித் திமிறினார். அவள் சித்திரவதையைத் தொடரவே, வாய்விட்டுக் கத்தினார்:

“அட வலிக்கிறது என்கிறேன், விடுங்கள், உங்களைச் சைத்தான் கொண்டுபோக!..”

“இனிமேல் அனுமதி கேட்காமல் தொடாதே, அடிமடையா” என்றாள் ஒல்கா.

பெதோத்தியை விட்டு விட்டு, மேசை மேலிருந்த “யாவா” பாக்கெட்டிலிருந்து ஒரு சிகரெட்டை எடுத்துப் பற்ற வைத்துக் கொண்டு வெளியேறினாள்....

....

ஒல்கா இரவு முழுவதும் கட்டிலில் புரண்டு கொண்டிருந்தாள் .... சன்னலோரமாக உட்கார்ந்தாள், புகைபிடித்தாள், மறுபடி தலையணைக்கு அடியில் தலையைப் புதைத்துக் கொள்ள முயன்றாள்.... வாழ்க்கை முழுவதும் நினைவில் விரிந்தது; எது நெடுங்காலமாக உறங்கிப் போய் விட்டதாகத் தோன்றியதோ, அது விழித்துக் கொண்டு விட்டது, ஏங்கத் தொடங்கியது... பாழும் இரவு..... எதற்காக, எதற்காக? காதல் காய்ச்சல் இல்லாமல், ஊற்று நீர் போலக் குளிர்ந்த வாழ்க்கை வாழ முடியாதா என்ன? அவள் உடம்பு நடு நடுங்கியது. ஓர் உண்மையை அவள் உணர்ந்தாள்: வாழ்க்கை அவளை அடித்தது, உரலில் போட்டு இடித்தது. ஆனாலும் முட்டாள்தனத்தைப் போக்க அதனால் முடியவில்லை. “இது”வும் இப்போது தொடங்கிவிடும்.... இது இல்லாமல் முடியாது, வெளியேற முடியாது ...

காலையில் உடம்பு கழுவப் போன போது பொதுச் சமையல் அறையில் சிரிப்பும் ஸோனியாவின் குரலும் அவள் காதுக்கு எட்டின:

“...ஆச்சரியந்தான் அவள் பண்ணுகிற தளுக்கும் மினுக்கும்..... பார்க்கவே குமட்டுகிறது... பிரமாதப் பூச்சி பிடிப்பவள் ஆயிற்றா, யாரும் அவளைத் தொட்டுவிடக் கூடாதாம். விவரக் குறிப்புப் பத்திரத்தில் கொட்டை எழுத்துக்களில் ‘கன்னி’ என்று எழுதியிருக்கிறாள்..” (சிரிப்பு, ஸ்டவ்களின் சீறல்.) “அவள் குதிரைப் படையில் சும்மா இழுத்துப் போகப்பட்டாளாம்...... புரிகிறதா? அனேகமாக ஸ்குவாட்ரன்காரர்கள் எல்லோரோடும் வாழ்ந்தாளாம், எல்லாரும் சொல்லுகிறார்கள்...”

தையல்காரி மரீயா அபனாசியெவ்னாவின் குரல்: “சந்தேகமில்லாமல் பரத்தை .... மூஞ்சியைப் பார்த்தாலே தெரிகிறதே.”

ரோஸா அப்ராமவ்னாவின் குரல்:

“மேலுக்கு மட்டும் என்னவோ ரோத்ஷில்டு சீமாட்டி மாதிரி நடிக்கிறாள்.”

பியோத்தர் செமியோனவிச் மோர்ஷின் கட்டைக்குரல்:

“இவளிடம் எச்சரிக்கையாய் இருங்கள், இந்த விரியன் பாம்பை நான் நிரம்ப முன்னமேயே தெரிந்து கொண்டு விட்டேன். இவள் உயர்ந்த பதவியை எட்டி விடுவாள், உங்களுக்கு நிதானிக்கக் கூட நேரம் இருக்காது...”

ஸோனியாவின் ஆத்திரக் குரல் :

“நீங்கள் இருக்கிறீர்களே, பியோத்தர் செமியோனவிச், இப்படித்தான் ஏதாவது தத்துப் பித்தென்று உளறி வைப்பீர்கள்.... கவலைப் படாதீர்கள், உயர் பாலியை எட்டுவதற்கு வேண்டியவை இந்தத் தன்மைகள் அல்ல .....”

ஓல்கா சமையலறைக்குள் போனதும் எல்லோரும் பேச்சை நிறுத்தி விட்டார்கள். அவளுடைய பார்வை ஸோனியா மீது நிலைத்தது. அவளது வாயருகே ஏற்பட்ட சுருக்கங்கள் அளவு கடந்த அருவருப்பைக் காட்டவே மாதர்கள் வாய்க்குள் ஓலமிட்டார்கள். ஆனால் இந்தத் தடவை எவ்விதக் கூச்சலும் வெளியே கேட்கவில்லை.

....

அன்றைய நிகழ்ச்சிக்குப் பிறகு அவமதிக்கப்பட்ட ஆண்மகனுடைய ஆணவத்தின் முழு ஆற்றலோடும் பெதோத்தி ஓல்காவை வெறுத்தார். பெண்களின் மௌனப் பகைமையும் ஆண்களின் நையாண்டிப் போக்கும் ஓல்காவைச் சுற்றிலும் உருவாயின. அவளோடு சச்சரவு செய்ய எல்லோரும் அஞ்சினார்கள். ஆனாலும் அன்பற்ற பார்வைகள் தொடர்வதை அவள் பின் மண்டையால் உணர்ந்தாள். “விரியன் பாம்பு”, “பழிகாரி”, “குதிரைப் படை வேசி” என்ற புனை பெயர்களால் அவள் குறிக்கப்பட்டாள். கிசுகிசுப்பில் இந்தப் பெயர்களை அவள் கேட்டாள், மையொற்றுத் தாளில் படித்தாள். எல்லாவற்றிலும் விந்தையானது இந்தப் பிதற்றல் அனைத்தாலும் அவள் மனது புண்பட்டது தான்..... “நான் இப்படிப்பட்டவள் அல்ல.....” என்று அவர்கள் எல்லோருக்கும் கத்தித் தெரிவிக்க முடியும் போல....

யெமெல்யானவ் அவளை ஜிப்சி என்று அழைத்தது சரி தான்..... தனக்குள் விருப்பங்கள் மீண்டும் முதிர்ந்த ஆற்றலுடன் விழித்துக்

கொள்வதை ஆழ்ந்த ஏக்கத்துடன் அவள் உணரத் தொடங்கினாள்.... அவளுடைய கன்னிமை சீற்றம் கொண்டது .... ஆனால் அவள் என்ன செய்திருக்க முடியும்? குழாயடியில் தலைமுதல் கால்வரை பனி நீரில் குளிப்பதா? தீப்புண்ணால் அவள் கடும் வேதனைக்கு உள்ளாகி இருந்தாள். இன்னொரு தரம் நெருப்பில் பாய அச்சம் உண்டாயிற்று.... இதற்குத் தேவை இருக்கவில்லை, இது பயங்கரமாய் இருந்தது....

....

ஓல்கா அந்த மனிதரை மொத்தம் ஒரு நிமிடந்தான் பார்த்தாள், அதற்குள் அவளுடைய உள்ளமும் ஆவியும் இவர்தாம் என்று கூறி விட்டன.... மூலையில் திரும்பிப் பேரிரைச்சலுடன் வரும் பேருந்தில் மோதிக் கொள்வது போல இது விளக்க முடியாததாகவும் விபத்து விளைப்பதாகவும் இருந்தது.

கித்தான் நீள் சட்டை அணிந்த அந்த மனிதர் நெடியவர். அவருடைய உடல் பருக்கத் தொடங்கி இருந்தது போலத் தோன்றியது. படிக்கட்டு, மேடையில் நின்று சுவர்ச் செய்தித்தாளைப் படித்துக் கொண்டிருந்தார். அலுவலர்கள் அவரைக் கடந்து படிக்கட்டில் மேலும் கீழுமாக ஓடிக் கொண்டிருந்தார்கள். புழுதி நாற்றமும் புகையிலை நெடியும் அடித்துக் கொண்டிருந்தன எல்லாம் வழக்கம் போல இருந்தது. புகையிலை விற்பனை நிலையத்தின் (அது மேல் மாடியில் இருந்தது) நிர்வாக இயக்குநருடைய கேலிச் சித்திரம் சுவர்ச் செய்தித்தாளின் நடுவில் இருந்தது. அந்த மனிதர் சாயல் புன் முறுவலுடன் அதைக் கூர்ந்து பார்த்துக் கொண்டிருந்தார். ஓல்காவும் செய்தித்தாளின் அருகே நின்றதால் அவர் அவள் பக்கம் திரும்பி, கேலிச் சித்திரத்தைச் சுட்டிக் காட்டி (அவரது கை பருமனாகவும் பெரிதாகவும் அழகாகவும் இருந்தது) பேசலானார்:

“தோழர் ஸோதவா, நீங்கள் செய்தித்தாளின் ஆசிரியர் குழுவில் இருக்கிறீர்கள், அல்லவா?” (அவருடைய குரல் வன்மையுள்ளது, தணிந்தது.) “என்னை வாலும் பிடரியும் உள்ளவனாகச் சித்திரியுங்கள், நான் மறுப்பு கூற மாட்டேன்.... ஆனால் இது ஒருவருக்குமே வேண்டாம். இது அற்பத்தனம், இது திறமையைக் காட்டவில்லை!”

கிணுகிணுக்கும் இரண்டு தொலை பேசிகளுக்கு நடுவே தேநீர்க் குவளையுடன் உட்கார்ந்திருக்கும் பாங்கில் அவர் கேலிப் படத்தில் சித்திரிக்கப்பட்டிருந்தார். வேலை நேரத்தில் அலுவலுக்குக் குந்தகமாக அவர் தேநீர் பருகுகிறார் என்பது குத்திக் காட்டப்பட்டிருந்தது...

‘‘வலிக்கும் படி கடிக்க உங்களுக்குப் பயம், அதனால் அடிமைத் தனமாக வெறுமே குலைத்திருக்கிறீர்கள்.... தேநீர் ஒரு பொருட்டா ..... பத்தொன்பதாம் ஆண்டில் தாங்காமல் இருக்கும் பொருட்டு ஸ்பிரிட்டைக் கொக்கேய்னுடன் நான் சாப்பிடுவது வழக்கம்...’’

ஓல்கா அவருடைய விழிகளைக் கூர்ந்து நோக்கினாள். எஃகு போன்ற சாம்பல் நிறமான, உணர்ச்சியைக் காட்டாத, களைத்த கண்கள். என்றென்றைக்கும் மூடிவிட்ட அன்புக்குரிய அந்த விழிகளை இவை எதிலோ ஒத்திருந்தன... நன்றாக மழித்த முகம், திருத்தமானது, பருத்தது, சோம்பிய, அறிவு சுடரும் புன்னகை தவழ்வது.... அவள் நினைவுபடுத்திக் கொண்டாள்: பத்தொன்பதாம் ஆண்டில் அவர் சைபீரியாவில் உணவுப் பண்ட சர்வாதிகாரியாக இருந்தார், சேனைக்கு வேண்டிய வற்றை வழங்கி வந்தார், பதினாயிரம் கிலோ மீட்டர் தொலைவு வரை அவருடைய பெயரே அச்சம் விளைத்து வந்தது.... இத்தகைய மனிதர்கள் மேகங்கள் வரை உயர்ந்து நிற்பவர்களாக ஓல்காவின் கற்பனைக் கண்களுக்குத் தென்பட்டார்கள் ..... நிகழ்ச்சிகளையும் வாழ்க்கையையும் சீட்டுக் கட்டைக் கலைத்துப் போடுவது போல அவர் கலைத்துப் போட்டார்..... இப்போது தோல் பையும் கையுமாக, சோர்ந்த புன்னகையுடன் நிற்கிறார். இவரால் தோற்றுவிக்கப்பட்ட வாழ்க்கை இவரை முழங்கையால் இடித்துக் கொண்டு அருகே விரைகிறது .....

‘‘இப்படி எல்லாவற்றையும் அற்பமாகக் குறுக்குவது திறமையின்மையைக் காட்டுகிறது’’ என்று மறுபடி சொன்னார் அவர். ‘‘புரட்சி முழுவதையும் மலிவான கேலிச் சித்திரங்களாகக் குறுக்க முடியும்..... அதாவது, கிழவர்கள் தங்கள் காரியத்தைச் செய்து முடித்து விட்டார்கள், இனி குப்பை மேட்டுக்குத் தான் தகுதி ... சம்பளம் வாங்கி ஆயிற்று, இனி பீர் அருந்தப் போவோம்..... இளைஞர் குழாம் நல்லது தான், ஆனால் கடந்த காலத்திலிருந்து தொடர்பை அறுத்துக் கொள்வது ஆபத்து. ஒரு நாள் மட்டும் வாழும் சிற்றுயிர்கள் நாம் இன்றைய தினத்தை மட்டும் ஆதாரமாகக் கொள்கின்றன .... அப்படியாக்கும்.....’’

அவர் போய்விட்டார். கற்படிகள் மேல் மெதுவாக எறிப் புகையிலை விற்பனை நிலையப் பகுதிக்குச் சென்ற அவருடைய வலிய பின் மண்டையையும் அகன்ற முதுகையும் ஓல்கா பார்த்தாள். நாட்களின் சுமைக்கு அடியில் கூனி விடாதிருக்க அவர் மிகுந்த முயற்சி எடுத்துக் கொள்வதாக அவளுக்குப்பட்டது..... அவர் மீது உண்டான இரக்கம் அவளுடைய நெஞ்சைத் துளைத்தது..... இரக்கம் காதலுக்கு முதல் படி என்பது தெரிந்தது தானே .....

....

முதல் வாய்ப்பு கிடைத்ததுமே, வட்டாரக் கமிட்டியிலிருந்து வந்த கடிதத்துடன் புகையிலை விற்பனை நிலையத்தின் இருண்ட அறைகளுக்குச் சென்ற ஓல்கா, நிர்வாக இயக்குநரின் அறைக்குள் புகுந்தாள். அவர் குவளையில் தேநீரைக் கரண்டியால் கலக்கிக் கொண் மருந்தார். அவருடைய தோல்பையின் மேல் இருந்தது இனிப்பு பன்ரொட்டி. சன்னல் ஓரமாகக் கடகடவென்று அடித்துக் கொண்டிருந்தாள் தட்டெழுத்தி. ஒரே கிளர்ச்சிக்கு உள்ளாகி இருந்ததால் ஓல்கா அவள் மேல் கவனம் செலுத்தவில்லை. இயக்குநரின் எஃகு விழிகளை மட்டுமே அவள் கண்டாள். அவள் கொடுத்த காகிதத்தைப் படித்து விட்டு அவர் கையெழுத்திட்டார். அப்புறமும் அவள் நின்று கொண்டிருந்தாள்.

“அவ்வளவுதான், தோழரே.... போங்கள்”” என்றார் அவர்.

மெய்யாகவே வேலை முடிந்து விட்டது..... ஓல்கா வெளியே போய்க் கதவை மூடியதும் தட்டெழுத்தி கெக்கலித்தது போலத் தோன்றிற்று. இனிப் பைத்தியம் பிடிப்பது தான் பாக்கி..... இரண்டாம் தடவை யாரும் படிக்கல்லால் அடிக்கப் போவதில்லை, நிலவறையில் குண்டு சுடப் போவதில்லை, அவன் அவளைக் கைகளில் தாக்கிச் செல்லப் போவதில்லை, கட்டில் அருகே உட்காரப் போவதில்லை, கொல்லப்பட்ட மாணவனின் நீள்சோடுகளைத் தருவதாக வாக்களிக்கப் போவதில்லை.

அன்றைய இரவை அவள் கழித்தது எப்படி என்பதை நினைவு கூராதிருப்பதே மேல். கூட்டுக் குடித்தனக் காரர்கள் காலையில் சாவித்துளை வழியாக அவளுடைய அறையைப் பார்வையிட்டார்கள். ஒரு பத்து கிராம் ஐடோபாரத்தைக் குழாய் மூலம் ஊதும்படி அப்போது தான்

பியோத்தர் செமியோனவிச் மோர்ஷ் யோசனை சொன்னார். நமது விரியன் பாம்புக்கு வெறி பிடித்து விட்டது" என்று சமையல் அறையில் இருந்தவர்கள் சொன்னார்கள். ஸோனியா மர்மப் புன்னகை புரிந்தாள். அசைக்க முடியாத நம்பிக்கையால் ஏற்பட்ட அமைதி அவளுடைய இளநீல விழிகளில் ததும்பியது.

கூச்சத்தை விடுவது மரண பயத்தை வெற்றி கொள்வதைக் காட்டிலும் கடினமானது. ஆனால் ஒல்கா போர்ப் பள்ளியில் பயின்றது வீண் போகவில்லை. வேண்டும் என்றால் வேண்டும் தான். வாய்ப்பையும் இன்பத்தையும் எதிர் பார்த்துக் காத்திருப்பது, மேனிநிறக் காலுறைகளை எங்கே சிறிது காட்டுவது, உடையிலிருந்து வெறுந்தோளைச் சட்டென எங்கே வெளியில் எடுப்பது முதலிய அற்ப விஷயங்கள் மூலம் செயல்படுவது அவருடைய இயல்புக்கு ஏற்றதாய் இல்லை. நேரே போய் அவரிடம் எல்லாவற்றையும் சொல்லிவிட முடிவு செய்தாள், அவர் அவளை என்ன வேண்டுமானாலும் செய்து கொள்ளட்டும்..... இல்லாவிட்டால் வாழ்க்கை இல்லை ....

பல தடவைகள் அவர் பின்னே படிக்கட்டில் இறங்கி ஓடினாள் ஒல்கா, வீதியிலேயே அவருடைய கோட்டுக்கையைப் பற்றி, "நான் உங்களைக் காதலிக்கிறேன். மடிந்து கொண்டிருக்கிறேன்...." என்று அவரிடம் சொல்லிவிட விரும்பினாள். ஆனால் ஒவ்வொரு தடவையும் அவர் மற்ற அலுவலர்களின் நடுவே அவளைக் கவனிக்காமல் காரில் உட்கார்ந்தார் ...... இந்த நாட்களில் தான் ஒல்கா எரிந்து கொண்டிருந்த ஸ்டவ்வை ஜூராவ்ளியொவ் மேல் எறிந்தாள். கூட்டுக் குடித்தன வீடு இடிப்புயல் மின்சாரத்தால் நிறைந்திருந்தது. ஸோனியா பதற்றம் கொண்டிருந்தாள், ஒல்காவின் காலடிச் சத்தம் கேட்டதுமே பொதுச் சமையல் அறையிலிருந்து வெளியேறினாள் .... கிண்டல் பேர்வழி விளதீமிர் ல்வோவிச் பனிஸோவ்ஸ்கி மாறு சாவியின் உதவியால் ஒல்காவின் அறைக்குள் நுழைந்து ஆடைகளில் தூசி போக்கும் பிரஷை அவளுடைய கட்டிலின் மெத்தைக்கு அடியில் வைத்தார். அவளோ எதையும் கவனிக்காமல் இரவு முழுவதும் உறங்கினாள்.

கடைசியாக ஒரு நாள் (கார் பழுதடைந்திருந்த) அவர் அலுவலகத் திலிருந்து கால்நடையாகப் புறப்பட்டார். ஒல்கா அவர் பின்னே ஓடி, வாயும்

தொண்டையும் உலர்ந்து விட்டதால் திடீரென முரட்டுத் தனமாகக் கூப்பிட்டாள். அருகே போனாள். அவளால் ஏறிட்டுப் பார்க்க முடியவில்லை. தத்தக்க பித்தக்க என்று நடந்தாள், முழங்கைகளை உயர்த்தினாள். நொடியுகமாக நீண்டது. வெப்பமும் குளிரும் கனிவும் சீற்றமும் ஒரே சமயத்தில் உண்டாயின. அவரோ புன்னகைக்காமல், அசட்டையாக, கண்டிப்புடன் நடந்தார்.......

"விஷயம் என்ன என்றால் ...."

"விஷயம் என்ன என்றால்" என உடனே அவளுடைய பேச்சை அருவருப்புடன் இடைமுறித்தார் அவர். "உங்களைப் பற்றி நாலா பக்கங்களிலுமிருந்து எனக்குத் தகவல்கள் கிடைக்கின்றன... வியப்படைகிறேன், ஆம், ஆம்... நீங்கள் என்னைப் பின் தொடர்கிறீர்கள்.... உங்கள் நோக்கம் புரிகிறது, தயவு செய்து. புளுகாதீர்கள், விளக்கங்கள் எனக்குத் தேவை இல்லை... நான் நெப்மான்* அல்ல, அழகான முகத்தைக் கண்டதும் எனக்கு நாவில் நீர் ஊறுவதில்லை. பொது வேலையில் நீங்கள் உங்கள் நல்ல பண்புகளைக் காட்டினீர்கள். என் அறிவுரையைக் கேளுங்கள். பட்டுக் காலுறைகளையும் பவுடர்களையும் இம்மாதிரிப் பிறவற்றையும் பற்றிய ஆசைகளை மனத்திலிருந்து வெளியேற்றி விடுங்கள்..... நீங்கள் நல்ல தோழராக உருவாகக் கூடும்..."

அவளிடம் சொல்லிக் கொள்ளாமலே அவர் வீதியைக் கடந்தார். அங்கே மிட்டாய்க் கடை அருகே நடை பாதையில் அவர் கையைப் பிடித்துக் கொண்டாள் ஸோனியா. தோள்களைக் குலுக்கியவாறு அவள் அவரிடம் ஆத்திரத்துடன் ஏதோ சொல்ல முற்பட்டாள். அவர் தொடர்ந்து அருவருப்புடன் முகத்தைச் சுளித்துக் கொண்டிருந்தார். அவளுடைய பிடியிலிருந்து தம் கையை விடுவித்துக் கொண்டு கனத்த தலையைக் குனிந்தவாறு நடந்தார்.

---

*1921ம் ஆண்டில் சோவியத் அரசால் தாற்காலிகமாக மேற்கொள்ளப்பட்ட புதிய பொருளாதாரக் கொள்கை (நெப்) மக்களில் சிலரால் முதலாளித்துவத்துக்குத் திருப்பம் என்று தவறாகப் புரிந்து கொள்ளப்பட் டது. இவர்கள் தங்கள் சொந்த லாபங்களைப் பெருக்கிப் பணம் திரட்டுவதில் எல்லா முயற்சிகளையும் ஈடுபடுத்தினார்கள். நெப்மான்கள் என்று அழைக்கப்பட்ட இத்தகையவர்களே இங்கு குறிக்கப்படுகிறார்கள்.—ப–ர்.

பேருந்திலிருந்து வெளிப்பட்ட பெட்ரோல் புகைப் படலம் அவர்களை ஓல்காவின் பார்வையிலிருந்து மறைத்தது.

....

ஆக, ஸோனியா தான் கதாநாயகி என்பது விளங்கி விட்டது. குதிரைப்படை வேசி ஓல்காவின் முந்திய வாக்கையையும் தற்போதைய வாழ்க்கையையும் பற்றிப் புகையிலை விற்பனை நிலைய நிர்வாக இயக்குநருக்கு விவரமாகத் தகவல்கள் தெரிவித்து வந்தவள் அவள்தான். ஸோனியா வெற்றிக் களி கொண்டாடினாள், ஆனால் ஒரேயடியாக அஞ்சி நடுங்கினாள்...

நாம் மேலே முன்பே வருணித்துள்ள ஞாயிற்றுக் கிழமையன்று காலையில் ஓல்காவின் அறைக் கதவு கிறீச் சிட்டதும் ஸோனியா தன் அறைக்குப் பாய்ந்து ஓடி உரக்க அழத் தொடங்கினாள். ஏனென்றால் இடையறாத அச்சத்தில் வாழ்வது அவளுக்குத் தாங்க முடியாத அளவு வருத்தமாய் இருந்தது. உடல் கழுவிக் கொண்ட பின் ஓல்கா, “ஐயோ, இது என்னவோ, சைத்தானுக்கே வெளிச்சம்” என்று எதற்காகவோ இரண்டு தரம் கூறினாள்– சமையல் அறையிலும், தன் அறைக்குத் திரும்பிய பிறகும். அப்புறம் அவள் வெளியே போய் விட்டாள்.

கூட்டுக் குடித்தனக்காரர்கள் பொதுச் சமையல் அறையில் மீண்டும் குழுமினார்கள். பியோத்தர் செமியோனவிச் ஞாயிற்றுக் கிழமைக்கு ஏற்ற சராயும் வெள்ளை மேற்பகுதி கொண்ட புதிய தொப்பியும் அணிந்திருந்தார். விளதீமிர் ல்வோவிச் மழிக்காத முகமும் நன்றாகக் குடித்ததால் களிப்பும் கொண்டிருந்தார். ரோஸா அப்ராமவ்னா பழக் கூழ் காய்ச்சிக் கொண்டிருந்தாள். மாரியா அபனாசியெவ்னா சட்டைக்குப் பெட்டி போட்டுக் கொண்டிருந்தாள். எல்லோரும் வம்பளந்து கொண்டும் கேலி பேசிக் கொண்டும் இருந்தார்கள். அப்போது ஸோனியா வீங்கிய கண்களுடன் வந்து சேர்ந்தாள்.

“என்னால் இனித் தாங்க முடியாது” என்று கதவின் அருகிலேயே கூறினாள். “கடைசியில் இதற்கு முடிவு வந்தாக வேண்டும்..... அவள் கந்தகத் திராவகத்தை என் மேல் கொட்டி விடுவாள்..”

பிரஷ் மயிரைக் கத்தரித்து விரியன் பாம்பின் கட்டிலில் ஒவ்வொரு நாளும் தூவும்படி யோசனை சொன்னார் விளதீமிர் ல்வோவிச் பனிஸோவ்ஸ்கி. "பொறுக்க மாட்டாமல் தானே போய் விடுவாள்"' என்றார். பியோத்தர் செமியோனவிச் மோர்ஷ் இரசாயனத் தற்காப்பு யோசனை கூறினார். நீரகக் கந்தகை அல்லது அதே ஐடோபாரம் பலனளிக்கும் என்றார் அவர். இவை எல்லாம் ஆண்களின் மிகைக் கற்பனைகள். மரீயா அபனாசி யெவ்னா ஒருத்திதான் நடக்கிற காரியத்தைச் சொன்னாள்:

"லியாலெச்கா, நீங்கள் படு இரகசியப் பேர்வழி தான் என்றாலும் ஒப்புக் கொள்ளுங்கள். இயக்குநருக்கும் உங்களுக்கும் உள்ள தொடர்பு பதிவு ஆகி விட்டது அல்லவா?"

"ஆமாம், மூன்று நாள் முன்னே நாங்கள் மணப் பதிவகம் போயிருந்தோம்..... நான் சர்ச்சில் திருமணம் நடத்த வேண்டும் என்று கூட வற்புறுத்தினேன். ஆனால் அது இப்போது சாத்தியம் இல்லை..." என்று பதிலளித்தாள் ஸோனியா.

"வர வரக் கண்டறிவோம்" என்று வழுக்கை மண்டை பளிச்சிடக் கூறினார் பியோத்தர் செமியோனவிச்.

"அப்படியானால் இந்த அசிங்கம் பிடித்த ஊரும் பிராணிக்கு, இந்தப் பாசறை அங்காடிக்காரிக்கு, பதிவகம் காகிதத்தை மூஞ்சியில் எறிந்து காட்டுங்கள்"' என்று இஸ்திரிப் பெட்டியைக் குலுக்கினாள் மாரியா அபரூரியெவ்னா.

"ஐயோ மாட்டேன் .... ஒருகாலும் துணிய மாட்டேன்... எனக்குக் குலை பதைக்கிறது, என்னவெல்லாமோ பயங்கரமான முன்னுணர்வுகள் தோன்றுகின்றன...."

"நாங்கள் கதவுக்கு வெளியே நிற்போம்... நீங்கள் எதற்கும் அஞ்ச வேண்டியதில்லை..."

நன்றாகக் குடித்ததால் களி வெறியில் இருந்த விளதீமிர் ல்வோவிச் ஆடு போலக் கத்தினார்:

"சமையல் உற்பத்திக் கருவிகளை ஆயுதங்களாகப் பூண்டு கதவுக்கு வெளியே நிற்போம்."

லோனியா இணங்கினாள்.

....

ஓல்கா மாலை எட்டு மணிக்கு வீடு திரும்பினாள். களைப்பினால் அவள் முதுகு கூனி இருந்தது. முகம் மண் நிறமாக இருந்தது. அறைக்குள் போய்க் கதவைத் தாழிட்டுக் கொண்டு கட்டிலில் உட்கார்ந்து கைகளை முழங்கால்கள் மேல் போட்டாள்.... தனியள், காட்டுத் தனமான, பகைமை நிறைந்த வாழ்க்கையில் தனியள். சாகும் தறுவாயில் போல, தனிக் கட்டை, யாருக்கும் வேண்டாதவள்.... தலைக்கு நாள் முதல் விந்தையான மறதி அவளை வர வர வலிவாக ஆட்கொண்டிருந்தது. உதாரணமாக, தன் கையில் சிறு ரிவால்வர்–வெலதோக்– இருந்ததை இப்போது அவள் கண்டாள். ஆனால் அதைச் சுவர் மேலிருந்து எப்போது எடுத்தோம் என்று அவளுக்கு நினைவு இல்லை. மரணம் விளைக்கும் எஃகு விளையாட்டுக் கருவியை நோக்கியவாறு உட்கார்ந்து எண்ணமிட்டாள்......

கதவு தட்டப்பட்டது. ஓல்கா திடுக்கிட்டாள். கதவு இன்னும் பலமாகத் தட்டப்பட்டது. அவள் எழுந்து கதவைத் திறந்தாள். அதன் மறு புறம் நடையின் இருளில் கூட்டமாக ஒதுங்கினார்கள் குடித்தனக்காரர்கள். பிரஷ்களும் நெருப்புக் கோல்களும் அவர்களுடைய கைகளில் இருந்ததாகத் தோன்றியது.... ஸோனியா வெளிறிய முகத்துடன் உதடுகளைக் கடித்துக் கொண்டு அறைக்குள் வந்தாள்.... உடனேயே வீரிடும் கீச்சுக் குரலில் பொரிந்து கொட்டினாள் :

“இது படு மோசமான வெட்கங்கெட்ட நடத்தை ––மணமான மனிதர் மேல் வலை வீசுவது... இதோ மணப் பதிவகத்தின் சான்றிதழ்..... நீங்கள் மேக நோயாளி என்பது எல்லோருக்கும் தெரியும்... இந்த நோய்களோடு உயர் பதவியை எட்டலாம் என்று மனப் பால் குடிக்கிறீர்களே!.. அதுவும் சட்டப்படி மணமான என் கணவர் மூலமாக!... நீங்கள் இழிபிறவி!... இதோ சான்றிதழ்...”

வீரிடும் ஸோனியாவைப் பார்வை இழந்தவள் போல நோக்கினாள் ஓல்கா.... இதோ அவளுக்குப் பழக்கமான காட்டுத்தனமான வெறுப்பு அலை எழுந்தது, தொண்டையை நெரித்தது, எல்லாத் தசைகளும் எஃகு போல இறுக்கம் அடைந்தன.... தொண்டையிலிருந்து கூச்சல் வெடித்துக்

கிளம்பியது ...... ஓல்கா விச்சிஸ்லா வவ்னா ரிவால்வரால் சுட்டாள், தனக்கு முன் அசைந்தாடிக் கொண்டிருந்த வெண் முகத்தில் தொடர்ந்து சுட்டுக் கொண்டே இருந்தாள்....

1928

அந்திரேய் பிளத்தோனவ்
(1899–1951)

பந்திரேய் பிளத்தோனவின் வாழ்க்கைக் கதை அக்டோபர்ப் புரட்சியோடு கூடவே இலக்கியத்துக்கு வந்த சோவியத் எழுத்தாளர்களின் தலைமுறைக்கு எடுத்துக்காட்டானது ஆகும். 1919–1921ல் செஞ் சேனையின் சாதாரணப் படையினராக உள்நாட்டுப் போர் முனைகளில் அவர் சமர் புரிந்தார். பின்பு கல்லூரி மானவராகப் பயின்று திறமை வாய்ந்த மின்–பொறியாளர் ஆனார். சதுப்பு நிலப் பகுதிகளிலிருந்து நீரை வடித்தார். கால்வாய்கள் தோண்டினார், மின் நிலையங்கள் கட்டினார். 1941 முதல் 1945 வரை நடந்த தேச பக்தப் போர்க் காலத்தில் போர் நிருபர் என்ற முறையில் முனை முகத்தை விட்டு அகலாமல் பணியாற்றினார்.

தேர்ந்த உளவியல் கதை ஆசிரியராக இலக்கியத்தின் அடி வைத்தார் பிளத்தோனவ். இருபதுக்களிலேயே அவருடைய திறமையை மக்சீம் கோர்க்கி கண்டு கொண்டார், ஹெமிங்வே பாராட்டினார். அந்திரேய் பிளத் தோனவ் ஒன்பது குறுநாவல்களும் நவீனங்களும் நூறுக்கு மேற்பட்ட சிறுகதைகளும் நாடகங்களும் திரைக்கதைகளும் கணக்கற்ற கட்டுரைகளும் எழுதியுள்ளார், செவி வழிக் கதைகளையும் உருவகக் கதைகளையும் செப்பம் செய்து வெளியிட்டிருக்கிறார். அந்திரேய் பிளத்தோனவின் எழுத்தைப் படிப்பது மனித உள்ளத்திலும் உணர்விலும் பயணம் செய்வது, மக்கள் வாழ்க்கையின் ஆழத்தில் புகுவது ஆகும். பிளத்தோனவின் பாத்திரங்கள் பெரும்பாலும் தங்கள் உழைப்பையும் உலகில் தங்கள் இடத்தையும் வாழ்க்கையின் பொருளையும் பற்றிச் சிந்தனை செய்யும் தொழிலாளர்கள், கம்மியர்கள். பிளத்தோனவின் படைப்புக்களுக்கு அடிப்படையாக விளங்கும் தத்துவ மனிதாபிமானக் கோட்பாடுகள் தனிவகைக் கவிதைப் பாங்கில்

கலை வடிவம் பெற்றுள்ளன. பெரிய சோவியத், அயல் நாட்டு எழுத்தாளர்கள் அவரைத் தம் ஆசானாகக் குறிப்பிடுகிறார்கள்.

இந்தத் தொகுப்பில் வெளியாகும் "வனப்பு வாய்ந்த, வன்மமுள்ள உலகில்" என்பது எழுத்தாளரின் மிகப் பிரபலமான கதைகளில் ஒன்றாகும்.

வனப்பு வாய்ந்த வன்மமுள்ள உலகில்

(எஞ்சின் டிரைவர் மால்த்சவ்)

1

அலெக்சாந்தர் வசீலியெவிச் மால்த்சவ் தலுபெயென் ரயில்வே யார்டில் சிறந்த எஞ்சின் டிரைவராக மதிக்கப்பட்டார்.

அவருக்கு வயது முப்பது இருக்கும், ஆனால் அதற்குள் முதல் தர எஞ்சின் டிரைவர் தகுதியைப் பெற்றிருந்தாய் விரைவு ரயில் வண்டிகளை நீண்ட காலமாகச் செலுத்தி வந்தார். “இஸ்” வரிசையைச் சேர்ந்த ஆற்றல் மிக்க முதலாவது பயணி ரயில் எஞ்சின் எங்கள் யார்டுக்கு வந்த போது அதில் வேலை செய்ய மால்த்சவ் நியமிக்கப்பட்டார். இந்த நியமனம் முற்றிலும் அறிவாந்ததாகவும் சரியானதாகவும் இருந்தது. யார்டு பொறி இணைப்பாளர் ஒருவர் மால்த்சவின் துணைவராக வேலை செய்து வந்தார். பியோதர் பெத்ரோவிச் திரபானவ் என்ற நடுத்தர வயதினரான இந்த மனிதர் எஞ்சினை டிரைவர் தேர்வில் விரைவில் தேறி வேறொரு எஞ்சினை ஓட்டப் போய்விட்டார். திரபானவின் இடத்தில் மால்த்சவ் குழுவில் வேலை செய்ய நான் அமர்த்தப்பட்டேன். அதற்கு முன்பும் நான் உதவி எஞ்சின் டிரைவராக வேலை செய்து வந்தேன், ஆனால் நான் பணியாற்றிய எஞ்சின் பழையது, ஆற்றல் குறைந்தது.

புதிய நியமனத்தால் நான் மகிழ்ச்சி அடைந்தேன். “இஸ்” எஞ்சின் எங்கள் இழுவைப் பகுதியில் அப்போது ஒன்று தான் இருந்தது. அதன் தோற்றமே எனக்கு உற்சாகம் ஊட்டியது. நெடு நேரம் அதைப் பார்த்துக் கொண்டிருக்க என்னால் முடிந்தது. அதைப் பார்த்த போதெல்லாம் என் உள்ளத்தில் தனிப்பட்ட நெகிழ்ச்சி உண்டாகும், இன்பம் பொங்கும்– குழந்தைப் பருவத்தில் ருஷ்ய மகாகவி பூஷ்கினின் கவிதைகளை

முதன்முறை படித்த போது ஏற்பட்டதே போன்ற இனிய மகிழ்ச்சி உண்டாகும். தவிரவும் முதல் தர எஞ்சின் டிரைவரின் குழுவில் சிறிது காலம் வேலை செய்து, எடை மிக்க விரைவு ரயில்களைச் செலுத்தும் கலையை அவரிடம் கற்க நான் விரும்பினேன்.

தம் குழுவில் எனது நியமனத்தை மால்த்சவ் அமைதியாகவும் அசட்டையாகவும் ஏற்றுக் கொண்டார். தம்முடைய உதவியாளர்களில் ஒருவனாக எவன் சேர்ந்தாலும் அவருக்கு ஒன்று தான் என்று தோன்றியது.

புறப்படுவதற்கு முன் நான் வழக்கம் போல எஞ்சினின் எல்லா இணைப்புக்களையும் சரிபார்த்தேன், அதன் எல்லாச் செயல் பொறி அமைப்புக்களையும் துணைப்பொறி அமைப்புக்களையும் சோதித்தேன், அமைதி அடைந்தேன். எஞ்சின் பயணத்துக்குத் தயாராய் இருப்பதாக எண்ணினேன். மால்த்சவ் என் வேலையைப் பார்த்தார், அதைக் கூர்ந்து கவனித்தார். ஆயினும் எனக்குப் பின்னர் எஞ்சினின் நிலையைத் தம் கரங்களால் மீண்டும் சரிபார்த்தார்– என்னை அவர் நம்பவில்லை போல.

பிறகும் இவ்வாறே மறுபடி மறுபடி நிகழ்ந்தது. நான் மௌனமாகத் துயரப்பட்டேன் ஆயினும் என்னுடைய வேலைகளில் மால்த்சவ் இடையறாது தலையிடுவதற்குப் பழகி வந்தேன். ஆனால் வழக்கமாக, நாங்கள் பாதையில் செல்லத் தொடங்கியதுமே நான் என் மனத்தாங்கலை மறந்து விட்டேன். ஓடும் எஞ்சினின் நிலையை மேற்பார்க்கும் கருவிகளிலிருந்தும் இடப்புற எஞ்சினுடைய வேலையையும் எதிரிலுள்ள பாதையையும் நோக்குவதிலிருந்தும் கவனத்தைத் திருப்பி மால்த்சவ் மீது கண்ணோட்டினேன். பெருத்த நிபுணருக்குரிய துணிவு மிக்க தன்னம்பிக்கையுடனும் உள் தூண்டலுக்கு ஆளான கலைஞருக்கு இயல்பான ஒருமுனைப்பாட்டுடனும் அவர் ரயில் வண்டியைச் செலுத்தினார். வெளி உலகு அனைத்தையும் தம் உள் அனுபவத்தில் கிரகித்து அதனால் வெளி உலகின் மீது ஆதிக்கம் செலுத்தும் கலைஞரின் ஒருமுனைப்பாடு அது. மால்த்சவின் விழிகள் பராக்குப் பார்ப்பவை போன்று வெறுமையாக எதிரே நோக்கின, ஆனால் முன்னே இருந்து விரைந்துவந்த பாதை முழுவதையும்– உடைசல் குவியலிலிருந்து சிவ்வென்று பாய்ந்து எஞ்சின் கடந்த வெளியில் காற்றாய்ப் பறந்து சென்ற சிட்டுக் குருவியைக் கூட– அவற்றால் அவர் கண்டார் என்பதை நான்

அறிந்திருந்தேன். இந்தச் சிட்டுக் குருவி கூட மால்த்சவின் கவனத்தை ஈர்த்தது. அவர் குருவியின் பின்னே தலையைக் கணப்போது திருப்பி, எங்களுக்குப் பிறகு அதற்கு என்ன நேரும், அது எந்தத் திசையில் பறந்தது என்று பார்த்தார்.

எங்கள் தவற்றால் நாங்கள் ஒருபோதும் நேரம் தாழ்த்தவில்லை. மாறாக, நாங்கள் நிற்காமல் கடந்து செல்ல வேண்டிய இடை நிலையங்களில் அடிக்கடி நாங்கள் நிறுத்தப்பட்டோம், ஏனெனில் நாங்கள் சற்று முந்தியே சென்று கொண்டிருந்தோம், நிறுத்தத்தின் மூலம் நேரக் கணக்குக்கு மீண்டும் இசைவிக்கப்பட்டோம்.

வழக்கமாக நாங்கள் பேசாமல் வேலை செய்தோம். எப்போதாவது தான் மால்த்சவ் என் பக்கம் திரும்பாமலே கொதிகலத்தைச் சாவியால் தட்டுவார். எஞ்சினுடைய வேலை முறையில் நேர்ந்த ஏதேனும் ஒழுங்கீனத்தின் பால் நான் கவனம் செலுத்த வேண்டும் என்றோ, இந்த வேலை முறையில் திடீர் மாற்றத்துக்குத் தயாராகி விழிப்புடன் இருக்க வேண்டும் என்றோ இதன் மூலம் அவர் குறிப்பார். எனது மேல் நிலைத் தோழரின் பேச்சற்ற குறிப்புக்களை நான் எப்போதும் புரிந்து கொண்டு முழு ஈடுபாட்டுடன் வேலை செய்து வந்தேன். ஆனால் எஞ்சின் டிரைவரோ, மசகு போட்டுக் கரி தள்ளுபவனிடம் போலவே என்னிடம் ஒட்டாமல் இருந்து வந்தார். மசகுப் பெட்டிகளையும் இணைப்புத் தண்டுகளுடைய கொண்டிகளின் இறுக்கத்தையும் நிறுத்தங்களில் ஓயாமல் சரி பார்த்தார், பிரதான அச்சுக்களில் இருகப் பெட்டிகளைச் சோதித்துப் பார்த்தார். என்னுடைய வேலையை அவர் சரியானதாக மதிக்கவில்லை போல இருந்தது.

ஒரு முறை ஓர் இயந்திரப் பகுதியை எனக்குப் பின் அவர் சோதிக்கத் தொடங்கிய போது நான் குறுக்கிட்டேன். “இதை நான் சரி பார்த்து விட்டேனே” என்று சொன்னேன்.

“என் கைப்படச் சரி பார்க்க விரும்புகிறேன்” என்று புன்னகையுடன் பதிலளித்தார் மால்த்சவ். அவருடைய புன்னகையில் தோய்ந்திருந்த ஏக்கம் என்னைப் பற்றிக் கொண்டது.

அவருடைய ஏக்கத்தின் பொருளையும் எங்கள் பால் அவருடைய ஓயாத அசட்டையையும் நான் பின்பு புரிந்து கொண்டேன். எங்களுக்கு முன் தமது உயர்வை அவர் உணர்ந்தார், ஏனெனில் எங்களைக் காட்டிலும் சரியாக எஞ்சினைப் புரிந்து கொண்டிருந்தார். நானோ வேறு யாரேனுமோ தம்முடைய இயற்கைத் திறமையின் மர்மத்தைப் புரிந்து கொள்ள முடியும் என்று அவர் நம்பவில்லை. வழியில் பறக்கும் சிட்டுக் குருவியையும் எதிரே உள்ள குறியையும் ஒரே நேரத்தில் பார்க்கவும், பாதையையும் வண்டித் தொடர் முழுதையும் எஞ்சினின் முயற்சியையும் அதே கணத்தில் உணரவும் வல்ல மர்மம் அது. உழைப்பு ஆர்வத்திலும் விடாமுயற்சியிலும் நாங்கள் தம்மை மிஞ்சி விடக் கூட முடியும் என்பதை மால்த்சவ் புரிந்து கொண்டிருந்தார். ஆனால் எஞ்சின்மேல் தம்மைக் காட்டிலும் அதிக அன்பு செலுத்தவோ தம்மைவிட மேலாக ரயிலை இயக்கவோ எங்களால் முடியும் என்று அவர் எண்ணவில்லை. தம்மை விட மேலாக ரயிலை இயக்குவது அசாத்தியம் என்று அவர் நினைத்தார். அதனால் தான் மால்த்சவுக்கு எங்களோடு சலிப்பாய் இருந்தது. தனிமையால் சலிப்படைவது போலத் தமது இயல் திறமையால் அவர் சலிப்படைந்தார். நாங்கள் புரிந்து கொள்ளும் வகையில் இதை எடுத்துச் சொல்வது எப்படி என்று அவருக்குத் தெரியவில்லை.

அவருடைய திறமையைப் புரிந்து கொள்வது மெய்யாகவே எங்களுக்கு இயலாதிருந்தது. ரயிலைச் சுதந்திரமாக இயக்க என்னை அனுமதிக்கும்படி ஒரு முறை நான் கெட்டுக் கொண்டேன். ஒரு நாற்பது கிலோ மீட்டர் வாரம் ரயிலை இயக்க என்னை விட்டு விட்டு உதவி டிரை வரின் இடத்தில் அமர்ந்து கொண்டார் மால்த்சவ். நான் வண்டித் தொடரை இயக்கியவன் இருபது கிலோ மீட்டர் தொலைவுக்குள் நான்கு நிமிடங்கள் நேரம் தாழ்த்து விட்டேன். ஏற்றங்களில் மணிக்கு முப்பது கிலோமீட்டருக்கு மேற்படாத விரைவில் எஞ்சினைச் செலுத்தினேன். எனக்குப்பின் வண்டித் தொடரை இயக்கிய மால்த்சவ் ஏற்றங்களை மணிக்கு ஐம்பது கிலோமீட்டர் வேகத்தில் கடந்தார். வளைவுகளில் எஞ்சின் நான் ஓட்டிய போது செய்ததைப் போலத் தூக்கிப் போடவில்லை. என்னால் இழக்கப்பட்ட நேரத்தை அவர் விரைவில் மீட்டு விட்டார்.

2

ஆகஸ்டு முதல் ஜூலை வரையில், சுமார் ஓர் ஆண்டு மால்த்சவின் துணைவனாக நான் பணியாற்றினேன். விரைவுப் பயணி ரயிலின் எஞ்சின் டிரைவராகத் தமது கடைசிப் பயணத்தை மால்த்சவ் ஜூலை ஐந்தாம் தேதி நடத்தினார்....

ஓர் இருபது பெட்டிகள் கொண்ட வண்டித் தொடரை நாங்கள் ஏற்றோம். அதற்கு முன் அது நான்கு மணி நேரம் தாழ்த்திருந்தது. போக்குவரத்து மேற் பார்வையாளர் எஞ்சினுக்கு வந்து தாமதத்தை முடிந்த அளவு குறைக்கும்படி மால்த்சவிடம் தனிப்படக் கேட்டுக் கொண்டார். வண்டியின் தாமதத்தைக் குறைந்த பட்சம் மூன்று மணிக்குக் கொண்டுவரும் படியும் இல்லா விட்டால் அடுத்த பாதைக்கு வழிவிடுவது தமக்குக் கடினமாய் இருக்கும் என்றும் கூறினார். நேரத்தைக் குறுக்குவதாக மால்த்சவ் அவருக்கு உறுதி அளித்தார். நாங்கள் புறப்பட்டோம்.

மாலை எட்டு மணி ஆகி இருந்தது. ஆயினும் கோடைகாலப் பகல் இன்னும் நீடித்தது. சூரியன் வெற்றி விறலுடன் ஒளி வீசிக் கொண்டிருந்தது. கொதிகலத்தில் நீராவியின் அழுத்தத்தை உச்ச மட்டத்துக்கு அரை வாயு மண்டலம் மட்டுமே குறைவாக எப்போதும் வைத்திருக்கும்படி மால்த்சவ் என்னிடம் கோரினார்.

அரை மணி நேரத்தில் நாங்கள் ஸ்தெப்பிக்கு வந்தோம். அமைதியான, மென்மையுள்ள பாதை. மால்த்சவ் விரைவை மணிக்குத் தொண்ணூறு கிலோ மீட்டராக உயர்த்தியவர், பின்பு குறைய விடவில்லை. மாறாக, கிடை மட்டங்களிலும் சிறு இறக்கங்களிலும் விரைவை நூறு கிலோ மீட்டர் வரை அதிகமாக்கினார். நான் ஏற்றங்களில் சூட்டை முடிந்த அளவு ஏற்றினேன். கரி தள்ளும் இயந்திரத்துக்கு உதவியாகக் கைகளால் உலையில் கரி வாரிப் போடும் படி கரி தள்ளுபவரை வற்புறுத்தினேன், ஏனெனில் நீராவி அழுத்தம் குறைந்திருந்தது.

மால்த்சவ் எஞ்சினைப் படு விரைவாக ஓட்டிச் சென்றார். தொடு வானத்தின் பின்னிருந்து வந்த பெரிய கரு மேகத்தை நோக்கி இப்போது நாங்கள் சென்று கொண்டிருந்தோம். எங்கள் பக்கத்திலிருந்து வெயில் மேகத்தில் பட்டுக் கொண்டிருந்தது. வெறியும் சீற்றமும் பொங்கிய

மின்னல்கள் மேகத்தை உள்ளிருந்து வெட்டிக் கிழித்துக் கொண்டிருந்தன. மின்னல் வாட்கள் ஒலியற்ற தொலை நிலத்தில் செங்குத்தாகப் பாய்ந்து கொண்டிருந்ததை நாங்கள் கண்டோம். அந்தத் தொலை நிலத்தைக் காக்க விரைபவர்கள் போல நாங்கள் அதை நான் படுவேகமாகப் பாய்ந்தோம். இந்தக் காட்சி மால்த்சவின் உள்ளத்தைக் கவர்ந்தது போலும். எதிரே பார்வை செலுத்தியவாறு சன்னலுக்கு வெளியே வெகுதூரம் முகத்தை நீட்டிக் கொண்டிருந்தார். புகைக்கும் நெருப்புக்கும் பரப்புக்கும் பழகிய அவருடைய கண்கள் இப்போது உற்சாகப் பெருக்கால் சுடர்ந்தன. எங்களுடைய எஞ்சினின் வேலையும் விறலும் இடிப்புயலின் வேலைக்கு நிகராக முடியும் என்று அவர் புரிந்து கொண்டார். இந்த எண்ணத்தால் ஒருவேளை பெருமை கொண்டார்.

எங்களை எதிர் கொண்டு ஸ்தெப்பியில் வீசிய புழுதிச் சூறாவளியை நாங்கள் விரைவில் கண்டோம். இடி மேகத்தைப் புயற்காற்று நேரே எங்கள் பக்கம் கொண்டு வந்தது. எங்களைச் சுற்றிலும் வெளிச்சம் மங்கியது. வறண்ட மண்ணும் ஸ்தெப்பி மணலும் எஞ்சினின் இரும்பு உடலில் சீழ்க்கை அடிக்கவும் நெறுநெறுக்கவும் தொடங்கின. பார்வை மங்கியது. நான் வெளிச்சத்திற்காக மின் ஆக்கப் பொறியை முடுக்கி எஞ்சினின் தலை விளக்கைப் போட்டேன். அறையில் நிறைந்த சூடான புழுதிச் சூறைக்காற்றின் காரணமாக மூச்சு விடுவது எங்களுக்கு இப்போது கடினமாக இருந்தது. எஞ்சினின் எதிர் இயக்கம், உலை ஆவிகள், எங்களைச் சூழ்ந்த முன்னிருட்டு ஆகியவற்றால் சூறையின் வலிமை இரு மடங்கு ஆகியது. கலங்கிய, புழுக்கமான இருளில், தலை விளக்கால் உண்டாக்கப்பட்ட ஒளிப் பிளவில் ஊளையுடன் பாய்ந்து சென்றது எஞ்சின். வேகம் அறுபது கிலோமீட்டராகக் குறைந்தது. நாங்கள் கனவில் போல வேலை செய்து, முன்னே பார்த்துக் கொண்டிருந்தோம்.

திடீரென்று பெருத்த துளி காற்றுக் கண்ணாடியைத் தாக்கி, வெப்பக் காற்று பட்டு உடனே உலர்ந்து போயிற்று. பின்பு கணநேர நீல ஒளி என் இமைகளின் அருகே பளிச்சிட்டு, துணுக்குற்ற இருதயம் வரை எனக்குள் பாய்ந்தது. நான் நீர் செலுத்திக் குழாய் மூடியைப் பற்றினேன். ஆனால் இருதய வலி என்னிடமிருந்து அகன்று விட்டது. நான் உடனே மால்த்சவின் பக்கம் நோக்கினேன். அவர் முன்னே பார்வை செலுத்தியவாறு முகத்தில் மாறுதல் இன்றி எஞ்சினைச் செலுத்திக் கொண்டிருந்தார்.

“இது என்ன?” என்று கரி தள்ளுபவரிடம் கேட்டேன்.

“மின்னல்” என்றார் அவர். “நம்மேல் விழப் பார்த்தது, மயிரிழை பிசகி விட்டது.”

மால்த்சவ் எங்கள் சொற்களைக் கேட்டார்.

“என்ன மின்னல்?” என்று உரக்க வினவினார்.

“இப்போது அடித்ததே” என்றார் கரி தள்ளுபவர்.

“நான் பார்க்கவில்லை” என்று சொல்லி விட்டு மீண்டும் வெளிப்புறம் முகத்தைத் திருப்பிக் கொண்டார் மால்த்சவ்.

“பார்க்கவில்லையா?” என்று வியந்தார் கரி தள்ளுபவர். “கொதிகலம் வெடித்து விட்டதோ என்று நினைத்தேன், அப்படி வெட்டி அடித்தது மின்னல், இவர் பார்க்கவில்லையாம்.”

அது மின்னல் என்பதில் எனக்கும் ஐயம் உண்டாயிற்று.

“அப்படியானால் இடி எங்கே?” என்று வினவினேன்.

“இடியை நாம் கடந்து விட்டோம். இடி எப்போதுமே பின்புதான் இடிக்கும். அது இடித்து, காற்றை அசைத்து, இங்கும் அங்கும் பாய்வதற்குள் நாம் அதைக் கடந்து வந்து விட்டோம். பயணிகள் பின்னே இருப்பதால் ஒருவேளை கேட்டிருப்பார்கள்” என்று விளக்கினார் கரி தள்ளுபவர்.

அதன்பின் நாங்கள் அடை மழையில் புகுந்தோம், ஆனால் விரைவில் அதைக் கடந்து சந்தடியற்ற இருண்ட ஸ்தெப்பியில் சென்றோம். பொழிந்து தீர்த்த முகில்கள் அதற்கு மேலே அமைதியாக மிதந்து கொண்டிருந்தன.

எங்கும் இருள் சூழ்ந்தது, கொந்தளிப்பற்ற இரவு தொடங்கிற்று. ஈர மண்ணின் மணத்தையும் மழையாலும் இடிப் புயலாலும் ஊட்டம் பெற்ற புற்களதும் தானியங்களுடையவும் இனிய வாசத்தையும் முகர்ந்தவாறு, நேரத்தைக் குறுக்கும் பொருட்டு நாங்கள் முன்னே விரைந்தோம்.

மால்த்சவ் எஞ்சினை மோசமாக ஓட்டத் தொடங்கியதை நான் கவனித்தேன். வளைவுகளில் எஞ்சின் தூக்கிப் போட்டது. வேகம் நூறு கிலோ மீட்டர்களுக்கும் மேல் ஏறுவதும் நாற்பதுக்கு இறங்குவதுமாக

ஊசலாடியது. மால்த்சவ் மட்டுமீறிக் களைத்துப் போனார் என்று நான் எண்ணி அவரிடம் ஒன்றும் சொல்லவில்லை. எஞ்சின் டிரைவர் இவ்வாறு நடந்து கொள்கையில் கொதி கலத்தின் வேலையை ஒரே சீரில் வைத்திருப்பது எனக்கு மிகவும் கடினமாய் இருந்தது. ஆனாலும் அரை மணி நேரத்தில் நாங்கள் நீர் நிறைத்துக் கொள்ள நிறுத்தம் செய்ய வேண்டி இருந்ததால் அங்கே மால்த்சவ் சாப்பிட்டுச் சற்று இளைப்பாறுவார் என்று நினைத்தேன். நாங்கள் ஏற்கெனவே நாற்பது நிமிடங்களைக் குறைத்திருந்தோம். எங்கள் இழுவைப் பகுதியின் முடிவுக்குள் இன்னும் ஒரு மணி நேரத்தையாவது குறைத்து விடுவோம் என்று நம்பினேன்.

எனினும் மால்த்சவின் களைப்பினால் கவலை அடைந்து முன்னே பாதையையும் குறிகளையும் நானே கூர்ந்து கவனிக்கத் தொடங்கினேன். எனது பக்கத்தில், இடது எஞ்சினுக்கு மேலே தொங்கிய மின்விளக்கு எரிந்து கொண்டிருந்தது. அசையும் இணைப்புப் பொறி மேல் அதன் வெளிச்சம் பட்டுக் கொண்டிருந்தது. இடது எஞ்சினின் இறுக்கம் நிறைந்த நம்பகமான வேலையை நான் நன்றாகப் பார்த்துக் கொண்டிருந்தேன். ஆனால் அப்புறம் அதற்கு மேலே இருந்த விளக்கு மங்கி மெழுகு வத்திபோல மோசமாக எரியத் தொடங்கிற்று. நான் அறைக்குள் திரும்பிப் பார்த்தேன். அங்கும் எல்லா விளக்குகளும் கால் பங்கு ஆற்றலுடன் எரிந்து, கருவிகளுக்கு அரிதாகவே ஒளியூட்டிக் கொண்டிருந்தன. இத்தகைய ஒழுங்கீனத்தைச் சுட்டிக் காட்டும் பொருட்டு மால்த்சவ் சாவியால் தட்டி எனக்குச் சைகை செய்யாதது வியப்பாய் இருந்தது. மின் ஆக்கப் பொறி திட்டப்படி சுழலாததால் இறுக்கம் குறைந்து விட்டது என்பது தெளிவாய் இருந்தது. நீராவிக் குழாய் மூலம் மின் ஆக்கப் பொறியை முறைப்படுத்தத் தொடங்கி வெகு நேரம் அதனுடன் பாடுபட்டேன், ஆயினும் இறுக்கம் அதிகரிக்கவில்லை.

கருவிகளின் எண் முகப்புக்களிலும் அறையின் விட்டத்திலும் சிவப்பு நிற மூடுபனிப் படலம் அப்போது பரவிச் சென்றது. நான் வெளியே பார்த்தேன்.

முன்பே இருட்டில் – கிட்டத்திலா தூரத்திலா என்று நிச்சயிக்க முடியவில்லை–எங்கள் பாதையின் குறுக்காக ஊசலாடியது சிவப்பு

ஒளிக்கோடு. அது என்ன என்று எனக்குப் புரியாவிட்டாலும் என்ன செய்ய வேண்டும் என்று விளங்கி விட்டது.

“அலெக்சாந்தர் வசீலியெவிச்!” என்று கத்தி மால்த்சவை அழைத்து, நிறுத்தத்தைக் குறிக்க மூன்று முறை ஊதலை ஊதினேன்.

எஞ்சின் சக்கரங்களது பட்டைகளின் அடியில் எச்சரிக்கை வெடிகள் வெடித்தன. நான் மால்த்சவ் அருகே பாய்த்தேன் அவர் முகத்தை என் பக்கம் திருப்பி வெறுமையான, அமைதியுள்ள – விழிகளால் என்னை நோக்கினர். வேகமானியின் எண் முகப்பு அறுபது கிலோமீட்டர் விரைவைக் காட்டியது.

“மால்த்சவ்! நாம் எச்சரிக்கை வெடிகளை அழுத்துகிறோம்!” என்று கத்தி இயக்கு சக்கரத்தின் பக்கம் கை நீட்டினேன்.

“அப்பாலே போ!” என்று கூவினார் மால்த்சவ். வேகமானிக்கு மேலே இருந்த மங்கிய விளக்கின் ஒளியைப் பிரதிபலித்தவாறு அவருடைய விழிகள் பளிச்சிட்டன.

அவர் அக்கணமே ஆபத்துக் காலத் தடை விசையைப் போட்டு ரிவர்சைப் பின்னே திருப்பினார்.

நான் கொதிகலத்தின் மீது அழுத்தப்பட்டேன். தண்டவாளங்களை இழைத்துச் சென்ற சக்கரப் பட்டைகளின் ஊளையைக் கேட்டேன்...

“மால்த்சவ்! சிலிண்டர் மூடிகளைத் திறக்க வேண்டும், இல்லா விட்டால் எஞ்சின் உடைந்துவிடும்” என்றேன்.

“வேண்டாம்! உடையட்டும்!” என்று அவர் சொன்னார்.

எங்கள் ரயில் வண்டி நின்றது. நான் நீர் செலுத்திக் குழாய் மூலம் கொதிகலத்தில் தண்ணீர் நிறைத்து விட்டு வெளியே பார்த்தேன். எங்களுக்கு ஒரு பத்து மீட்டர் முன்னால் எங்கள் தண்டவாளத்தின் மேல் நின்றது ஓர் எஞ்சின். அதன் கரிப்பகுதி எங்கள் பக்கமாக இருந்தது. கரிப் பகுதியின் மேல் இருந்தான் ஒரு மனிதன். முனையில் பழுக்கக் காய்ச்சிய நீண்ட இருப்புக் கோல் அவன் கைகளில் இருந்தது. விரைவு வண்டியை நிறுத்தும் பொருட்டு அவன் சூட்டுக் கோலை ஆட்டிக் கொண்டிருந்தான். இடை வழியில் நின்று விட்ட சரக்கு ரயில் வண்டித் தொடரைப் பின்னிருந்து தள்ளியது இந்த எஞ்சின்.

நான் மின் ஆக்கப் பொறியைச் சீர் படுத்துவதில் ஈடுபட்டு முன்னே பார்க்காதிருந்த நேரத்தில் நாங்கள் மஞ்சள் அடையாள விளக்கையும் பின்பு சிவப்பு அடையாள விளக்கையும் பாதைக் கண்காணிப்பாளர்களின் பல எச்சரிக்கை அடையாளங்களையும் கடந்து வந்திருந்தோம் என்பது தெளிவாயிற்று. ஆனால் மால்த்சவ் இந்த அடையாளங்களைக் கவனிக்காதது ஏன்?

"கோஸ்தியா!" என்று என்னை அழைத்தார் மால்த்சவ்.

நான் அவர் அருகே போனேன்.

"கோஸ்தியா!.. நமக்கு முன்னே இருப்பது என்ன?"

நான் விளக்கினேன்.

"கோஸ்தியா..... மேற்கொண்டு எஞ்சினை நீ ஓட்டு. எனக்குக் கண் தெரியவில்லை."

மறுநாள் திரும்பு வண்டித் தொடரை எங்கள் நிலையம் சேர்த்து விட்டு எஞ்சினை யார்டில் கொண்டு விட்டேன், ஏனெனில் அதன் இரண்டு சக்கரப் பட்டைகள் சற்றுக் கழன்றிருந்தன. யார்டு இயக்குநருக்கு நடந்ததை அறிவித்த பிறகு மால்த்சவ் கையைப் பிடித்து அவருடைய இருப்பிடத்துக்கு நடத்திச் சென்றேன். பெரும் துயரில் ஆழ்ந்திருந்த மால்த்சவ் யார்டு இயக்குநரிடம் தாமே போகவில்லை.

புல் மண்டிய வீதியில் மால்த்சவ் வசித்த வீட்டை நாங்கள் அடையுமுன்பே தம்மைத் தனியாக விடும்படி அவர் கேட்டுக் கொண்டார்.

"கூடாது. உங்களுக்குக் கண் தெரியவில்லை" என்றேன்

தெளிந்த சிந்தனை நிறைந்த விழிகளால் அவர் என்னைப் பார்த்தார்.

"இப்போது எனக்குக் கண் தெரிகிறது. வீட்டுக்குப் போ.... நான் எல்லாவற்றையும் காண்கிறேன்– அதோ என் மனைவி என்னை எதிர் கொள்ள வந்திருக்கிறாள்."

மால்த்சவ் வசித்த வீட்டின் வாயில் அருகே அவருடைய மனைவி மெய்யாகவே நின்று கொண்டிருந்தாள். தலைக்குட்டை அணியாத

அவளுடைய கருங் கூந்தல் வெயிலில் பளபளத்தது. "அவள் தலைக் குட்டை கட்டிக் கொண்டிருக்கிறாளா இல்லையா?" என்று நான் கேட்டேன்.

"இல்லை" என்றார் மால்த்சவ். "குருடன் யார்-நீயா நானா?"

"கண் தெரிகிறது என்றால் பார்த்துக் கொள்ளுங்கள்" என்று தீர்மானித்து மால்த்சவிடமிருந்து விலகிச் சென்றேன் நான்.

மால்த்சவ் மேல் வழக்கு தொடரப் பட்டது. விசாரணை தொடங்கியது. விரைவு ரயில் வண்டி நிகழ்ச்சி பற்றி நான் என்ன நினைக்கிறேன் என்று என்னை அழைத்துக் கேட்டார் விசாரணை அதிகாரி. மால்த்சவ் குற்றவாளி அல்ல என்று நான் நினைப்பதாக விடை அளித்தேன்.

"அருகே நேர்ந்த மின்னேற்றத்தால், மின்னல் தாக்கியதால் அவர் குருடு ஆகிவிட்டார். அவர் மூளை அதிர்ச்சிக்கு உள்ளானார். அவருடைய பார்வை நரம்புகள் சேதம் அடைந்தன... இதை எப்படிச் சரியாகச் சொல்ல வேண்டும் என்று எனக்குத் தெரியவில்லை."

"உங்கள் கருத்தைப் புரிந்து கொண்டேன். நீங்கள் சரியாகச் சொல்லுகிறீர்கள்..... இதெல்லாம் சாத்தியம், ஆனால் நம்பத் தக்கது அல்ல. தாம் மின்னலைப் பார்க்கவில்லை என்று மால்த்சவ் தாமே கூறியிருக்கிறாரே."

"ஆனால் நான் அதைப் பார்த்தேன், மசகு போடு பவரும் பார்த்தார்....."

"அதாவது மின்னல் மால்த்சவை விட உங்களுக்குப் பக்கத்தில் தாக்கியது என்று ஆகிறது" என்று தர்க்கித்தார் விசாரணை அதிகாரி. "நீங்களும் மசகு போடுபவரும் ஏன் அதிர்ச்சிக்கு உள்ளாகவில்லை, பார்வை இழக்கவில்லை? எஞ்சின் டிரைவர் மால்த்சவோ, பார்வை நரம்புகள் பழுதடைந்ததால் குருடானார், இது ஏன்? நீங்கள் என்ன நினைக்கிறீர்கள்?"

நான் திணறிப் போனேன், ஆனால் பின்பு தெளிவடைந்தேன்.

"மால்த்சவால் மின்னலைப் பார்த்திருக்க முடியாது" என்றேன்.

விசாரணை அதிகாரி நான் சொன்னதை வியப்புடன் கேட்டார்.

"அவரால் மின்னலைப் பார்த்திருக்க முடியாது. மின்னலின் வெளிச்சத்துக்கு முந்தி வரும் மின்காந்த அலையின் தாக்குதலால் அவர்

அக்கணமே குருடாகி விட்டார். மின்னலின் வெளிச்சம் மின்னேற்றத்தின் விளைவே தவிர மின்னலின் காரணம் அல்ல. மின்னல் ஒளி வீசியதற்கு முன்பே மால்த்சவ் பார்வை இழந்து விட்டார். பார்வை இழந்தவரால் வெளிச்சத்தைப் பார்த்திருக்க முடியாது.''

''அக்கறைக்குரிய விஷய'' என்று முறுவலித்தார் விசாரணை அதிகாரி. ''மால்த்சவ் இப்போதும் குருடராய் இருந்தால் அவருடைய வழக்கை நான் நிறுத்தி இருப்பேன். ஆனால் உங்களையும் என்னையும் போலவே இப்போது அவர் பார்வை உள்ளவர் என்பது உங்களுக்கே தெரியும்.''

''ஆமாம்'' என்றேன்.

''சரக்கு ரயில் வண்டியின் பின்னே விரைவுப் பயணி ரயிலைப் படு வேகமாகச் செலுத்திய போது அவர் குருடராய் இருந்தாரா?'' என்று தொடர்ந்தார் விசாரணை அதிகாரி

''இருந்தார்'' என்றேன்.

விசாரணை அதிகாரி என்னைக் கூர்ந்து நோக்கினார்.

''எஞ்சினை ஓட்டும் பொறுப்பை உங்களிடம் அவர் ஏன் ஒப்படைக்க வில்லை? வண்டியை நிறுத்தும்படியாவது உங்களுக்கு அவர் ஏன் ஆணையிடவில்லை?''

''அறியேன்'' என்றேன்.

''பார்த்தீர்களா?'' என்றார் விசாரணை அதிகாரி. ''வயது வந்த, விஷயம் தெரிந்த மனிதர் விரைவுப் பயணி ரயில் எஞ்சினை ஓட்டுகிறார், நூற்றுக் கணக்கான மனிதர்களைக் கட்டாய அழிவுக்கு இட்டுச் செல்கிறார், தற்செயலாக விபத்திலிருந்து தப்புகிறார், பின்பு தாம் குருடராய் இருந்ததாகச் சமாதானம் சொல்லுகிறார். என்ன இது?''

''அவர் தாமும் அழிந்து போய் இருப்பாரே!'' என்றேன்.

''இருக்கலாம். ஆனால் ஒரு மனிதருடைய உயிரைக் காட்டிலும் நூற்றுக் கணக்கான மனிதர்களின் உயிர்கள் எனக்கு அதிக அக்கறைக்கு உரியவையாகப் படுகின்றன. சாவதற்குத் தனிப்பட்ட காரணங்கள் அவரிடம் இருந்திருக்கலாம்.''

“இருக்கவில்லை” என்றேன்.

விசாரணை அதிகாரி அசட்டையாய் இருந்தார். என்னை அசடனாக அவர் மதித்தார், என்னிடம் சலிப்பு அடைந்தார்.

“முக்கியமானது தவிர மற்றது எல்லாம் உங்களுக்குத் தெரிந்திருக்கிறது” என்று சிந்தனையுடன் மெதுவாகக் கூறினார் அவர். “நீங்கள் போகலாம்.”

விசாரணை அதிகாரியிடமிருந்து நான் மால்த்சவின் வீட்டுக்குப் போனேன்.

“மால்த்சவ், பார்வை இழந்ததும் நீங்கள் என்னை ஏன் உதவிக்கு அழைக்கவில்லை?” என்று அவரிடம் வினவினேன்.

“எனக்குத் தான் கண் தெரிந்ததே” என்றார் அவர்.

“நீ எனக்கு எதற்காக?”

“என்ன பார்த்தீர்கள்?”

“இருப்புப் பாதை, அடையாளங்கள், ஸ்தெப்பியில் கோதுமைப் பயிர், நீராவி எஞ்சினின் வேலை, எல்லாவற்றையுந்தான்..”

நான் குழப்பம் அடைந்தேன்.

“இது எப்படி நேர்ந்தது? நீங்கள் எல்லா எச்சரிக்கைகளையும் கடந்து சென்றீர்கள், வேறொரு ரயிலின் வாலில் நேரே மோதப் போனீர்கள்...”

முதல் தர எஞ்சின் டிரைவராய் இருந்த மால்த்சவ் துயரத்துடன் சிந்தனை செய்தார். பின்பு தமக்குத் தாமே சொல்லிக் கொள்பவர் போல மெதுவாகக் கூறினார்

“நான் உலகத்தைக் காணப் பழகி இருந்தேன், அதைக் காண்பதாக எண்ணினேன். உண்மையிலோ, அப்போது மனக் கண்ணால், கற்பனையால் மட்டுமே உலகைப் பார்த்தேன். மெய்யாக நான் குருடனாய் இருந்தேன், ஆனால் எனக்கு அது தெரியவில்லை..... எச்சரிக்கை வெடிகளைக் கேட்ட போதிலும் அவற்றையும் நான் நம்பவில்லை. கேட்டதாக எனக்குப் பிரமை உண்டானதாக நினைத்தேன். நீ ஊதலை மூன்று தரம் ஊதி என்னைப் பார்த்துக் கத்திய போது முன்னே பச்சை அடையாள விளக்கை நான் கண்டேன்.”

இப்போது நான் மால்த்சவைப் புரிந்து கொண்டேன், ஆனால் இதை விசாரணை அதிகாரியிடம் அவர் ஏன் சொல்லவில்லை, பார்வை இழந்த பின்பும் வெகு நேரம் வரை உவகைக் கற்பனைக் கண்ணால் கண்டதையும் அது உண்மை என்று நம்பியதையும் ஏன் சொல்லவில்லை எண்பது எனக்கு விளங்கவில்லை. இதைப் பற்றி மால்த்சவிடம் கேட்டேன்.

"நான் அவரிடம் சொன்னேன்" என்றார் மால்த்சவ்

"அவர் என்ன சொன்னார்?"

" 'இது உங்கள் கற்பனையாய் இருக்கலாம். இப்போதும் நீங்கள் எதையேனும் கற்பனை செய்யலாம், நான் அறியேன். எனக்கு வேண்டியது உண்மையை நிலை நாட்டுவது, உங்கள் கற்பனையையோ மனச் சபலத்தையோ அல்ல. உங்கள் கற்பனையை— அது இருந்தாலும் சரி. இல்லாவிட்டாலும் சரி— என்னால் சரி பார்க்க முடியாது, அது உங்கள் மூளையில் மட்டுந்தான் இருந்தது. இவை உங்கள் சொற்கள். ஆனால் மயிரிழை தப்பிய விபத்தோ, நடப்பு உண்மை' என்றார் அவர்."

"அவர் சொன்னது சரி" என்றேன் நான்.

"சரி என்பதை நானே அறிவேன். நான் சொன்னதும் சரி. இப்போது என்ன நடக்கும்?" என்று கேட்டார் மால்த்சவ்.

அவருக்கு என்ன பதில் சொல்வது என்று எனக்குத் தெரியவில்லை.

4

மால்த்சவ் சிறையில் இடப்பட்டார். நான் முன் போலவே எஞ்சின் டிரைவரின் துணைவனாக இருந்தேன், ஆனால் இப்போது எஞ்சின் டிரைவராக இருந்தவர் எச்சரிக்கை உள்ள கிழவர். மஞ்சள் அடையாள விளக்குக்கு ஒரு கிலோமீட்டர் முன்னாலேயே வண்டித் தொடருக்கு பிரேக் போட்டு விடுவார். நாங்கள் அடையாள விளக்கை நெருங்கி அது பச்சையாக மாறத் தொடங்கியதும் கிழவனார் வண்டித்தொடரை மெதுவாக முன்னே செலுத்தத் தலைப்படுவார். இது வேலையாகவே இல்லை. நான் மால்த்சவுக்காக ஏங்கிப் போனேன்.

பனிக் காலத்தில் நான் மாவட்டத் தலைநகர் சென்றவன், பல்கலைக் கழக விடுதியில் வசித்து வந்த மாணவனான என் தம்பியைப் போய்ப் பார்த்தேன். தங்கள் பௌதிகவியல் சோதனைக் கூடத்தில் செயற்கை மின்னல் ஏற்படுத்துவதற்கான அணுக்க மின்பாய்வுக் கருவி இருப்பதாகப் பேச்சு நடுவில் தம்பி தெரிவித்தான். எனக்கே இன்னும் தெளிவுபடாத ஒரு எண்ணம் என் மனதில் உதித்தது.

வீடு திரும்பியதும் அணுக்க மின் பாய்வுக் கருவி பற்றிய எனது ஊகம் குறித்து விரிவாகச் சிந்தனை செய்து என் கருத்து சரியானது என்ற முடிவுக்கு வந்தேன், மால்த்சவின் வழக்கை நடத்திய விசாரணை அதிகாரிக்கு ஒரு கடிதம் எழுதினேன். மின்னேற்றங்களால் செயல் திறன் பழுதடைவதைக் கைதி மால்த்சவ் மீது சோதித்துப் பார்க்கும்படி கேட்டுக் கொண்டேன். அருகாமையில் திடீரென்று நேரும் மின்னேற்றங்களின் செயல்பாட்டால் மால்த்சவின் உளமோ பார்வைப் புலன்களோ பழுதடைந்தது நிரூபிக்கப்பட்டால் மால்த்சவின் வழக்கு மறுபரிசீலனை செய்யப்பட வேண்டும் என்று எழுதினேன். அணுக்க மின்பாய்வுக் கருவி எங்கே இருக்கிறது. மனிதன் மீது சோதனை எவ்வாறு செய்யப்பட வேண்டும் என்று தெரிவித்தேன்.

விசாரணை அதிகாரி நீண்ட காலம் எனக்குப் பதில் அளிக்காமல் இருந்தார். பல்கலைக்கழகப் பௌதிகவியல் சோதனைக் கூடத்தில் நான் பிரேரித்த சோதனையைச் செய்து பார்க்க மாவட்ட அரசாங்க வழக்குரைஞர் இசைந்து விட்டதாகப் பின்பு அறிவித்தார்.

சில நாட்களுக்குப் பின் விசாரணை அதிகாரி தம்மிடம் வரும்படி எனக்கு அழைப்பாணை அனுப்பினார். மால்த்சவின் வழக்கு அவருக்குச் சாதகமாக முடிந்திருக்கும் என்று முன்கூட்டியே உறுதி கொண்டிருந்த நான் கிளர்ச்சி பொங்க அவரிடம் சென்றேன்.

விசாரணை அதிகாரி எனக்கு முகமன் கூறினார், ஆனால் வருத்தம் தோய்ந்த விழிகளால் ஒரு காகிதத்தை மெதுவாகப் படித்தவாறு நெடு நேரம் பேசாதிருந்தார். நான் நம்பிக்கை இழந்தேன்.

“நீங்கள் உங்கள் நண்பருக்கு வஞ்சகம் செய்து விட்டீர்கள்” என்று பிறகு கூறினார் விசாரணை அதிகாரி.

“ஏன்? தீர்ப்பு மாற்றப்படவில்லையோ?”

“மாற்றப்பட்டு, மால்த்சவை விடுதலை செய்யும் படி உத்தரவாகி விட்டது. அனேகமாக அவர் இதற்குள் வீட்டில் இருப்பார்.”

“நன்றி” என்று எழுந்து நின்றேன்.

“நாங்கள் உங்களுக்கு நன்றி சொல்ல மாட்டோம். நீங்கள் மோசமான யோசனை தெரிவித்தீர்கள். மால்த்சவ் மறுபடி குருடர் ஆகி விட்டார்...”

நான் சோர்வடைந்து நாற்காலியில் அமர்ந்தேன். என் நெஞ்சு திடீரென்று காந்தத் தொடங்கியது. தாகம் எடுத்தது.

“நிபுணர்கள் முன்னெச்சரிக்கை இல்லாமல் இருட்டில் மால்த்சவை அணுக்க மின்பாய்வுக் கருவியின் அருகே நடத்திச் சென்றார்கள்” என்று விசாரணை அதிகாரி விவரித்தார். “பின்பு மின் விசை பொருத்தப்பட்டது, மின்னல் ஏற்பட்டது. திடீர் இடி முழக்கம் கேட்டது. மால்த்சவ் அமைதியாகச் சோதனைக்கு உட்பட்டார். ஆனால் இப்போது அவர் மீண்டும் பார்வை இழந்து விட்டார். நீதி மன்ற மருத்துவ நிபுணர்களால் புறநிலையாக இந்த விஷயம் உறுதி செய்யப்பட்டிருக்கிறது.”

விசாரணை அதிகாரி தண்ணீர் பருகிவிட்டுப் பேச்சைத் தொடர்ந்தார்:

“இப்போது அவர் மறுபடி கற்பனையில் மட்டுமே உலகைக் காண்கிறார். நீங்கள் அவருடைய நண்பர். அவருக்கு உதவி செய்யுங்கள்.”

“ஒருவேளை அவர் பார்வையைத் திரும்பவும் பெறலாம்–– முன்பு எஞ்சினுக்குப் பிறகு பெற்றாரே, அது போல....” என்று நான் நம்பிக்கை தெரிவித்தேன்.

விசாரணை அதிகாரி சிந்தித்தார் :

“சந்தேகந்தான் .... அப்போது முதல் அதிர்ச்சி, இப்போது இரண்டாவது. பட்ட இடத்திலேயே மறுபடி காயம் பட்டிருக்கிறது.”

மேற்கொண்டு தாங்க முடியாமல் விசாரணை அதிகாரி எழுந்து கிளர்ச்சியுடன் அறையில் நடக்கத் தொடங்கினார்.

“குற்றவாளி நான் தான்..... உங்கள் யோசனையை நான் ஏன் கேட்டேன், நிபுணர்கள் சோதனை நடத்த வேண்டும் என்று ஏன் மட்டித் தனமாக வற்புறுத்தினேன்! நான் மனிதரை ஆபத்துக்கு உள்ளாக்கினேன், அவர் அதைத் தாங்கவில்லை.”

“நீங்கள் குற்றவாளி அல்ல. நீங்கள் எந்த ஆபத்தையும் மேற்கொள்ளவில்லை” என்று நான் அவரைத் தேற்றினேன். “எது மேல் : கண் தெரியாத, ஆனால் கட்டற்ற மனிதரா அல்லது கண் தெரிகிற, ஆனால் அநியாயமாகச் சிறையில் இடப்பட்டவரா?”

“ஒரு மனிதருடைய துன்பத்தின் மூலம் அவருடைய குற்றமின்மையை நிரூபிக்க நேரும் என்று நான் நினைக்கவில்லை. இது அளவு கடந்து அதிகமான விலை” என்றார் விசாரணை அதிகாரி.

“நீங்கள் கவலைப்படாதீர்கள் ..... இங்கே செயல்பட்டவை மனிதனின் உள நிகழ்ச்சிகள். நீங்களோ அவற்றை வெளியில் மாத்திரமே தேடினீர்கள். ஆனால் உங்கள் குறைபாட்டைப் புரிந்து கொள்ள உங்களால் முடிந்தது. நீங்கள் மால்த்சவிடம் பெருந்தன்மையுடன் நடந்து கொண்டீர்கள். உங்களை நான் மதிக்கிறேன்.”

“நானும் உங்களை மதிக்கிறேன்” என்று ஒப்புக் கொண்டார் விசாரணை அதிகாரி. “ஒன்று சொல்லட்டுமா, நீங்கள் துணை விசாரணை அதிகாரி வேலைக்கு எற்றவர் ஆகலாம்....”

“நன்றி, ஆனால் நான் வேலையில் இருக்கிறேன் விரைவுப் பயணி ரயில் எஞ்சின் டிரைவரின் துணைவன் நான்.”

நான் போய் விட்டேன். நான் மால்த்சவின் நண்பனாக இருக்கவில்லை. அவர் என்னிடம் கவனமோ பரிவோ இல்லாமலே எப்போதும் நடந்து கொண்டார். ஆனாலும் வாழ்க்கைத் துயரத்திலிருந்து அவரைக் காக்க நான் விரும்பினேன். தற்செயலாக, அசட்டையாக மனிதனை அழித்து விடும் ஊழ் ஆற்றல்களுக்கு எதிராக நான் கடுஞ் சீற்றம் கொண்டேன். இந்த ஆற்றல்களின் மர்மமான, அறிவுக் கெட்டாத கணக்கீட்டை – உதாரணமாக அவை என்னை விட்டு விட்டு மால்த்சவையே அழிவுக்கு உள்ளாக்கின என்பதில் – நான் உணர்ந்தேன். மனிதர்களாகிய

நம்முடைய கணித அர்த்தத்தில் உள்ள கணக்கீடு இயற்கையில் நிலவவில்லை என்று நான் புரிந்து கொண்டேன். ஆனால் மனித வாழ்வுக்கு அழிவு விளைப்பவையான பகைமையுள்ள சூழ்நிலைகள் நிலவுவதைக் காட்டும் நிகழ்ச்சிகள் நடப்பதை நான் கண்டேன். இந்த அழிவுச் சக்திகள் பொறுக்கி எடுக்கப்பட்ட, உயர் நிலையில் உள்ள மனிதர்களை அழித்ததையும் நான் பார்த்தேன். இந்தச் சக்திகளுக்குப் படிந்து போவதில்லை என்று முடிவு செய்தேன், ஏனெனில் இயற்கையின் வெளிச் சக்திகளிலும் நம் ஊழிலும் இருக்க முடியாத ஒன்று எனக்குள் இருப்பதை நான் உணர்ந்தேன் மனிதன் என்ற முறையில் எனது சிறப்பை நான் உணர்ந்தேன். நான் கடுஞ்சீற்றம் அடைந்து எதிர்க்க முடிவு செய்தேன். ஆனால் எப்படி எதிர்ப்பது என்று எனக்கே இன்னும் தெரியவில்லை.

5

அடுத்த கோடையில் எஞ்சின் டிரைவர் பதவிக்கான தேர்வில் தேறி “ஸூ” வரிசை எஞ்சினை நானே ஓட்டத் தொடங்கினேன். வட்டாரப் பயணிப் போக்குவரத்தில் பணியாற்றினேன். நிலையப் பிளாட்பாரத்தில் நின்று கொண்டிருந்த ரயில் வண்டித் தொடரில் நான் எஞ்சினை இணைத்த அனேகமாக ஒவ்வொரு தடவையும் வண்ணம் பூசிய பெஞ்சில் அமர்ந்திருந்த மால்த்சவைக் கண்டேன். கால்களுக்கு இடையே தடியைக் கையால் ஊன்றிக் கொண்டு தமது ஆர்வம் பொங்கும் துடியான முகத்தை எஞ்சினின் திசையில் திருப்பி, பார்வையற்ற கண்களால் வெறிதே நோக்கினார், கரிப்புகை, மசகெண்ணெய் ஆகியவற்றின் வாடையை ஆவலுடன் முகர்ந்தார் நீராவிக் காற்றுப் பம்பின் சீரான வேலையைக் கவனமாகச் செவி மடுத்தார். அவரைத் தேற்றும் வகை அறியாதவனாய் நான் போய் விட்டேன், அவர் அங்கேயே இருந்தார்.

கோடை காலம் கழிந்தது. நான் எஞ்சினில் வேலை செய்தேன். மாஸ்த்சவை அடிக்கடி கண்டேன்—ரயில் நிலைய பிளாட்பாரத்தில் மட்டுமல்ல, வீதியிலும் சந்தித்தேன். கைத்தடியால் தரையைத் தொட்டு உனர்ந்தவாறு அவர் மெதுவாக நடந்தார். அண்மையில் அவர் இளைத்து முதுமை அடைந்திருந்தார். அவருக்கு ஒய்வுச் சம்பளம் வழங்கப்பட்டு வந்தது, அவருடைய மனைவி வேலை செய்து வந்தாள், அவர்களுக்குக்

குழந்தைகள் இல்லை. ஆகவே அவர் வசதியாக வாழ்ந்து வந்தார். எனினும் ஏக்கமும் உயிரோட்டம் அற்ற வாழ்க்கைப் போக்கும் மால்த்சவை அரித்து வந்தன. ஓயாத துயரத்தால் அவரது மேனி நலிந்து கொண்டு போயிற்று. சில வேளைகளில் நான் அவரோடு உரையாடினேன். வெட்டிப் பேச்சு பேச அவருக்குச் சலிப்பாய் இருந்ததையும், குருடனும் முழு உரிமையும் மதிப்பும் உள்ள மனிதனே என்ற என் பரிவுள்ள தேறுதல்களால் அவருக்கு மன நிறைவு ஏற்படாததையும் கண்டேன்.

நல்லெண்ணம் நிறைந்த என் சொற்களைக் கேட்டு விட்டு, "போ அப்பாலே!" என்றார் அவர்.

ஆனால் நானும் கோபக்காரனாய் இருந்தேன். எனவே, ஒரு முறை அவர் வழக்கம் போல என்னை அப்பாலே போகச் சொன்ன போது நான் அவரிடம் கூறினேன்:

"நாளை ஒன்பதரை மணிக்கு நான் வண்டியை ஓட்டிப் போவேன். நீ சும்மா உட்கார்வதானால் உன்னை எஞ்சினில் ஏற்றிக் கொள்கிறேன்."

மால்த்சவ் இசைந்தார்.

"நல்லது. நான் அமைதியாய் இருப்பேன். அங்கே என் கையில் எதையாவது கொடு. திருப்பு சக்கரத்தைப் பிடித்துக் கொள்ளக் கொடு. நான் அதைச் சுழற்ற மாட்டேன்."

"நீ அதைச் சுழற்ற மாட்டாய்!" என்று உறுதிப்படுத்தினேன். "சுழற்றினாயானால் உன் கையில் கரித்துண்டைக் கொடுப்பேன், அப்புறம் ஒரு போதும் எஞ்சினில் ஏற்றிக் கொள்ள மாட்டேன்."

மால்த்சவ் பேசாதிருந்தார். மறுபடி எஞ்சினில் ஏறிக் கொள்ள அவருக்கு உண்டான ஆசை காரணமாக எனக்கு இணங்கிப் போனார்.

மறு நாள் அவரைப் பெஞ்சிலிருந்து எஞ்சினுக்கு வரும்படி அழைத்து, அறையில் ஏற உதவுவதற்காக அவரை எதிர்கொண்டு கூட்டி வந்தேன்.

எஞ்சின் புறப்பட்டதும் டிரைவருக்குரிய என் இடத்தில் மால்த்சவை உட்கார்த்தினேன். அவருடைய ஒரு கையைத் திருப்பு சக்கரத்தின் மேலும் மறுகையைத் தானியங்கித் தடைப் பொறி மேலும் வைத்து அவரது கைகளின்

மேல் என் கைகளை வைத்துக் கொண்டேன். என் கைகளால் வேண்டிய விதத்தில் செலுத்தினேன். அவருடைய கைகளும் வேலை செய்தன. எஞ்சினின் இயக்கத்தையும் முகத்தில் வீசிய காற்றையும் வேலையையும் அனுபவித்தவாறு மால்த்சவ் பேசாமல் உட்கார்ந்து என் விருப்பத்துக்குக் கீழ்ப்படிந்தார். அவர் எண்ணங்களை ஒருமுனைப் படுத்தி, பார்வை இழந்த துன்பத்தை மறந்திருந்தார். எஞ்சினைத் தொடுவது அவருக்குப் பேரின்பமாக இருந்தது. அந்தக் குறுகிய நேர மகிழ்ச்சி. அவருடைய நலிந்த வதனத்தில் ஒளிபரப்பியது.

திரும்புகாலிலும் நாங்கள் இவ்வாறே பயணம் செய்தோம் டிரைவரின் இடத்தில் மால்த்சவ் உட்கார்ந்திருந்தால் நான் அவர் பக்கத்தில் குனிந்து நின்று என் கைகளை அவருடைய கைகளின் மேல் வைத்திருந்தேன். இவ்வாறு வேலை செய்ய மால்த்சவ் மிகவும் பழகி விட்டதால் நான் அவருடைய கையின் மேல் லேசாக அழுத்துவதே போதுமாய் இருந்தது, நான் கோரியதை அவர் துல்லியமாக உணர்ந்தார். எஞ்சினைச் செலுத்துவதில் சிறந்த தேர்ச்சி பெற்றிருந்த நிபுணரான அவர், பார்வை இல்லாத குறையை வெற்றி கொள்ளவும், வேறு முறைகளால் உலகை உணர்ந்து, வேலை செய்யவும் தன் வாழ்க்கையைப் பயனுள்ளது ஆக்கவும் முயன்றார்.

அமைதியான பகுதிகளில் நான் மால்த்சவை விட்டு விலா உதவி டிரைவரின் தரப்பிலிருந்து முன்னே பார்த்தேன்.

நாங்கள் தலுபெயெவ் நிலையத்தை நெருங்கிக் கொண்டிருந்தோம். எங்கள் பயணம் நலமே நிறைவு மாற்றுக் கொண்டிருந்தது. நாங்கள் சரியான நேரத்தில் போய்க் கொண்டிருந்தோம். ஆனால் கடைசி இடை வழியில் எங்களுக்கு முன் எரிந்து கொண்டிருந்தது மஞ்சள் அடையாள விளக்கு. நேரத்துக்கு முன்விரைவை மட்டுப்படுத்த நான் விரும்பவில்லை. திறந்த நீராவிக் குழாயுடன்– முழுவேகத்தில் – விளக்கைநெருங்கினேன். திருப்பு சக்கரத்தின் மேல் இடது கையை வைத்தவாறு மால்த்சவ் அமைதியாக உட்கார்ந்திருந்தார். உள்ளார்ந்த எதிர்பார்ப்புடன் என் ஆசானைப் பார்த்துக் கொண்டிருந்தேன் நான் ………

"நீராவிக் குழாயை மூடு!" என்று என்னிடம் சொன்னார் மால்த்சவ்.

உள்ளக் கிளர்ச்சியுடன் நான் பேசாதிருந்தேன்.

அப்போது மால்த்சவ் இடத்தை விட்டு எழுந்து ஒழுங்கியக்கி விசையின் பக்கம் கையை நீட்டி நீராவிக் குழாயை மூடினார்.

"மஞ்சள் விளக்கைக் காண்கிறேன்" என்று சொல்லி, தடைப் பொறியின் பிடியைத் தம் பக்கம் இழுத்தார்.

"ஒருவேளை, விளக்கைக் காண்பதாக மறுபடி கற்பனை தான் செய்து கொள்கிறாயோ?" என்று நான் மால்த்சவிடம் சொன்னேன்.

அவர் முகத்தை என் புறம் திருப்பி அழத் தொடங்கினார். நான் அவரை நெருங்கி முத்தமிட்டேன்.

"முடிவுவரை எஞ்சினை ஓட்டு, மால்த்சவ், இப்போது நீ உலகம் முழுவதையும் காண்கிறாய்!"

அவர் என் உதவி இல்லாமலே எஞ்சினை நிலையம் வரை ஓட்டிச் சென்றார். வேலை முடிந்த பின் நான் மால்த்சவுடன் அவருடைய வீட்டுக்குப் போனேன். மாலை முழுவதும், விடியும் வரையிலும் நாங்கள் சேர்ந்து உட்கார்ந்திருந்தோம். நமது வனப்பு வாய்ந்த, வன்மமுள்ள உலகின் எதிர்பாராத பகைச் சக்திகளின் செயல்பாட்டுக்கு எதிராகத் தற்காப்பு இல்லாத நிலையில், சொந்தப் புதல்வனைப் போல, அவரைத் தனியாக விட நான் அஞ்சினேன்.

1941

கன்ஸ்தன்தீன் பவுஸ்தோவ்ஸ்கி (1892–1968)

மாஸ்கோவில் பிறந்தார். குழந்தைப் பருவம் கீவ் நகரில் கழிந்தது. கீவ் பல்கலைக் கழகத்திலும் பிறகு மாஸ்கோப் பல்கலைக் கழகத்திலும் கல்வி பயின்றார். முதல் உலக யுத்தத்தின் போது ஆம்புலன்ஸ் பிரிவில் பணியாற்றினார். பின்னர் நாட்டில் நிறையச் சுற்றுப் பயணம் செய்தார். தொழிற்சாலைகளில் வேலை செய்தார், டிராம் வண்டி ஓட்டுநராகவும் மீன் வலைஞராகவும் பத்திரிகை நிருபராகவும் பணி புரிந்தார். அவருடைய முதலாவது கதைக் கொத்து "கடல் வரைபடங்கள்" என்ற தலைப்பில் 1925ம் ஆண்டில் வெளியாயிற்று

1930க்களில் பவுஸ்தோவ்ஸ்கி இயற்றிய நூல்கள் சோவியத் இலக்கியத்தில் ஒளிமிக்க நிகழ்ச்சிகளில் ஒன்றாகச் சரியாகவே மதிக்கப் படுகின்றன. "கரா–புகாஸ்", "ஷார்ல் லொன்செவீலின் வாழ்க்கை", "கல் ஹீதா", "வடபுலத்துக் கதை" முதலிய குறு நாவல்களும் "உற்சாகிகள்" என்னும் நவீனமும் மெஷோராக் குறுநாவல்கள். சிறு கதைகளின் கோவையும் இவற்றில் அடங்கும். ருஷ்யாவின் மையப் பகுதியில் உள்ள காடுகளும் ஏரிகளும் கொண்ட ஒதுங்கிய பிரதேசமான மெஷோரா 1930க்களின் நடுவில் பவுஸ்தோவ்ஸ்கியின் கவனத்துக்கு உள்ளாயிற்று. "அந்தக் காலம் முதல் இந்த நிலப்பரப்பு என் இரண்டாம் தாயகம் ஆகிவிட்டது" என்று அவர் எழுதினார். "சொந்த மண்ணின் மீது, ஒட்டுப் புல் மண்டிய பாதையின் ஒவ்வொரு தடத்தின் மீதும், ஒவ்வொரு முதிய வில்லோ மரத்தின் மீதும், தெளிந்த பிறை மதியைப் பிரதிபலிக்கும் ஒவ்வொரு நீர்க் குட்டத்தின் மீதும், காட்டின் நிசப்தத்தில் பறவைகள் ஒன்றையொன்று அழைக்கும் ஒவ்வொரு சீழ்க்கை மீதும் அன்பு கொள்வதன் பொருள் என்ன என்பதை அங்கே நான்

முற்றாக அறிந்து கொண்டேன். ஆடம்பரம் இல்லாத இந்த அமைதிவாய்ந்த பிரதேசம் எனக்கு அளித்தது போன்ற உளச் செல்வத்தை வேறு எதுவும் எனக்கு அளிக்கவில்லை.”

தேசபக்த யுத்தக் காலத்தில் பவுஸ்தோவ்ஸ்கி முனைமுக நிருபராகப் பணியாற்றினார். யுத்தத்துக்குப் பின் தமது மெஷோராக் கோவையைத் தொடர்ந்தார், நிறையச் சிறுகதைகள் வெளியிட்டார். “வாழ்க்கைக் கதை” என்ற தலைப்பில் ஆறு பாகங்கள் கொண்ட சுயசரிதையை எழுதினார். முதல் உலக யுத்த, புரட்சிக் கால ருஷ்யாவின் பளிச்சிடும் பல்வண்ண ஓவியம் இதில் தீட்டப்பட்டுள்ளது.

இசைஞரின் பரிசு

நார்வே நாட்டின் புகழ் பெற்ற இசை அமைப்பாளர் எட்வர்டு கிரீக், பெர்கென் நகரின் அருகே இருந்த காட்டுப் பகுதியில் இலையுதிர் காலத்தைக் கழித்தார்.

குடைக் காளான் மணம் கமழும் காற்றும் இலைகளின் சரசரப்பும் நிறைந்த எல்லாக் காடுகளுமே நல்லவை. ஆனால் கடலின் அருகே உள்ள மலைக் காடுகள் சிறப்பாக நல்லவை. வீழலைகளின் ஓசை அவற்றில் கேட்கும் கடலிலிருந்து மூடுபனி ஓயாமல் பரவும். ஈர மிகுதி காரணமாகப் பாசி செழித்து வளரும். கிளைகளிலிருந்து அது பச்சைச் சரங்களாகத் தரை வரையில் தொங்கும்.

தவிரவும், நகையாடும் பறவை போன்ற மகிழ்ச்சி பொங்கும் எதிரொலி மலைக் காடுகளில் வாழ்கிறது. எந்த ஒலியையும் பிடித்துப் பாறைகளுக்கு அப்பால் எறிவதற்காகவே அது காத்துக் கொண்டிருக்கிறது.

ஒரு நாள் இரட்டைப் பின்னல்கள் கொண்ட ஒரு சிறுமியைக் கிரீக் காட்டில் சந்தித்தார். அவள் காட்டுக் காவலரின் மகள். பிர் மரக் கூம்பு கனிகளைப் பொறுக்கிக் கடையில் சேகரித்துக் கொண்டிருந்தாள்.

இலையுதிர் காலம். உலகத்தில் உள்ள எல்லாத் தங்கத்தையும் செம்பையும் திரட்டி வார்த்து ஆயிரமாயிரம் மெல்லிய தகடுகளாக அடிக்க முடிந்தால், மலைகள்

மேல் இலகிய இலையுதிர் கால அணிகளின் அற்பப் பகுதியாகவே அவை விளங்கி இருக்கும். தவிர, வார்த்து அடித்த தகடுகள் உண்மை இலைகளுடன் ஒப்பிடும் போது முரடாகத் தோன்றி .... சிறப்பாக ஆஸ்ப் இலைகளுடன் ஒப்பிடும் .... வையின் சீழ்க்கையால் கூட ஆஸ்ப் இலைகள் அடுங்கும் என்பது எல்லோருக்கும் தெரிந்ததே.

"உன் பெயர் என்ன, ... " என்று கேட்டார் கிரீக்.

"தாகினி பெதெர்சேன்" என்று தாழ்ந்த குரலில் விடை அளித்தாள் சிறுமி.

அவள் தாழ்ந்த குரலில் பதில் அளித்தது பயத்தினால் அல்ல, கூச்சத்தினால். அவள் பயந்திருக்க முடியாது, ஏனெனில் கிரீகின் விழிகள் சிரித்தன.

"அட கஷ்டமே!" என்றார் கிரீக். "உனக்குக் கொடுக்க என்னிடம் ஒரு பரிசும் இல்லை. பொம்மைகளையோ நாடாக்களையோ வெல்வெட் முயல்களையோ நான் பைகளில் வைத்திருப்பது கிடையாது."

"என்னிடம் அம்மாவின் பழைய பொம்மை இருக்கிறது. ஒரு காலத்தில் அது கண்களை மூடிக் கொண்டது. இதோ , இப்படி!"

சிறுமி விழிகளை மெதுவாக மூடிக் கொண்டாள். அவள் அவற்றை மறுபடி திறந்த போது, அவளுடைய கண்ணின் மணிகள் இளம் பச்சையானவை என்பதையும் இலைகளின் தழல் நிறம் அவற்றில் பளிச்சிடுவதையும் கிரீக் கவனித்தார்.

"ஆனால் இப்போது அது திறந்த விழிகளோடு தூங்குகிறது" என்று வருத்தத்துடன் தொடர்ந்து கூறினாள் தாகினி. "வயதானவர்களுக்குத் தூக்கம் நன்றாய் வராது. தாத்தா கூட ராத்திரி பூராவும் முனகிக் கொண்டிருக்கிறார்."

"கேள், தாகினி. எனக்கு ஓர் எண்ணம் தோன்றி இருக்கிறது. நான் உனக்கு ஒரு நல்ல பரிசு அளிப்பேன். ஆனால் இப்போது அல்ல, ஒரு பத்து ஆண்டுகளுக்குப் பிறகு ...."

தா .... கூடக் கொட்டினாள்.

"அடேயப்பா. எவ்வளவு காலம் கழித்து!"

"ஏன் தெரியுமா நான் அதை இனிமேல் தான் செய்ய வேண்டும்"

"என்னது அது"

"அப்புறம் தெரிந்து கொள்வாய்."

"வாழ்நாள் முழுவதிலும் ஐந்து அல்லது ஆறு விளையாட்டுக் கருவிகள் தான் உங்களால் செய்ய முடியுமோ?" என்று கண்டிப்புடன் வினவினாள் சிறுமி.

கிரீக் குழப்பம் அடைந்தார்.

"அட இல்லை, அப்படி இல்லை விஷயம்" என்று தயக்கத்துடன் மறுப்பு தெரிவித்தார். "ஒருவேளை நான் அதைச் சில நாட்களில் செய்து விடுவேன். ஆனால் அந்த மாதிரிப் பொருள்கள் சிறு குழந்தைகளுக்குப் பரிசளிக்கப்படுவதில்லை. நான் வயது வந்தவர்களுக்குப் பரிசுகள் தயாரிக்கிறேன்."

"நான் உடைத்து விட மாட்டேன்" என்று கெஞ்சும் குரலில் சொல்லி, கிரீகின் கோட்டுக் கையைப் பிடித்து இழுத்தாள் தாகினி. "நான் முறிக்க மாட்டேன். நீங்களே பார்ப்பீர்கள்! தாத்தாவிடம் கண்ணாடியால் செய்த விளையாட்டுப் படகு இருக்கிறது. அதில் படியும் தூசியை நான்தான் துடைக்கிறேன். ஒரு தரங்கூட, சின்னஞ் சிறு சில்லு கூடப் பெயர்த்ததில்லை,

"என்னை ஒரேயடியாகக் குழப்பி விட்டாள் இந்தப் பெண்" என்று சிடுசிடுப்புடன் எண்ணமிட்ட கிரீக், குழந்தைகளிடம் எக்கச்சக்கமாக மாட்டிக்கொள்ளும் போது பெரியவர்கள் வழக்கமாகச் சொல்லுவதை அவளிடம் கூறினார்:

"நீ இன்னமும் சின்னவள், பல விஷயங்களை உன்னால் புரிந்து கொள்ள முடியாது. பொறுமையாய் இருக்கக் கற்றுக்கொள். இப்போது கூடையை என்னிடம் கொடு. உனக்கு அதைத் தூக்கிப் போவது சிரமமாய் இருக்கும். நான் வீடுவரை உன் கூட வருகிறேன். நாம் வேறு எதை யாவது பற்றிப் பேசுவோம்."

தாகினி பெருமூச்சு விட்டுக் கூடையை கிரீகிடம் நீட்டினாள். அது மெய்யாகவே கனமாய் இருந்தது. பிர்மரக் கூம்பு கனிகளில் நிறையக் கீல் உண்டு, அதனால் அவை தேவதாருக் கூம்பு கனிகளை விட எவ்வளவோ அதிகக் கனமாய் இருக்கும்.

மரங்களுக்கு நடுவே காட்டுக் காவலரின் வீடு தென்பட்டதும் கிரீக் சொன்னார்:

"இனி நீயே வீட்டுக்குப் போய்க் கொள்வாய், தாகினி பெதெர்சேன். இந்தப் பெயரும் குலப்பெயரும் உள்ள பெண்கள் நார்வேயில் நிறைய உண்டு. உன் தகப்பனார் பெயர் என்ன?"

"ஹகேரூப்" என்று பதில் சொல்லி விட்டு, நெற்றியைச் சுருக்கிக் கொண்டு கேட்டாள் தாகினி: "நீங்கள் என்ன, எங்கள் வீட்டுக்கு வர மாட்டீர்களா? பூத்தையல் வேலை செய்த மேசை விரிப்பும் செம்பழுப்புப் பூனையும் கண்ணாடிப் படகும் எங்கள் வீட்டில் இருக்கின்றன. படகைக் கையில் எடுத்துப் பார்க்க உங்களைத் தாத்தா அனுமதிப்பார்."

"நன்றி. இப்போது எனக்கு நேரமில்லை. போய் வருகிறேன், தாகினி!"

கிரீக் சிறுமியின் கூந்தலை வருடிவிட்டுக் கடலின் திக்கில் நடந்தார். தாகினி முகத்தைச் சுளித்தவாறு அவர் போவதைப் பார்த்துக் கொண்டிருந்தாள். கூடையை அவள் இடுப்பில் வைத்திருந்தாள். அதிலிருந்து கூம்பு கனிகள் சரிந்து விழுந்தன.

"நான் இசை அமைப்பேன். தலைப்புப் பக்கத்தில் பின்வருமாறு அச்சிடச் செய்வேன்: 'காட்டுக் காவலர் ஹகேரூப் பெதெர்சேனின் புதல்வி தாகினி பெதெர்சேனுக்கு, அவளுக்குப் பதினெட்டாவது வயது நிறையும் போது."– இவ்வாறு முடிவு செய்தார் கிரீக்.

* * *

பெர்கெனில் எல்லாம் பழைய பாங்கிலேயே இருந்தன.

ஒலிகளைத் தணிக்கும் தரைக் கம்பளங்கள், திரைகள், மெத்தை தைத்த நாற்காலிகள் முதலியவற்றை வெகு காலத்துக்கு முன்பே கிரீக் அப்புறப்படுத்தி இருந்தார். பழைய நீள் சோபா ஒன்று தான் எஞ்சி இருந்தது. பத்து விருந்தினர்கள் வரை உட்கார அதில் இடம் இருந்ததால் அதை எறிந்து விட கிரீக் தயங்கினார்.

இசை அமைப்பாளர் கிரீகின் வீடு விறகு வெட்டியின் இருப்பிடம் போல் இருந்ததாக நண்பர்கள் கூறினார்கள். பெரிய பியானோ ஒன்று தான்

அதை அழகுபடுத்தியது. ஒரு மனிதருக்குக் கற்பனை இருந்தால், இந்தச் சுவர்களின் நடுவில் மாய ஒலிகளைக் கேட்க அவரால் முடிந்திருக்கும். பனி மூட்டத்திலிருந்து அலைகளை வீசிக் கொண்டிருந்த வடக்கு மாகடலின் இரைச்சலும், அலைகளுக்கு மேலே தனது தெய்விகக் கதையைச் சீழ்க்கை அடித்துக் கொண்டிருந்த காற்றின் இசையும், துணிப் பொம்மையைத் தாலாட்டிக் கொண்டிருந்த சிறுமியின் பாட்டும் அவர் காதுகளில் ஒலித்திருக்கும்.

பெரியதை அடைய மனித உள்ளத்தில் பொங்கும் உற்சாகத்தைப் பற்றியும் காதலைப் பற்றியும் –எல்லாவற்றைப் பற்றியும் –இசைக்க வல்லது பியானோ. கிரீகின் உறுதியுள்ள விரல்களின் அடியிலிருந்து ஓடிய வெள்ளை, கறுப்புச் சுரக் கட்டைகள் ஏங்கின, சிரித்தன, புயலாகச் சீற்றத்துடன் முழங்கின, பின்பு திடீரென அடங்கி விட்டன.

அப்புறம் நிசப்தத்தில் நெடு நேரம் ஒலித்துக் கொண்டிருந்தது ஒரு சிறு தந்தி. சகோதரிகளால் துன்பம் அடைந்த சிண்டரெல்லா அழுவது போல் இருந்தது அந்த ஒலி.

நெடுங்காலமாக ஒரு சிள்வண்டு குடியிருந்த சமையல் அறையில் இந்தக் கடைசி ஒலி அடங்கும் வரை சாய்ந்தவாறு கேட்டுக் கொண்டிருந்தார் கிரீக்.

தாளப் பொறியின் துல்லியத்துடன் வினாடிகளைக் கணக்கிட்டவாறு குழாய் மூடியிலிருந்து நீர் சொட்டியது காதில் படத் தொடங்கிற்று. நேரம் காத்திருக்காது, எண்ணியவற்றை எல்லாம் விரைவில் செய்ய வேண்டும் என்று துளிகள் மறுபடி மறுபடி வலியுறுத்தின.

தாகினி பெதெர்சேனுக்கான இசையை ஒரு மாதத்துக்கும் மேல் அமைத்துக் கொண்டிருந்தார் கிரீக்.

பனிக்காலம் தொடங்கியது. மூடுபனி நகரை ஒரேயடியாகப் போர்த்து விட்டது. துரு ஏறிய நீராவிக் கப்பல்கள் வெவ்வேறு நாடுகளிலிருந்து வந்து, ஓசையின்றி நீராவிப் பெருமூச்சு விட்டவாறு மரக் கப்பல் துறைகளின் அருகே உறங்கி வழிந்து கொண்டிருந்தன.

விரைவில் வெண்பனி பெய்யத் தொடங்கியது. அது கோணலாகப் பறந்து மர முடிகளில் ஒட்டிக் கொண்டதைத் தம் வீட்டுச் சாளரத்தின் வழியாகப் பார்த்தார் கிரீக்.

நமது மொழி எவ்வளவு தான் வளம் உள்ளது என்றாலும் இசையைச் சொற்களில் வெளியிடுவது முடியவே முடியாது.

கன்னிமையின் ஆழ்ந்த வனப்பையும் இன்பத்தையும் பற்றி இசை அமைத்தார் கிரீக்.

இசை அமைக்கையில் அவர் மனக்கண் முன் ஒரு காட்டு விரிந்தது. பசிய விழிகள் ஒளி வீச, மகிழ்ச்சிப் பெருக்கால் மூச்சு திணற அவரை நோக்கி ஓடி வருகிறாள் ஒரு கன்னி. அவள் அவருடைய கழுத்தைக் கட்டிக் கொண்டு வெறுவெதுப்பான தன் கன்னத்தை அவருடைய மழிக்காத நரைத்த கன்னத்தோடு அழுத்திக் கொள்கிறாள். எதற்காக அவருக்கு நன்றி தெரிவிக்கிறோம் என்று தெரியாமலே "நன்றி!"

"நீ சூரியன் போன்றவள்" என்று அவளிடம் சொல்லுகிறார் கிரிக். "மெல்லிய காற்றும் இளங்காலையும் போன்றவள் உன் இதயத்தில் மலர்ந்திருக்கிறது வெண் மலர் வசந்தத்தின் நறுமணத்தால் உன் வாழ்வு முழுவதையும் அது நிறைத்து விட்டது. நான் வாழ்க்கையைக் கண்டவன். அதைப் பற்றி உன்னிடம் யார் என்ன சொன்னாலும் அது வியப்பூட்டுவது, எழிலார்ந்தது என்பதை எப்போதும் நம்பு. நான் கிழவன், ஆனால் என் வாழ்வையும் உழைப்பையும் திறமையையும் இளைஞர்களுக்கு வழங்கி விட்டேன். கைம்மாறு இல்லாமல் வழங்கி விட்டேன். ஆகையால் நான் உன்னைவிடக் கூட அதிக இன்பமுள்ளவன், தாகினி.

"மர்ம ஒளிர்வு உள்ள வெள்ளை இரவு நீ. இன்பம் நீ. புலர் ஒளி நீ. உன் குரலால் நெஞ்சம் துணுக்குறுகிறது.

"உன்னைச் சூழ்ந்திருப்பவை, உன்னைத் தொடுபவை, உன்னால் தொடப்படுபவை, உனக்கு மகிழ்ச்சி தருபவை, உன்னைச் சிந்திக்க வைப்பவை எல்லாம் நலம் பெறுமாக."

கிரீக் இவ்வாறு எண்ணமிட்டார், எண்ணியவற்றை எல்லாம் இசைத்தார். தாம் இசைப்பதை யாரோ உற்றுக் கேட்பதாக அவருக்கு ஐயம்

உண்டாயிற்று. உற்றுக் கேட்பவர்கள் யார் என்று அவர் ஊகிக்கக் கூடச் செய்தார். மரத்தின் மேலிருந்த கருநீலக் குருவிகள், துறை முகத்திலிருந்து உலாவக் கிளம்பிய மாலுமிகள், பக்கத்து வீட்டில் துணி வெளுப்பவள், சிள்வண்டு, கவிந்த வானிலிருந்து பறந்த வெண்பனி, ஒட்டுப் போட்ட உடை அணிந்த சிண்டரெல்லா ஆகியோர் இவர்கள்.

ஒவ்வொருவரும் தமக்கு உரிய முறையில் கேட்டார்கள்.

கருநீலக் குருவிகள் கிளர்ச்சி அடைந்தன. அவை என்னதான் முயன்றும் அவற்றின் கீச்சொலிகளால் பியானோ இசையை அமிழ்த்த முடியவில்லை.

உலாவக் கிளம்பிய மாலுமிகள் வீட்டுப் படிகளில் உட்கார்ந்து விம்மியவாறு கேட்டுக் கொண்டிருந்தார்கள். துணி வெளுப்பவள் முதுகை நிமிர்த்தி, சிவந்த கண்களை உள்ளங்கையால் துடைத்து, தலையை ஆட்டினாள். சிள்வண்டு பிளவிலிருந்து ஓடு பாவிய கணப்பில் புகுந்து இடுக்கு வழியே கிரீகை உற்றுப் பார்த்தது.

விழும் வெண்பனி வீட்டிலிருந்து மலையோடை போலப் பெருகிய இன்னொலியைக் கேட்கும் பொருட்டு நின்று காற்றில் மிதந்தது. சிண்டரெல்லாவோ புன் முறுவலுடன் தரையைப் பார்த்தாள். அவளுடைய வெறுங் கால்களின் பக்கத்தில் இருந்தன படிகக் காலணிகள். கிரீகின் அறையிலிருந்து வந்த இசை ஒலிகளுக்கு இணங்க ஒன்றோடு ஒன்று மோதிக் கிணுங்கின அவை.

இசை அரங்குகளுக்கு வரும் பகட்டும் நாகரிகமும் உள்ளவர்களைக் காட்டிலும் இந்த ரசிகர்களை அதிக உயர்வாக மதித்தார் கிரீக்.

* * *

பதினெட்டு வயதில் தாகினி பள்ளிப் படிப்பை முடித்தாள்.

இந்த நிகழ்ச்சியை ஒட்டி அவளை ஹிரிஸ்தியானியா என்றும் ஊருக்கு, தம் சகோதரி மாக்தாவிடம் அனுப்பி வைத்தார் தகப்பனார். உலகம் எப்படி அமைந்திருக்கிறது, மக்கள் எப்படி வாழ்கிறார்கள் என்பதைச் சிறுமி (தாகினி அடர்ந்து கனத்த கூந்தலும் வடிவமைந்தமேனியும் வாய்ந்த மங்கை

ஆகி விட்ட போதிலும் தந்தை அவளைச் சிறு பெண்ணாகவே இன்னமும் மதித்து வந்தார்) பார்க்கட்டும், கொஞ்சம் சீராடட்டும் என்று அவர் எண்ணினார்.

வருங்காலத்தில் தாகினி என்ன ஆவாளோ, யார் கண்டது? நேர்மையும் அன்பும் உள்ளவனும் ஆனால் கஞ்சனும் சலிப்பூட்டுபவனுமான கணவன் அவளுக்கு வாய்ப்பானோ? அல்லது கிராமக் கடையில் விற்பனை செய்யும் வேலை கிடைக்குமோ? அல்லது பெர்கென் நகரில் உள்ள எத்தனையோ கப்பல் அலுவலகங்களில் ஒன்றில் பணியோ?

மாக்தா நாடக மன்றத் தையல்காரியாக வேலை செய்து வந்தாள். அவளுடைய கணவர் நீல்ஸ் அதே நாடக மன்றத்தில் முடி திருத்துபவராக இருந்தார்.

நாடக மன்றக் கட்டிடத்தின் ஓர் அறையில் அவர்கள் வசித்து வந்தார்கள். கப்பல் கொடிகளின் பல வண்ணங்கள் திகழ்ந்த வளைகுடாவும் நாடகாசிரியர் இப்செனின் உருவச் சிலையும் அங்கிருந்து தெரிந்தன.

கப்பல்களின் கத்தல்கள் திறந்த சன்னல்களின் வழியாக நாள் முழுதும் கேட்ட வண்ணமாக இருந்தன. அவற்றின் சங்கொலிகளை அத்தை கணவர் நீல்ஸ் நன்றாக ஆராய்ந்து வைத்திருந்தார். சங்கு ஊதுவது எந்தக் கப்பல்—கோப்பன்ஹேகனைச் சேர்ந்த "நார்தர்னேயா", கிளாஸ்கோ நகரத்து "ஸ்காட்லந்துப் பாடகனா," அல்லது போர்டோவிலிருந்து வந்த "ஜோன் த ஆர்க்கா"— என்று பிசகில்லாமல் சொல்லி விடுவாராம்.

மாக்தா அத்தையின் அறையில் நாடக மன்றப் பொருள்கள் ஏராளமாக இருந்தன: சரிகை, பட்டு, சல்லா, நாடா, லேஸ், கரிய தீக்கோழிச் சிறகுகள் செருகிய பழங்கால நமுதாத் தொப்பிகள், ஜிப்சிச் சால்வைகள், நரை மயிர் டோப்பாக்கள், செப்புக் குதி முட்கள் வைத்த சவாரிச் சோடுகள், குத்து வாட்கள், அலங்கார விசிறிகள், வளைவுகளில் தேய்ந்த வெள்ளிக் காலணிகள் ஆகியவை இவை. இவற்றை எல்லாம் தைப்பதும் செப்பனிடுவதும் துடைப்பதும் பெட்டி போடுவதும் அவசியமாய் இருந்தன.

புத்தகங்களிலும் சஞ்சிகைகளிலுமிருந்து கத்தரிக்கப்பட்ட படங்கள் சுவர்களில் தொங்கின. பிரான்சின் அரசன் 14ம் லூயியின் காலத்தைச்

சேர்ந்த குதிரைப்படை வீரர்கள், விரைப்பான பாவாடைகள் அணிந்த அழகிகள், பிரபு வம்ச வீரர்கள், கைகளற்ற உடைகள் அணிந்த ருஷ்ய மாதர், மாலுமிகள், ஓக் மலர் மகுடங்கள் புனைந்த தொன்மை ஸ்காண்டிநேவியக் கடற் கொள்ளைக்காரர்களான வைக்கிங்குகள் முதலியோர் இந்தப் படங்களில் இருந்தார்கள்.

செங்குத்தான படிக்கட்டின் வழியாக ஏறி அறையை அடைய வேண்டி இருந்தது. அங்கே சாயம், தங்க முலாம், வார்னிஷ் ஆகியவற்றின் வாடை எப்போதும் அடிக்கடி கொண்டிருந்தது.

* * *

தாகினி அடிக்கடி நாடக மன்றம் சென்றாள். நாடகங்கள் பார்ப்பது கவர்ச்சி நிறைந்த பொழுது போக்காக இருந்தது. ஆனால் நாடகங்களுக்குப் பிறகு வெகுநேரம் வரை தாகினிக்கு உறக்கம் வரவில்லை. தன் கட்டிலில் படுத்தவாறு சில வேளைகளில் அவள் அழக் கூடச் செய்தாள்.

இதனால் பயந்து போன மாக்தா அத்தை தாகினியைத் தேற்றினாள், அரங்கில் நடப்பதைக் கண்மூடித்தனமாக நம்பக் கூடாது என்று அவள் சொன்னாள். ஆனால் அத்தை கணவர் நீல்ஸ் இதற்காக அத்தைக்கு “அடைகோழி” என்று பெயர் சூட்டினார். அரங்கில் நடப்பதை எல்லாம் நம்ப வேண்டும் என்றும் இல்லாவிட்டால் மக்களுக்கு நாடக மன்றங்களே தேவை இல்லை என்றும் சொன்னார். தாகினி நம்பினாள்.

ஆனலும் ஒரு மாறுதலுக்காக இசை நிகழ்ச்சிக்குப் போகலாம் என்று மாக்தா அத்தை கட்டாயப்படுத்தினாள்.

நீல்ஸ் இதை எதிர்த்து விவாதிக்கவில்லை. “சங்கீதம் மேதையைக் காட்டும் கண்ணாடி” என்றார் அவர்.

உயர் நடையில் தெளிவின்றிப் பேசுவது நீல்ஸுக்குப் பிடித்திருந்தது. தாகினியைப் பற்றி, அவள் தொடங்கிசையின் சுரவரிசைக்கு ஒப்பானவள் என்று அவர் சொன்னார். அவருடைய சொற்படி மாக்தா மனிதர்கள் மேல் மாய ஆதிக்கம் செலுத்தி வந்தாள். அவள் தைத்த நாடக மன்ற உடைகளில் இந்த ஆதிக்கம் வெளிப்பட்டது. புதிய உடை அணியும் ஒவ்வொரு தடவையும் மனிதன் முற்றிலும் மாறி விடுகிறான் என்பது யாருக்குத்தான் தெரியாது?

இதனால் தான் ஒரே நடிகன் நேற்று வெறுக்கத்தக்க கொலைகாரனாக இருந்தவன், இன்று ஆர்வம் பொங்கும் காதலன் ஆகிவிட்டான், நாளை அரசவைக் கோமாளி ஆவான், அதற்கு மறு நாளோ, மக்கள் வீரனாகத் திகழ்வான்.

இந்த மாதிரி நேரங்களில் மாக்தா அத்தை கத்துவாள்: "தாகினி, காதுகளைப் பொத்திக் கொள். இந்தப் பயங்கர உளறலைக் கேட்காதே! இந்த முகட்டறைத் தத்துவவாதிக்கே தாம் சொல்லுவது புரியவில்லை!"

வெப்பமுள்ள ஜூன் மாதம். வெள்ளை இரவுகள் ஒளிர்ந்து கொண்டிருந்தன. இசை நிகழ்ச்சிகள் நகரப் பூங்காவில் திறந்த வெளியில் நடந்தன.

மாக்தா, நீல்ஸ் இருவருடனும் இசை நிகழ்ச்சிக்குப் போனாள் தாகினி. தன்னுடைய ஒரே வெள்ளை ஆடையை அணிய அவள் விரும்பினாள். ஆனால் நீல்ஸ் அவளைத் தடுத்தார். அழகான பெண் சுற்றுச் சூழலில் பளிச் சென்று தெரியும் விதத்தில் உடை உடுத்த வேண்டும் என்றார் அவர். இந்த விஷயம் பற்றி அவர் ஆற்றிய நீண்ட உரையின் சுருக்கம் என்ன என்றால், வெள்ளை இரவுகளில் கறுப்பு உடை அணிய வேண்டும், மாறாக இருண்ட இரவுகளிலோ, வெள்ளை ஆடை பளிச்சிட அணிய வேண்டும் என்பதே.

நீல்ஸைத் தர்க்கத்தில் வெல்ல முடியவில்லை ஆதலால் தாகினி பட்டு போன்று மென்மையான கறுப்பு வெட்வெட் உடை அணிய இசைந்தாள். இந்த உடையை மாக்தா அத்தை உடை அலமாரியிலிருந்து கொண்டு வந்தாள்.

தாகினி இந்த உடையை அணிந்து கொண்டதும் நீல்ஸ் சொன்னது சரிதான் என்று மாக்தா ஒப்புக் கொண்டாள். தாகினியுடைய முகத்தின் தூய வெளிர் நிறத்தையும் தங்கச் சாயலுள்ள அவளது நீண்ட கூந்தலின் அழகையும் வேறு எதுவும் இவ்வளவு நன்றாக எடுத்துக் காட்டவில்லை என்றாள் அவள்.

"பார் மாக்தா, காதலனை முதல் தடவை சந்திக்கப் போகிறவள் போல அழகாய் இருக்கிறாள் தாகினி" என்று குரலைத் தாழ்த்திக் கூறினார் நீல்ஸ்.

"அதுதானே!" என்றாள் மாக்தா. "நீ என்னை முதல் தடவை சந்திக்க வந்த போது மோகத்தால் மதி இழந்த அழகனை நான் ஏனோ காணவில்லை. நீ வெறும் உளறு வாயன், அவ்வளவுதான்."

இவ்வாறு சொல்லி நீல்ஸின் தலையை முத்தமிட்டாள் மாக்தா.

துறைமுகத்தில் இருந்த பழைய பீரங்கி வழக்கமான மாலைக் குண்டை வெடித்த பிறகு இசை நிகழ்ச்சி தொடங்கியது. குண்டு வெடிப்பு பொழுது சாய்ந்ததைக் குறித்தது.

மாலை ஆன போதிலும் இசை இயக்குநரும் சரி, இசைக் குழுவினரும் சரி, இசைத்தாள் பலகைகள் மேல் உள்ள விளக்குகளைப் போடவில்லை. மாலை மிக வெளிசம் உள்ளதாக இருந்தபடியால் லிண்டன் மர இலைகளின் இடையே எரிந்து கொண்டிருந்த விளக்குகள் இசை நிகழ்ச்சிக்கு அணி செய்வதற்காகவே ஏற்றப்பட்டன போலும்.

பலவகை வாத்தியங்களின் கலப்பு இசையை தாகினி முதல் தடவையாகக் கேட்டாள். அது அவள் மேல் விந்தையான பாதிப்பு நிகழ்த்தியது. இசைக் குழுவின் சுரப் பொழிவுகளும் முழக்கங்களும் கனவுகளை ஒத்த பற்பல காட்சிகளை அவள் மனத்தில் எழுப்பின.

பின்பு அவள் திடுக்கிட்டு விழிகளை உயர்த்தினாள். பிராக் கோட்டு அணிந்து நிகழ்ச்சி நிரலை அறிவித்த ஒடிசலான மனிதர் தன் பெயரை உச்சரித்ததாக அவளுக்குப் பட்டது.

"நீயா என்னைக் கூப்பிட்டாய்?" என்று அத்தை கணவர் நீல்ஸிடம் கேட்டாள் தாகினி. அவரைப் பார்த்ததுமே முகத்தைச் சுளித்துக் கொண்டாள்.

நீல்ஸ் அவளைப் பார்த்த பார்வையில் பயங்கரமா, பாராட்டா என்று சொல்ல முடியாத உணர்ச்சி தென்பட்டது. மாக்தா அத்தையும் தலைக்குட்டையை வாயோடு சேர்த்து அழுத்திக் கொண்டு அதே போலப் பார்த்தாள்.

"என்ன நடந்தது?" என்று கேட்டாள் தாகினி மாக்தா அவள் கையைப் பிடித்துக் கிசுகிசுத்தாள்:

“கேள்!”

பிராக் கோட்டு அணிந்த மனிதர் பின்வருமாறு அறிவித்ததை அப்போது தாகினி செவி மடுத்தாள்:

“பின் வரிசைகளில் இருப்பவர்கள் மறுபடி அறிவிக்கும்படி என்னிடம் கேட்கிறார்கள். எட்வர்டு கிரீக் இயற்றிய புகழ் பெற்ற இசை நாடகம் இப்போது நிகழ்த்தப்படும். இந்தப் படைப்பு காட்டுக் காவலர் ஹகேரூப் பெதெர்சேனின் புதல்வி தாகினி பெதெர்சேனுக்கு, அவளுக்குப் பதினெட்டு வயது நிறைவதை ஒட்டிச் சமர்ப்பிக்கப்பட்டிருக்கிறது.”

மார்பு வலிக்கும் அளவுக்கு ஆழ்ந்து பெருமூச்சு விட்டாள் தாகினி. தொண்டை வரை வந்த கண்ணீரை இந்தப் பெருமூச்சின் மூலம் அடக்கிக் கொள்ள அவள் விரும்பினாள். ஆனால் முடியவில்லை. குனிந்து அங்கைகளால் முகத்தை மூடிக் கொண்டாள்.

முதலில் அவளுக்கு ஒன்றுமே காதில் படவில்லை. அவளுக்குள் ஆரவாரித்துக் கொண்டிருந்தது புயல். பின்பு கடைசியாக அவள் இசையைச் செவியேற்றாள். அதிகாலையில் மேய்ப்பன் ஊதும் கொம்பு இசைத்தது, அதற்கு விடையாக, சற்று திடுக்கிட்டு இசைத்தது தந்தி வாத்தியக் குழு.

இதைய வளர்ந்தது. உயர்ந்தது, கொந்தளித்தது, காற்றைப் போல மர முடிகள் மீது வீசியது, இலைகளை உதிர்த்தது. புல்லை அசைத்தது. குளிர்ந்த திவலைகளை முகத்தில் வாரி அடித்தது. இசையிலிருந்து வந்த காற்று வீச்சை தாகினி உணர்ந்தாள், தன்னைத் தேற்றிக் கொண்டாள்.

ஆம். அது அவளுடைய காடு, அவளுடைய பிறந்த மண்! அவளுடைய மலைகள், கொம்பு வாத்தியங்களின் இசை அவளுடைய கடலின் ஓசை!

கண்ணாடிக் கப்பல்கள் நீரில் நுரை எழுப்பின, அவற்றின் கயிறுகளில் காற்று எக்காள முழக்கம் செய்தது. காட்டு மணிகளின் கிணுகிணுப்பு, காற்றில் கரணமடிக்கும் புட்களின் சீழ்க்கை , குழந்தைகளின் “ஆவ்” என்ற கத்தல், மங்கையைப் பற்றிய பாட்டு – புலர்போதில் காதலன் அவளுடைய சன்னலில் ஒரு குத்து மணலை அள்ளிப் போட்டான்– ஆகியவற்றில் இந்த ஒலி கவனத்தில் படாதபடிக் கரைந்து கலந்து விட்டது. மங்கை பற்றிய இந்தப் பாட்டை தாகினி தன் மலைகளில் கேட்டிருந்தாள்.

அப்படியானால், அவர் தாம் இவர்! பிர் மரக் கூம்பு கனிகள் நிறைந்த கூடையை வீடு வரை கொண்டு வந்து அவளுக்கு உதவிய அந்த நரைத் தலையர். மாய விந்தைக்காரரும் மாபெரும் இசை விற்பன்னருமான எட்வர்டு கிரீக் இவர்! அவளோ, அவரால் விரைவாக வேலை செய்ய முடியவில்லை என்று அவரைக் கடிந்து கொண்டாள்.

பத்து ஆண்டுகளுக்குப் பின் அவளுக்கு வழங்குவதாக அவர் சொன்ன பரிசு இதுதான்!

தாகினி மறைக்காமல் நன்றிக் கண்ணீர் பெருக்கி அழுதாள். இதற்குள் இசை தரைக்கும் நகர் மீது கவிந்த மேகங்களுக்கும் இடையில் இருந்த பரப்பு முழுவதையும் நிறைத்து விட்டது. இசை அலைகளால் மேகங்கள் மீது சிற்றலை தோன்றியது. அதன் ஊடாகச் சுடர்ந்தன விண்மீன்கள்.

இசை இப்போது பாடவில்லை. அது அழைத்தது. எங்கே எந்தத் துயரமும் காதலின் ஆர்வத்தைக் குறைக்க முடியாதோ, எங்கே எவனும் பிறனுடைய இன்பத்தைப் பறித்துக் கொள்வதில்லையோ, கதையில் வரும் நல்ல மாயக்காரியின் கூந்தலில் சூட்டிய மகுடம் போல எங்கே சூரியன் ஒளி வீசுகிறதோ, அந்த நாட் டுக்குத் தன்னோடு வரும்படி அது அழைத்தது.

ஒலிகளின் பெருக்கில் திடீரென்று கேட்டது பழக்கமான குரல்: “இன்பம் நீ” என்றது அது. “புலர் ஒளி நீ!”

இசை அடங்கியது. முதலில் மெதுவாகவும் பின்பு வர வர அதிகமாகவும் முழங்கின கரவொலிகளும் ஆர வாரங்களும்.

தாகினி எழுந்து பூங்கா வாயிலுக்கு விரைந்தாள். எல்லோரும் அவளைத் திரும்பிப் பார்த்தார்கள். கிரீக் தமது அழியாப் படைப்பை எவளுக்கு அர்ப்பணித்திருந்தாரோ அந்த தாகினி பெதெர்சேன் இந்தப் பெண் தான் என்ற எண்ணம் கேட்டுக் கொண்டிருந்தவர்களில் சிலருக்கு ஒருவேளை தோன்றியிருக்கும்.

ஞஅவர் இறந்து விட்டார்!” என்று நினைத்தாள் தாகினி. “ஏன்?” அவரை மட்டும் பார்க்க முடிந்தால்! அவர் மட்டும் இங்கே வந்தால்! படபடவென்று துடிக்கும் இதயத்துடன் அவள் அவரை எதிர்கொண்டு ஓடி,

அவருடைய கழுத்தைக் கட்டிக் கொண்டு, கண்ணீரால் நனைந்த கன்னத்தை அவருடைய கன்னத்துடன் அழுத்திக் கொண்டு ஒரே ஒரு வார்த்தை – "நன்றி" என்று –சொல்லி இருப்பாள். "எதற்காக?" என்று அவர் கேட்டிருப்பார். "அறியேன் ....." என்று சொல்லி இருப்பாள் தாகினி. "நீங்கள் என்னை மறக்காமல் இருந்ததற்காக, உங்கள் தாராள மனதுக்காக. எதன் பொருட்டு மனிதன் வாழ வேண்டுமோ அந்த எழிலை நீங்கள் எனக்கு காட்டியதற்காக."

தாமினி வெறுமையான வீதிகளில் நடந்தாள். மாக்தாவால் அனுப்பப் பட்ட நீல்ஸ் தன் பார்வையில் படாதிருக்க முயன்றவாறு தன்னை அடியொற்றித் தொடர்ந்ததை அவள் கவனிக்கவில்லை. குடிகாரர் போலத் தள்ளாடியபடி தங்கள் வாழ்க்கையில் நிகழ்ந்த அற்புதத்தைப் பற்றி ஏதோ முணுமுணுத்துக் கொண்டு நடந்தார் அவர்.

நகருக்கு மேலே இரவின் இருள் இன்னும் படர்ந்திருந்தது. ஆனால் வடபுலத்துக் காலைச் செவ்வொளி சன்னல்களில் மெல்லிய தங்க ரேகைகள் இடத் தொடங்கி விட்டது.

தாகினி கடலுக்குப் போனாள். அது ஒரு சிற்றலை வீச்சுக் கூட இல்லாமல் துயிலில் ஆழ்ந்திருந்தது.

இந்த உலகின் அழகு பற்றிய உணர்வு அவளுடைய உள்ளம் முழுவதையும் ஆட்கொண்டது. இன்னும் தெளிவாக விளங்காத இந்த உணர்வால் அவள் கைகளை மார்பில் அழுத்திக் கொண்டு முனகினாள்.

"வாழ்வே கேள், நான் உன்னைக் காதலிக்கிறேன்" என்று தணிந்த குரலில் கூறினாள்.

நீராவிக் கப்பல்களின் விளக்குக்களை விரியத் திறந்த விழிகளால் நோக்கி வாய்விட்டுச் சிரித்தாள். தெளிந்த சாம்பல் நிற நீரில் அவை மெதுவாக அசைந்தாடின.

சற்றுத் தொலைவில் நின்ற நீல்ஸ் அவளுடைய சிரிப்பைக் கேட்டதும் வீட்டுக்குப் போய் விட்டார். இனி தாகினிக்காக அவர் கவலைப்பட வேண்டியதில்லை. அவளுடைய வாழ்க்கை வீணாகாது என்று இப்போது அவர் தெரிந்து கொண்டார்.

1954

மிகயீல் ஷோலகவ்
(பிறப்பு 1905)

இருபதாம் நூற்றாண்டின் மிகப் பெரிய எழுத்தாளர்களில் ஒருவர், லெனின் பரிசு பெற்றவர் ஆன மிகயீல் ஷோலகவின் படைப்புக்கள் உலகப் பிரசித்தமானவை. “அமைதியாகப் பெருகும் தோன் ஆறு”, “பண்பட்ட கன்னி நிலம்” என்னும் இறவாப் புகழ் வாய்ந்த நவீனங்கள் இத்தகையவை.

தோன் பிரதேசத்தில், வெஷென் ஸ்கயா குடியிருப்பைச் சேர்ந்த குருழீலின் பண்ணையில் பிறந்தார் மிகயில் ஷோலகவ். உள்நாட்டுப் போர்க் காலத்தில் முறியடிக்கப்பட்ட வெண்படைகளின் எஞ்சிய துணுக்கு களான கொள்ளைக் கூட்டங்களுடன் நடந்த சண்டைகளில் 1920ம் ஆண்டு முதல் பங்காற்றினார். பள்ளி ஆசிரியராகவும், சுமையாளாகவும் கல்தச்சராகவும் கணக்கராகவும் பத்திரிகையாளராகவும் வேலை செய்தார்.

ஷோலகவின் முதல் கதைகள் 1923ம் ஆண்டில் எழுதப்பட்டன. 1926 ம் ஆண்டில் இவை “தோன் சிறு கதைகள்” என்ற தொகுப்பாக நூல் வடிவம் பெற்றன.

1928 முதல் 1940 முடிய, “அமைதியாகப் பெருகும் தோன் ஆறு” என்னும் நான்கு பாகங்கள் கொண்ட தமது நவீனத்தை ஷோலகவ் வெளியிட்டார். சோவியத் இலக்கியத்தின் மிக உயர்ந்த சாதனைகளில் ஒன்றாகும் இது. உள்நாட்டுப் போரின் அழல் வீசிய ஆண்டுகளின் உணர்ச்சி மோதல்களையும் இறுக்கத்தையும் இந்த நவீனம் ஆழ்ந்த முறையில் வெளியிட்டது ஸ்தெப்பி நிலப் பரப்புக்களிலும் மனித உள்ளங்களின் மறைவிடங்களிலும் நடந்த போராட்டத்தை எல்லா விவரங்களும் வெளிப்படும் விதத்தில் ஒளியுறுத்தியது

மாபெரும் தேசபக்த யுத்தத்தின் போது ஷோன கவ் போர் முனை நிருபராக இருந்தார். சொற்சித்திரங்கள், கட்டுரைகள், நிருபங்கள், "வெறுப்புக் கலை" என்ற சிறுகதை (1942) ஆகியவற்றை அவர் எழுதினார், "அவர்கள் தாய் நாட்டுக்காகப் போரிட்டார்கள்" என்ற நவீனத்தின் அத்தியாயங்களை வெளியிட்டார் இந்த நவீனத்தை அவர் இன்னும் எழுதிக் கொண்டிருக்கிறார்.

"பண்பட்ட கன்னி நிலம்" நவீனத்தின் இரண்டாம் பாகம், "அவர்கள் தாய்நாட்டுக்காகப் போரிட்டார்கள்" நவீனத்தின் புதிய அத்தியாயங்கள், சொற்சித்திரங்கள், கட்டுரைகள் ("தாய்நாடு பற்றிய சொல்" என்னும் தொகுப்புக்கள், 1961, 1965) ஆகியவற்றோடு ("அவன் விதி" 1956–1957) என்னும் கதையையும் அண்மை ஆண்டுகளில் ஷோலகவ் எழுதி வெளியிடடார். ருஷ்யக் கதை இலக்கியத் துறையில் அழியாக சிறப்பு உள்ள படைப்பாக இது உரிய முறையில் மதிக்கப்படுகிறது.

அவன் விதி*

1903 முதல் சோ, யூ. க. கட்சி உறுப்பினர்
யெவ்கேனியா கிரிகோரியெவ்னா
லெ வீத் ஸ்கயாவுக்கு

போருக்குப் பிந்தைய முதல் ஆண்டு, தோன் ஆற்றின் மேற்புறப் பகுதிகளில் முதல் இளவேனில் காலம் என்றும் இல்லாத விறு விறுப்புடனும் விரைவாகவும் வந்துவிட்டது. மார்ச் மாத முடிவில் அஸோவ் கடலிலிருந்து வீசிய வெப்பக் காற்றினால் ஆற்றின் இடது கரையில் படிந்திருந்த வெண்பனி இரண்டே நாட்களில் உருகிவிடவே மணல் புலப்படலாயிற்று. ஸ்தெப்பியில் வெண்பனி நிரம்பியிருந்த ஓடைப் பள்ளங்களிலும் கிடங்கு களிலும் நீர் பெருக்கெடுத்தது. நீரோடைகள் உறைபனியைப் பிளந்து கொண்டு பாய்ந்து எங்கும் ஒரே வெள்ளக்காடாக அடித்ததால், சாலைகளில் போக்குவரத்து அனேகமாக இயலாமலே போயிற்று.

இத்தகைய மோசமான நேரத்தில் புகானவ்ஸ்கயா மாவட்டத் தலைநகருக்கு நான் பயணம் செய்ய நேர்ந்தது. அப்படியொன்றும் பெருந்தொலைவில்லை —சும்மா அறுபது கிலோமீட்டர் தான்— ஆனால் போவதுதான் கடுமையாக இருந்தது. என் நண்பரும் நானும் விடிவதற்கு முன்னரே புறப்பட்டோம். நல்ல, ஊட்டம் போட்ட இரட்டைக் குதிரைகள் எனினும் பெரிய வண்டியை இழுக்க முடியாமல் திணறின. வெண்பனியும் உறைபனியும் கலந்து கூழ்போல் கைகையாயிருந்த மணலில் சக்கரங்கள் அச்சுவரை அழுந்தின. ஒரு மணி நேரத்திற்கெல்லாம் குதிரைகளின் விலாப் புறத்திலும் குறுகிய பின் வார்ப்பட்டைகளின் அடியிலும் பாலேடு போன்ற வெள்ளிய நுரை புள்ளி புள்ளியாகத் தோன்றியது. குதிரைகளின்

---
*மொழிபெயர்ப்பாளர்: மீனவன். பதிப்பாசிரியர்: பூ. சோமசுந்தரம்,

வியர்வையிலிருந்தும் வழிய வழியத்தார் பூசியிருந்த வெப்பமான நுகவாரி லிருந்தும் கிளம்பிய, மயக்க மூட்டும் நெடி தூய காலைக் காற்றில் நிறைந்தது.

குதிரைகள் மிக மிகத் திணறிய இடங்களிலெல்லாம் நாங்கள் வண்டியினின்றும் இறங்கி நடந்தோம். சொத சொதப்பான வெண்பனி எங்கள் ஜோடுகளுக்கு அடியில் நளுக்கிட்டதால், நடந்து செல்லக் கடிதாயிருந்தது. சாலையோரம் செல்லலாமென்றால் அங்கு நடப்பதோ அதைவிடக் கடினம். ஏனெனில் அங்கே இன்னும் உறைபனிப் பாளம் மிளிர்ந்து கொண்டிருந்தது. எலான்கா ஆற்றின் பரிசல் துறை வரையும் முப்பது கிலோ மீட்டர். அத்தொலைவு பயணம் செய்ய எங்களுக்கு ஆறு மணி நேரம் பிடித்தது.

மோகவ் ஸ்கோய் கிராமத்தில் உள்ள சிற்றாறு கோடையில் அநேகமாக வறண்டே இருக்கும். இப்போதோ பெருக்கெடுத்து ஆல்டர் மரம் நிறைந்த கரையோரப் புல்வெளியில் ஒரு கிலோ மீட்டர் தூரம் பரவி ஓடியது. அதைக் கடக்க நாங்கள் படகில் செல்ல வேண்டியிருந்தது. படகின் அடிப்புறம் தட்டை; ஓட்டை வேறு; அதிகமாய்ப் போனால் மூன்று பேருக்குமேல் இடங் கொள்ளாது. குதிரைகளைத் திருப்பி அனுப்பிவிட்டோம். அக்கரையில் இருந்த கூட்டுப் பண்ணைச் சாவடியில் குளிர்காலம் முழுதும் நின்று கொண்டிருந்த, நிரம்ப அடிபட்ட பழைய ஜீப் கார் எங்களுக்காகக் காத்திருந்தது. நானும் டிரைவரும் அற்றலைந்து போன சின்னப் படகில் நம்பிக்கையில்லாமல் ஏறி அமர்ந்தோம். மூட்டைகளை வைத்துக்கொண்டு எனது நண்பர் கரையிலேயே பின்தங்கினார். புறப்பட்டோமோ இல்லையோ படகின் உளுத்த பலகைகளின் இடுக்குகள் வழியாகச் சிறு நீரூற்றுக்கள் கொப்புளித்துக் கொண்டு மேல்வந்தன. கைகளில் அகப்பட்டவற்றைக் கொண்டு இடுக்குகளை அடைத்துவிட்டு, மறுகரை அடையும் வரையில் தண்ணீரை இறைத்துக் கொட்டிக் கொண்டே இருந்தோம். ஒரு மணிப் பொழுதில் தூரத்திலிருந்த மறுகரை போய்ச் சேர்ந்தோம். டிரைவர் கிராமத்திலிருந்து ஜீப்பை எடுத்துக் கொண்டுவந்து நிறுத்திவிட்டு மீண்டும் படகில் அமர்ந்தான்.

"இந்தப் பாழாய்ப் போன தொட்டி அக்கு அக்காக நொறுங்கித் தண்ணீரில் விழாவிட்டால் இன்னும் இரண்டு மணி நேரத்தில் உமது நண்பருடன் திரும்பி வருவேன். அதற்கு முன்னே முடியாது." இவ்வாறு சொல்லிக் கொண்டே துடுப்பை எடுத்தான்.

ஆற்றிலிருந்து நெடுந்தொலைவுக்கு அப்பால் தான் சிற்றூர் இருந்தது. இங்கே கரை யோரத்தில் அமைதி நிலவியது. இலையுதிர் காலத்தின் முடிவிலோ, இளவேனில் கானத்தின் தொடக்கத்திலோதான் ஆள் நடமாட்டம் அற்ற இடங்களில் இத்தகைய அமைதி இருக்கும். அழுகிய ஆல்டர் மரங்களின் சுள்ளென்ற நெடியுடன் நீரிலிருந்து கிளம்பிய மக்கிய நாற்றம் கலந்து வந்தது. தொலைவில் ஸ்தெப்பியில் செந்நீலப் பனிப்படலம் கவிந்திருந்தது. அங்கிருந்து மெல்லிளங் காற்று வீசியது. அண்மையில் தான் பனியிலிருந்து விடுபட்டிருந்த தரையின் இளமை குன்றாத மணம் அதில் பட்டும் படாமலும் மிதந்து வந்தது.

சிறிது தூரத்தில் நீர் ஓரமாக மணலின் மேல் மிலாறு வேலியொன்று விழுந்து கிடந்தது. புகை குடிக்கலாம் என்று அதன்மேல் அமர்ந்தேன். ஆனால் சட்டைப்பையில் கையை விட்டதும் பெரும் ஏமாற்றம் உற்றேன். பையிலிருந்த சிகரெட்டுப் பாக்கெட் நனைந்து ஊறியிருந்ததைக் கண்டேன். ஆற்றைக் கடக்கும் போது, புரண்டு புரண்டு வந்த படகின் ஒரு பக்கத்தின் மேலே அலைமோதி என் இடுப்பு வரை சேற்று நீரால் நனைத்தபோது, சிகரெட்டுக்களைப் பற்றி நினைக்கவே நேரம் இல்லை. ஏனென்றால் படகு மூழ்கிவிடக் கூடாதே என்பதற்காக நான் துடுப்பைப் போட்டுவிட்டு உடனே நீர் இறைக்கத் தொடங்க வேண்டியிருந்தது. ஆனால் இப்போது எனது அஜாக்கிரதையை எண்ணிச் சள்ளைப் பட்டேன். ஊறி உப்பிப் போன பாக்கெட்டைப் பையி லிருந்து பதபாகமாக எடுத்தேன். சப்பளிக்க அமர்ந்து கொண்டு ஈரமான, பழுப்பு நிறச் சிகரெட்டுக்களை ஒவ் வொன்றாக வேலியின் மீது வைக்கத் தொடங்கினேன்.

நண்பகல். மே மாதம் போலச் சுள்ளென்று வெயில் எறித்தது. விரைவில் சிகரெட்டுக்கள் உலர்ந்துவிடும் என்று நினைத்தேன். பஞ்சு வைத்துத் தைத்த இராணுவக் காற்சட்டையும் மேற்சட்டையும் பயணத்திற்காக அணிந்திருந்தேன். இப்போது வெக்கையின் கடுமையைப் பார்த்ததும் ஏன்

இவற்றைப் போட்டுக்கொண்டோம் என்று வருந்தத் தொடங்கினேன். அந்த ஆண்டில் அன்றைக்குத்தான் முதன் முதல் உண்மையிலேயே வெப்பமான நாள். ஆனால் சுற்றிலும் நிலவிய அமைதியிலும் தனிமையிலும் நெஞ்சைத் தன் போக்கில் போக விட்டவாறு அங்கே தன்னந்தனியாக உட்கார்ந்து கொண்டு, கடுமையாகப் படகு வலித்த களைப்புத் தீரத் தலை ஈரம் காற்றில் உலர்வதற்காகப் பழைய இராணுவ உஷான்கா குல்லாயைக் கழற்றி வைத்துவிட்டு, மங்கிய நீலவானில் மிதந்து சென்ற அகன்ற மேகப் படலங்களை வெறுமையாக நோக்கிக் கொண்டிருப்பது இன்பமாயிருந்தது.

சற்று நேரத்தில் ஒருவன் ஊர்க் கோடியிலிருந்த குடிசைகளைக் கடந்து சாலைக்கு வருவதைக் கண்டேன். அவனுடன் ஒரு சிறுவன் வந்தான். பையனுக்கு ஐந்து அல்லது ஆறு வயதிருக்கும், அதற்கு மேலிராது என்று எனக்குப்பட்டது. இருவரும் பரிசல் துறையை நோக்கித் தளர்ச்சியோடு நடந்தனர். ஆனால் ஜீப்பை நெருங்கியதும் திரும்பி என் பக்கம் வந்தனர். சற்றே கூனியிருந்த அந்த நெட்டையன் நேரே என்னிடம் வந்து ஆழ்ந்த, கரகரத்த குரலில் "வணக்கம், அண்ணே" என்றான்.

"வணக்கம்" என்று அவன் நீட்டின கரடு முரடான பெருங்கையைப் பற்றிக் குலுக்கினேன்.

அவன் சிறுவனிடம் குனிந்து, "மாமாவுக்கு வணக்கம் சொல்லடா, மகனே. உன் அப்பாவைப் போலவே இவரும் டிரைவர் என்று தெரிகிறது. நீயும் நானும் ஓட்டினது லாரி இல்லையா? ஆனால் இவர், அதோ அங்கே இருக்கிறதே சின்ன கார், அதில் போகிறவர்" என்றான்.

சிறுவன் என்னை நேரே நோக்கினான். அவன் இரு கண்களும் வானத்தைப் போன்று பளிச்சென்று தெளிவாக இருந்தன்; சிறிது முறுவலித்தான். தன் குளிர்ந்த கையை என் பக்கம் துணிவுடன் நீட்டினான். நான் அதை பொதுவாகக் குலுக்கிவிட்டு, "குளிர்ந்து விறைக்கிறதா, பெரியவரோ! வெயில் கொளுத்தும் இந்த நாளில் உன் கை இவ்வளவு குளிர்ந்திருக்கிறதே ஏன்?" என்று கேட்டேன்.

குழந்தைப் பருவத்தில் பிறர் மீது காட்டப்படும், மனத்தைக் கவரும் நம்பிக்கையுடன் பையன் எனது முழந்தாள்கள் மேல் சாய்ந்து கொண்டு, சிறிய சணல் நிறப் புருவங்களை நிமிர்த்தி வியப்புடன் என்னை நோக்கினான்.

"பெரியவரா? ஆனால் நான் கிழவனில்லையே, மாமா. பையன்தானே. எனக்குக் குளிர்ந்து விரைக்கவும் இல்லை. கைமட்டுந்தான் சில்லிட்டிருக்குது. ஏன், தெரியுமா? வெண்பனிப் பந்துகள் உருட்டிக் கொண்டிருந்தேன் அல்லவா, அதனால்."

அவன் தந்தை பாதி காலியாயிருந்த பயணப் பையை முதுகிலிருந்து இறக்கி வைத்து விட்டு என் பக்கத்தில் சோர்வுடன் அமர்ந்து பின்வருமாறு சொன்னான்: "இதோ இருக்கிறானே நாடோடி. இவன் ஒரே துரு துருப்பை. இவனாலே எனக்கும் தாவு தீர்ந்து போய் விட்டது, இவனும் களைத்துப் போய்விட்டான். கொஞ்சம் நீள எட்டு வைத்து நடந்தோமானால் அவன் ஓடி வரத்தொடங்குகிறான். இப்படிக் காலில் இறக்கை கட்டிக்கொண்டு பறக்கிறவனோடு நாம் நடந்து கட்டுமா? ஓர் அடி வைக்க வேண்டிய இடத்தில் நான் மூன்று அடி வைக்க வேண்டியிருக்கிறது. இப்படியே நாங்கள் போகிறோம், குதிரையும் ஆமையும் போலே. இவன் என்ன செய்கிறான் என்று தெரிந்து கொள்ள நமக்குப் பிடரில் தான் கண்கள் வேண்டும். நாம் கொஞ்சம் திரும்பினோமோ இல்லையோ, உடனே குண்டு குழிகளில் தேங்கியிருக்கும் தண்ணீரில் அளைய ஆரம்பித்துவிடுவான்; அல்லது உறைபனிக் குச்சி ஒன்றை ஒடித்து மிட்டாய் போன்று சூப்புவான். அடேயப்பா, இவனைப்போன்ற ஒருவனுடன் பயணம் செய்வது, அதுவும் கால் நடையாகப் போவது, ஒரு மனிதன் செய்யக்கூடிய வேலையில்லை." சற்று நேரம் பேசாதிருந்தான். பிறகு "ஆமாம். அண்ணே, உம் சேதி என்ன? எஜமானுக்காகக் காத்திருக்கிறீரா?" என்று வினவினான்.

நான் டிரைவர் அல்ல என்று அவனிடம் இப்போது சொல்ல விரும்பவில்லை. ஆகவே இப்படிச் சொல்லி வைத்தேன் :

"காத்திருக்கத்தான் வேண்டும் போலத் தோன்றுகிறது."

"அக்கரையிலிருந்து வருகிறாரா?"

"ஆமாம்."

"படகு பொட்டென வந்துவிடுமா? உமக்குத் தெரியுமா"

"சுமார் இரண்டு மணி நேரத்தில் வரும்."

“அப்படியானால் நிறைய நேரம் இருக்கிறது என்று சொல்லும். நல்லது. அப்பாடா என்று களைப்பாறுவோம். எனக்கொன்றும் அவசரம் இல்லை. இப்படியே பொகும் போது உம்மைப் பார்த்தேன். அவ்வளவு தான் சரி. நம்மைப் போன்ற ஒரு டிரைவர் விட்டாற்றியாக உட்கார்ந்து வெயில் காய்ந்து கொண்டிருக்கிறார் என்று எண்ணினேன். அவரருகே போய் அவரோடு சொத்து புகை குடிப்போமே என்று தோன்றியது. தனியாகப் புகை குடிப்பதும் ஒன்று தான், தனிக் கட்டையாகச் சாகிறதும் ஒன்று தான். அதிலே ஒன்றும் சுவை வில்ல ஓ, நீர் சிகரெட் குடிக்கிறீரா? நல்ல செயலாயிருக்கிறீர் என்று தெரிகிறது. அடாடா, அவை நனைந்து போய்விட்டனவா? விடும், அண்ணே, ஈரப் புகையிலையும் ஒன்று தான், சப்பைவைத்துக் கட்டின குதிரையும் ஒன்று தான். இரண்டுமே மட்டம் தான். அதை வையும் அப்படியே. இந்தாரும், என்னிடம் உள்ள நறுக்குப் புகையிலையை ஒரு கை பார்ப்போம்.”

தனது மெல்லிய காக்கிக் காற்சட்டைப் பையிலிருந்து ஒரு நைந்து போன பட்டுப் புகையிலைப் பையை வெளியே இழுத்தான். அதை அவன் பிரித்து விரித்த போது ஒரு மூலையில் “லெபித்யான்ஸ்கயா உயர்நிலைப் பள்ளியின் ஆறாம் வகுப்பு மாணவி நமது அருமைப் போர்வீரர் ஒருவருக்குக் கொடுத்த அன்பளிப்பு” என்ற எழுத்துக்கள் சித்திரத்தையலால் பொறிக்கப்பட்டிருந்ததைக் கண்டேன்.

வீட்டில் விளைக்கப்பட்ட காரமான புகையிலையைப் புகைத்தோம்; நெடுநேரம் வரை இருவரும் ஒன்றுமே பேசவில்லை. பையனுடன் அவன் எங்கே போகிறான் என்றும் இத்தகைய மோசமான பாதையில் எதற்காக வந்தான் என்றும் கேட்க எண்ணினேன். ஆனால் அவன் முந்திக் கொண்டான் :

“சண்டை தொடங்கியதிலிருந்து கடைசிவரை பட்டாளத்தில் இருந்தீராக்கும், அப்படித்தானே?”

“ஆமாம், கிட்டத்தட்டக் கடைசி வரையிலும்.”

“போர்முனையில் தானே?”

“ஆமாம்.”

“நல்லது. நானும் போர்முனைக்குப் போய்ப் படாத பாடெல்லாம் பட்டுத் தீர்த்தேன், அண்ணே, அளவுக்கு மேலேயே. ஆமாம்.”

தனது முழந்தாள்களின் மீது பழுப்பேறிய பெரிய கைகளை வைத்துக் கொண்டு முதுகைக் கொஞ்சம் கூனிக் கொண்டான். பக்கவாட்டில் அவன் மீது கண்ணோட்டினேன். அப்போது எனக்கு இன்னதென்று தெரியாத மனக்கலக்கம் உண்டாயிற்று..... ஆ, அந்தக் கண்கள்! சாம்பல் தெளித்தது போல் தோன்றிய கண்கள், உள்ளார்ந்த வேட்கையும் துயரமும் ததும்ப, நேருக்கு நேர் நோக்கவே கடினமான கண்கள். அத்தகைய கண் களை நீங்கள் எப்போதாவது பார்த்ததுண்டா? தற்செயலாக எனக்கு அறிமுகமான இந்த மனிதனின் கண்கள் அந்த மாதிரி இருந்தன.

வேலியிலிருந்து கோணலும் மாணலு மான ஒரு சுள்ளியை ஒடித்து, மணலின் மீது ஏதோ விந்தையான படம் வரைந்தான். பிறகு சொன்னான்:

“சில நேரம் இரவில் என்னால் உறங்க முடியாது. இருட்டை உறுத்துப் பார்த்த வண்ணம், ‘வாழ்வே, ஏன் இப்படிச் செய்தாய்? என்னை ஏன் இப்படி வாட்டிவதைத்தாய்? என்னுடைய திராணியை ஏன் பறித்துக் கொண்டாய்?’ என்று எண்ணமிடுவேன். என் கேள்விகளுக்கு விடையொன்றும் கிடைப்பதில்லை. இருட்டானாலும் சரி, இல்லை, சூரியன் பளிச்சென்று ஒளி செய்யும் பொகானாலும் சரி..... எனக்கு விடை எதுவும் கிடைப்பதில்லை. இனி ஒருபோதும் விடை கிடைக்காது!” திடீரென்று அவன் தன்னுணர்வு கொண்டு தனது சிறு மகனை அன்புடன் மெல்ல அப்புறத்தே தள்ளி, “போடா, தம்பி, போ. அதோ அங்கே நீருக்கு அருகில் விளையாடு. பெரிய ஆற்றின் கரையில் சிறு பையன்கள் விளையாடுவதற்கு எப்போதும் ஏதாவது கிடைக்கும். ஒன்றுமட்டும் கவனமாயிரு. கால்களை நனைத்துக் கொள்ளாதே!” என்று சொன்றான்,

நாங்கள் இருவரும் ஒன்றும் பேசாது புகைத்துக் கொண்டிருந்தபோது தந்தையையும் மகனையும் சட்டென்று ஒரு பார்வை பார்த்தேன். அவர்களைப் பற்றி ஒன்று மட்டும் வழக்கத்துக்கு மாறாகப்பட்டது. பையன் எளிமையாகத் தான் உடுத்திருந்தான். ஆனால் நல்ல பாந்தமான உடுப்புக்கள். பீவர் ஆட்டுக் குட்டியின் மெத்தென்ற மென்மயிர்த் தோலை உள்ளேகொடுத்துத் தைத்திருந்த நீண்ட சிறு கோட்டு அவனுக்கு உடலோடு ஒட்டினாற்போலப் பொருந்தியிருந்த மாதிரி, அவனுடைய சின்னஞ் சிறு ஜோடுகள் காற்றுப் புகாதபடி கம்பளிக் காலுறைகளுடன் இணைக்கப்பட்டிருந்த விதம், அவன்

கோட்டுக் கையிலிருந்த பழைய கிழிசலொன்று மிகமிகக் கச்சிதமாக இழையெடுத்துச் சேர்க்கப்பட்டிருந்த நேர்த்தி, இவற்றை எல்லாம் பார்த்த போது இவை ஒரு பெண்ணின் கைவேலை, தாயின் கைத்திறமை என்று தோன்றியது. ஆனால் தந்தையின் தோற்றமோ வேறுபட்டிருந்தது. அவனுடைய பஞ்சு வைத்துத் தைத்த கோட்டு பல இடங்களில் பொசுங்கி, மேம்போக்காக இழை சேர்க்கப் பெற்றிருந்தது; நைந்துபோன காக்கிக் காற்சட்டையில் இருந்த ஒட்டு சரியானபடி தைக்கப்படாமல், ஆண்கள் செய்வது போன்ற அவசரத் தையல்களால் ஒட்டப்பட்டிருந்தது. அவன் அணிந்திருந்த இராணுவ ஜோடுகள் அநேகமாகப் புதியவை. ஆனால் அவனது தடித்த கம்பளிக் காலுறையில் நிரம்ப ஒட்டைகள் இருந்தன. அவற்றில் ஒருபோதும் பெண்ணின் கைபட்டிருக்கவே முடியாது .... ஒன்றா இவன் மனைவியை இழந்தவன்; அல்லது இவனுக்கும் மனைவிக்கும் இடையே ஏதோ தகராறு என்று அப்போதே நினைத்தேன்.

மகன் நீரருகு செல்லும் வரை அவன் கவனித்தான். பிறகு கனைத்துத் தொண்டையைச் சரிப்படுத்திக் கொண்டு மீண்டும் பேசத் தொடங்கினான். நான் முழுக்கவனத்துடன் கேட்டேன்.

“தொடக்கத்தில் எனது வாழ்க்கை மிகச் சாதாரணமாகத் தான் இருந்தது. நான் வரோனெஷ் குபேர்னியாவைச் சேர்ந்தவன். அங்கே 1900ம் ஆண்டில் பிறந்தவன். உள்நாட்டுப் போரின் போது செஞ்சேனையில் கிக்வித்ஸேயின் டிவிஷனில் இருந்தேன். 1922 ம் ஆண்டுப் பஞ்சத்தில் குபானுக்கு ஓடினேன். குலாக்குகளுக்காக மாடு போல் உழைத்தேன். உழைத்திராவிட்டால் இன்று நான் உயிருடன் இருக்க முடியாது. ஆனால் ஊரில் என்னுடைய தந்தை, தாய், தங்கை எல்லோரும் பட்டினியால் இறந்துவிட்டார்கள். நான் ஒற்றைக் கட்டையானேன். உறவினரோ என்றால் எனக்கு எங்கும் ஒருவர் கூடக் கிடையாது. ஒரு பூதர் கூடக் கிடையாது. கேட்டீரா? ஓர் ஆண்டிற்குப் பின்னர் குபானிலிருந்து திரும்பிவந்து, வீட்டை விற்றுவிட்டு வரோனெஷுக்குச் சென்றேன். முதலில் தச்சு வேலை செய்தேன். பிறகு ஒரு தொழிற்சாலைக்குச் சென்று மெக்கானிக் வேலை கற்றேன். விரைவில் மணம் புரிந்து கொண்டேன். எனது மனைவி குழந்தைகள் விடுதி ஒன்றில் வளர்ந்தவள். திக்கற்றவள். ஆம், எனக்கு வாய்த்தவள் மிக நல்லவள். நல்ல சுபாவம், கலகலவென்றிருப்பாள்;

என்னைத் திருப்தி செய்வதில் எப்போதும் அவளுக்கு ஆவல். பாங்கும் பதவிசுமாயிருப்பாள். அவளுக்கும் எனக்கும் ஏணி வைத்தால் கூட எட்டாது. அவள் சின்னக் குட்டியாய் இருந்த போது முதலே உண்மையான துன்பம் என்ன என்பதை அறிந்திருந்தாள். ஒருவேளை அந்த அறிவு அவளது குணத்தை உருவாக்கியிருக்கலாம். பக்க வாட்டில் அவளைப் பார்த்தால் அப்படிப் பிரமாதமாக ஒன்றும் காணோமே என்று தோன்றும். ஆனால், அண்ணே, நான் அவளைப் பக்கவாட்டில் பார்க்க வில்லையே. நேருக்கு நேராக அல்லவா பார்த்தேன்! என் கண்களுக்கு அவளைவிட அழகி ஒருத்தி கூட இந்த உலக முழுதிலும் இருந்ததுமில்லை; இருக்கப் போவதுமில்லை. ஒருக்காலும் முடியாது!

“வேலையிலிருந்து களைத்துப் போய் வீடு திரும்புவேன். சில நேரம் ஒரே சிடுசிடுப்புடன் சீறிச் சீறி விழுவேன். ஆனால் அவளோ ஏட்டிக்குப் போட்டி என்று முகத்திலடித்தாற் போலப் பேசுவதே கிடையாது. எவ்வளவு மெல்லியல்புடனும் அமைதியுடனும் இருப்பாள் தெரியுமா? எனக்கு எவ்வளவு செய்தாலும் அவளுக்குப் போதுமென்று படாது. முடையாயிருக்கும் போது கூட வாய்க்கு ருசியாக ஏதாவது செய்து எனக்குத் தர எப்போதும் முயல்வாள். அவளைப் பார்த்தாலே போதும். என் மனச்சுமை இறங்கிவிடும். சற்று நேரத்திற்குப்பின் அவளை அணைத்துக் கொண்டு, ‘இரீனா, என் கண்ணே, உன்னிடம் முரட்டுத்தனமாய் நடந்துகொண்டதில் எனக்கு ரொம்ப வருத்தம். இன்றைக்கு வேலையில் ஒரே தொந்தரை. அதனால் தான் எரிந்து விழுந்தேன்’ என்று சொல்லுவேன். எங்களிடையே மறுபடியும் சமாதானம் ஏற்பட்டுவிடும். எனக்கும் அப்பாடா என்று மனது பாட்டிலே போடும். இந்தச் சுமுகமான நிலைமை வேலைக்கு எவ்வளவு உதவி தெரியுமா, அண்ணே? காலையில் உற்சாகமாகப் படுக்கைவிட்டு எழுந்திருந்து நேரே தொழிற்சாலைக்குச் செல்வேன். தொட்ட வேலை எல்லாம் துலங்கிடும்; கடிகாரம் திருப்பினாற் போலே கணக்காக நடந்திடும். மெய்யாகவே பாங்கும் பரிவும் உள்ளவள் மனைவியாக வாய்த்தால் தொட்டது துலங்காமல் என்ன செய்யும்?

“சில நேரங்களில், சம்பள நாளன்று கூட்டாளிகளோடு சேர்ந்து குடிப்பேன். சில சமயம் குடிவெறியில் கால்கள் பின்ன தள்ளாடித் தடுமாறிக் கொண்டு நான் வீடு திரும்பும்போது என்னைப் பார்த்தாலே குலை பதறும்

படியிருக்கும். என் கில்லாடி நடைக்குப் பெரிய தெருவே அகலம் பற்றாது, சந்துகளைப் பற்றியோ கேட்கவே வேண்டாம். அந்த நாட்களில் எனக்கு இள வயது. உடம்பிலே உரமும் வலிமையும் இருந்தன. நிரம்பக் குடித்தாலும் தாங்கிக் கொள்ள முடியும். எப்போதும் நானாகவே வீடு போய்ச் சேர்ந்து விடுவேன். ஆனால் சில நேரங்களில் கடைசிப் பகுதியில் 'கியர்' விழுந்து போகும் – தவழ்ந்து தவழ்ந்து ஒருவகையாக வீடு போய்ச் சேருவேன். ஆனால் இரீனா ஒரு வார்த்தை வெடுக்கென்று சொல்லுவாளா? கிடையாது. அதட்டமாட்டாள், கத்த மாட்டாள். என் இரீனா என்னைப் பார்த்துச் சிரிப்பாள். அவ்வளவு தான். அது கூட ரொம்ப ஜாக்கிரதையுடன் சிரிப்பாள். என்ன தான் குடிமயக்கத்தில் இருந்தாலும், அவளுடைய சிரிப்பை நான் தப்பாக எடுத்துக் கொள்ளக் கூடாதல்லவா? அதற்காக. எனது ஜோடு களைக் கழற்றியபடியே, 'இன்றிரவு நீ சுவரோரமாகப் படுத்துக்கொள்வது நல்லது, அந்திரேய். இல்லாவிட்டால் உறக்கத்தில் படுக்கையிலிருந்து உருண்டு விழுந்து விடுவாய்' என்று மெல்லிய குரலில் சொல்வாள். அப்படியே ஓட்ஸ் மூட்டை போலத் தொப்பென்று படுக்கையில் விழுவேன். எதிரேயுள்ள ஒவ்வொரு பொருளும் சுற்றிச் சுற்றிச் சுழலுவது போலிருக்கும். எனக்கு உறக்கம் வரும் தறுவாயில் எனது தலையை மெதுவாக வருடியபடியே அன்பு மொழிகளை என் காதோடு அவள் சொல்வதை உணர்ந்து, எனக்காக அவள் வருத்தப்படுகிறாள் என்பதை அறிந்து கொள்வேன்......

"காலையில் வேலைக்குப் போவதற்கு இரண்டு மணி நேரத்திற்கு முன்னேயே என்னை எழுப்பி விடுவாள். என் மயக்கம் தெளிவதற்கு நேரம் வேண்டுமல்லவா! இரவு குடித்தால் மறுநாள் காலை நான் எதுவும் தின்ன மாட்டேன் என்று அவளுக்குத் தெரியும். ஆகையால் வெள்ளரிக்காய் ஊறுகாயோ அதைப் போன்ற வேறு ஏதேனுமோ எனக்குத் தின்னத் தந்து, குடித்த மறுநாள் ஏற்படும் சோர்வைப் போக்குதற்காக எனக்கு ஒரு மடக்கு வோத்கா ஊற்றிக் கொடுப்பாள். 'இந்தா, அந்திரேய். இனிமேல் ஒருபோதும் இப்படிக் குடிக்காதே, என் அன்பல்லவா!' என்பாள். இவ்வளவு நம்பிக்கை வைத்திருக்கும் ஒருத்திக்கு எப்படித் துரோகம் செய்ய முடியும்?! வோத்காவைக் குடிப்பேன். பேசாமலேயே அவளுக்கு நன்றி செலுத்துவேன். ஒரு பார்வை. ஒரு முத்தம். அவ்வளவுதான். அடக்க ஒடுக்கமாக வேலைக்குப் போவேன். ஆனால் அவள் மட்டும் நான் குடிவெறியிலிருந்த போது ஏறுமாறாக ஒரு

பேச்சுப் பேசியிருந்தாளே யானால், என்னைத் திட்டவோ அதட்டவோ தொடங்கியிருந்தாளே யானால் நான் மறுபடியும் குடித்துவிட்டுத் தான் வீட்டுக்கு வந்திருப்பேன். கடவுள் ஆணையாகச் சொல்லுகிறேன், அப்படித்தான் செய்திருப்பேன். பெண்டாட்டி கூர் கெட்டவளாயிருக்கும் குடும்பங்களில் அப்படித்தான் நடக்கிறது. அந்த மாதிரி எத்தனையோ குடும்பங்களைப் பார்த்திருக்கிறேன். எனக்குத் தெரியும்.

“ஆயிற்றா? விரைவில் குழந்தைகள் பிறக்கத் தொடங்கின. முதலில் பையன் பிறந்தான். பிறகு இரண்டு பெண்கள்..... அப்போது தான் கூட்டாளிகளின் உறவைக் கத்தரித்துக் கொண்டேன். சம்பளப் பணம் முழுதையும் வீட்டிற்குக் கொண்டுபோய் மனைவியிடம் கொடுக்கத் தொடங்கினேன். குடும்பம் பெரிதாகிவிட்டதே; இனிக் குடிப்பதற்குப் பொழுது ஏது? விடுமுறை நாளன்று ஒரு குவளை பீர் குடிப்பதோடு சரி. அதற்கு மேல் போகமாட்டேன்.

“1929ல் மோட்டார்களில் எனக்கு நாட்டம் விழுந்தது. மோட்டார் ஓட்டக் கற்றுக் கொண்டு ஒரு லாரியில் வேலை செய்தேன். அதில் நன்றாகப் பழகியவுடன் மறுபடியும் தொழிற்சாலைக்குச் செல்ல எனக்கு விருப்பமில்லை. லாரி ஓட்டுவது எனது மனதிற்கு மிகவும் பிடித்திருந்தது. இப்படியே பத்து ஆண்டுகள் வாழ்ந்தேன். பொழுது கழிந்ததே தெரியவில்லை எனக்கு. கனவு போல் இருந்தது. ஆனால் பத்து ஆண்டுகள் எம்மாத் திரம்? நாற்பது வயதுக்கு மேற்பட்ட ஒருவனை ‘எப்படி வாழ்க்கையைக் கழித்தோம் என்று கவனித்திருக்கிறாயா’ என்று கேட்டுப் பாருங்கள். துளிகூட அவன் கவனிக்கவில்லை என்று தெரிந்து கொள்வீர்கள். கழிந்து போன வாழ்க்கையும் ஒன்று, அதோ அங்கே மங்கிய பனிப்படலத்தில் தொலைவில் ஸ்தெப்பி வழி தெரிகிறதே, அதுவும் ஒன்று. இன்று காலையில் நான் அந்த ஸ்தெப்பியைக் கடந்து வந்தபோது சுற்றிலும் தெளிவாக இருந்தது. ஆனால் இப்போது இருபது கிலோமீட்டர்கள் கடந்து வந்தபின் பார்த்தாலோ ஒரே மங்கலாகத் தென்படுகிறது. மரம் எது புல் எது என்றோ, புல்வெளி எது வயல் எது என்றோ தெளிவாகத் தெரியவில்லை ......

“அந்தப் பத்து ஆண்டுகளும் இரவு பகலாக உழைத்தேன். நிறையச் சம்பாதித்தேன். பிற மக்களை விட ஒரு குறைச்சலும் இல்லாமல் வாழ்ந்தோம்.

குழந்தைகள் தாம் எங்கள் இன்பம் எல்லாம். மூன்று பேரும் பள்ளியில் நன்றாகப் படித்தார்கள். மூத்தவன் அனத்தோலிய் கணக்கில் மிகக் கெட்டிக்காரன். மாஸ்கோ செய்தித்தாள் ஒன்றில் கூட அவன் பெயர் வந்தது. இவ்வளவு சமர்த்து அவனுக்கு எங்கிருந்து வந்தது என்று என்னால் சொல்ல முடியாது, அண்ணே . ஆனால் அது எனக்கு இன்பமாயிருந்தது. அவனைப் பற்றி எனக்கு ஒரே பெருமை. ஆமாம்...... ரொம்ப ரொம்பப் பெருமை!

''பத்து ஆண்டுகளில் கொஞ்சம் பணம் மிச்சம் பிடித்தோம். போருக்கு முன்பு ஒரு சிறு வீடு கட்டினோம் – இரண்டு அறை, ஒரு கூடம், ஒரு முகப்புடன். இரீனா இரண்டு வெள்ளாடுகள் வாங்கினாள். இதற்குமேல் எங்களுக்கு என்ன வேண்டும்? குழந்தைகளின் கஞ்சிக்குப் பாலிருந்தது; குடியிருக்க வீடு இருந்தது. இடுப்பார உடை, காலிலே ஜோடு, ஆக எல்லாமே நல்லபடிதான் இருந்தது. வீடுகட்ட நான் பிடித்த இடம் அவ்வளவு நல்ல தாயில்லை. அது ஒன்று தான் குறை. விமானத் தொழிற்சாலைக்கு அருகாமையிலேயே எனக்கு மனையொன்று கொடுத்தனர். அதில் தான் கட்டினேன். வேறு எங்கேனும் மனை கிடைத்திருக்குமானால், ஒருவேளை என் வாழ்வு வேறு மாதிரித் திரும்பியிருக்கலாம்.....

''பிறகு வந்தது ஐயா–அது தான் யுத்தம். மறு நாளே எனக்கு உத்தரவு வந்துவிட்டது. அதற்கு அடுத்த நாளே 'ரயில் நிலையத்திற்கு வரவும்' என்று மறு உத்தரவு வந்தது. என் கண்மணிகள் நாலு பேரும் என்னை, வழியனுப்பினார்கள் அதாவது இரீனா, அனத்தோலிய், எனது மகள்மார் நாஸ்தெங்கா, ஓலுஷ்கா, நாலு பேரும். குழந்தைகள் என்னமோ மனங்கலங்காமல் தான் இருந்தார்கள். பெண்களுக்கு மட்டும் அழுகையை அடக்க முடியவில்லை. ஒன்றிரண்டு துளி கண்ணீர் பீறிக் கொண்டு வந்து விட்டது. அனத்தோலிய் குளிரில் நடுங்குவது போலக் கொஞ்சம் நடுங்கினான். அத்தோடு சரி. அப்போது அவனுக்குப் பதினேழு வயது நெருங்கிக் கொண்டிருந்தது. ஆனால் என் இரீனாவோ.... நாங்கள் இருவரும் சேர்ந்து வாழ்ந்த பதினேழு ஆண்டுகளில் இது போல ஒரு போதுமே கண்டதில்லை. இரவு முழுவதும் அவள் பெருக்கிய கண்ணீரால் என் சட்டையும் மார்பும் நனைந்து போய்விட்டன. காலையிலும் அதே கதை தான்..... ரயில் நிலையத்திற்குப் போனோம். அவள் இருந்த இருப்பைக் கண்டு எனக்குண்டான வருத்தத்தில் அவளை நேருக்கு நேர் பார்க்கவே

என்னால் முடியவில்லை. அழுது அழுது அவள் உதடுகள் கூட வீங்கியிருந்தன; அவளுடைய தலைமயிர் குட்டைக்கு வெளியே பரட்டையாய்த் துருத்திக் கொண்டிருந்தது; அவளது கண்கள் மங்கியிருந்தன; மருள் கொண்டவள் போல விழித்துக் கொண்டிருந்தாள். அதிகாரிகள் எங்களை வண்டியில் ஏறும்படி கட்டளையிட்டார்கள். ஆனால் அவள் என்னை ஏறவிட்டால் தானே? பாய்ந்து வந்து என் மார்போடு ஒண்டிக்கொண்டு என் கழுத்தைச் சுற்றிக் கைகளைப் போட்டுக் கட்டிக் கொண்டாள். அவள் உடம்பெல்லாம் பதறிற்று. மரத்தை வெட்டினால் நடுங்குமே, அது போல ...... குழந்தைகள் அவளிடம் பேசித் தேற்ற முயன்றார்கள். நானும் ஏதோ ஆறுதல் சொன்னேன். ஆனால் ஒன்றும் பயனில்லை! அங்கு இருந்த மற்றப் பெண்களெல்லாம் தம் கணவன்மாரிடமும் பிள்ளைகளிடமும் வளவளவென்று பேசினார்கள். ஆனால் என்னவளோ, என்னைப்பற்றித் தொங்கிக் கொண்டிருந்தாள். கிளையிலே இலை தொங்குமே, அது போல. கடைசி வரையில் ஒரே நடுக்கமாக நடுங்கினாள்; ஒரு சொல் கூட அவளால் பேச முடியவில்லை. 'மனதைக் கல்லாக்கிக்கொள், இரீனா, என் கண்னே . நான் புறப்படுவதற்கு முன்னால் ஏதாவது சொல்லேன் எனக்கு' என்றேன். ஒவ்வொரு சொல்லுக்கும் இடையில் தேம்பிக் கொண்டே அவள் சொன்னது இது தான்: 'அந்திரேய்..... என் கண்ணாளா... நாம் இனி ஒரு போதும்... ஒருபோதுமே இந்த உலகில் .... ஒருத்தரை ஒருத்தர் மீண்டும் பார்க்க மாட்டோம்.......'

"எப்படியிருக்கிறது? எனக்கானால் அவள் மேல் உண்டான இரக்கத்தால் நெஞ்சு வெடித்து விடும் போல் இருந்தது. அவள் என்னடா என்றால் என்னிடத்தில் அது மாதிரிச் சொல்கிறாள். அவளை விட்டுப் பிரிந்து செல்வது எனக்கு மட்டும் எளிதாகவா இருந்தது? இல்லையே. விருந்துக்கா போய்க் கொண்டிருந்தேன்? அதுவும் இல்லையே. இதை அவள் புரிந்து கொள்ள வேண்டாமா? அவள் சொல்லியதில் எனக்குத் தாங்க முடியாத ஆத்திரம் பொங்கிக்கொண்டு வந்தது. என்னைக் கட்டிக் கொண்டிருந்த அவள் கைகளைப் பிரித்து இழுத்து அவளை ஒரு தள்ளு தள்ளினேன். ஏதோ மெதுவாகத் தள்ளினது போலத்தான் எனக்குத் தெரிந்தது. ஆனால் எனக்குக் காளை மாடு போல வலிவு இருந்ததல்லவா? ஆகவே அவள் அப்படியே தள்ளாடிச் சற்றே மூன்று அடிவரை பின்னே போய் விட்டாள். பிறகு கைகளை நீட்டிய படி, என்னை நோக்கி மெல்ல நடந்து

வந்தாள். நானோ 'ஏய், விடை தரும் முறை இது தானா? என் காலம் முடிவதற்குள்ளேயே என்னைப் புதைக்க விரும்புகிறாயா?' என்று அவளைப் பார்த்துக் கூச்சல் போட்டேன். ஆனால் அவள் இருந்த கோலத்தைக் கண்டதும் மீண்டும் அவளை அணைத்துக்கொண்டேன்....."

அவன் திடீரென்று இடையில் பேச்சை நிறுத்தினான். பிறகு நிலவிய அமைதியில் அவன் விம்மலை அடக்க முயன்றதால் ஏற்பட்ட ஒலி மட்டும் என் செவிக்கு எட்டிற்று. அவனது உள்ள நெகிழ்ச்சி என் நெஞ்சைத் தொட்டது. ஓரப் பார்வையாக அவனை நோக்கினேன். ஆனால் அவனது வறண்ட, சாம்பல் நிறக் கண்களிலே ஒரு துளி நீர் கூடக் காணவில்லை. ஏக்கத்துடன் தலையைத் தொங்க விட்டுக்கொண்டு அமர்ந்திருந்தான். அவனுடைய சோர்ந்த பெரிய கைகள் சற்றே பதறின; மோவாய் நடுங்கிற்று; உறுதியாக மூடியிருந்த உதடுகள் கூட அவ்வாறே நடுங்கின ....

"இப்படிக் கவலைக்கு இடங் கொடுக்க வேண்டாம், தம்பீ. அதைப் பற்றி நினைக்கவே வேண்டாம்!" என்று மெல்லக் கூறினேன். ஆனால் அவன் என் சொற்களைக் காதில் போட்டுக்கொண்டதாகவே தெரியவில்லை. துயரப்பெருக்கைப் பெரிதும் முயன்று அடக்கிக்கொண்டு புதுமையாக மாறிய, தழுதழுத்த குரலில் திடீரென்று சொன்னான்:

"எனது கடைசி வாழ்நாள் வரையும், சாகும் வரையும், வாழ்வின் இறுதிக் கணம் வரையும், என்னை நான் ஒருபோதும் மன்னித்துக் கொள்ளவே மாட்டேன். அவளை அப்படி எட்டித் தள்ளினேனே, அந்தக் குற்றத்திற்கு மன்னிப்பே கிடையாது என்னுள்ளத்தில்!"

மீண்டும் அவன் மௌனமாகிவிட்டான். நெடுநேரம் வரை ஒன்றுமே பேசவில்லை. செய்தித்தாளிலிருந்து கிழித்த துணுக்கில் சிகரெட் சுருட்ட முயன்றான். ஆனால் காகிதத் துண்டு அவனது விரல்கள் அழுத்தியதில் சர்ரென்று கிழிந்து போயிற்று. புகையிலை சிதறி அவனது முழந்தாளின் மேல் விழுந்தது. முடிவில் காகிதத்தையும் புகையிலையையும் எப்படியோ காமாசோமா என்று ஒரு சுருளாக்கிப் பற்றவைத்து ஆவலாகச் சில முறை புகை இழுத்தான். பிறகு தொண்டையைக் கனைத்துச் சரிப்படுத்திக் கொண்டு தொடர்ந்து பேசினான்:

"இரீனாவின் அணைப்பிலிருந்து என்னை விடுவித்துக் கொண்டேன். அவள் முகத்தை நிமிர்த்திப் பிடித்து முத்தம் தந்தேன். அவள் உதடுகள் அப்படியே பனிக் கட்டிபோலச் சில்லிட்டிருந்தன. 'போய்வருகிறேன்' என்று குழந்தைகளிடம் சொல்லிவிட்டு வண்டியை நோக்கி ஓடினேன். அது நகர்ந்து கொண்டிருந்தது. அதன் படியில் குதித்து ஏறினேன். தொடக்கத்தில் ரயில் வண்டி மிகப் பையச் சென்றது. அது என் பெண்டு குழந்தைகள் நின்று கொண்டிருந்த இடத்தைக் கடந்து சென்றபோது நான் அவர்களை மறுபடியும் பார்த்தேன். பாவம், திக்கற்ற சிறு குழந்தைகள் ஒன்றுசேர்ந்து நின்று கொண்டு கைகளை ஆட்டி வழியனுப்பினார்கள். முகத் இல் புன்னகையை வருவித்துக் கொள்ள அவர்கள் முயன்ற போதிலும் முடியவில்லை. இரீனாவோ கைகளை மார்போடு சேர்த்து வைத்துக் கொண்டு நின்றாள். அவள் உதடுகள் சுண்ணாம்பு போல் வெளுத்திருந்தன; ஏதோ முணுமுணுத்துக் கொண்டு பரக்க விழித்தாள்; பேய்க் காற்றை எதிர்த்து நடக்க முயல்பவள் போன்று அவள் உடம்பு முழுவதும் முன்னோக்கி வளைந்திருந்தது.... பாப்புடன் சேர்த்து வைத்துக் கொண்டிருந்த அவளது கைகள், வெளிறிய இதழ்கள், கண்ணீர் மல்கிய விரிந்த கங்கள், இந்தக் கோலத்தில் தான் அவளை வாழ்நாள் முழுவதும் என் மனத்திலே காண்பேன் .... பெரும் பாவம் எனது கனவுகளிலும் இதே தோற்றத்தில் தான் அவளைக் காண்கிறேன்..... ஐயோ, அவளை ஏன் அப்படி அப்பால் தள்ளினேன்? இப்போது கூட நினைத்துப் பார்க்கும்போது மழுங்கிய கத்தியினால் நெஞ்சைக் மாறுவது போலிருக்கிறது.....

"உக்ரேய்னாவைச் சேர்ந்த பேலயா த்ஸேர்கவ் ..... நகருக்கருகே எங்களுடைய படைப்பிரிவுகளுக்கு நாங்கள் அனுப்பப்பட்டோம். எனக்கு ஒரு மூன்று டன் லாரி ஓட்டும் வேலை தரப்பட்டது; அதிலே தான் போர்முனைக்குப் போனேன். நல்லது. சண்டையைப் பற்றி உம்மிடம் விவரிப்பதில் ஒன்றும் அர்த்தமில்லை. நீருந்தான் அதைப் பார்த்தீரே. தொடக்கத்தில் எப்படியிருந்தது என்று உமக்கே தெரியும். வீட்டிலிருந்து எத்தனையோ கடிதங்கள் வரும். ஆனால் நாங்கள் நிறைய எழுதுவதில்லை. என்றாவது தான் எழுதுவோம். அதுவும் என்ன? இங்கே எல்லாம் நன்றாய்த்தானிருக்கிறது. ஏதோ கொஞ்சம் சண்டை செய்கிறோம். தற்போது நாங்கள் பின் வாங்கிக் கொண்டிருக்கலாம், ஆனால் விரைவிலேயே எங்கள் பலத்தை எல்லாம் திரட்டி ஜெர்மன்காரன் ஒருபோதும் மறக்க முடியாதபடி செம்மையாகத் தரப்

போகிறோம், என்றெல்லாம் எழுதுவோம். வேறு என்ன எழுத முடியும்? அதுவோ சங்கடமான நேரம். எழுதவே பிடிக்கவில்லை. எப்பொழுது பார்த்தாலும் துயரப் பல்லவி பாடி அழும் வழக்கம் எனக்கு ஒரு நாளும் கிடையாது என்பதையும் சொல்லிவிடுகிறேன். சில அழுகுணிகள் உண்டு. அவர்களைப் பார்த்தாலே எனக்குக் குமட்டிக் கொண்டு வரும். நாள்தோறும் மனைவிகளுக்கும் காதலிகளுக்கும் எழுதுவார்கள். எழுதுவதற்குக் காரணமே இருக்காது. சும்மா மூக்காலே அழ வேண்டுமே, அதற்காக எழுதுவார்கள். 'ஐயோ, வாழ்க்கை கடுமையாயிருக்கிறதே. ஐயோ, நான் குண்டுபட்டுச் செத்துப் போவேனோ என்னவோ' என்றெல்லாம் வசவசவென்று எழுதிக் கொண்டு போவார்கள். நாய்க்குப் பிறந்த பயல்கள்! இப்படி முறையிடுகிறது; வாய்க்கு வந்ததை உளறுகிறது; பின்பு யாராவது இரக்கம் காட்ட மாட்டார்களா என்று பார்த்துக் கொண்டிருக்கிறது. பாவம், அந்தப் பெண்களும் பிள்ளைகளும் அங்கே ஊரில் இதே போலத்தான் துன்பப் படுகிறார்கள் என்பதை இவர்கள் புரிந்து கொள்வதே கிடையாது. பார்க்கப் போனால் அவர்கள் அல்லவா நாடு முழுவதையும் தோள் கொடுத்துத் தாங்கி நின்றார்கள்! அடேயப்பா! அது போன்ற பெருஞ்சுமையால் நசுக்குண்டு சதைந்து போகாமல் இருக்க நமது பெண்கள் பிள்ளைகளின் தோள்கள் எவ்வளவு வலிவாயிருந்திருக்க வேண்டும். ஆனால் அவர்கள் சதைந்து போகவில்லை! முடிவுவரை தளராமல் தாங்கி நின்றார்கள். அந்த நிலையில் இந்த அழுகுணிகளில் எவனாவது ஒரு விடியா மூஞ்சிப் பயல் கடிதத்தில் துன்பக் கதையைக் கொட்டி அளக்கிறான். அங்கே ஊரில் வேலை செய்யும் பெண் அதைப் படித்துத் தவித்துத் தடுமாறிப் போவாளா மாட்டாளா? அந்த மாதிரி ஒரு கடிதம் வந்த பிறகு, பாவம், அந்தப் பெண், தான் என்ன செய்வதென்றோ தனது வேலையை எவ்வாறு சமாளிப்பதென்றோ அறியாது தவிப்பாள். இல்லை. தேவை ஏற்பட்டால் எந்தத் துன்பம் வந்தாலும் தாங்கிக் கொள்வதல்லவா ஆண் மகனுக்கு. அழகு! எல்லாக் கஷ்டங் களையும் சகித்துக் கொள்ள வேண்டாமா? போர் வீரனாக இருப்பதும் அதற்காகத் தானே! பெண்மை மிகுந்து ஆண்மை குறைந்திருந்தால் எங்கேனும் தொலையட்டுமே; சூம்பின பின்புறம் சற்று பொம்மென்று தெரியும் படியாக நிறைய மடிப்பு வைத்துத் தைத்த ஸ்கர்ட்டைப் போட்டுக் கொண்டு (பின்னாலிருந்து பார்ப்பதற்காவது பெண்ணைப்போலத் தெரியுமல்லவா)

பீட்டுக் கிழங்கு வயல்களில் களை பிடுங்கவோ பால் கறக்கவோ போகிறது தானே! இந்த மாதிரிப் பயல்கள் எல்லாம் போர்முனைக்கு வர வேண்டிய தேவையில்லையே! அங்கே ஏற்கனவே அடிக்கிற நாற்றமே சகிக்கவில்லை, இவர்கள் வேறு வந்து நாறடிக்க வேண்டுமா?

"நான் முழுதாக ஓர் ஆண்டு கூடப் போரிடவில்லை...... இரண்டு முறை குண்டடிபட்டேன்; ஆனால் இரு முறையும் கொஞ்சமாகத் தான். ஒரு முறை கையில், இரண்டாந் தடவை காலிலே. முதல் காயம் விமானத் திலிருந்து வந்த குண்டினால் உண்டாயிற்று. இரண்டாவது காயம் பீரங்கிக் குண்டிலிருந்து சிதறிய பெரிய சில்லு ஒன்று தாக்கியதால் ஏற்பட்டது. எனது லாரியின் மேற்புறத்தையும் பக்கங்களையும் ஜெர்மானியர் குண்டுகளால் தொளைத்துவிட்டார்கள். ஆனால், அண்ணே, முதலில் எல்லாம் அதிர்ஷ்டக் காரனாக இருந்தேன். பிறகு தான் துரதிர்ஷ்டம் வந்தது..... 1942 மே மாதம் லஸவேன்கியில் துர்ப்பாக்கிய வசமாக நான் போர்க் கைதியாகி விட்டேன். அப்போது நிலைமை மிக மோசமாயிருந்தது. ஜெர்மன் படைகள் கடுமையாகத் தாக்கிக் கொண்டிருந்தன. எங்களுடைய 122 மில்லி மீட்டர் ஹோவிட்ஸர் பீரங்கிப்படை ஒன்றில் கிட்டத்தட்ட குண்டுகளே இல்லாத நிலைமை வந்தது. எனது லாரியில் இடங்கொண்ட வரை குண்டுகளை நிறைத்தோம். ஏற்றுவதில் பறந்து பறந்து வேலை செய்த மும்முரத்தில் வியர்த்து வடிந்து முதுகோடு முதுகாக என் சட்டை ஒட்டிக் கொண்டுவிட்டது. நாங்கள் முன்னேற வேண்டியிருந்தது; ஏனெனில் ஜெர்மன் படைகள் எங்களை நெருங்கி வந்து கொண்டிருந்தன. இடப்புறத்தில் டாங்கிகள் வரும் கடகட வென்ற அதிரொலி கேட்டது; வலப்புறமும் முன்புறமும் குண்டுகளின் வெடி முழக்கம். நிலைமை சரியாக இல்லை யென்பது தெரிந்தது...

"'போர்முனைக்குப் போய்ச் சேர முடியுமா உன்னால், ஸகலோவ்?' என்று எங்கள் கம்பெனித் தலைவர் கேட்டார். இதைக் கேட்டிருக்கவே தேவையில்லை. அங்கே என் தோழர்களெல்லாம் உயிரைக் கொடுத்துக் கொண்டிருந்தபோது நான் மட்டும் என்ன, வாயில் விரலை வைத்துக் கொண்டா நிற்பேன்? 'இது என்ன கேள்வி தான் போர் முனைக்குப் போய்ச் சேர்ந்தாக வேண்டும். வேறு வழி ஏது?' என்று அவரிடம் சொன்னேன். அப்படியானால் உடனே புறப்படு. காற்றாய்ப் பறந்து போகணும். தெரிகிறதா? என்றார் அவர்.

“என்னமாகப் பறந்தேன் தெரியுமா அன்றைக்கு? என் வாழ்வில் அதற்கு முன்னால் ஒரு போதும் லாரியை அப்படி ஓட்டியதில்லை! லாரியில் ஏற்றியிருப்பது உருளைக் கிழங்குகள் அல்ல என்பது எனக்குத் தெரியாமல் இல்லை. வண்டியிலிருக்கும் பண்டம் பற்றி மிக எச்சரிக்கையாக இருக்க வேண்டும் என்பதும் எனக்குத் தெரியும். ஆனால் அங்கே நம் ஆட்கள் கையில் ஒன்றும் இல்லாமல் சண்டை போட்டுக் கொண்டிருக்கையில், சாலை முழுதும் பீரங்கிக் குண்டுகள் கண் தலை தெரியாமல் வெடித்த வண்ணமாயிருக்கையில் நான் எப்படிப் பைய ஓட்ட முடியும்? சுமார் ஆறு கிலோமீட்டர் போய்விட் உடன். சேர வேண்டிய இடத்தை மிக நெருங்கி விட்டேன். பீரங்கிப் படை வைக்கப்பட்டிருந்த கிடங்கு போய்ச் சேர அந்தச் சாலையை விட்டு ஒரு திருப்பம் தான் தேவை; திரும்பியிருப்பேன். ஆனால் அங்கே நான் பார்த்த காட்சி எனக்கு விழி பிதுங்கிவிடும் போலாகி விட்டது. என்ன கண்டேன் தெரியுமா? எங்கள் காலாட் படையினர் வயலைக் கடந்து சாலையின் இரண்டு பக்கத் திலும் பின்வாங்கி வந்து கொண்டிருந்தார்கள். அவர் களைச் சுற்றி எங்கும் பகைவருடைய குண்டுகள் வெடித்த மயமாகவே இருந்தன. நான் என்ன செய்வது? திரும்பிப் போகவோ முடியாது. இல்லையா? ஆகவே லாரியை முழுவேகத்தோடு செலுத்தினேன். பீரங்கிப் படையை நெருங்க இன்னும் ஒரு கிலோ மீட்டர் தான் போக வேண்டும். இதற்கு முன்னரே சாலையை விட்டு வயலைப் பார்க்கத் திரும்பி விட்டேன். ஆனால் பீரங்கிப் படையை நெருங்கவே இல்லை, அண்ணே ... லாரிக்கு அருகில் ஒரு குண்டு வந்து விழுந்தது. ஏதேனும் நெடுந்தூரப் பீரங்கி வீசிய கனமான குண்டு என் லாரிக்குப் பக்கத்தில் வெடித்திருக்க வேண்டும். அந்த வெப்பக்கமோ அன்றி வேறு எதுவுமோ என் செவியில் விழவேயில்லை. ஏதோ ஒன்று என் தலையின் உட்புறத்தில் வெடித்தது. அவ்வளவு தான். அதற்குமேல் எனக்கு ஒன்றும் நினைவு இல்லை. நான் எப்படி உயிருடன் இருந்தேன், அந்தக் கிடங்கிற்குப் பக்கத்தில் எவ்வளவு நேரம் கிடந்தேன்–ஒன்றும் அறியேன். அதைப் பற்றிய நினைவே எனக்கு இல்லை. கண்களைத் திறந்தேன். ஆனால் எழுந்திருக்க முடியவில்லை; எனது தலை வெடவெட வென்று குலுங்கிக் கொண்டே இருந்தது; காய்ச்சல் வந்தவன் போல நடுங்கிக் கொண்டே இருந்தேன்; எல்லாம் இருளடித்தது போல் தோன்றிற்று; என் இடது தோளை யாரோ பறண்டி அரைத்துக் கொண்டிருப்பது போல

இருந்தது. மேலெல்லாம் ஒரே வலி. யாரோ கைகளில் அகப்பட்டதை எல்லாம் கொண்டு இரண்டு நாட்களாக இடை விடாமல் என்னைச் சக்கை சாறாகப் பிழிந்தெடுத்தது போல என் உடம்பு எங்கும் நொந்தது. குப்புறப்படுத்து நெடுநேரம் புழுத் துடிப்பது போலத் துடித்தேன். முடிவில் சமாளித்து எழுந்து நின்றேன். ஆனால் இன்னும் நான் எங்கிருந்தேன், இப்போது எனக்கு என்ன நேர்ந்து விட்டது இவை யொன்றுமே எனக்கு விளங்கவில்லை. எனது நினைவு ஒரேயடியாகத் தப்பிவிட்டது. ஆனால் கீழே படுக்க எனக்கு அச்சமாயிருந்தது. எங்கே மறுபடியும் எழுந்திருக்கவே முடியாமல் போய்விடுமோ என்று பயந்தேன். ஆகவே புயல் காற்றில் அசைந்தாடும் பாப்ளார். மரம் போல ஆடிக்கொண்டு நின்ற நிலையிலேயே நின்றேன்.

"நினைவு தெளிந்து சுற்று முற்றும் பார்த்த போது என் நெஞ்சை யாரோ குறடு கொண்டு நெருக்குவது போல் இருந்தது. நான் கொணர்ந்த குண்டுகள் என்னைச் சுற்றி எங்கும் கிடந்தன. லாரியும் சற்று தூரத்தில் அக்கு வேறு வேறாகச் சிதைக்கப்பட்டுச் சக்கரங்கள் மேலே தெரிய மல்லாந்து கிடந்தது. சண்டை நிலவரம் என்ன என்கிறீர்களா? சண்டையோ, எனக்குப் பின்புறம் நடந்து கொண்டிருந்தது.... ஆம், எனக்குப் பின்புறமே தான்!

"வெளியே சொன்னால் வெட்கக்கேடு, இருந்தாலும் சொல்லுகிறேன்: நிலைமை எப்படியிருக்கிறது என்று புரிந்து கொண்டவுடன் என் கால்கள் அப்படியே துவண்டு விட்டன. வெட்டுண்ட மரம் போலத் தடாலென்று கீழே விழுந்தேன். எதிரிப் படைகளுக்குப் பின்னால் தன்னந் தனியாக அகப்பட்டுக் கொண்டோம் என்று புரிந்து கொண்டேன். அல்லது அப்பட்டமாகச் சொன்னால் தான் பாசிஸ்டுகளின் கைதியாகி விட்டேன். யுத்தத்திலே அதெல்லாம் நடப்பது தானே.....

"இல்லை. இதைப் புரிந்து கொள்வது எளிதல்ல, அண்ணே. நமது விருப்பமில்லாமலே நாம் கைதியாகி விட்டோம் என்பதை எளிதில் புரிந்து கொள்ள முடியாது, தானே பட்டு அறியாதவனுக்கு இந்த நிலையில் நம் மனம் பட்ட பாட்டை விளக்கிக் கூறவும் முடியாது.

"ஆகவே அங்கேயே கிடந்தேன். விரைவில் டாங்கிகள் – கடவென்று அதிர்வது என் செவியில் விழுந்தது. நடுத்தரமான நான்கு ஜெர்மன்

டாங்கிகள் அதிவேகமாக என்னைக் கடந்து, நான் குண்டுகளைக் கொண்டு வந்த பக்கம் நோக்கிச் சென்றன. ஐயோ, அப்போது நான் எப்படித் துடியாய்த் துடித்தேன் தெரியுமா? பிறகு பரங்கிகளை இழுத்துக்கொண்டு டிராக்டர்கள் வந்தன; சமையல் வண்டி வந்தது; பின்னே காலாட்படை வந்தது. அதில் ரொம்பப் பேரில்லை, முழுக்க முழுக்க ஒரு கம்பெனிக்கு மேல் இராது. தலையை நிமிர்த்தி ஓரக்கண்ணால் அவர்களைப் பார்ப்பதும் பிறகு மீண்டும் தரையில் முகத்தைப் புதைத்துக் கொள்வதுமாக இருந்தேன்; அவர்களைப் பார்ப்பதற்கே எனக்கு அருவருப்பாயிருந்தது. நெஞ்செல்லாம் பற்றி எரிந்தது....

"அவர்கள் எல்லாரும் என்னைக் கடந்து சென்று விட்டார்கள் என்று தோன்றியதும் தலையை நிமிர்த்தினேன். எனக்கு அப்பால் நூறு மீட்டர் தொலைவில் ஆறு இயந்திரத் துப்பாக்கி வீரர் விரைப்பாக நடந்து வந்து கொண்டிருந்தார்கள். நான் பார்த்ததும் ஆறு பேரும் சாலையை விட்டுத் திரும்பி ஒரு பேச்சுப் பேசாமல் நேரே என்னை நோக்கி வந்தார்கள். 'ஆயிற்று, முடிவு காலம் வந்துவிட்டது' என்று எண்ணினேன். ஆகவே எழுந்து உட்கார்ந்துகொண்டேன்—கிடந்த கிடையில் இறக்க நான் விரும்பவில்லை—பிறகு எழுந்து நின்றேன். அவர்களில் ஒருவன் என் இடத்திருந்து அப்பால் சில தாவடிகள் பின்னே சென்றான். தோளை விட்டுத் துப்பாக்கியைச் சடக்கென்று எடுத்தான். மனிதனுடைய மனம் இருக்கிறதே, இது ரொம்ப விசித்திரமானது. அந்தக் கணத்தில் நான் கொஞ்சங்கூடக் கலவரம் அடையவில்லை. என் நெஞ்சில் பெயருக்குக்கூட நடுக்கம் தோன்றவில்லை. அசையாமல் அவனை உறுத்துப் பார்த்த படியே, 'படாரென்று ஒரு சிறு வெடி, அத்தோடு பாடு எல்லாம் தீர்ந்துவிடும். எங்கே குறி வைப்பானோ? தலையிலா அல்லது மார்பிலா?' என்று எண்ணமிட்டேன். உடம்பின் எந்தப் பகுதியில் அவன் குண்டு பாய்ந்தால் எனக்கென்ன? அது ஏதோ பிரமாத விஷயம் போல இப்படிச் சிந்தித்தேன்.

"அவன் ஓர் இளைஞன். நல்ல கட்டமைந்த மேனி; கறுப்புத் தலைமயிர். ஆனால் உதடுகள் மட்டும் நூலிழை போன்று மெல்லியவை. அவனது கண்களில் குரூரமான ஒளி பளிச்சிட்டது. இந்த ஆள் என்னைச் சுட்டுத் தள்ளுவதற்குத் துளிக்கூடத் தயங்கமாட்டான்' என்று எண்ணினேன். நான் எண்ணியபடியே அவன் துப்பாக்கியைத் தூக்கிப் பிடித்தான். அவனது

கண்களை நேரே உறுத்துப் பார்த்தேன். ஒன்றுமே பேசவில்லை. ஆனால் அவனை விட வயதானவனான இன்னொருவன், கார்ப்போரலோ யாரோ ஒரு அதிகாரி, ஏதோ இரைந்து சொன்னான். பிறகு வாலிபனை ஒரு புறம் தள்ளிவிட்டு என்னிடம் வந்தான். தன்னுடைய சொந்த மொழியில் ஏதோ உளறிக் கொண்டே எனது முழங்கையை மடக்கினான். எனது தசை நார்களைத் தடவி அழுத்திப் பார்த்துக் கொண்டான். அதைப் பார்த்ததுமே 'ஓ ஓ ஓ' என்று கவி, சூரியன் மறைந்து கொண்டிருந்த பக்கமாகச் சாலை நெடுகச் சுட்டிக் காட்டினான். 'அந்தப் புறமாகப் போடா, தடிமாடு, எங்கள் நாட்டுக்காக உழையடா' என்று சொல்வது போன்றிருந்தது அவன் குறிப்பு. படு செட்டுப் பேர்வழி அந்த வேசை மகன்!

"ஆனால் அந்தக் கறுப்புத் தலையன் இருந்தானே, அவன் எனது பூட்ஸுகளின் மேல் கண் போட்டுவிட்டான்.அவை உறுதியான நல்ல ஜோடியாகத் தோன்றின. ஆகையால் 'அவற்றைக் கழற்று' என்று கைகளால் சைகை செய்தான். தரையில் உட்கார்ந்து பூட்ஸுகளைக் கழற்றி அவனிடம் நீட்டினேன். அந்தப் பயல் என் கைகளிலிருந்து வெடுக்கென்று பிடுங்கிக் கொண்டான். அப்புறம் என்ன செய்தேன் தெரியுமா? எனது பாதத்தில் சுற்றியிருந்த பட்டைத் துணிகளையும் பிரித் தெடுத்து அவனை நிமிர்ந்து பார்த்தவாறே, அவனிடம் நீட்டினேன். ஐயாவுக்கு ரோசம் பொத்துக் கொண்டு வந்துவிட்டது போலிருக்கிறது. கூப்பாடு போட்டுத் திட்டி நொறுக்கினான். மீண்டும் துப்பாக்கியை உயர்த்தினான், சுட்டுவிடுவான் போல. மற்றவர்கள் எல்லாம் விழுந்து விழுந்து சிரித்தார்கள். அப்படியே அவர்கள் அப்பால் சென்றுவிட்டார்கள். கறுப்புத் தலையன் மட்டும் சாலையடைவதற்குள் திரும்பித் திரும்பி மூன்று முறை என்னை உருட்டி விழித்தான். கோபத்தினால் அவன் கண்கள் ஓநாய்க் குட்டியின் கண்களைப் போலப் பொறி பறந்தன. யாராவது பார்த்தால் ஏதோ நான் தான் அவனுடைய பூட்ஸுகளைப் பறித்துக்கொண்ட தாக எண்ணுவார்கள். அப்படியிருந்தது அவன் பார்வை.

"நல்லது, அண்ணே , வேறு வழியோ இல்லை. என்ன செய்வது? சாலைக்குச் சென்றேன். வரோனெஷ் பக்கத்தில் வழங்குகிற நீள நீளமான, காரசாரமான வசவுகளைப் பொழிந்து தள்ளினேன். பிறகு மேற்குப் புறம் நோக்கி நடை போட்டேன்– ஆம், கைதியாகத்தான்! ஆனால் அந்நேரத்தில்

நன்றாக நடக்க எனக்கு வலுவில்லை. மணிக்கு ஒரு கிலோமீட்டர் தான் என்னால் நடக்க முடிந்தது. அதற்குமேல் முடியவில்லை. குடித்து மயங்கு பவன் போலத் தள்ளாடினேன். நேரே போவதற்கு முயல்வேன். ஆனால் ஏதோ ஒன்று சாலையின் ஒரு பக்கத்திலிருந்து மற்றப் புறத்திற்கு என்னை அப்படியே தள்ளி விடும். சற்றுத் தொலைவு சென்றேன். பிறகு யுத்தக் கைதிகளின் அணி வரிசை ஒன்று என்னுடன் சேர்ந்து கொண்டது. எல்லாக் கைதிகளும் எனது டிவிஷனைச் சேர்ந்தவர்கள் தாம். பத்து ஜெர்மானிய இயந்திரத் துப்பாக்கி வீரர் அவர்களுக்குக் காவலாக வந்தார்கள். அவ்வரிசையின் முன்னே சென்ற ஒரு வீரன் என் பக்கம் வந்து, ஒன்றும் பேசாமல் சட்டென்று தன் துப்பாக்கிக் கட்டையால் என் தலையில் மடாரென்று அடித்தான். நான் கீழே விழுந்திருப்பேனே யானால், ஒரு வெடியிலே தீர்த்து என்னை அங்கேயே கிடத்தி விட்டுப் போயிருப்பான். ஆனால் நான் சாய்ந்ததுமே நமது தோழர்கள் என்னை விழாதபடி தாங்கிப் பிடித்து, வரிசைக்கு நடுவில் திணித்து வைத்துக் கொண்டார்கள். கொஞ்ச

நேரம் வரைக்கும் என்னைப் பாதி தூக்கிக் கொண்டே நடந்தனர். எனக்கு நினைவு தெளிந்ததும் ஒருவன் என் காதோடு 'அட அப்பனே, எப்பாடுபட்டாவது கீழே விழாமல் சமாளித்துக் கொள். உடம்பிலே கொஞ்ச நஞ்சம் வலு இருக்கும் வரை நடந்து கொண்டே இரு; இல்லையென்றால் அவர்கள் உன்னைக் கொன்று தீர்த்து விடுவார்கள்' என்றான். என் உடம்பிலோ கொஞ்சங் கூட வலுவில்லை. இருந்தாலும் எப்படியோ சமாளித்துப் போய்க் கொண்டிருந்தேன்.

“சூரியன் மறைந்ததோ இல்லையோ, ஜெர்மானியர் காவலை வலுப்படுத்தினார்கள். இன்னொரு இருபது இயந்திரத் துப்பாக்கிக்காரரை ஒரு லாரியில் கொணர்ந்தார்கள். முன்னிலும் விரைவாக நடைபோடும்படி எங்களை விரட்டினர். படுகாயம் பட்டவர்களால் மற்றவர்களைப் போல் வேகமாக நடக்க முடியவில்லை. ஜெர்மன்காரர்கள் அவர்களைச் சாலையிலேயே சுட்டு வீழ்த்தினார்கள், இரண்டு பேர் இடையில் தப்பியோட முயன்றார்கள். ஆனால் வெட்ட வெளியில் நிலவு வீசும் இரவில் ஒருமைலுக்கு அப்பாலிருப்பவனைக் கூட நன்றாகப் பார்க்க முடியும் என்பதை அவர்கள் மறந்து விட்டார்கள். அப்புறம் கேட்பானேன்? அவர்களும் குண்டுகளுக்கு இரையாகி விட்டார்கள். நள்ளிரவில் ஒரு சிற்றூரை யடைந்தோம். அது

பாதி எரிந்து வீழ்ந்திருந்தது. கோபுரம் தகர்ந்த ஒரு மாதாக் கோவிலுக்குள் எங்களை விரட்டியடைத்தார்கள். வைக்கோல் ஒரு துரும்புகூடப் பரப்பாத வெறுங் கல் தரையிலேயே இரவைக் கழித்தோம். ஒருவரிடமும் மேல் கோட்டு இல்லை; நாங்கள் எல்லோரும் உன் கோட்டுகள் மட்டுமே போட்டிருந்தோம். ஆகவே கீழே விரித்துப் படுக்க ஒன்றும் இல்லை. சிலரிடம் அந்த உடைகள் தானும் இல்லை; வெறும் காலிகோ உட்சட்டைகள் மட்டுமே போட்டிருந்தார்கள். அவர்கள் பெரும்பாலும் ஜூனியர் ஆபீஸர்கள். சாதாரண வீரர்களுக்கும் தங்களுக்கும் வேறுபாடு தெரியக்கூடாதென்பதற்காக அவர்கள் கோட்டுகளைக் கழற்றி யெறிந்து விட் டார்கள். பீரங்கிப் படை வீரர்களிடமும் கோட்டில்லை. அவர்கள் அரையும் குறையுமாக உடை அணிந்து பீரங்கி சுடும் வேலையில் ஈடுபட்டிருந்த போது கைதியாக்கப் பட்டார்கள்.

“அன்றிரவு மழை கொட்டு கொட்டென்று கொட்டியது. நாங்களெல்லாம் ஒரே தொப்பலாக நனைந்து போனோம். கூரையின் ஒரு பகுதி பெரிய பீரங்கி வெடியாலோ குண்டாலோ தகர்க்கப்பட்டிருந்தது; எஞ்சிய பகுதி சிதறு குண்டினால் சிதைக்கப்பட்டிருந்தது. பலி பீடத்தில் கூட நனையாத இடம் துளிக்கூட இல்லை. இந்த விதமாக இரவு முழுதும் இருண்ட கிடையில் செம்மறிகள் போல் அந்த மாதாக் கோவிலில் கழித்தோம். நள்ளிரவில் யாரோ என் கையைத் தொட்டு, ‘காயம் பட்டிருக்கிறதா உனக்கு, தோழா?’ என்று கேட்டான். ‘எதற்காகக் கேட்கிறாய், தோழா?’ என்றேன். ‘நான் மருத்துவன். ஏதாவது ஒரு வகையில் ஒருவேளை நான் உனக்கு உதவக் கூடும்’ என்றான். ‘என் இடது தோள் கிரீச் கிரீச்சென்கிறது; வீங்கி மிகக் கொடிய நோவு தருகிறது’ என்று அவனிடம் சொன்னேன். ‘மேல் சட்டையையும் உள்ளங்கியையும் கழற்று’ என்று கண்டிப்பாகச் சொன்னான். எல்லாவற்றையும் கழற்றினேன். மெல்லிய விரல்களால் எனது தோளைத் தடவிப் பார்க்கத் தொடங்கினான். எனக்கா, வலியான வலியில்லை. பல்லை நெறு நெறென்று கடித்து, ‘ஏய், நீ டாக்டரில்லை. கால்நடை மருத்துவனாக இருக்க வேண்டும். கடுமையாக வலிக்கிற இடத்தையே போட்டு அழுத்துகிறாயே, ஏன்? இரக்கமில்லாப் பாவி!’ என்று கடுகடுப்போடு சொன்னேன். ஆனால் அவன் நெருடிப் பார்த்துக் கொண்டே கோபத்தோடு, ‘இதோ பார், வாய் மூடியிருப்பது தான் உன் வேலை. என்னிடம் இப்பாடியா பேசுவது? கொஞ்சம் பொறு, ஒரு

நிமிஷத்தில் இன்னும் கடுமையாக வலிக்கும்' என்றான். பிறகு என் கையை ஒரு சுண்டு சுண்டி இழுத்தான் பாரும், என் கன்களிலிருந்து தீப்பொறிகள் பறந்தன.

"எனக்கு நினைவு வந்தவுடன் 'என்னடா செய்கிறாய்? பாசிண்ட் வேசை மகனே! என் கையானால் கணுக்கணுவாய்த் தெறித்துப் போயிருக்கிறது, நீ என்னடா என்றால் அப்படிச் சண்டி இழுக்கிறாயே' என்று சீறினேன். அவன் களுக்கென்று தன்னுள் சிரித்துக் கொண்டது எனக்குக் கேட்டது. பிறகு அவன் 'நான் இடது கையைச் சரிபார்க்கும்போது நீ வலக்கையால் என்னை அறைவாய் என்றெண்ணினேன். ஆனால் நீ நல்ல சாது போலிருக்கிறது! சும்மா விட்டு விட்டாய். உனது கை முறியவில்லை. பூட்டுக் கழன்றிருந்தது, அவ்வளவுதான். திரும்பவும் அதைப் பொருத்தி விட்டேன். நல்லது. வலி குறைந்திருக்கிறதா?" என்றான். மெய்யாகவே நோவுகுறைந்து கொண்டிருப்பது எனக்குத் தெரிந்தது. அவனுக்கு மனமார நன்றி தெரிவித்தேன். அவன் 'யாராவது காயம்பட்டவர் உண்டா?" என மெல்லக் கேட்டுக் கொண்டே இருளில் அப்பால் போய் விட்டான். மருத்துவன் என்றால் இவனல்லவா உண்மையான மருத்துவன்! கைதியாக அடைபட்டுக் கிடந்த போதும் அந்த மையிருட்டிலும் அவன் தனது பெரிய பணியைச் செய்து கொண்டு போனான்.

"அது தொல்லை பிடித்த இரவு. ஜெர்மன்காரர்கள் எங்களை வெளிக்கு வாசலுக்குப் போவதற்குக்கூட விடாமல் அடைத்துப் போட்டிருந்தார்கள். எங்களை உள்ளே விரட்டிய போதே பெரிய காவற்காரன் இதைச் சொல்லியிருந்தான். அதிர்ஷ்டம் இப்படியா வந்து சேர வேண்டும்? எங்களிடையே இருந்த ஒரு கிறிஸ்துவனுக்கு வெளிக்கு முடுக்கிக்கொண்டு வந்துவிட்டது. நீண்ட நேரமாக அடக்கிக் கொண்டே இருந்தான். கடைசியில் கண்ணீர் விட்டு அழுது கொண்டு, 'இந்தப் புனிதமான இடத்தை நான் அசிங்கப்படுத்தக் கூடாதே. நான் கடவுள் நம்பிக்கையுள்ளவன். கிறிஸ்துவன். நான் என்ன செய்வேன், நண்பர்களே?' என்றான். எங்களுடைய போக்குத்தான் தெரிந்தே இருக்கிறதே! சிலர் சிரித்தார்கள், சிலர் வைதார்கள். சிலர் அவனுக்குப் பல வகையான அறிவுரைகளை யெல்லாம் சொல்லிக் கிண்டிவிட்டார்கள். பாவம், அவனுடைய திண்டாட்டம் எங்களுக் கெல்லாம் கொண்டாட்டமாகப் போய்விட்டது. ஆனால் இது விபரீதமான

முடிவில் கொண்டுவிட்டது. அவன் கதவை இடித்துத் தன்னை வெளியில் விடும்படி கேட்டான். பதில் என்ன கிடைத்தது, தெரியுமோ? ஒரு பாசிஸ்ட் தனது இயந்திரத் துப்பாக்கியால் கதவிடுக்கு வழியாக சடசடவென்று குண்டுகளைப் பொழிந்து தள்ளினான். கிறிஸ்துவனும் இன்னும் மூவரும் அப்போதே உயிரை இழந்தார்கள். கடுமையாகக் காயமடைந்த இன்னொருவன் மறு நாள் காலையில் இறந்தான்.

"இறந்தவர்களை ஒரு மூலையில் இழுத்துப் போட்டோம். பிறகு மூச்சுக் காட்டாமல் உட்கார்ந்து, தொடக்கத்திலேயே இப்படி அவலம் நேர்ந்ததே என்று எங்களுக்குள்ளாகவே எண்ணினோம்.... கொஞ்ச நேரத்திற்கெல்லாம் கச முசவென்று ஒருவருக்கொருவர் பேசிக்கொள்ளத் தொடங்கினோம். எங்கிருந்து வந்தோம், எவ்வாறு சிறைப்பட்டோம் என்றெல்லாம் ஒரு வருக்கொருவர் விசாரிக்கத் தொடங்கினோம். ஒரே பிளாட்டூன் அல்லது ஒரே கம்பெனியைச் சேர்ந்தவர்கள் இருட்டில் ஒருவரை யொருவர் அழைத்துப் பேசத் தொடங்கினார்கள். எனக்கு அடுத்து இரண்டு பேர் பேசிக் கொண்டிருந்தது என் காதில் விழுந்தது. 'ஜெர்மன் காரர் நாளை நம்மை மேலே நடத்திச் செல்வதற்கு முன் வரிசையாக நிறுத்தி நம்மிடையுள்ள கமிஸார்கள், கம்யூனிஸ்டுகள், யூதர்கள் யார் யார் என்று கேட்டால் நீ பதுங்கி ஒளியப் பார்க்காதே, பிளாட்டூன் கமாண்டர். நாளை உன் பாச்சா பலிக்காது. கோட்டைக் கழற்றி விட்டதால் உன்னையும் சாதாரணப் படைவீரனாக நினைப்பார்கள் என்று எண்ணிக் கொண்டிருக்கிறாய். அந்தப் பருப்பெல்லாம் வேகாது, ஐயா! உனக்காக நான் ஒன்றும் சங்கடத்தில் மாட்டிக்கொள்ளப் போவதில்லை. எல்லாருக்கும் முன்னால் நான் தான் உன்னைச் சுட்டிக் காட்டுவேன். நீ கம்யூனிஸ்ட் என்பதும் அந்தக் கட்சியில் என்னைச் சேர்க்க முயற்சி செய்தாய் என்பதும் எனக்குத் தெரியும். அதற்கெல்லாம் இப்போது உனக்குப் பலன் கிடைக்கப் போகிறது.' இதைச் சொன்ன அவ எனக்கு இடப்புறம் மிகமிக அருகில் உட்கார்ந் இருந்தான் அவனுக்கு அப்புறத்திருந்து ஓர் இளங் குரல் விடைதந்தது: 'நீ கீழ்த்தரமான ஆள். எனக்கு எப் பொதுமே தோன்றுவதுண்டு, கிரிஷ்னெவ். அதிலும் நீ எழுத்தறியாதவன் என்று சொல்லிக் கொண்டு கடாயம் சேர மறுத்தாயே, அப்போது என் சந்தேகம் வடுத்தது. ஆனால் நீ இப்படி ஒரு துரோகியாகத் தலை காப்பாய் என்று நான் ஒரு போதும் எண்ணவில்லை. நன்கு வயது

வரை பள்ளிக்கூடம் சென்றாய் இல்லேயா' மற்றவன் சோம்பிய குரலில், 'ஆமாம். போனேன் அதனால் என்ன?' என்றான். நெடு நேரம் அவர்கள் மௌனமாயிருந்தார்கள். அந்த பிளாட்டூன் கமாண் பதரலிலிருந்து நான் அவனை அடையாளம் கண்டு கொண்டென் 'என்னைக் காட்டிக் கொடாதே, தோழா கிரிஷ்னெவ்!' என்று மெதுவாகச் சொன்னான். மற்றவன் அமைதியாகச் சிரித்தான். 'தோழனாவது ஒன்றாவது? உன் தோழர்கள் போர்முனைக்கு அப்புறத்தில் இருக்கிறார்கள். நான் உன்னுடைய தோழன் இல்லை. ஆகவே என்னிடம் மன்றாடாதே. நீ என்ன கெஞ்சினாலும் சரி, நான் உன்னைக் காட்டிக் கொடுக்கத்தான் போகிறேன். என் உயிர் தான் எனக்குச் சர்க்கரை. அதைக் காப்பாற்றிக் கொள்வதில் தான் எனக்கு அக்கறை' என்றான்.

"அவர்கள் பேசுவதை நிறுத்தினார்கள். அத்தகைய மிகக் கீழ்த்தரமான இழிந்த செயலைப் பற்றி நினைத்த போதே என் உடம்பெல்லாம் படபடத்தது. 'ஓகோ, அப்படியா எண்ணிக் கொண்டிருக்கிறாய்? இல்லை அப்பேன். கமாண்டரை நீ காட்டிக் கொடுக்கும்படி விட மாட்டேன், அடே பரத்தை மகனே! இந்த மாதாக் கோவிலை விட்டு வெளியில் நீயாக நடந்து போக மாட்டாய். மற்றவர்கள் தான் உன் கால்களைப் பிடித்துக் கரகரவென்று இழுத்து வெளியில் எறிவார்கள்!' என்று நான் நினைத்துக்கொண்டேன். பொழுது புலர்ந்து சற்று வெளிச்சம் தெரியத் தொடங்கிற்று. கொழுத்துப் பெருத்த முகங் கொண்ட ஒரு பயல் தலைக்குப் பின்புறம் கைகளை வைத்துக் கொண்டு மல்லாந்து படுத்திருந்ததைக் கண்டேன். அவனுக்குப் பக்கத்தில், சிறிய தட்டை மூக்குடைய ஓர் இளைஞன், உட்சட்டை மட்டும் அணிந்து கொண்டு கைகளால் முழங்கால்களைக் கட்டியவாறு உட்கார்ந்திருப்பதையும் பார்த்தேன். அவன் முகம் மிகவும் வெளுத்திருந்தது. அந்தக் குட்டிப் பையனால் இந்தப் பெரிய கொழுத்த காயடித்த மிருகத்தை எதிர்த்து அடக்க முடியாது என்று எனக்குப் பட்டது. 'நானே இந்தப் பயலைத் தீர்த்துக் கட்ட வேண்டும்' என்று தீர் மானித்தேன்.

"நான் அந்த இளைஞன் கையைத் தொட்டு, அவன் காதோடு 'நீ பிளாட்டூன் கமாண்டரா?' என்று கேட்டேன். அவன் ஒன்றும் பேசாமல் ஆமாம் என்று சும்மா தலையசைத்தான். நான் மல்லாந்து படுத்திருந்தவனைக் காட்டி, 'அதோ அந்த ஆள் உன்னைக் காட்டிக் கொடுக்கப் பார்கவான்

இல்லையா?' என்றேன். மீண்டும் அவன் தலையசைத்து ஆமாம் போட்டான். 'எல்லாம் சரி. அவன் உகைக்காதபடிக் கால்களைப் பிடித்துக் கொள்ளு. எங்கே. சட்டென்று பிடித்துக்கொள் பார்ப்போம்! உம்' என்றேன். அந்தப் பயல்மேலே குதிக்க அவன் தொண்டையை என் இரு கை விரல்களாலும் பூட்டுப் போட்டது போல இறுக அழுத்தி நெரித்தேன். கத்தக் கூட அவனுக்கு நேரம் கிடைக்கவில்லை. அந்த மாதிரிச் சில நிமிஷங்கள் வரை அவனைப் பிடித்து நெரித்துக் கொண்டிருந்தேன். பிறகு சற்றுத் தளர்த்தினேன். ஒரு துரோகி ஒழிந்தான். அவ்வளவு தான். அவன் நாக்கு வெளியே தொங்கிக் கொண்டிருந்தது!

"அதற்குப் பின்னர் எனக்குக் குமட்டிக் கொண்டு வந்தது. மனிதனை யல்ல, ஏதோ தரையில் நெளியும் பாம்பைக் கொன்றுவிட்டது போல அருவருப்பா யிருந்தது. கைகளைக் கழுவ விரும்பினேன்...... என் வாழ்வில் ஒருவனை நான் கொன்றது இதுதான் முதல் தடவை... நம்மவனாவது ஒன்றாவது? அவன் நம்மைச் சேர்ந்த வனே அல்ல. பகைவனை விட மிகக் கெட்டவன். அவன் ஒரு துரோகி. நான் எழுந்து நின்று பிளாட்டூன் கமாண்டரிடம் 'வா, நாம் இங்கிருந்து அப்பால் போய் விடுவோம், தோழா! மாதாக் கோவில் தான் பெரிய இடமாயிற்றே!' என்றேன்.

"அந்த கிரிஷ்னெவ் சொல்லியது போன்றே நடந்தது. காலையில் மாதாக் கோவிலுக்கு வெளிப் புறத்தில் எங்களை வரிசையாக நிறுத்தி வைக்கார்கள் இயந்திரத் துப்பாக்கி வீரர்கள் எங்களைச் சுற்றி வளைத்து நின்று கொண்டார்கள். 'எஸ் எஸ்' படையினர் மூன்று பேர் எங்களில் அபாயகரமானவர்கள் என்று தோன்றியவர்களையெல்லாம் பொறுக்கி யெடுக்கத் தொடங்கினார்கள். கம்யூனிஸ்டுகள் யார், அதிகாரிகள் யார், கமி ஸார்கள் யார் என்று கேட்டார்கள். ஆனால் எவரையும் அவர்கள் கண்டு பிடிக்கவில்லை. அல்லது அத்தகையவர்களைக் காட்டிக் கொடுக்கும் அளவு பன்றித்தனம் உடைய எவனையும் அவர்கள் காணவில்லை. ஏனென்றால் எங்களிடையே பாதிப்பேர் கம்யூனிஸ்டுகள்; நிறைய ஆபீசர்களும், கமிஸார்களுங்கூட இருந்தனர். இரு நூறுக்கும் மேற்பட்ட எங்களில் நாலே நாலு பேரை மட்டும் அவர்களாகப் பொறுக்கி எடுத்தனர். ஒருவர் யூதர், மற்ற மூன்று ரஷ்யரும் சாதாரணப் போர் வீரர்கள். பழுப்பு நிறமும் சுருண்ட தலைமயிரும் இருந்ததால் பாவம், ரஷ்யர்களுக்கும் பிடித்தது சனி. 'எஸ் எஸ்'

படையினர் அவர்களில் ஒருவனிடம் வந்து, 'யூதனா?' என்று கேட்பார்கள். அந்த ஆள், தான் ரஷ்யன் என்று சொல்லுவான். ஆனால் அவர்கள் காதிலே கூடப் போட்டுக் கொள்ள மாட்டார்கள். 'வெளியே வா!' என்பார்கள். அதற்குமேல் அப்பீலே கிடையாது.

''பாவம் அந்த அப்பாவிகளைச் சுட்டுக்கொன்று விட்டு, அவர்கள் எங்களை மேலே ஓட்டிச் சென்றார்கள். அந்தத் துரோகியின் கழுத்தை நெரித்துக் கொல்ல எனக்கு உதவிய பிளாட்டுன் கமாண்டர் போஸ்னன் வரையில் எனக்குப் பக்கத்திலேயே வந்தான். முதல் நாளில் அடிக்கொரு முறை என்னிடம் நெருங்கி வந்து நடந்து கொண்டே என் கையைப் பிடித்து அன்பாய் அழுத்துவான். போஸ்னனில் நாங்கள் பிரிக்கப்பட்டோம். அது நேர்ந்தது எப்படி என்று கேளுங்கள்.

''இதோ பாருங்கள், அண்ணே ! நான் பிடிபட்ட நாளிலிருந்தே எப்படித் தப்புவது என்றே எண்ணிக் கொண்டிருந்தேன். ஆனால் பலிக்கக் கூடிய திட்டமாகப் போட வேண்டும் என்பது எனக்கு. போஸ்னனுக்குச் சென்ற வழி முழுதும் தப்புவதற்கு ஏற்ற வாய்ப்பு ஒருபோதும் கிடைக்க வில்லை. போஸ்னனில் தான் எங்களை ஒழுங்கான கைதிகள் முகாமில் வைத்தார்கள். அங்கே நான் விரும்பிய வாய்ப்புக் கிட்டி விட்டது போலத் தோன்றியது. மே மாத முடிவில், இறந்து போன கைதிகளுக்குச் சவக்குழி தோண்டுவதற்காக ஒரு சின்ன காட்டிற்கு எங்களை அனுப்பினார்கள். அது முகாமுக்கு அருகில் இருந்தது. அந்த நேரத்தில் வயிற்றுக் கடுப்பினால் எங்களில் நிறையப் பேர் இறந்தார்கள். களிமண்ணில் குழி தோண்டிக் கொண்டிருந்தபோதே சுற்றிலும் ஒரு நோட்டம் விட்டேன். எங்களது காவற் காரரில் இரண்டு பேர் ஏதோ தின்பதற்காக உட்கார்ந்திருந்தார்கள். மூன்றாமவன் வெயிலில் சோம்பித் தூங்கிக் கொண்டிருந்தான். நான் மண்வெட்டியைக் இழே வைத்துவிட்டுச் சந்தடியில்லாமல் ஒரு புதருக்குப் பின்னே போய் ஒளிந்து கொண்டேன்.... அதன் பிறகு பெற்றோம் பிழைத்தோமென்று ஒரே ஓட்டமாகக் கிழக்கு நோக்கி விட்டேன் சவாரி......

''அந்தக் காவற்காரர்கள் மிகச் சுருக்க என்னைக் கவனித்திருக்க மாட்டார்கள். எலும்புந் தோலுமாயிருந்த என் உடம்பில் ஒரே நாளில் கிட்டத்தட்ட நாற்பது கிலோ மீட்டர் கடந்து போகும் வலிமை எங்கிருந்து

தான் வந்ததோ, எனக்கே தெரியவில்லை. ஆனால் அப்படி ஓடியும் ஒன்றும் பயன் இல்லை. நான்காம் நாள் அந்தப் பாழாய்ப் போன முகாமிலிருந்து நெடுந்தொலைவு அப்பால் இருந்தபோது அவர்கள் என்னைப் பிடித்து விட்டார்கள். என் தடத்தைப் பின்பற்றி வேட்டை நாய்கள் அனுப்பப் பட்டிருந்தன. கதிரறுக்கப் படாத ஓட்ஸ் வயலில் அவை என்னைக் கண்டு கொண்டன.

‘‘பலபலவென்று விடியும் தறுவாயில் நான் வெட்ட வெளியான வயலை யடைந்தேன். பகல் வெளிச்சத்தில் அதைக் கடந்து செல்ல எனக்கு அச்சமாக இருந்தது. அங்கிருந்து காட்டுக்குக் குறைந்தது மூன்று கிலோ மீட்டர்களாவது இருக்கும். ஆகவே பகற்பொழுதில் அந்த ஓட்ஸ்களிடையே படுத்துப் பதுங்கிக் கிடந்தேன். கொஞ்சம் ஓட்ஸ் கதிர்களைக் கசக்கி, உதிர்ந்த தானிய மணிகளை வேண்டிய பொழுது தின்பதற்காகச் சட்டைப் பைகளில் நிறைத்துக் கொண்டிருந்தேன். அப்போது நான் நாய்கள் குரைப்பதும் மோட்டார் சைக்கிள் பட படப்பதும் காதில் விழுந்தன. எனது நெஞ்சுத் துடிப்பு மின்றுவிட்டது. ஏனென்றால் அந்த நாய்கள் என்னை நெருங்கி நெருங்கி வந்து கொண்டிருந்தன. நெடுஞ்சாண் கிடையாகப் படுத்துக் கைகளால் தலையை மூடிக்கொண்டேன்; நாய்கள் என் முகத்தைக் கடியாதிருக்க வேண்டுமே என்பதற்காக. ஆயிற்றா? அவை என் கிட்டே வந்தன. என் மேலிருந்த கந்தைகளைக் கிழித்து நீக்க அவைகளுக்கு ஒரே நிமிஷந்தான் பிடித்தது. என் மேல் ஒன்றுமே இல்லை. நான் பிறந்த மேனியுடன் இருந்தேன். ஓட்ஸ் பயிரிடையே அவை என்னை இங்குமங்கும் இழுத்தடித்தன; விரும்பியபடி யெல்லாம் என்னை அலங் கோலம் செய்தன; முடிவில் ஒரு பெரிய நாய் தனது முன்னங்கால்களை என் மார்பின்மேல் வைத்து எனது தொண்டையைக் கடிக்கப் பார்த்தது. ஆனால் உடனே கடித்திடவில்லை.

‘‘இரண்டு ஜெர்மானியர் மோட்டார் சைக்கிள்களில் வந்து சேர்ந்தார்கள். அவர்கள் முதலில் என்னை நொறுங்கப் புடைத்தார்கள். பிறகு நாய்களை ஏவிவிட்டார்கள். அவை என் உடம்பைக் குதறி யெறிந்து விட்டன. சதை துண்டு துண்டாகப் பிய்ந்து விழுந்தது. முண்டக் கட்டையாக, ரத்தமயமான உடம்புடன் என்னை முகாமுக்குத் திரும்பவும் இட்டுச் சென்றனர். தப்பியோட முயன்றதற்காக ஒரு மாதம் தனிக் கொட்டடியில்

அடைத்து வைக்கப்பட்டேன். இவ்வளவுக்குப் பிறகும் உயிருடன் தான் இருந்தேன் ..... எப்படியோ என் உடலில் உயிர் தங்கியிருந்தது!..

"கைதியாகி நான் பட்ட அவஸ்தைகளையெல்லாம் உமக்குச் சொல்லுவது கிடக்கட்டும், நினைத்தாலே உள்ளமெல்லாம் பதறுகிறது. அங்கே ஜெர்மனியில் நாங்கள் அனுபவிக்க வேண்டியிருந்த மிருகத்தனமான சித்திர வதைகளை எண்ணிப்பார்த்தால், அந்த முகாம்களில் சித்திரவதைப் படுத்திக் கொல்லப்பட்ட எனது எல்லாத் தோழரையும் நினைத்துக் கொண்டால், நெஞ்சு வீங்கித் தொண்டைக்குழி வரையும் வந்து அடிக்கிறது; மூச்சுத் திணறுகிறது.

"அந்த இரண்டு ஆண்டுகளிலும் எங்களை மந்தை விரட்டுவது போன்று இங்குமங்கும் அவர்கள் இழுத்தடித்த துண்டே—அடேயப்பா! ஒரு முகாமிலிருந்து இன்னொரு முகாமுக்கு அவர்கள் விரட்டிய விரட்டில் நான் ஜெர்மனியில் ஒரு பாதி அலைந்து தீர்த்திருப்பேன் என்று நினைக்கிறேன். சாக்ஸனியில் சிலிகேட் தொழிற்சாலையில் வேலை செய்தேன்; ரூர் பிரதேசத்தில் ஒரு சுரங்கத்தில் நிலக்கரி தோண்டினேன்; பவேரியாவில் மண்வெட்டுவதில் நெற்றி வேர்வை நிலத்தில் விழ உழைத்தேன். தியுரிங்கியாவில் கொஞ்ச நாள் வேலை செய்தேன். என் கால் படாத நிலம் ஜெர்மனியில் ஏதாவது எஞ்சியிருந்ததா என்பது சைத்தானுக்கே வெளிச்சம். அங்கே விதம்விதமான இயற்கைக் காட்சிகள் ஏராளம். ஆனால் நமது வீரர்களை அவர்கள் சுட்டுக் கொன்றதும் அறைந்து புடைத்ததும் எங்கும் ஒரே மாதிரியாகத்தான் இருந்தது. அந்த நாசமாய்ப் போன விஷப் பாம்புகள், அந்தப் புல்லுருவிகள் அங்கே எங்களை அடித்துக் கொன்றதுண்டே, நம் நாட்டில் மிருகங்களைக் கூட அந்த மாதிரி எவனும் ஒருபோதும் அடித்திருக்க மாட்டான். எங்களைக் குத்துவார்கள், உதைப்பார்கள்; ரப்பர் குறுந்தடியோ, அவர்கள் கைக்கு அகப்பட்ட ஏதாவது இரும்புக் கட்டியோ, எது கிடைத்ததோ அதால் எங்களை நொறுக்குவார்கள். துப்பாக்கிக் கட்டைகளாலும் தடி களாலும் அடிப்பதையோ, சொல்லவே தேவையில்லை. கணக்கா வழக்கா நாங்கள் பட்ட குத்தும் அடியும்!

"அவர்கள் எதற்காக அடித்தார்கள் என்று கேட்கிறீரா? நான் ரஷ்யன் என்பதற்காக, இன்னும் உயிரோடு உலகில் இருந்தேன் என்பதற்காக;

அவர்கள் பொருட்டு உழைத்தேன் அல்லவா? அதற்காக. எடுத்த தற்கெல்லாம் உதையும் குத்தும். ஏறுமாறாகப் பார்த்தால் அடி; தவறுதலாகக் காலடி வைத்தால் அடி; அவர்கள் விரும்பின மாதிரித் திரும்பாவிட்டால், அடி; அடிக்கிற அடியில் என்றாவது ஒரு நாள் உயிரையே பறித்து விட வேண்டும் என்பதற்காக அடித்தார்கள். எங்கள் ரத்தக் குழாய் வெடித்துப் புரையேறி, நாங்கள் அடிபட்டே சாக வேண்டும் என்பதற்காக அடித்தார்கள். எங்களை யெல்லாம் உயிரோடு உள்ளே தள்ளிப் பொசுக்குவதற்குப் போதுமான உலைகள் ஜெர்மனி முழுவதிலும் இல்லை போலிருக்கிறது. அதனால் தான் இப்படி அடித்து மிதித்து உயிரைக் கசக்கிப் பிழிந்தார் களோ என்னவோ.

‘‘நாங்கள் எங்கே போனாலும் ஒரே மாதிரியான உணவே எங்களுக்குத் தந்தார்கள்: பாதி மரப்பொடியும் பாதி மாவுமாகக் கலந்து செய்த ‘எர்சாட்ஸ்’ என்ற செயற்கை ரொட்டி நூற்றைம்பது கிராம், இத்துடன் நீர் நிறைந்த டர்னிப் சூப்பு, அவ்வளவு தான். சில இடங்களில் குடிப்பதற்குச் சுடுநீர் தந்தார்கள், சில இடங்களில் அதுவும் கிடையாது. ஆனால் இதையெல்லாம் பற்றிப் பேசிப் பயன் என்ன? நீரே மதித்துக் கொள்ளுமே: போர் மூளுவதற்கு முன்பு நான் எண்பத் தாறு கிலோகிராம் இருந்தேன். இலையுதிர் காலம் வாக்கில் ஐம்பதுக்கு மேல் எடை ஏறவில்லை. தோலும் எலும்பும்; அந்த எலும்புகளைத் தாங்கிப் போகக்கூட வலிவில்லை. அவ்வளவு தான். ஆனாலும் உழைக்க வேண்டியிருந்தது; ஒரு சொல் மறுத்துப் பேசக் கூடாது. நாங்கள் செய்த வேலையோ, சுமை வண்டிக் குதிரைகூட இவ்வளவு வேலை செய்தால் சில நேரங்களில் படுத்து விடும் என்று நினைக்கிறேன்.

‘‘செப்டம்பர் தொடக்கத்தில் சோவியத் போர்க் கைதிகளாகிய எங்களில் நூற்று நாற்பத்திரண்டு பேரைக் கு ஸ்ட்ரினுக்கு அருகிருந்த முகாமிலிருந்து B-14 முகாமுக்கு அனுப்பினார்கள். அந்த முகாம் டிரெஸ்டனி லிருந்து வெகு தொலைவிலில்லை. அப்பொழுது ஏறக்குறைய ஈராயிரம் பேர் அந்த முகாமில் இருந்தோம். ஒரு கல் குழியில் நாங்கள் எல்லாரும் வேலை செய்தோம். ஜெர்மானியக் கற்களைக் கையாலேயே உடைப்பதும் நொறுக்குவதும் எங்கள் வேலை. ஒருவன் நாளொன்றுக்கு நான்கு கன மீட்டர்கள் உடைக்க வேண்டும் என்று கணக்கு. எங்களுக்கானால் உடம்பில் உயிரை ஒட்டி வைத்துக் கொண்டிருப்பதே பெரும்பாடாயிருந்தது. இந்த அழகில் இவ்வளவு வேலையைச் சுமத்தினால் எப்படியிருக்கும், நீரே

எண்ணிப்பாரும். அப்புறம் உண்மையிலேயே இதன் விளைவு தொடங்கிற்று. இரண்டு மாதத்துக்குப் பின்பு எங்கள் குழுவிலிருந்த நூற்று நாற்பத்திரண்டு பேரில் ஐம்பத்தேழு பேர் மட்டுமே எஞ்சினோம். எப்படியிருக்கிறது கதை, அண்ணே? நாங்கள் என்ன பாடுபட்டிருப்போம், ஊம்? இங்கே யானால் எங்களுக்கு உடனோடொத்த தோழர்களைப் புதைப்பதற்கே நேரம் பற்றவில்லை; இதற்கிடையில் ஜெர்மன்காரர்கள்

ஸ்டாலின்கிராடைப் பிடித்துவிட்டதாகவும் சைபீரியா வுக்குள்ளே விரைவாய் முன்னேறுவதாகவும் ஒரு வதந்தி கிளம்பியது. துயரத்திற்குப் பின் துயரமாக வந்து எங்களைத் தலைநிமிர வொட்டாத படி தரையோடு தரையாக அழுத்தி வைத்திருந்தன. என்னவோ, அங்கேயே, அந்த ஜெர்மன் மண்ணுக்குள்ளேயே எங்களைப் புதைத்து விடும்படி நாங்கள் கேட்டுக் கொண்டது போலே. முகாம் காவலாளிகளோ குடிப்பதும் இரைந்து பாடுவதுமாக வந்தது வருகிறதென்று ஒரே கொம்மாள மடித்துக் கொண்டிருந்தார்கள்.

"ஒரு நாள் மாலை வேலையிலிருந்து குடிசைக்குத் திரும்பி வந்தோம். நாள் முழுதும் பெய்த மழையில் எங்கள் கந்தைகள் சொட்டச் சொட்ட நனைந்து போயிருந்தன. குளிர் காற்றினால் நாங்கள் எல்லோரும் நடுங்கிக் கொண்டிருந்தோம். எங்கள் பற்கள் கடகடவென்று அடித்துக் கொள்வதை நிறுத்தவே முடியவில்லை. துணிகளையும் உடம்பையும் உலர்த்துவதற்கோ சற்றே குளிர் காய்வதற்கோ இடமே இல்லை. உயிரே போய்விடும் போலப் பசி வேறு; சாவதே மேல் என்று கூடத் தோன்றியது. ஆனால் அவர்கள் மாலை நேரங்களில் எங்களுக்கு ஒருபோதும் உணவே தருவதில்லை.

"கேட்டீரா? நான் எனது கந்தைகளைக் கழற்றி, எனது படுக்கைப் பலகை மேல் எறிந்துவிட்டு, 'நாளொன்றுக்கு நான்கு கன மீட்டர் கல் உடைக்கச் சொல்கிறார்கள். ஆனால் நம்முள் ஒருவரைப் புதைக்க ஒரு கன மீட்டரே ஏராளமாயிற்றே' என்று சொன்னேன். நான் சொன்னதெல்லாம் அவ்வளவு தான். ஆனால் நீர் நம்புவீரோ மாட்டீரோ, எங்களிடையிலே ஒரு சொறிநாய்ப் பயல் இருந்தான். அவன் போய், நான் மனங்கசந்து சொன்னதை முகாம் கமாண்டரிடம் கோள் மூட்டிவிட்டான்.

‘‘ஜெர்மனில் ‘லாகெர் பியூரர்’ என்று சொல்கிறார்களே, அந்தக் காவல் முகாம் தலைவன் ஜெர்மனியன். முல்லர் என்று பெயர். அப்படியொன்றும் உயரம் இல்லை; கட்டுக்குட்டான ஆள். சணல் கத்தை போன்ற தலைமயிர்; உடம்பு முழுதும் வெள்ளாவி வைத்தது போலத் தோன்றும். அவனுடைய தலைமயிர், கண் இமைகள், கண்கள் கூட ஒரு மாதிரி மங்கலாகத் தெரியும். போதாக் குறைக்கு முண்டக் கண்ணன் வேறே. உம்மையும் என்னையும் போலவே ரஷ்ய பாஷை பேசுவான். பேசும் தோரணையும் வோல்கா பகுதிக்காரர்கள் பேசுவது போலவே இருக்கும். என்னவோ வோல்கா கரையிலேயே பிறந்து வளர்ந்தவன் போல நமது மொழியைப் பேசுவான். அதிலும் அவன் வையும்போது கேட்கணுமே! அடேயப்பா, பயங்கரம்! இந்தத் தேவடியாள் மகன் இந்த வித்தையை எங்கே கற்றானோ என்று சில நேரங்களில் நான் அதிசயிப்பேன். வழக்கமாக எங்கள் குடிசைக்கு முன்பாக எங்களை வரிசையாக நிறுத்தி, அவ்வரிசையோரமாக, வலது கையை முதுகுப் பக்கம் வைத்துக்கொண்டு, ‘எஸ் எஸ்’ படையினர் புடைசூழ அங்குமிங்கும் நடப்பான். தோல் கையுறை அணிந்திருப்பான். அத்தோலுக்கு அடிப்புறத்தில் அவனது விரல்களைப் பாதுகாப்பதற்காகக் காரீயத்தகடு பொருத்தி இருக்கும். வரிசையோரமாக நடந்து கொண்டே, ஒருவர் விட்டு ஒருவராக முகத்தில் குத்தி மூக்கை உடைப் பான். ‘இன்புளூயென்ஸா வராமலிருப்பதற்காக வைத்திய சிகிச்சையாக்கும் இது’ என்று அவன் சொல்லு வது வழக்கம். இப்படியே ஒவ்வொரு நாளும் நடந்தது. முகாமில் மொத்தம் நான்கு வரிசைக் குடிசைகள் இருந்தன. முகாம் தலைவன் ஒரு நாளைக்கு முதல் வரிசைக் குடிசையில் இருந்தவர்களுக்கு இந்த மாதிரி ‘சிகிச்சை’ செய்வான். மறுநாள் இரண்டாவது வரிசைக் குடிசையில் இருந்தவர்களுக்கு இப்படியே வரிசையாக மண்ட கப்படி நடத்துவான். சரியான பரத்தை மகன் அவன். ஒரு நாள் கூட விடுமுறை எடுத்துக்கொள்ள மாட்டான். ஒன்றே ஒன்று மட்டும் அவன் புரிந்து கொள்ளவில்லை, அடிமுட்டாள் : பார்வையிடத் தொடங்குவதற்கு முன் எங்களுக்கு முன்பாக நின்று கொண்டு மூக்குடைப்பதற்கு வேண்டிய அளவு கோபம் வர வேண்டும் என்பதற்காக வசை பொழியத் தொடங்குவான். தன்னால் முடிந்த வரையில் வாய்க்கு வந்தபடியெல்லாம் அவன் திட்டும்போது எங்களுக்கு அப்பாடா என்றிருக்கும். எதனால்

என்கிறீரா? அந்தச் சொற்கள் நம் சொந்த மொழி போல ஒலிக்கும். ஏதோ நம் ஊரிலிருந்து வந்த காற்றைப் போல இதமாக இருக்கும்..... தன்னுடைய வசவுகளும் திட்டுகளும் எங்களுக்குக் களிப்புத் தந்ததை அவன் மட்டும் அறிந்திருப்பானே யானால், ரஷ்ய பாஷையில் பேசியிருக்க மாட்டான்; தன் சொந்த மொழியிலேயே வைதிருப்பான் என்று நான் நினைக்கிறேன். மாஸ் கோவிலிருந்து வந்திருந்த என்னுடைய நண்பன் ஒருவன் இருந்தான். அவனுக்கு மட்டும் முகாம் தலைவன் திட்டும் போது ஆத்திரம் ஆத்திரமாக வரும். 'அவன் அப்படித் திட்டுகிறபோது நான் கண்களை மூடிக் கொண்டு மாஸ்கோ பீர்க்கடையில் தண்ணி போடுவது போல நினைத்துக் கொள்கிறேன். அவ்வளவு தான். ஒரு குவளை பீர் குடிக்க மாட்டோமா என்று அடக்க முடியாத ஆசை பொங்குகிறது. படுபயல் அப்படிப் பேசுகிறானே' என்பான்.

"ஆயிற்றா? அந்தக் கன மீட்டர்களைப் பற்றி நான் சொன்னதற்கு மறுநாள், முகாம் தலைவன் என்னைக் கூப்பிட்டனுப்பினான். மாலையில் ஒரு மொழிபெயர்ப் பாளனும் இரண்டு காவலர்களும் எங்கள் குடிசைக்கு வந்தார்கள். 'ஸகலோவ் அந்திரேய்!' என்று அழைத்தார்கள். நான் ஏன் என்று கேட்டேன். 'எங்களுடன் வா. சடுதியில் நட. ஹெர் லாகெர்பியூரரே உன்னைப் பார்க்க விரும்புகிறார்' என்றார்கள். எதற்காக அவன் என்னைக் காண விரும்புகிறான் என்பதை யூகித்தேன், என்னைத் தீர்த்துக் கட்டத்தான். ஆகவே எனது கூட்டாளிகளிடம் 'போய் வருகிறேன்' என்று சொல்லி விடை பெற்றேன். அவர்களுக்கெல்லாம் நான் சாகத் தான் போகிறேன் என்று தெரியும். நான் நீண்ட மூச்சு இழுத்து, பின்பு அந்தக் காவலர்கள் பின்னே நடந்தேன். முகாம் வெளி முற்றத்தைக் கடந்து போகும் போது மேலே விண்மீன்களைப் பார்த்து அவைகளிடமும் விடை பெற்றேன். 'நல்லது, அந்திரேய் ஸகலோவ், எண் 331, போதும் போதுமென்கிற வரையில் சித்திரவதைப் பட்டுவிட்டாய்' என்று எண்ணிக் கொண்டேன். எப்படியோ இரீனாவையும் குழந்தைகளையும் நினைத்துத் துயரம் வந்தது. அதை அடக்கிக் கொண்டு என் தைரியத்தையெல்லாம் ஒன்று திரட்டிக் கொண்டேன். சற்றும் முகம் சுளிக்காமல் கைத்துப்பாக்கிக் குழாய்க்கு முன் நிற்க வேண்டும், ஒரு போர் வீரனைப் போல. கடைசிக் கணத்தில் இந்த உயிரைப் பிரிய எனக்கு எவ்வளவு கஷ்டமாக இருக்கும் என்பதைப் பகைவன் பார்த்திடக் கூடாதல்லவா....

‘‘முகாம் தலைவனது காரியாலயத்தில் ஜன்னல் குறட்டின்மேல் பூத் தொட்டிகள் இருந்தன. அங்கே துப்புர வாகவும் நேர்த்தியாகவும் இருந்தது. நமது கிளப்பு களில் இருக்குமே அது போல. முகாம் ஆபீசர்கள் ஐந்து பெரும் மேஜையைச் சுற்றிலும் உட்கார்ந்து ஷ்னாப்ஸ் ஜின் ஒரு மடக்குக் குடிப்பதும் பன்றிக் கொழுப்பை மெல்வதுமாக இருந்தார்கள். மேஜையின் மேல் பெரிய இறந்த பாட்டில் ஒன்று வைத்திருந்தது. ரொட்டி என்ன, பன்றிக் கொழுப்பென்ன, ஆப்பிள் ஊறுகாய் என்ன, இப்படியாகப் பல டின்கள் திறந்திருந்தன. அங்கே இருந்த தீனியை எல்லாம் ஒரு பார்வை பார்த்தேன். நீர் நம்புவீரோ, மாட்டீரோ, ஆனால் உண்மையாய்ச் சொல்லுகிறேன், எனக்குக் குமட்டலெடுத்தது. கிட்டத்தட்ட வாந்தியே வந்து விட்டது. எனக்கோ பசியான பசியில்லை, ஓநாய்ப் பசிதான். மனிதர் சாப்பிடும் பண்டங்கள் எப்படியிருக்கும் என்பதையே மறந்திருந்தேன். இந்தப் பண்டங்களை யெல்லாம் இப்போது எதிரே பார்த்ததும் குமட்டலெடுத்து விட்ட து. எப்படியோ என்குமட்டலை உள்ளடக்கிக் கொண்டேன்...... ஆனால் அந்த மேஜை மீது வைத்த கண் வாங்குதற்கு நான் பட்ட பாடு கொஞ்ச நஞ்சமல்ல.

‘‘எனக்கு நேர் எதிரே முல்லர் உட்கார்ந்திருந்தான். பாதிக் குடிவெறி; தனது கைத் துப்பாக்கியை ஒரு கையிலிருந்து மற்றக் கைக்கு மாற்றிப் போட்டுப் பிடித்து, விளையாடிக் கொண்டிருந்தான். பாம்பு பார்ப்பது போல என்னை நேரே நிலைக்குத்திட்டு நோக்கினான். நல்லது. நான் நிமிர்ந்து நின்று, சிதைந்தொடிந்த பூட்ஸுக் குதிகளைச் சேர்த்து அடித்து உரத்த குரலில் ‘போர்க் கைதி, அந்திரேய் ஸகலோவ், உங்கள் சமுகத் தில் நிற்கிறேன், ஹெர் கமாண்டர்’ என்று அறிவித்தேன். ‘அப்படியா, ரஷ்ய இவான், நான்கு கன மீ டரளவு கல்லுடைப்பது உனக்கு ரொம்ப அதிகமோ? ஏனப்பா?’ என்று அவன் என்னிடம் கேட்டான். ‘ஆமாம், ஹெர் கமாண்டர். அப்படித்தான்’ என்றேன். ‘உன்னைப் புதைப்பதற்கு ஒரு கன மீட்டரளவு போதுமா?’ ‘ஆமாம், ஹெர் கமாண்டர். எனக்கும் கண்டு மிஞ்சவும் செய்யும்.’

‘‘அவன் எழுந்து நின்று, ‘நான் உனக்குப் பெரிய மரியாதை செய்யப் போகிறேன். இந்த வார்த்தைகளைச் சொன்னதற்காக நானே உன்னைச் சுடப் போகிறேன். இங்கேயானால் ஒரே கந்தர கோளமாகப் போய் விடும். ஆகவே வெளி முற்றத்துக்கு வா. அங்கே, வெளியே உன் கணக்கைத்

தீர்க்கலாம்' என்று சொன்னான். 'உங்கள் இஷ்டம்' என்றேன். ஒரு நிமிஷம் சிந்தித்துக் கொண்டு நின்றான். பிறகு கைத்துப்பாக்கியை மேஜை மேல் விசிறி எறிந்தான். ஷ்னாப்ஸை ஒரு குவளை நிறைய ஊற்றினான். ஒரு துண்டு ரொட்டியெடுத்து அதன் மீது ஒரு துண்டு கொழுப்பை வைத்தான். இவை எல்லாவற்றையும் என் பக்கம் நீட்டி, 'சாவதற்கு முன்னால், ரஷ்ய இவான், ஜெர்மானியப் படைகளின் வெற்றிக் காக வாழ்த்துக் கூறிக் குடி' என்றான்.

"நீட்டிய குவளையையும் ரொட்டியையும் எடுத்துக் கொள்ளத்தான் போனேன். எடுத்திருப்பேன். ஆனால் அந்தச் சொற்கள் என் செவியில் விழுந்ததும் ஏதோ என்னை உள்ளே சுட்டெரிப்பது போல இருந்தது! 'ஒரு ரஷ்யப் படை வீரனான நான் ஜெர்மானியப் படைகளின் வெற்றிக்காக வாழ்த்திக் குடிப்பதா? ஏனப்பா, கமாண்டர், அடுத்தபடி இன்னும் என்ன தான் செய்யச் சொல் லுவாயோ! நீயும் உன் ஷ்னாப்ஸும் நாசமாய்ப் போக!' என்று எண்ணினேன்.

"மேஜையின் மேல் குவளையையும் ரொட்டியையும் வைத்தேன். 'உம்முடைய விருந்தளிப்புக்கு நன்றி. ஆனால் நான் குடிப்பதில்லை' என்றேன். அவன் புன்சிரிப்புச் சிரித்தான். 'ஓகோ, எங்கள் வெற்றிக்காக வாழ்த்திக் குடிக்க நீ விரும்ப வில்லையா? அப்படியானால் உனது சாவுக்காகக் குடி!' என்றான். எனக்கு அதனால் நஷ்டமென்ன? 'எனது சாவிற்கும் அதன் பிறகு சித்திர வதையிலிருந்து எனக்கு உண்டாகும் விடுதலைக்கும் குடிக்கிறேன்' என்று சொல்லி, குவளையை எடுத்து இரண்டே மடக்குகளில் குடித்துவிட்டேன். ஆனால் ரொட்டியை மட்டும் தொடவில்லை. உதடுகளைச் சற்றே கையினால் மரியாதையாகத் துடைத்துவிட்டு 'உமது விருந்துக்கு நன்றி. நான் தயாராக இருக்கிறேன், ஹெர் கமாண்டர். இப்போது நீர் என் கணக்கைத் தீர்க்கலாம்' என்றேன்.

"ஆனால் அவன் என்னைக் கூர்ந்து பார்த்துக் கொண்டு, 'சாவதற்கு முன் கொஞ்சம் ஏதேனும் தின்னடா' என்றான். அதற்கு நான் என்ன சொன்னேன், தெரியுமா? 'முதலாவது குவளை குடித்த அப்புறம் நான் ஒருபோதும் தின்பதில்லை' என்றேன். பிறகு அவன் மறுபடியும் குவளை நிறைய ஊற்றி என்னிடம் தந்தான். இரண்டாவது தடவையும் குடித்தேன்.

அப்புறமும் நான் உணவைத் தீண்டவே இல்லை. எது வந்தாலும் வரட்டும் என்று துணிச்சலைப் பணயம் வைத்து ஆடிக் கொண்டிருந்தேன், தெரியுதா! அட வேறு ஒன்றுமில்லை என்றாலும் சாவதற்காக வெளியே போகு முன்பு நன்றாகக் குடித்து போதையாவது ஏற்றிக்கொள்வோமே என்று எண்ணினேன். கமாண்டரின் சணல் புருவங்கள் சட்டென்று நெரிந்தன. 'ஏன் தின்ன மாட்டேன் என்கிறாய், ரஷ்ய இவான்? கூச்சப்படாதே!' என்றான். ஆனால் நான் பிடித்த பிடியை விடவில்லை. 'மன்னிக்க வேண்டும், ஹெர் கமாண்டர், இரண்டாவது குவளைக்குப் பிறகுங் கூட நான் தின்னுவதில்லை' என்றேன். அவன் கன்னங்களை உப்பி மூக்கால் செருமினான். பிறகு பெரிய அதிர் வேட்டுச் சிரிப்பு சிரித்தானே பார்க்கணும். சிரித்துக் கொண்டே ஜெர்மன் மொழியில் ஏதோ மளமள வென்று சொன்னான். எனது சொற்களைத் தனது நண்பர்களுக்கு அவன் மொழிபெயர்த்துச் சொல்லியிருக்க வேண்டும். மற்றவர்களும் சிரித்தார்கள். நாற்காலிகளைப் பின்னே தள்ளி, தங்கள் பானை மூஞ்சிகளைத் திருப்பி என்னைப் பார்த்தார்கள். அவர்களுடைய பார்வையில் ஏதோ மாறுதல் ஒன்று இருப்பது தெரிந்தது. சற்றே கனிவான பார்வை போலத் தோன்றியது.

“கமாண்டர் எனக்கு மூன்றாவது குவளையும் ஊற்றிக் கொடுத்தான். அவன் கைகள் சிரிப்பினால் குலுங்கிக் கொண்டிருந்தன. அந்தக் குவளையைப் பையக் குடித்தேன். ரொட்டியில் ஒரு சிறு துண்டைக் கடித்துத் தின்று எஞ்சியதை மேஜை மேல் வைத்துவிட்டேன், பசியினால் அரை உயிராயிருந்த போதிலும், அவர்கள் என்னிடம் வீசியெறிந்த பொருக்குகளை அவுக் அவுக்கென்று தின்னப்போவதில்லை என்றும், எனது சொந்த ரஷ்யப் பெருமிதமும் செருக்கும் என்னிடம் இருந்தன என்றும், அவர்கள் விரும்பினது போன்று, நான் விலங்காக மாறிவிடவில்லை என்றும் அந்தப் பரத்தைப் பயல்களுக்குக் காட்ட விரும்பினேன்.

“அதன்பிறகு முல்லர் முகத்தில் காரியக்கார நோக்கு வந்தது. மார்பில் தொங்கிக் கொண்டிருந்த இரும்புச் சிலுவைப் பதக்கங்களைச் சரி செய்து கொண்டான். ஆயுதம் எதுவும் இல்லாமல் என் பக்கத்தில் வந் தான். 'இதோ பார், ஸகலோவ்! நீ உண்மையான ரஷ்யப் போர் வீரன். நீ நேர்த்தியான போர்வீரன். நானுங்கூடப் போர் வீரனல்லவா? வீரப் பண்புடைய பகைவன் மேல் எனக்கு எப்போதும் மரியாதை. நான் உன்னைச்

சுடப் போவதில்லை. அதிலும், இன்று எங்களது வீரப்படைகள் வோல்கா கரையை நெருங்கி ஸ்டாலின் கிராட் முழுவதையும் கைப்பற்றிக் கொண்டு விட்டன. இது எங்களுக்குப் பெருமகிழ்ச்சி. அதனால் நான் கருணை கூர்ந்து உனக்கு உயிர்ப்பிச்சை தருகிறேன். குடிசைக்குப் போ. இந்தா, இதையும் உன்னுடன் கொண்டுபோ. இது உன்னுடைய தைரியத்திற்குப் பரிசு' என்று சொல்லி மேஜையிலிருந்து ஒரு ரொட்டியையும் ஒரு கட்டி பன்றிக் கொழுப்பையும் எடுத்து என்னிடம் தந்தான்.

"ரொட்டியை மார்போடு சேர்த்து முடிந்த வரையில் இறுக அணைத்துக் கொண்டேன். கொழுப்பை இடது கையில் பிடித்துக் கொண்டேன். நிகழ்ச்சிகள் இப்படி எதிர்பாராத முறையில் நடந்தமையால் பிரமை தட்டிப் போய் நன்றி என்று கூடச் சொல்லாமல், சட்டென்று இடப் புறமாகப் திரும்பி நேரே வெளியில் போனேன். என் நினைப்பு என்ன தெரியுமா? இந்தப் படுபாவி இதோ என் தோள்பட்டைகளினூடே வெடி தீர்த்து விடப் போகிறானே, நான் இந்தத் தீனியை எனது கூட்டாளிகளுக்கு ஒருபோதும் கொண்டு கொடுக்க முடியாதே என்பது தான். ஆனால் அப்படி ஒன்றும் நடக்கவில்லை. இந்தத் தடவையும் சாவு என்னை நெருங்கி வந்துவிட்டு அப்பால் போய் விட்டது. அத னுடைய கடிய மூச்சுக் காற்று மட்டுந்தான் என் மேல் பட்டது போலிருந்தது......

"காவல் முகாம் தலைவனின் காரியாலயத்தை விட்டு தள்ளாடவே செய்யாமல் வெளியே வந்தேன். ஆனால் வெளிப்புறத்தே தலைகால் தெரியாமல் ஆடி விழுந்து கொண்டே போனேன். குடிசைக்குள் எகிறி நுழைந்ததும் செமென்ட் தரைமேல் நெடுஞ்சாண் கிடையாக விழுந்தேன். எனக்கு ஸ்மரணை தப்பி விட்டது. கூட்டாளிகள் எனக்கு மயக்கம் தெளிவித்தார்கள். அப் போது இன்னும் இருட்டாகவே இருந்தது. 'என்ன நிகழ்ந்தது சொல்லு!' என்று கேட்டார்கள். அப்போது தான் முகாம் தலைவன் காரியாலயத்தில் நடந்ததெல்லாம் எனக்கு நினைவு வந்தது, அவர்களுக்குச் சொன்னேன். 'தீனியை நாம் எப்படிப் பங்கிட்டுக் கொள்வது?' என்று என் பக்கத்துப் பலகைப் படுக்கையிலிருந்தவன் நடுங்கிய குரலில் கேட்டான், 'எல்லாருக்கும் ஒருப்போலே பங்குகள்' என்றேன். விடிந்து வெளிச்சம் வரும் வரையும் காத்திருந்தோம். ரொட்டியையும் பன்றிக் கொழுப்பையும் ஒரு துண்டு நூலைக் கொண்டு துண்டித்தோம். ஒவ்வொருவருக்கும்

தீப்பெட்டியளவே உள்ள ஒரு துண்டு ரொட்டி கிடைத்தது; ஒரு பொருக்குக்கூட வீணாக்கப் படவில்லை. கொழுப்போ, எங்கள் உதடுகளில் ஒட்டுவதற்கே போதுமான தாயிருந்தது என்று சொல்லவும் வேண்டுமா? ஆனால் எல்லாருக்கும் சமமாகப் பங்கிட்டுக் கொண்டோம்.

‘‘விரைவில் எங்களில் எல்லாரிலும் வலிவுள்ள முந்நூறு பேரைச் சதுப்பு நிலத்தில் வடிகால் வெட்டு வதற்காக இட்டுப் போனார்கள். அப்புறம் சுரங்கங்களில் வேலை செய்வதற்காக ரூர் பிரதேசத்துக்குப் போனோம். அங்கே 1944 வரைக்கும் தங்கினேன். அந்தக் காலத் திற்குள் நமது படை வீரர்கள் ஜெர்மன்காரர்கள் விழுங்கியிருந்த சில பகுதிகளைக் கக்கவைத்து விட்டார் கள். ஆகவே பாசிஸ்டுகள் கைதிகளான எங்களை ஓரளவு மதிக்கத் தொடங்கினார்கள். ஒரு நாள் எங்களில் பகல் வேலை முறைக்காரர்கள் எல்லாரையும் வரிசையாக நிறுத்தினார்கள். காணவந்த யாரோ ஒரு ஜெர்மன் ஓபர்–லெப்டினன்ட், ஒரு துபாஷி மூலமாக, ‘படையிலோ அதற்கு முன்போ டிரைவராக வேலை பார்த்தவர்கள் யாராவது இருந்தால் ஓரடி முன்வாருங்கள் என்று சொன்னான். டிரைவர்களாக இருந்த ஏழு பேர் முன் வந்தோம். சில பழைய மேலுடுப்புக்களை எங்களுக்குக் கொடுத்துக் காவலுடன் பாட்ஸ்டமுக்குக் கூட்டிச் சென்றார்கள். அங்கே போனதும் எங்களைப் பிரித்தனர். சாலைகள் போடவும் தற்காப்பு அரண்கள் கட்டவும் அவர்கள் ஏற்படுத்தியிருந்த ஸ்தாபனமான ‘தோட்’டில் எனக்கு வேலை கொடுத்தார்கள்.

‘‘நான் ஜெர்மன் எஞ்சினீயர் படையின் மேஜா ஒருவனுடைய ‘ஓபேல்–அட்மிரல்’ காரை ஓட்டினேன் பாசிஸ்ட் பன்றியைப் பார்க்க வேண்டுமானால் அவனைப் பார்த்தால் போதும். குட்டைப் பயல், சால் வயிறன்; எவ்வளவு அகலமோ அவ்வளவு உயரம்; பெண்பிள்ளை யினதைப் போலப் பருத்த பின் பக்கம். அவன் மோவாய்க்குக் கீழே மூன்று சதை மடிப்புகள்; பிடரியில் மூன்று பெரிய மடிப்புகள் தொள தொளவென்று தொங்கிக் கொண்டிருந்தன. அவன் உடம்பிலிருந்த கொழுப்பு மட்டும் ஓர் அந்தர்வெயிட்டு எடை இருக்க வேண்டும் என்று நினைக்கிறேன். நடக்கும் போது அவ னுக்கு ரயில் எஞ்சின் போல புஸ்புஸ்ஸென்று மூச்சு வாங்கும். சாப்பிட உட்கார்ந்தானோ, மூக்குப் பிடிக்க உள்ளே ஏற்றிவிட்டுத் தான் எழுந்திருப்பான். மொச்சு மொச்சென்று சவைப்பதும் பிராண்டிக் குப்பியிலிருந்து மடக்கு மடக்கென்று

குடிப்பதுமாக நாள் முழுவதும் இரை எடுப்பான். எப்போதாவது எனக்கும் ஏதாவது பொருக்குக் கிடைக்கும். சாலையில் வண்டியை நிறுத்துவான். டின்களைத் திறந்து ஏதேனும் இறைச்சிப் பணியாரத்தையும் பாலடைக் கட்டியையும் உள்ளே தள்ளி விட்டுச் சாராயம் குடிப்பான். மனது குளிர்ந்திருந்தால் நாய்க்கு எறிவது போன்று ஒரு துண்டை என் பக்கம் சுண்டி எறிவான். ஒருபோதும் இந்தா என்று அதை என் கையில் கொடுத்ததே கிடையாது. அடேயப்பா! கிடையவே கிடையாது. அது தன் மதிப்புக்குக் குறைவு என்பது அவன் நினைப்பு. இருந்தாலும் நான் முன்பு இருந்த முகாமுக்கும் இதற்கும் மலைக்கும் மடுவுக்குமுள்ள வித்தியாசம் இருந்தது. சிறுகச் சிறுக மறுபடி நானும் ஒரு மனிதன் போலத் தோன்றத் தொடங்கினேன். என் எடைகூட அதிகமாகத் தொடங்கிற்று.

‘‘சுமார் இரண்டு வாரங்கள் பாட்ஸ்ட முக்கும் பெர்லினுக்குமாக மேஜரைக் கொண்டு போய் வந்தேன். பிறகு நமது படைகளுக்கு எதிராகத் தற்காப்புக்களைக் கட்ட அவனைப் போர் முன்னணிப் பகுதிக்கு அனுப்பினார்கள். அப்போது தான் இரவில் உறக்கத்தையே மறந்தேன். என்னுடைய நாட்டிற்கு, என்னுடைய தோழர்களிடம் எப்படித் தப்பிச் செல்வது என்று எண்ணமிடுவதிலேயே இராப் போது முழுவதும் கழியும்.

‘‘போலட்ஸ்க் நகருக்குச் சென்றோம். இரண்டு வருடங்களுக்குப்பின் முதல் தடவையாக வைகறையில் நமது பீரங்கிப் படையின் முழக்கத்தைக் கேட்டேன். அந்த ஒலி கேட்டதும் எனது நெஞ்சு எப்படி அடித்துக் கொண்டது என்பதை நீரே யூகித்துக் கொள்ளலாம். உண்மையாக, அண்ணே, நான் முதன் முதலாக இரீனாவுடன் காதல் புரியத் தொடங்கின போது கூட என் நெஞ்சு ஒருபோதும் அப்படி அடித்துக் கொண்டதில்லை! போலட்ஸ்குக்குக் கிழக்கே சுமார் பதினெட்டு கிலோ மீட்டர்களுக்கு அப்பால் சண்டை நடந்து கொண்டிருந்தது. நகரிலிருந்த ஜெர்மனியருக்கா, எரிச்சலான எரிச்சலில்லை. திகில் வேறே. எனது தொப்பை மேஜரோ வரவர மிகுதியாகக் குடிக்கத் தொடங்கினான். பகற் பொழுதில் காரில் சுற்றுவோம். அரண்களை எப்படிக் கட்ட வேண்டும் என்பதைப் பற்றி அவன் கட்டளையிடுவான். இரவில் தனியே உட்கார்ந்து தண்ணி போடு வான். ஒரேயடியாக ஊதிப் போனான்; அவனது கண்களுக்கு அடிப்புறம் சதை பைகள் போலத் தொங்கியது......

“ ‘சரி, இது தான் எனக்கு ஏற்ற நேரம். இனியும் காத்திருக்கத் தேவையில்லை’ என்று எண்ணினேன. ‘நான் மட்டும் தனியாகத் தப்பிச் செல்லப் போவதில்லை. என்னுடன் இந்தத் தொப்பை மேஜரையும் இழுத்துச் செல்ல வேண்டும். அங்கே அவன் மிகவும் பயன்படுவான்.’

“சில பாழ் வீடுகளுக்கிடையே கனமான இரும்புக் கட்டி ஒன்று கண்டெடுத்து அதைக் கந்தையால் சுற்றினேன்; மேஜரை நான் தாக்க வேண்டியிருந்தால் ரத்தம் வரக் கூடாது என்பதற்காக. சாலையிலே டெலிபோன் கம்பி கொஞ்சம் கிடைத்தது. தேவையான எல்லாவற்றையும் சேகரித்துக் காரின் முன் ஸீட்டுக்கு அடியில் தயாராக ஒளித்து வைத்தேன். ஒரு நாள் மாலை, நான் ஜெர்மன் படைகளை விட்டுத் தப்புவதற்கு இரண்டு நாள் முன்பு, பெட்ரோல் நிறைக்கும் நிலையத்திலிருந்து திரும்பி வந்த போது ஜெர்மன் சிப்பாய் ஒருவன் குடிவெறியில் கண்ணு மண்ணு தெரியாமல் தள்ளாடிக் கொண்டு, ஒரு சுவருடன் முரண்டிக் கொண்டிருந்ததைக் கண்டேன். உடனே காரை நிறுத்தினேன். சிதைந்து போன ஒரு கட்டிடத்துள் அவனை அழைத்துச் சென்று, அவனுடைய இராணுவ உடைகளையும் குல்லாயையும் எடுத்துக் கொண்டேன். பிறகு இவை யெல்லாவற்றையும் முன் ஸீட்டிற்கு அடியில் ஒளித்து வைத்துத் தயாராக இருந்தேன்.

“ஜூன் 29ம் தேதி காலையில் எனது மேஜர் நகருக்கு வெளியே திரோஸ்னித்ஸா இருக்கும் திக்கில் காரை ஓட்டிச் செல்லும் படி கூறினான். அங்கு ஏதோ தற்காப்பு அரண்கள் அவன் மேற்பார்வையில் கட்டப்பட்டுக் கொண்டிருந்தன. காரை ஓட்டிச் சென்ற போது என் நெஞ்சு திக்குதிக்கென்று அடித்துக் கொண்டிருந்தது. மேஜர் பின் ஸீட்டில் உட்கார்ந்து அக்கடாவென்று ஒரு தூக்கம் போட்டுக்கொண்டிருந்தான். முதலில் வேக மாகக் காரை ஓட்டினேன். ஆனால் நகருக்கு வெளிப்புறத்தில் வேகத்தைக் குறைத்துப் பைய ஓட்டினேன். பிறகு காரை நிறுத்தினேன். வெளியே இறங்கிச் சுற்று முற்றும் பார்த்தேன். பின்னால் நெடுந்தூரத்தில் இரண்டு லாரிகள் மெதுவாக வந்து கொண்டிருந்ததைக் கண்டேன். நான் வைத்திருந்த இரும்புக் கட்டியை வெளியே எடுத்தேன். கதவைப் பரக்கத் திறந்தேன். தொப்பை மேஜர் ஸீட்டில் மல்லாக்காகச் சாய்ந்து குறட்டை விட்டுக் கொண்டிருந்தான். அவன் பெண்டாட்டி பச் கத்திலே இருந்ததாக எண்ணம் போல் இருக்கிறது! ஆயிற்றா. அவனது இடப்புறப் பொருத்தைப் பார்த்து

இரும்புக் கட்டியால் மட்டென்று ஒரு போடு போட்டேன். அவ்வளவு தான். அவன் தலை மார்பின்மேல் துவண்டு விழுந்தது. இன்னும் நன்றாக உறுதிப்படுத்திக் கொள்வதற்காக இன்னொரு போடு போட்டேன். ஆனால் அவனைக் கொல்ல விரும்பவில்லை. உயிரோடே நம் பக்கத்திற்குக் கொண்டுவரவே விரும்பினேன். நமது ஆட்களுக்கு அவன் நிறையச் செய்திகளைச் சொல்லக் கூடுமே. அதனால் தான் கொல்ல விரும்பவில்லை. ஆகவே அவனுடைய கைத்துப்பாக்கியைத் தோலுறையிலிருந்து வெளியே எடுத்து என் சட்டைப் பைக்குள் திணித்துக் கொண்டேன். பிறகு பின் ஸீட்டிற்குப் பின்னால் ஒரு கவட்டைப் பிடியைச் செருகினேன். மேஜரின் கழுத்தில் டெலிபோன் கம்பியைச் சுற்றிக் கட்டிக் கவட்டைப் பிடியுடன் சேர்த்துப் பிணித்தேன். நான் வேகமாகக் காரைச் செலுத்தும் போது தடுமாறிப் பக்கவாட்டில் அவன் விழாதிருக்கவே அந்த மாதிரிக் கட்டினேன். ஜெர்மானிய இராணுவ உடையையும் குல்லாயையும் அணிந்து கொண்டேன். பிறகு விட்டேன் காரை. எங்கே தெரியுமா? தரை அதிர்ந்து கிடுகிடுத்துக் கொண்டிருந்த இடத்திற்கு, அது தான்; சண்டை நடந்த இடத்திற்கு.

"இரண்டு அரண்களுக்கு இடையே ஜெர்மானிய முன்னணிக்குள் விர்ரென்று காரை விட்டுக் கொண்டு போனேன். இயந்திரத் துப்பாக்கி வீரர்கள் சிலர் ஓர் அரணிலிருந்து வெளியே மெள்ளத் தலையை நீட்டினார்கள். என்னுடன் ஒரு மேஜர் இருந்ததை அவர்கள் பார்க்க வேண்டுமென்பதற்காகக் காரின் வேகத்தை வேண்டுமென்றே குறைத்தேன். நான் அப்பால் போகக் கூடாது என்பதைக் காட்டுவதற்காக அவர்கள் கூப்பாடுபோட்டுக் கைகளை ஆட்டத் தொடங்கினார்கள். நானோ அதைப் புரிந்துகொள்ளாதது போலப் பாசாங்கு செய்து, எண்பது கிலோமீட்டர் வேகத்தில் காரைக் கடகடவென்று ஓட்டி அப்பால் போய் விட்டேன். நடப்பது என்ன என்பதை அவர்கள் சரியாகத் தெரிந்து கொண்டு சுடத் தொடங்குவதற்கு முன்பே நான் இரு தரப்புக்கும் இடையிலிருந்த பொது நிலத்திற்குச் சென்று விட்டேன். வெடி குண்டுகள் வீழ்ந்த பள்ளங்களில் மாட்டிக் கொள்ளாமலிருப்பதற்காக இடசாரி வலசாரியாக வளைந்து வளைந்து ஓட்டிக் கொண்டு போனேன். அப்பா, நான் ஓடிய ஓட்டம் உண்டே, அதற்கு முயலெல்லாம் பிச்சை வாங்க வேண்டும்.

‘‘பின்னாலிருந்து ஜெர்மன்காரர்கள் சுட்டுக் கொண்டிருந்தார்கள். பிறகு, என்னடாவென்றால் நமது பயல்களே மிகுந்த ஆத்திரங்கொண்டு முன்புறத்திலிருந்து என்னைக் குறி வைத்துத்தாக்கினார்கள். காரின் முன்புறக் கண்ணாடியில் நான்கு குண்டுகள் பாய்ந்து தொளைத்து விட்டன. ரேடியேட்டரும் சில இடங்களில் பொத்தலாகிவிட்டது. ஆனால் அருகே ஓர் ஏரியையும் தோப்பையும் கண்டேன். நமது ஆட்கள் காரை நோக்கி ஓடி வந்தார்கள். ஆகவே நேரே காட்டிற்குள்ளே விட்டடித்தேன்; கதவை விரியத் திறந்தேன். தடாலென்று தரை மேல் விழுந்து அதை முத்தமிட்டேன். மூச்சு விடக் கூட என்னால் முடியவில்லை .....

‘‘படைச் சட்டை மேல் நான் முன் கண்டிராத ஒரு வகைக் காக்கித் தோள்பட்டிகளுடன் வந்த ஓர் இளைஞன் முதலில் என்னை நெருங்கி பல்லைக் கடித்துக் கொண்டே, ‘ஏனடா, ஜெர்மன் பிசாசே! வழி தவறி விட்டதா, ஊம்?’ என்றான். நான் ஜெர்மானியப் படையுடுப்பை விர்ட்டென்று கழற்றிப் போட்டேன். ஜெர்மானியக் குல்லாயைக் காலடியில் கடாசினேன். பின்பு அவனைப் பார்த்து, ‘என் அழகு ராசா! அப்பா, மகனே! நானா ஜெர்மன்காரன்? நான் பிறந்து வளர்ந்ததெல்லாம் வரோனெஷ் அல்லவா! போர்க்கைதியாக இருந்தேன். தெரிகிறதா? அதோ அந்தக் காரில் அமர்ந்திருக்கிறதே கொழுத்த பன்றி, அதைக் கட்டவிழ்த்து விடு; அதனுடைய தோல் பையை எடுத்துக் கொள். உனது படைத்தலைவரிடம் என்னை இட்டுச் செல்’ என்றேன். இளைஞனிடம் எனது கைத்துப்பாக்கியைக் கொடுத்தேன். ஒருவர்பின் ஒருவராக எத்தனையோ அதிகாரிகள் மாற்றி மாற்றி என்னை விசாரித்தார்கள். முடிவில் சாயங்கால வாக்கில், டிவிஷன் தலைவரான கர்னலிடம் செல்ல வேண்டியிருந்தது. அதற்குள் குளிதெளி, சாப்பாடு, விசாரணை எல்லாக் கச்சவடமும் முடிந்துவிட்டது. எனக்குப் புதிய இராணுவ உடையும் கொடுத்திருந்தார்கள். ஆகவே சுத்தமான உடம்பும் உள்ளமும் கொண்டு, பொருத்தமாக உடையணிந்து, தகுந்த முறையில் கர்னல் இருந்த நிலவறைக்குச் சென்றேன். கர்னல் தமது மேஜையருகி லிருந்து எழுந்து என்னிடம் வந்தார். அங்கே பல ஆபீசர்கள் இருந்தார்கள். அவர்கள் முன்னிலையில் என்னை அணைத்துக் கொண்டு, ‘படைவீரனே, எங்களுக்கு நீ கொண்டு வந்த பரிசுக்காக நன்றி. நீ கொண்டு வந்த மேஜரிட மிருந்தும் தஸ்தாவேஜுப்பையிலிருந்தும் எங்களுக்கு நிரம்பத் தகவல்கள்

கிடைத்திருக்கின்றன. போரின் முன்னணியில் இருபது ஜெர்மானியரைக் கைப்பற்றினாலும் அவர்களிடமிருந்து இவ்வளவு நிறையத் தகவல் கிடைக்காது. உனக்கு விருது கிடைக்குமாறு சிபாரிசு செய்கிறேன்' என்று சொன்னார். அவரது பேச்சும் அவர் என்னிடம் காட்டிய பரிவும் என் உள்ளத்தையுருக்கின. என் உதடுகள் நடுங்கின. இறுக்கமாக வைத்திருக்க முயன்றேன். முடியவில்லை. என்னால் பதில் சொல்ல முடிந்ததெல்லாம் இவ்வளவுதான்: 'தோழர் கர்னலே, ஒரு துப்பாக்கிப் படைப் பகுதியில் என்னைச் சேர்க்கும்படி வேண்டிக்கொள்கிறேன்.'

"ஆனால் கர்னல் என்ன பண்ணினார், தெரியுமா! ஒரே சிரியாய்ச் சிரித்து என் தோளிலே தட்டி, 'பலே, உன்னாலே நிற்கக்கூட முடியவில்லையே! நீ எப்படிச் சண்டை போட முடியும் என்று எண்ணுகிறாய்? இப்போதே உன்னை மருத்துவ விடுதிக்கு அனுப்புகிறேன். அங்கே உன் உடம்பைச் சீர்படுத்திக் கொஞ்சம் சதை பிடிக்கச் செய்வார்கள். அதன் பின்பு நீ வீடு சென்று குடும்பத்தவருடன் ஒரு மாதம் விடுமுறையைக் கழித்து விட்டுத் திரும்பிவா. அப்போது. எப்பகுதியில் உன்னைச் சேர்க்கலாம் என்பது பற்றி எண்ணுவோம்' என்றார்.

"கர்னலும் அவருடன் நிலவறையில் இருந்த ஆபீசர்கள் எல்லோரும் என்னுடன் கைகுலுக்கி என்னை நெஞ்சார வழியனுப்பினார்கள். வெளியே வந்ததும் என் தலை சுற்றத் தொடங்கியது. நான் கைதியாக இருந்த ஈராண்டுகளில் மனிதனைப் போல நடத்தப்படுவது எப்படியிருக்கும் என்பதையே மறந்து விட்டேன். என்ன ஆயிற்று தெரியுமா, அண்ணே! நெடுநாள் வரைக்கும் எனக்கு மேற்பட்ட ஆபீசரிடம் பேசும் போதெல்லாம் எங்கே அடி விழுந்துவிடுமோ என்ற அச்சத்தில் தலையைத் தோள்களுக்கிடையே இடுக்கில் கொள்ளும் பழக்கத்தை என்னால் விடவே முடியவில்லை அந்தப் பாசிஸ்டுகளின் முகாம்களில் எல்லாம் இம்மாதிரியான பயிற்சி தான் எங்களுக்குக் கிடைத்தது. பழக்கம் லேசில் போகுமா!..

"மருத்துவ விடுதியில் சேர்க்கப்பட்டதுமே இரீனவுக்குக் கடிதம் எழுதினேன். நான் எப்படிச் சிறைப்பட்டேன், எப்படி மேஜரை இழுத்துக் கொண்டு தப்பியோடி வந்தேன் என்பதைப்பற்றி யெல்லாம் ஒரு சில சொற்களில் அவளுக்கு எழுதினேன். சிறு குழந்தை பெருமை யடித்துக்

கொள்ளுமே, அது போலப் பெருமையடிக்கும் பழக்கம் என்னிடம் எங்கிருந்து தான் வந்ததோ சொல்ல முடியாது. எனக்கு விருது தரும்படி சிபாரிசு செய்வதாகக் கர்னல் வாக்களித்ததைக் கூட என்னால் சொல்லாமல் அடக்கிவைத்துக் கொள்ள முடியவில்லை யென்றால் பார்த்துக் கொள்ளுமேன்!

“இரண்டு வாரங்கள் வெறுமே தின்பதும் உறங்குவதுமாகக் கழித்தேன். ஒவ்வொரு வேளையும் சிறிதளவாக நாளுக்குப் பல தடவை உணவு கொடுத்தார்கள். நான் விரும்பிய அளவு உணவு எனக்குக் கொடுத்திருந் தால் முதலுக்கே மோசம் வந்திருக்கும் என்று மருத்து வர் சொன்னார். ஆனால் இரண்டு வாரங்களுக்கு அப்புறமோ எனக்கு உணவைக் கண்டாலே பிடிக்கவில்லை. என் வீட்டிலிருந்து பதிலே வரவில்லை. ஆகையால் நான் ஏங்கிப் போனேன் என்பதை ஒப்புக் கொள்ளத்தான் வேண்டும். சாப்பிட வேண்டும் என்ற நினைப்பே இல்லை. உறக்கமும் வரமாட்டேன் என்றது. என்னென்ன பயங்கர எண்ணங் களெல்லாம் என் மூளைக்குள் நெளிந்து – குடைந்துகொண்டே இருந்தன .... மூன்றாவது வாரத்த வரோனெஷிலிருந்து எனக்குக் கடிதம் வந்தது. ஆனால் அது இரீனாவிடமிருந்து இல்லை. என் அண்டை வீட்டுக்காரத் தச்சனிடமிருந்து வந்தது. அந்த மாதிரிக் கடிதம் எவருக்குமே எப்போதுமே வர வேண்டாம் என்று சொல்லுவேன் ... என்ன கொடுமை நிறைந்த கடிதம்! விமானத் தொழிற்சாலை மீது ஜொமானியர் குண்டு போட்டார்கள் என்றும், ஒரு பெரிய குண்டு நேரே எனது குடிலின் மேல் விழுந்ததென்றும் எழுதியிருந்தான். அந்தக் குண்டு விழுந்தபோது இரீனாவும் பெண் குழந்தைகளும் வீட்டிலேயே தான் இருந்தார்களாம்... வீடு இருந்த இடத்தில் ஓர் ஆழமான கிடங்குதான் இருந்ததென்றும் அவன் எழுதியிருந்தான்... முதல் முறை அக்கடிதத்தை முழுதும் படிக்க என்னால் முடியவில்லை. எனக்குக் கண்களை இருட்டிக்கொண்டு வந்தது. எனது நெஞ்சிலிருந்த ஆசையெல்லாம் பிழிந்தெடுத்தது போல வெளியேறி, அது இறுகிய பந்து போல் ஆகிவிட்டதாகத் தோன்றிற்று. கூம்பிய நெஞ்சு இனி மலரவே மலராது என்று கூட எண்ணினேன். படுக்கை மீது அப்படியே மல்லாந்து கிடந்தேன். கொஞ்சம் மனவன்மை பெற்ற பிறகு கடி தத்தை முடிவு வரைக்கும் படித்தேன். குண்டு விழுந்த போது அனத்தோலிய் ஊருக்குள் போயிருந்தான் என்று

எனது அண்டை வீட்டான் எழுதியிருந்தான். மாலையில் தனது வீடு இருந்த இடத்திற்குப் போனானாம். குண்டு குடைந்த பள்ளத்தைப் பார்த்து விட்டு அன்று இரவே திரும்பவும் நகரத்திற்குச் சென்றானாம். போவதற்கு முன்பு தான் போர் முன்னணிக்குச் செல்ல வலுவில் பெயர் கொடுக்கப் போவதாக என் அண்டை வீட்டானிடம் சொல்லிச் சென்றானாம். இவ்வளவு தான்.

“எனது நெஞ்சு ஒருவாறு தேறி ரத்த ஓட்டம் நொய் என்று காதில் ஒலித்தது. அப்போது நினைத்துக் கொண்டேன், ரயிலடியில் நாங்கள் பிரிந்த போது இரீனாஎப்படி என்னைக் கட்டிக்கொண்டு தொங்கினாள் என்பதை. இந்த உலகில் நாங்கள் ஒருவரையொருவர் மீண்டும் காணப் போவதில்லை என்பதை அவளுடைய நெஞ்சு எப்படியோ அப்போதெல்லாம் கட்டாயம் அறிந்திருக்க வேண்டும். நான் அவளை நெட்டித் தள்ளிவிட்டேன்.... ஒரு காலத்திலே எனக்கும் குடும்பம் இருக்கத்தான் செய்தது; எனக்குச் சொந்தமான வீடுங்கூடத் தான் இருந்தது; அதெல்லாம் உருவாக்க எத்தனை ஆண்டுகள் பிடித்தன தெரியுமா! ஆனால் எல்லாம் ஒரே நொடியில் மின் வெட்டுப்போல அழிந்து விட்டது; ஒண்டிக் கட்டையாகி விட்டேன். இப்படிக் குழம்பியடித்துப் போன என்னுடைய வாழ்க்கை ஒரு கனவாகத்தான் இருக்க வேண்டும் என்று எண்ணினேன். ஏன், நான் கைதியாக இருந்தபோது கிட்டத்தட்ட ஒவ்வோர் இரவும் இரீனாவுடனும் குழந்தை குட்டிகளுடனும் பேசுவதுண்டு. ஆமாம், எனக்குள்ளாகவே தான்; ஒரு பயலுக்கு வெளித்தெரியாது. நான் வீட்டிற்கு வந்துவிட்டேனென்றும் அவர்கள் துயரப்படத் தேவையில்லையென்றும் சொல்லி அவர்களை மகிழ்விக்க முயன்றேன். நான் முரடன், இந்தக் கொடுமை யெல்லாம் என்னால் தாங்க முடியும். நாமெல்லோரும் மீண்டும் ஒரு நாள் ஒன்று சேர்ந்து இருப்போம் என்றும் சொன்னேன்..... ஆகவே, இரண்டு ஆண்டுகளாகச் செத்தவர்களுடனா பேசிக் கொண்டிருந்தேன்?...”

அந்தப் பெரிய மனிதன் ஒரு நிமிஷம் பேசாதிருந்தான். பிறகு நடுக்கத்துடன், மாறுபட்ட, தாழந்த குரலில் “கொஞ்சம் புகை குடிப்போம், அண்ணே. எப்படியோ, என் தொண்டையிலே ஏதோ வந்து அடைத்துக் கொள்வது போலிருக்கிறது” என்றான்.

நாங்கள் சுருட்டு பற்றவைத்தோம். வெள்ளமிட்டிருந்த காட்டில் ஒரு மரங்கொத்தி டொக்டொக்கென்று கொத்துவது கேட்டது. ஆல்டர் மரங்களின் உலர்ந்த இலைகள் வெப்பமான இளங்காற்றில் சலசலத்தன. இழுத்துக் கட்டப்பட்ட பாய்களுடன் கப்பல்கள் செல்வது போன்று மேலே நீல வானில் மேகங்கள் மிதந்து சென்றன. இவ்வாறு சில நிமிஷங்களில் கம்பீரமான அமைதி நிலவியது. இளவேனில் காலத்தில் நிறைவேற்றப்பட வேண்டிய பெரிய செயலுக்காக, வாழ்க்கையில் உயிர்ப்பு அழியாது நிலைத்திருக்கும் என்று மீண்டும் ஊர்ஜிதப்படுத்துவதற்காகத் தயாராகிக் கொண்டிருந்த இந்த எல்லையற்ற உலகம் முற்றும் வேறுபட்டதாக எனக்குத் தோன்றியது.

மௌனமாயிருப்பது தாங்க முடியாத அளவு வருத்தம் தந்தது. ஆகவே "என்ன நிகழ்ந்தது பிறகு?" என்று கேட்டேன்.

"என்ன நிகழ்ந்தது பிறகு?" என்று தன் விருப்பம் இன்றியே பதில் தந்தான். பிறகு ஒரு மாதம் விடுமுறை பெற்றேன். ஒரு வாரத்தில் வரோனெஷுக்கு நான் வாழ்ந்திருந்த இடத்திற்குக் கால்நடையாகவே சென்றேன். அங்கே பெரிய ஆழமான குடை குழி; அழுக்கான கலங்கல் நீர் பள்ளத்தில் நிரம்பியிருந்தது. சுற்றிலும் கோரைகள் இடுப்புயரம் வளர்ந்திருந்தன. எங்கும் ஒரே வெறுமை, ஒரு சந்தடியில்லை. இடுகாடு போன்று அமைதி நிலவியது. அப்போதுதான், அண்ணே, என் உணர்ச்சி குமுறியது. நெஞ்சில் குமைந்த துயரம் எல்லாம் பீறிக்கொண்டு வெளிப்பட்டது. உமக்குச் சொல்வதற்கென்ன! நான் அதைக் கட்டுப்படுத்தாமல் நின்று கொண்டிருந்தேன். பிறகு ரயில் நிலையத்திற்குச் சென்றேன். அவ்வூரில் ஒரு மணி நேரம் கூட என்னால் தங்க முடியவில்லை. அன்றைக்கே டிவிஷனுக்குத் திரும்பிச் சென்றேன்.

"ஆனால் சுமார் மூன்று மாதங்கள் கழிந்த பின்பு மேகங்களினூடே வெயில் விளங்கித் தோன்றுவது போல் என் வாழ்வில் மகிழ்ச்சி மின்னிட்டது. அனத்தோலிய் பற்றிச் செய்தி கிடைத்தது; இன்னொரு போர் முனையிலிருந்து எனக்குக் கடிதம் அனுப்பினான். என்னுடைய அண்டை வீட்டுக்காரனிடமிருந்தே எனது முகவரியை அவன் தெரிந்து கொண்டிருக்கிறான். தொடக்கத்தில் பீரங்கிப் படைக் கல்லூரி ஒன்றுக்கு அவன் சென்றிருந்தானாம்.

கணக்கில் இயல்பாக அவனுக்கிருந்த திறமை அங்கே அவனுக்கு உதவிற்று. ஓர் ஆண்டுக்குப் பின்னர் சிறப்பாகத் தேர்வுற்றுப் போர்முனைக்குச் சென்றானாம். இப்போது காப்டன் பதவி தனக்குத் தரப்பட்டிருப்பதாக எழுதியிருந்தான். பீரங்கிப் பட்டாளத்துக்குத் தலைமையேற்று நடத்திக் கொண்டிருந்தான். ஆறு பாராட்டு விருதுகளும் பதக்கங்களும் வாங்கி யிருந்தான். ஒரு வார்த்தையில் சொன்னால் தனது முதிய தகப்பனை விடப் பெரிதும் முன்னேறியிருந்தான். மீண்டும் அவனைப் பற்றி உண்மையாகவே பெருமை கொண்டேன். நீர் என்ன வேண்டுமானாலும் சொல்லிக்கொள்ளும். ஆனால் என் சொந்த மகன் காப்டன். அத்துடன் பீரங்கிப் பட்டாளத்துக்குத் தலைவன். அது லேசான விஷயமா? இதற்கெல்லாம் மேலாக விருதுகளென்ன, பதக்கங்களென்ன என்று வேறு ஜமாய்க்கிறான். அவனது தகப்பன் குண்டுகளையும் மற்றவைகளையும் ஸ்டுடி பேக்கர் லாரியிலேற்றி ஓட்டிக் கொண்டு தான் பிழைப்பு நடத்துகிறான் என்றால் என்ன வந்து விட்டது? தகப்பன் காலம் கடந்து விட்டது. ஆனால் மகனோ எடுத்த எடுப்பிலேயே காப்டன்; வாழ்க்கை முழுதும் அவன் எதிர் நோக்கிக் காத்திருந்தது.

‘‘இரவுகளில் எனக்குக் கிழப்பருவக் கனவுகள் தோன்றத் தொடங்கின. போர் முடிந்ததும் மகனுக்குத் திருமணம் முடித்து அவனுடன் கூட இருந்து வாழ்வேன். சிறிது தச்சு வேலை செய்வேன். அது குட்டிகளைப் பார்த்துக் கொள்வேன். கிழவன்செய்கிற வேலை எல்லாம் செய்வேன். ஆனால் இப்படி நான் கண்ட கனவெல்லாங்கூடப் படார் என்று வெடித்துச் சிதறிவிட்டன. குளிர் காலத்தில் நாங்கள் சிறிதும் இடைவிடாது முன்னேறிக்கொண்டே இருந்தோம். ஆகையால் அடிக்கடி ஒருவருக்கொருவர் கடிதம் எழுதிக் கொள்ள நேரம் இல்லை. ஆனால் போர் முடிவில் பெர்லினுக்கு அருகே ஒரு நாள் காலை அனத்தோலியுக்கு ஒரு கடிதம் அனுப்பினேன். நேர் மறு நாளே அதற்குப் பதில் கிடைத்தது. அவனும் நானும் ஜெர்மானியத் தலை நகருக்கே வெவ்வேறு வழியாக வந்திருக்கிறோம் என்று தெரிந்தது. இப்போது ஒருவருக்கொருவர் மிக அருகே இருந்தோம். நாங்கள் சந்திக்க விருந்த கணம் வரைக் காத்திருக்க என்னால் கொஞ்சங் கூட முடியவில்லை. ஆயிற்று. அந்தக் கணமும் வந்தது ..... சரியாக மே மாதம் ஒன்பதாம் நாள், வெற்றி நாளன்று காலையில் என் அனத்தோலிய் ஒரு ஜெர்மன் சிப்பாய் சுட்டதால் இறந்தான்...

“பிற்பகலில் கம்பெனி தலைவர் என்னைக் கூப்பிட்டு அனுப்பினார். அங்கே முன்பின் அறியாத பீரங்கிப் படை லெப்டினன்ட் கர்னல் ஒருவர் உட்கார்ந்திருந்தார். நான் அறைக்குள் சென்றதும் கர்னல் மேல் அதிகாரியைக் கண்டது போல எழுந்து நின்றார். எனது கம்பெனி தலைவர், ‘ஸகலோவ், இவர் உன்னைக் காண வந்திருக்கிறார்’ என்று சொல்லிவிட்டு ஜன்னல் புறமாகத் திரும்பி நின்றுகொண்டார். அப்போது ஏதோ மின்சார அதிர்ச்சி போல என்னூடே பாய்ந்தது; தொல்லை வருகிறதென்று உணர்ந்தேன். லெப்டினன்ட் கர்னல் என்னிடம் வந்து, ‘மனத்தை உறுதிப்படுத்தித் தாங்கிக் கொள்ளுங்கள், தந்தையே! உங்கள் மகன் காப்டன் ஸகலோவ் இன்று கொல்லப்பட்டார். என்னுடன் வாருங்கள்’ என்றார்.

“நான் அப்படியே கிறுங்கி ஆடினேன்; ஆனால் விழாதவாறு காலூன்றி நின்றேன். உடைந்த கற்கள் சிதறிக் கிடந்த தெருக்களினூடே லெப்டினன்ட் கர்னலும் நானும் காரை ஓட்டிச் சென்ற விதத்தை இப்போது நினைத்தாலும் கனவு போலத்தான் இருக்கிறது. போர் வீரர் வரிசையாக அணிவகுத்து நின்றதும் சவப்பெட்டி சிவப்பு வெல்வெட்டால் மூடப்பட்டிருந்ததும் என் நினைவில் பனிப் படலத்தில் மறைந்தது போன்றே மங்கலாக இருக்கிறது. ஆனால் என் அனத்தோலியை மட்டும், அண்ணே, இப்போது உம்மைப் பார்க்கிறேனே, இதே தெளிவுடன் காண்கிறேன். சவப்பெட்டி அருகே சென்றேன். ஆம், என் மகன் தான் அங்கே கிடந்தான். இருந்தாலும் அது என் மகனாக இல்லை. எனது மகன் சிறுபிள்ளை; எப்போதும் புன்சிரிப்புடனேயே இருப்பான். குறுகலான தோள்கள்; அவனது மெலிந்த கழுத்தில் கூரிய சின்ன மிடறு துருத்திக் கொண்டிருக்கும். ஆனால் இங்கேயோ அகன்ற தோளுடைய, முழுதும் வளர்ந்த அழகிய வாலிபனல்லவா கிடந்தான்! அவன் கண்கள் என்னையுங் கடந்து அப்பால் நெடுந்தொலவு எங்கேயோ நோக்கிக் கொண்டிருப்பது போன்று பாதி மூடியிருந்தன. எனது மகன் முகத்தில் வழக்கமாக்க காணப்படும் புன்சிரிப்பில் கொஞ்சம் இன்னும் அவனது உதடுகளின் ஓரத்தில் இருந்தது. ஆம், ஒரு காலத்தில் நான் அறிந்த அதே அனத்தோலிய் தான். நான் அவன் முத்தமிட்டு விட்டு ஒரு புறம் நகர்ந்து நின்றேன். லெப்டினன்ட் கர்னல் ஒரு சொற்பொழிவாற்றினார். எனது அனத்தோலியின் நண்பர்கள் கண்ணீரைத் துடைத்துக் கொண்டார்கள். ஆனால் என்னால் அழ முடியவில்லை. எனது நெஞ்சிலேயே என் கண்ணீர்

வறண்டுவிட்டது என்றே நினைக்கிறேன். ஒருவேளை அதனால் தான் அது இன்னும் துன்புறுத்துகிறது போலும்?...

“என்னுடைய கடைசி மகிழ்வையும் நம்பிக்கையையும் அந்த வெளிநாட்டு ஜெர்மானிய மண்ணில் புதைத்தேன். தங்கள் தலைவருக்கு இறுதி வணக்கம் செலுத்தும் முறையில் பீரங்கிப் படையினர் வேட்டுத் தீர்த்தனர். என்னுள்ளே ஏதோ ஒன்று சட்டென்று முறிந்தது போன்று தோன்றியது..... நான் நடைப்பிணம் போல என்னுடைய படைப் பிரிவுக்குத் திரும்பி வந்தேன். விரைவில் என்னைப் படையிலிருந்து விலக்கி விட்டார்கள். எங்கே போவேன்? வரோனெஷூக்கா? என்ன கிடைத்தாலும் மாட்டேன். குளிர்காலத்தில் என் நண்பர் ஒருவர் காயமுற்று படையிலேயிருந்து விலக்கப்பட்டு வீடு திரும்பினார்; இப்போது அவர் உரூபின்ஸ்க்கில் வாழ்ந்து வந்தார் என்பது என் நினைவுக்கு வந்தது. ஒரு முறை அவர் என்னைத் தன்னோடு வந்து வாழும்படி சொல்லியிருந்தார். ஆகவே போனேன் அவரிடம்.

“என் நண்பருக்கும் அவர் மனைவிக்கும் குழந்தைகள் இல்லை. நகர்க்கோடியில் அவர்களுக்குச் சொந்தமான வீடு ஒன்று இருந்தது. உடம்பு இயலாதோருக்கான பென்ஷன் அவருக்குக் கிடைத்து வந்தது. இருந்தாலும் அவர் ஒரு லாரி டிப்போவில் டிரைவராக வேலை செய்து கொண்டிருந்தார். அங்கே எனக்குங்கூட வேலை கிடைத்தது. நான் என் நண்பருடன் தங்கிவிட்டேன். அவர்களால் எனக்கு வீட்டு வாழ்க்கை கிடைத்தது. நாங்கள் நகர்ப்புறங்களில் பல்வேறு வகையான சுமை களை ஏற்றிச் செல்வது வழக்கம். இலையுதிர் பருவத்தில் தானியத்தைக் கிடங்குகளுக்குக் கொண்டு சேர்க்கும் வேலையை மேற்கொண்டோம். அப்போதுதான் எனது புதிய மகன், அதோ அங்கே மணலில் விளையாடுகிறானே, அவன் தான், எனக்கு அறிமுகமானான்.

“நெடுந்தொலைவு சுற்றி வந்த பிறகு முதல் வேலையாக ஒருவர் செய்வது சாப்பாட்டுக் கடைக்குப் போய் ஏதாவது கொறிக்கவும், அதோடு ஒரு குவளை வோத்கா உள்ளே தள்ளவும் தான். அலுப்பைப் போக்கிக்கொள்ள அதுதானே வழி? அந்தக் காலத்திற்குள் இந்தக் கொடிய பழக்கத்தில் மீண்டும் பெரும் பற்றுக் கொண்டிருந்தேன் என்பதை நான் ஒப்புக்கொள்ளத்

தான் வேண்டும்.... ஒரு நாள் சாப்பாட்டுக் கடைக்கு அருகில் இந்தப் பயலைப் பார்த்தேன். அடுத்த நாள் மீண்டும் அவனைக் கண்டேன். சின்னப் பயல். அடேயப்பா, எப்படிப் பஞ்சைப் பயலாயிருந்தான் தெரியுமா இவன்! துணியெல்லாம் ஒரே கந்தல். முகமெல்லாம் தர்பூஸ் பழச்சாறும் தூசியும் அடை அடையாய் அப்பியிருந்தன. அழுக்கான – அழுக்கில்லை. என்ன சொல்ல, தலைமயிர் பம்பையாய்க் கலைந்து முகமெங்கும் கிடந்தது. ஆனால் அவன் கண்கள் மட்டும் மழை பெய்து விட்டபிறகு வானில் தெரியுமே விண்மீன்கள், அவை போலப் பளிச்சிட்டன. அவனிடத்தில் எனக்கு மிகுந்த பற்று விழுந்துவிட்டது. சொன்னால் வேடிக்கையாகக்கூடத்தோன்றும். அவனைப் பார்க்காதபோது எனக்கு ஏக்கம் வரத் தொடங்கியது, வெள்ளெனவே சாப்பாட்டுக் கடைக்குப் போய் விரைவில் அவனைப் பார்க்க வேண்டும் என்பதற்காக லாரியோட்டும் வேலையைப் பரபரப்புடன் முடித்துவிட்டு ஒடுவேன். சாப்பாட்டுக் கடைக்கு வருபவர்கள் தருவதை தின்று வயிற்றை நிரப்புவான் அவன்.

“நான்காம் நாள் அரசாங்கப் பண்ணையிலிருந்து லாரியில் தானியத்தை ஏற்றிக்கொண்டு அப்படியே நேராகச் சாப்பாட்டுக் கடைக்கு முன்னே கொண்டு போய் நிறுத்தினேன். இந்தச் சின்னப் பயல் அங்கே படிக்கட்டில் உட்கார்ந்து கால்களை ஆட்டிக் கொண்டிருந்தான். பயலுக்கு நல்ல பசி என்பது அவன் பார்வையிலேயே தெரிந்தது, பார்த்தேன். ஜன்னலுக்கு வெளியே தலையை நீட்டி, ‘டேய், வான்யா! இங்கே வாடா. வண்டிக்குள் குதித்தேறிக்கொள். உன்னைக் களஞ்சியத்துக்குக் கூட்டிக் கொண்டு போகிறேன். பிறகு இங்கே திரும்பவும் வந்து நல்ல சாப்பாடு சாப்பிடுவோம்’ என்று கூவினேன். எனது கூப்பாட்டைக் கேட்டுத் திடுக்கிட்டான் அவன். பிறகு படிக்கட்டிலிருந்த படியே தாவி நேரே லாரிப் படிமேல் குதித்தான். ஜன்னல் வரையில் எம்பி நின்று கொண்டு, ‘ஏம் பேர் வான்யான்னு உனக்கு எப்படித் தெரியும்?’ என்று தாழ்ந்த குரலில் கேட்டான். என்னுடைய பதிலை எதிர்பார்த்து விண்மீன் போன்ற விழிகளைப் பரக்கத் திறந்தான். நான் சொல்லிவைத்தேன், ‘எனக்கு எல்லாம் தெரியும்’ என்று.

“அவன் சுற்றிக்கொண்டு வலப்புறம் வந்தான். கதவைத் திறந்து அவனை உள்ளே வரவிட்டு என் பக்கத்தில் உட்கார்த்திக் கொண்டேன்.

நாங்கள் இருவரும் லாரியில் அப்பாற் போனோம். அந்தச் சின்னப் பயல் எப்போதும் துரு துருவென்றிருப்பான். ஆனால் இப்போது திடீரென்று அமைதியாகி விட்டான். நீண்ட நெளிந்த இமைகளை லேசாக நிமிர்த்தி அடிக்கடி என் பக்கமாக ஒருக்கணித்துப் பார்ப்பதும் பெரு மூச்சு விடுவதுமாக இருந்தான். இந்த வாண்டுப் பயலுக்கு அதற்குள் பெருமூச்சுவிடத் தெரிந்திருந்ததே! இதுவா அவன் செய்ய வேண்டிய காரியம்? 'உன் அப்பா எங்கேடா, வான்யா?' என வினவினேன். 'சண்டைக்குப் போனாரு. அங்கே செத்துப் போனாரு' என்று மெல்லக் கூறினான். 'அம்மா?' 'அம்மாவா, நாங்கள் ரயில்லே போய்க்கிட்டிருந்தோம், பாரு. ஒரு குண்டு விழுந்தது. அம்மா செத்துப் போச்சு.' 'எங்கேயிருந்து நீங்கள் ரயிலில் வந்து கொண்டிருந்தீர்கள்?' 'எனக்குத் தெரியாது. எனக்கு நினைவில்லை..... 'உனக்கு உறவினர் ஒருவர் கூட இல்லையா?' 'இல்லே ஒருத்தரும் இல்லை.' 'ஆனால் ராத்திரியில் எங்கேயப் பாபடுத்து உறங்குகிறாய்?' 'எங்கேயாவது, கிடைக்கிற இடத்திலே.'

"எனக்குத் தொண்டையடைத்து அழுகை குமுறி வந்தது. நாங்கள் ஏன் இப்படித் தனித்தனியாகப் பிரிந்து துன்பப்பட வேண்டும்? என் சொந்த மகனாகவே அவனை ஏற்றுக் கொள்வேன் என்று அப்போதே தீர்மானித்துக் கொண்டேன். இப்படித் தீர்மானித்த உடனே என் மனம் பாட்டிலே போட்டது. நெஞ்சிலிருந்த சுமை குறைந்தது. உள்ளத்தில் ஒருவகையான ஒளி பிறந்தது. அவன் புறமாகச் சாய்ந்து குனிந்து தணிந்த குரலில் 'வான்யா , உனக்குத் தெரியுமா, நான் யார் என்று?' என்றேன். அவன் 'யாரு?' என்று ஒரே துடிதுடிப்புடன் கேட்டான். முன் போலவே மெல்லிய குரலில் 'நான் தானடா உன் அப்பா' என்றேன்.

"அட கடவுளே, அப்போது என்ன நடந்தது தெரி யுமா? அந்தப் பயல் என் மீது பாய்ந்து என் கழுத்தைக் கட்டிப்பிடித்துக் கொண்டு என் கன்னங்களிலும், உதடு களிலும், நெற்றியிலும் எங்கும் மாறிமாறி முத்தம் கொடுத்தான். கீச்சுக் குரலில் பேசத் தொடங்கினான் பாருங்க, பறவை கூவுவது போலவே இருந்தது அவன் குரல். 'அப்பாக் கண்ணு! எனக்குத் தெரியும்! நீ என்னே கண்டுபிடிச்சுருவேனு எனக்குத் தெரியும்! என்ன ஆனாலும் நீ என்னே கண்டு பிடிச்சுருவேனு எனக்குத் தெரியும்! நீ என்னே கண்டுபிடிக்கணும்னு தான் நான் காத்துக்கிட்டிருந்தேன். ரொம்ப நாளா

காத்துக்கிட்டிருந்தேன்!' என்று கூவிக்கொண்டு அப்படியே என் உடம் போடு ஒட்டிக்கொண்டான். அவன் உடம்பு முழுதும் காற்றில் புல் சிலுசிலுப்பது போல நடுங்கிற்று. எனது கண்கள் கலங்கின. நானுங்கூடத் தான் நடுங்கிக் கொண் டிருந்தேன். என் கைகள் வெடவெடத்துக் கொண்டிருந்

எப்படித்தான் லாரியைச் சரியாக ஓட்டிக் கொண்டு போனேனோ நானறியேன். இருந்தாலுங்கூட ஒரு கிடங்கில் லாரியை நிப்பாட்டினேன். கண்ணீர் பொங்கிப் பார்வை மங்கியிருக்கும் போது, ஓட்டிக் கொண்டு போனால் யாரையேனும் மோதித்தள்ளிவிடுவேனோ என்று அச்சமாயிருந்தது. அங்கேயே சுமார் ஐந்து நிமிஷ நேரம் அமர்ந்திருந்தோம். என் பொன்னு மகன் இன்னமும் என்னை ஒரேயடியாகப் பிடித்துத் தொங்கிக் கொண்டே இருந்தான். ஒன்றும் பேசவே இல்லை. வெறுமனே நடுங்கிக் கொண்டிருந்தான். அவனைச் சுற்றி வலது கையைப் போட்டு மெல்ல அணைத்துக் கொண்டு, இடக் கையினாலேயே லாரியைத் திருப்பி, நான் வாழ்ந்த குடிலுக்கே திரும்பவும் ஓட்டி வந்தேன். அதற்குப் பிறகு களஞ்சியத்துக்குப் போகவே மனம் வரவில்லை.

''வாயிலில் லாரியை நிறுத்திவிட்டு புதிய மகனை அணைத்துத் தூக்கிக்கொண்டு வீட்டிற்குள் சென்றேன். அவனோ, தனது சிறு கைகளால் என் கழுத்தைக் கட்டிக் கொண்டு ஒரேயடியாக ஒட்டிக் கொண்டான். மழிக்கப் படாதிருந்த என் மோவாயில் தனது கன்னத்தை அழுத்திக் கொண்டு அங்கேயே ஒட்டியிருந்தான். அந்த நிலையிலே தான் நான் அவனை உள்ளே தூக்கிச் சென் றேன். எனது நண்பரும் அவர் மனைவியும் இருவரும் வீட்டில் தான் இருந்தார்கள். நான் உள்ளே வந்து அவர்களைப் பார்த்துக் கண்கள் இரண்டையும் சிமிட்டி னேன். பிறகு துணிவும் மகிழ்வும் பொங்க, 'நல்லது, என் கண்ணாளன் வான்யாவை எப்படியோ ஒருவிதமாகக் கண்டு பிடித்துவிட்டேன். இதோ பாருங்கள், நண்பர்களே!' என்றேன். அவர்களுக்குக் குழந்தை கிடையாது. இருவருக்கும் குழந்தை வேண்டுமென்று ஆசை. ஆகவே உடனேயே என்ன நிகழ்ந்தது என்பதை யூகித்துக் கொண்டு பரபரப்போடு உபசாரம் செய்யத் தொடங்கிவிட்டார்கள். என் மகனோ என்னை விடுகிற வழியாய் இல்லை. ஆனால் எப்படியோ அவனைத் தாஜா பண்ணினேன். அவனது கைகளைச் சோப்புத் தடவிக் கழுவினேன். உணவருந்த அவனை மேஜையண்டை அமர வைத்தேன். எனது நண்பரின்

மனைவி அகப்பையால் 'சூப்' மொண்டு ஒரு தட்டில் ஊற்றி என் மகனுக்குக் கொடுத்தாள். அதை எப்படி மடக் மடக்கென்று குடித் தான், தெரியுமா! அதைப் பார்த்தவுடன் அப்படியே அவள் அழுது கண்ணீர் சிந்தினாள். ஸ்டவுக்கு அருகில் ஏப்ரனால் முகத்தை மறைத்து அழுது கொண்டு நின்றாள். எனது வான்யா அவள் அழுவதைப் பார்த்ததும் அவளிடம் ஓடி, அவளது பாவாடையைப் பற்றி இழுத்துக் கொண்டே, 'ஏன் அழுகிறே, அத்தே? என்னே அப்பா சாப்பாட்டுக் கடைக்கிட்டே கண்டு பிடிச்சாரு. எல்லாரும் சந்தோஷமாகல்லே இருக்கணும்! நீ என்னடான்னா அழுகிறியே!' என்றான். ஆனால் அவள் இன்னும் விசித்து விசித்து அழுதாள். அவள் உடம்பு முழுதும் கண்ணீரால் நனைந்து போய்விட்டதென்றால் பார்த்துக் கொள்ளுமே!

"சாப்பிட்டபின் சவரக் கடைக்கு அவளை அழைத்துக் கொண்டு போய் அவனது முடியைத் திருத்தியமைத்தேன். வீட்டில் ஒரு தொட்டியில் என் கையாலேயே அவனைக் குளிப்பாட்டினேன். பிறகு சுத்தமான போர்வையை அவனுக்குச் சுற்றிப் போர்த்தினேன். என்னை ஆவிச் சேர்த்துக் கட்டிக் கொண்டு என் கையணைப்பிலேயே உறங்கிவிட்டான். அவனை மெல்லப் படுக்கையில் கிடத்தி விட்டு லாரியைக் களஞ்சியத்துக்கு ஓட்டிப் போய் தானிய மூட்டைகளை இறக்கிவிட்டு லாரியைத் திரும்பவும் நிறுத்தும் இடத்தில் கொண்டு போய் விட்டு விட்டு நேரே கடைகளைப் பார்க்க ஓடினேன். கம்பளிக் கால்சட்டை, சின்ன மேல்சட்டை, செருப்பு, வைக்கோல் தொப்பி ஆகியவற்றை அவனுக்காக வாங்கினேன். ஆமாம், ஒன்றாவது அளவு சரியாயில்லை என்பதும் தரம் கெட்டவை என்பதும் அப்புறம் தான் தெரிந் தது. எனது நண்பரின் மனைவி கால்சட்டையைப் பற்றி எனக்கு ஒரு 'டோஸ்' விட்டாள். 'உனக்கு என்ன, பைத்தியமா? வெயிலானால் இது மாதிரி அடிக்கிறது. இப்போது பையனுக்குக் கம்பளிக் கால்சட்டை போடலாமா?' என்றாள். அடுத்த நிமிஷமே தையல் இயந்திரத்தை எடுத்து மேஜை மேல் வைத்துக் கொண்டு துணிப் பேழைக்குள் எதையோ துழாவினாள். ஒரு மணி நேரத்திற்கெல்லாம் பஞ்சுத் துணிக் காற்சட்டையும் வெள்ளை மேற்சட்டையும் தைத்து விட்டாள். எல்லாம் என் வான்யாவுக்குத் தான். வான் யாவைப் படுக்கையில் கிடத்திக் கொண்டேன். எத்தனையோ இரவுகளுக்குப் பிறகு முதன் முறையாக அன்று தான்

அமைதியுடன் உறங்கினேன். இருப்பினும் இரவில் நான்கு தடவை விழித்துப் பார்த்துக் கொண்டேன். வான்யா எனது கையின் குடை வளைவுக்குள் சுருண்டு கிடந்தான். கூரையிறப்புக்கடியிலே குருவி சுருண்டு கிடக்குமே அது போல. மெல்ல மூச்சு விட்டான். எனக்கு எவ்வளவு மகிழ்ச்சியாக இருந்தது தெரியுமா? சொல்லிலடங்காத மகிழ்ச்சி. அவன் உறக்கத்தைக் கலைக்கக் கூடாது என்பதற்காகக் கொஞ்சங்கூட அசையாமல் படுத்திருக்க முயன்றேன். ஆனால் அது ஒன்றும் பலன் தரவில்லை. மிக அமைதியுடன் அசையாது எழுந்து நிற்பேன். ஒரு தீக்குச்சியைக் கொளுத்தி வைத்துக் கொண்டு அவன் படுத்திருக்கும் காட்சியை வியந்து பார்த்த வண்ணமாக அப்படியே நிற்பேன் ....

"பொழுது விடிவதற்குச் சற்று முன்னர் விழித்துக் கொண்டேன். நிரம்பப் புழுக்கமாயிருந்தது. ஏனென்று புரிந்து கொள்ள முடியவில்லை. அவன் தான், எனது சின்ன மகன், தனது போர்வையை விட்டு வெளியே வந்து மேலேறிச் சரியாக என் மார்பின் குறுக்கே படுத்துக் கிடந்தான். அவனது பிஞ்சுக்கால் என் தொண்டை மீது கிடந்தது. உறங்கும் போது தான் என்ன புரளு புரளுவான் தெரியுமா, இந்தப் பயல்! அவனுடன் சேர்ந்து படுத்துறங்குவது பெருந்தொல்லை. ஆனால் அவனுடன் படுத்துப் படுத்து எனக்குப் பழக்கமாகி விட்டது. அவனைப் பக்கத்தில் காணாவிட்டால் எனக்கு வெறிச் சென்றிருக்கும். இரவில் அவன் உறங்கும் போது அவனையே பார்த்துக் கொண்டிருந்தாலோ, அவனது சுருட்டை மயிருள்ள உச்சியை முகர்ந்தாலோ நெஞ்சில் இருந்த நோவு உடனே போய்விடும். துயரப் பட்டுப்பட்டுக் கல்லாய் இறுகிப் போயிருந்த என் நெஞ்சு நெகிழ்ந்து இளகும்........

"முதலில் நான் லாரி ஓட்டிச் செல்லும் போது என்னுடனேயே அவனும் வருவது வழக்கம். பிறகு அது கட்டிவராது என்று உணர்ந்தேன். நான் மட்டும் தனியே போய்க் கொண்டிருந்த போது எனக்கு என்ன தேவைப்படும். ஒரு ரொட்டி, வெங்காயம் ஒன்று, கொஞ்சம் உப்பு இவை போதுமே, நாள் முழுதும் ஒருவரனுக்கு. ஆனால் அவன் நிலைமை வேறு. ஒரு நேரம் அவனுக்குப் பால் வேண்டியிருக்கும்; ஒரு நேரம் அவனுக்கு முட்டை வேகவைத்துத் தர வேண்டிவரும்; ஏதாவது சூடாகத் தராவிட்டால் அவனுக்குச் சரிப்பட்டு வராது. ஆனால் என்னுடைய வேலையையும் செய்ய வேண்டியிருந்ததே.

ஆகவே எப்படியே துணிந்து என் நண்பர் மனைவியின் பொறுப்பில் அவனை விட்டுப் போனேன். போனேனா? அவன் நாள் முழுதும் அழுது கொண்டே இருந்தான். பொழுது சாய்ந்ததும் என்னைப் பார்ப்பதற்காக களஞ்சியத் தண்டை ஓடி வந்தான். இரவு நெடுநேரம் வரை அங்கே எனக்காகக் காத்திருந்தான்.

“முதலில் அவனுடன் எனக்குத் தொல்லையாக இருந்தது. ஒரு நாள் மிகவும் களைத்திருந்தேன். இன்னும் வெளிச்சம் இருந்தது. படுக்கப் போனோம். வழக்கமாக ஏதாவது பேசிக்கொண்டே இருப்பான், குருவி சிலம்பு கிற மாதிரி. அன்றைக்கு ஏனோ கம்மென்று இருந்தான். ‘என்னப்பா யோசனை பலமாயிருக்கிறது?’ என்று கேட்டேன். முகட்டு வளையைப் பார்த்துக் கொண்டே, ‘ஏம்ப்பா, அந்தத் தோல் சட்டே வச்சிருந்தியே, அதே என்ன பண்ணினே?’ என்று கேட்டான். என் வாழ்விலே எப்போதுமே என்னிடம் தோல்சட்டை இருந்தது கிடையாதே! எப்படியாவது சுற்றி வளைத்து இவ னுடைய சந்தேகத்தைப் போக்க வேண்டும். ‘வரோனெ ஷில் அதை வைத்து விட்டேன்’ என்று மழுப்பினேன். ‘என்னேக் கண்டு பிடிக்க, யேம்ப்பா, அத்தனெ நாளாச்சு உனக்கு?’ என்று அடுத்த கேள்வி போட்டான். ‘உன்னை எங்கெங்கெல்லாம் தேடினேன், தெரியுமா? ஜெர்மனியிலே, போலந்திலே, பிறகு பெலரூஷ்யாவிலே எங்கும் தேடினேன். நீ என்னடான்னா, இங்கே உரூபின் ஸ்க்கில் இருந்தாய்’ என்று சொன்னேன். ‘உரூபின்ஸ்க், அப்பா, ஜெர்மனியே விடக் கிட்டவா? நம்ப வீட்டுக்கும் போலந்துக்கும் ரொம்ப தொலையாப்பா?’ இப்படியே உறங்கும் வரை பேசிக்கொண்டே போனோம்.

“ஆனால் அவன் தோல் சட்டை பற்றிக் கேட்டானே, அதற்குக் காரணம் இல்லையென்றா எண்ணுகிறீர், அண்ணே? இல்லை. அந்தக் கேள்விக்கெல்லாம் காரணம் இருக்கத்தான் இருந்தது. ஏதோ ஒரு காலத்தில் அவனது சொந்தத் தந்தை ஒரு தோற் சட்டை அணிந்திருப்பார். அதை இப்போது தான் அவன் நினைத்துக் கொண்டிருக்கிறான். ஒரு குட்டிப் பயலின் நினைப்பு கோடை காலத்து மின்னல் போன்றது என்று தான், உமக்குத் தெரியுமே! அது பளிச்சிடும்; பொருள்களைச் சிறிதளவு வெளிச்சம் வீசிக் காட்டும்; பிறகு மறைந்தி டும். குழந்தையின் ஞாபகமும் கோடை கால மின்னலின் ஒளி வீச்சுக்கள் போன்றதே.

இன்னொரு ஆண்டும் நாங்கள் உரூபின்ஸ்க்கிலேயே சேர்ந்து வாழ்ந்திருப்போம். ஆனால் நவம்பரில் எனக்கு ஓர் இடர் வந்தது. சேறும் சகதியுமாயிருந்த சாலையில் லாரி ஓட்டிப்போய்க் கொண்டிருந்தேன். சிற்றூர் ஒன்றின் வழியாகச் சென்ற போது சக்கரம் வழுக்கியது. தற்செயலாக அந்தப் பக்கத்தில் ஒரு பசு நின்று கொண்டிருந்தது. அதன்மீது மோதித் தள்ளிவிட்டேன். நல்லது. அந்த நிலைமையில் என்ன நடக்கும் என்பது தான் உமக்குத் தெரியுமே. பெண்டிரெல்லாம் ஒரே களேபரம் பண்ணினார்கள். ஊரார் சுற்றிக் கூட்டமாக வளைத்துக் கொண்டார்கள். விரைவில் போக்குவரத்து இன்ஸ்பெக்டர் அவ்விடத்திற்கு வந்து சேர்ந்தான். ஒன்றுமில்லாத விஷயத்தைப் பெரிது படுத்தாதேயும் ஐயா என்று அவனிடம் கேட்டுக் கொண்டேன். ஆனால் அந்த மனிதன் எனது லைசென்ஸைப் பறித்துக் கொண்டு போய்விட்டான். இதற்கிடையில் பசு எழுந்து வாலைக் கிளப்பிக் கொண்டு சாலையிலே பாய்ந்தோடிற்று. ஆனால் என லைசென்ஸ் என்னவோ போனது போனது தான். குளிர் பருவம் முழுதும் தச்சு வேலை செய்து கழித்தேன். பட்டாளத்திலே என்னுடன் பழகிய ஒரு பழைய நண்பர் இருந்தார். அவருக்குக் கடிதம் எழுதினேன் அவர் கஷாரி மாவட்டத்திலேயே டிரைவராக வேலை செய்கிறார். வந்து தன்னுடன் தங்கி வாழுமாறு என்னை அவர் அழைத்தார். ஓராண்டிற்கு நீ தச்சு வேலை செய்யலாம். பிறகு நீ நமது மாவட்டத்தில் புதிய லைசென்ஸ் எடுத்துக் கொள்ளலாம் என்று சொல்கிறார். அதனால் தான் இப்போது நானும் என் மகனும் கஷாரிக்கு நடை போடுகிறோம்.

“ஆனால் அந்தப் பசுவின்மேல் லாரியை மோதியிரா விட்டாலும் கூட நான் உரூபின் ஸ்க்கை விட்டு வெளியேறித்தானிருப்பேன். என் துயரம் என்னை ஒரே இடத்தில் நெடுங்காலம் தங்கவிடாது. என் வான்யா சற்றுப் பெரியவனானதும், அவனைப் பள்ளிக்கு அனுப்ப வேண்டிவரும், அப்போது நான் கால் முடங்கி ஒரே இடத்தில் குடியேறிடுவேன். ஆனால் இப்போதைக்கு ரஷ்ய மண்ணில் நாங்கள் ஜோடியாக நடந்து திரிகிறோம்.”

“அவன் களைத்துப் போகிறானா?” என்று வின வினேன்.

“களைப்பா? அவன் நிரம்ப நடக்கிறதில்லை. பெரும்பாலான நேரம் என் மீது தான் சவாரி செய்கிறான். நான் அவனைத் தோள் மீது சுமந்து செல்கிறேன். கால் மரத்துப்போய் கீழே இறங்க அவன் விரும்பினால், கீழே குதித்துச் சாலையில் இங்குமங்கும் ஓடுகிறான். வெள்ளாட்டுக் குட்டி

மாதிரிப் பாய்ந்து துள்ளி ஓடுகிறான். அதையெல்லாம் பொருட்படுத்தத் தேவையில்லை, அண்ணே, நாங்கள் இருவரும் ஒழுங்காகச் சென்று சேர்ந்து வாழ்வோம். ஒன்றே ஒன்று தான். என் நெஞ்சில் எங்கோ ஓரிடத்தில் நல்ல அடிபட்டிருக்கிறது. அது கடமுடா பண்ணுகிறது. அதில் ஏதோ ஒரு பிஸ்டனை மாற்ற வேண்டும்... அவ்வளவு தான். சில நேரங்களில் நெஞ்சில் குத்துவாளைச் செருகியது போல வலிக்கிறது. அந்த நிலையில் நான் செய்வது எனக்கே புரிவதில்லை. என்றாவது ஒரு நாள் உறங்கும் போதே இறந்து மகனைக் கதிகலங்க அடித்து விடுவேனோ என்கிற அச்சம் தான் என்னை வேதனை செய்கிறது. இன்னொரு தொல்லையும் உள்ளது. நான் இழந்தேனே, எனக்கினியவர்கள், அவர்களைக் கிட்டத்தட்ட ஒவ்வொரு நாளும் கனவிற் பார்க்கிறேன். முள் கம்பிக்குப் பின்புறம் நான் இருக்க அவர்கள் மற்றப் புறத்தில் விடுதலையுடன் கட்டின்றி இருப்பது போலவே பெரும்பாலும் கனவு காண்கிறேன்...... இரீனாவிடமும் குழந்தைகளிடமும் எல்லா விஷயங் களையும் பற்றிப் பேசுகிறேன். ஆனால் அந்த முள்கம்பியை அகற்ற முயல் கிறேனோ இல்லையோ, உடனே அவர்கள் அப்பால் போய் விடுகிறார்கள்...... எனது கண்களுக்கு முன்னேயே அவர்கள் கொஞ்சங் கொஞ்சமாகக் கரைந்து மறைவது போலத் தோன்றுகிறது. இன்னொரு வேடிக்கை என்ன தெரியுமா? பகல் நேரம் எல்லாம் துணிவு கொண்டு மனத்தைக் கட்டுப் படுத்தி வைத்திருக்கிறேன். நான் சிணுங்குவதையோ பெருமூச்சு விடுவதையோ காணவே முடியாது. ஆனால் இரவில் சில நேரங்களில் விழித்துக் கொண்டு பார்த்தால் எனது தலையணை கண்ணீரால் நனைந்து ஈரமாக இருக்கிறது....."

ஆற்றிலிருந்து எனது நண்பரின் குரலும் நீரில் துடுப் புக்கள் சளப்பிடும் ஓசையும் கேட்டன.

இப்போது நெருங்கிய நண்பன் போன்று எனக்குத் தோன்றிய இப்புதியவன் தனது பெரிய கையால் என் கையைக் குலுக்கினான். மரக்கட்டை போன்று உறுதியாக இருந்தது அவன் கை.

"போய் வருகிறேன், அண்ணே, நீங்கள் நன்றாயிருக்க வேண்டும்!"

"நீரும் நன்றாயிரும். கஷாரிக்குச் சுகமாய்ப் போய்ச் சேரும்!"

"உமக்கு என் அன்பு கலந்த நன்றி. டேய், மகனே! வா, படகுக்குப் போவோம்."

பையன் தந்தைக்குப் பக்கத்தில் ஓடிவந்து அவனது மெத்தை தைத்த சட்டையின் மூலையைப் பற்றிக் கொண்டான். தகப்பன் எட்டி அடிவைத்து நடக்க அவனுக்குப் பக்கத்திலேயே சிறுவனும் குறுகக் குறுக அடிவைத்து நடந்து சென்றான்.

திக்கற்றுப்போன இரு ஜீவன்கள், போர் என்னும் பெரும் புயலினால் முன் பின் அறியாத பகுதிகளில் வீசி ஒதுக்கப்பட்ட இரண்டு மணல் மணிகள்.... அவர்களுடைய வருங்காலம் எந்த மாதிரி இருக்கும்? எனக் கென்னவோ இந்த ரஷ்யன், திடமான மனவுறுதி வாய்ந்த இந்த மனிதன், தனது பொறுப்பை இறுதி வரை தளராது நிறைவேற்றுவான் என்றும், இந்தப் பையன் தந்தையின் அரவணைப்பில் தாய்நாட்டின் பொருட்டு தேவை ஏற்பட்டால் எத்தகைய இடரையும் பொறுத்து எந்தத் தடையினையும் கடந்து முன்னேறும் ஆற்றல் வாய்ந்த ஆண் மகனாக மலர்வான் என்றும் தான் நம்பத் தோன்றியது.

அவர்கள் செல்வதை ஏக்கத்துடன் பார்த்துக் கொண்டிருந்தேன் ..... நாங்கள் பிரிந்த போது ஒருவேளை எல்லாம் சரியாகப் போயிருக்கும். ஆனால் அந்த வான்யா பயல், சில அடிகள் சென்றதும் சட்டென்று குச்சிக் கால்களில் திரும்பி என்னைப் பார்த்துச் சின்ன ரோஜாக் கையை ஆட்டி விடை பெற்றுக் கொண்டான். அவ்வளவு தான். ஏதோ வனவிலங்கின் மெத்தென்ற முன்பாதம் என் நெஞ்சில் பட்டு அதன் கூரிய நகங்கள் சுரீ ரென்று பாய்ந்தது போலத் துடிதுடித்துப் போனேன். சடக்கென்று முகத்தை அப்பால் திருப்பிக் கொண்டேன். இல்லை. போரில் தலைநரைத்துப் போன இந்த முதிய மனிதர்கள் அழுவது தம் உறக்கத்தில் மட்டும் அல்ல, விழித்திருக்கும் காலத்திலும் தான். ஆனால் சரியான நேரத்தில் முகத்தை அப்பால் திருப்பிக் கொள்ள வேண்டும், அது தான் முக்கியமானது. வறண்டு காய்ந்து போன நெஞ்சிலிருந்து வெளிப்பட்ட கொதிக்கும் கண்ணீர் ஓர் ஆண் மகனின் கன்னங்களில் வழிவதைக் குழந்தை காணாதவாறு மறைப்பது, அதன் பிஞ்சு மனத்தைப் புண்படுத்தாமல் இருப்பது தான் உண்மையிலேயே முக்கியமானதாகும்.

1956

குறிப்பு